"तुम्हाला जेव्हा कादंबरी वाचायचीय, तेव्हा जास्त विचार न करता सिडनी शेल्डनची पुस्तके घ्या."

– डेली न्यूज

"अतिशय रोमांचकारक कथानक आणि कथेला अनपेक्षित वळण देण्याची खुबी यामध्ये सिडनी शेल्डन यांचा कोणीच हात धरू शकत नाही."

– असोसिएटेड प्रेस

"कथाकथनाचा बादशाह – सिडनी शेल्डन."

– पिपल

"शेल्डनच्या कथांमध्ये वेगळीच ताकद आहे आणि त्यामुळे त्या लोकप्रियतेच्या शिखरावर जातात."

– न्यू यॉर्क टाइम्स

"कथाकथनाचा जादूगार."

– युएसए टुडे

"सिडनी शेल्डनच्या कथा आजही 'वाचल्याच पाहिजे' या सदरात मोडतात."

– बेव्हरली हिल्स कुरियर

"बॅगशॉने सिडनी शेल्डनची भपकेबाज शैली जशीच्या तशी वाचकांपुढे ठेवली आहे."

– पब्लिशर विकली

"सन २००७ मध्ये शेल्डन आपल्यातून निघून गेले. सुरक्षित वातावरणात वाढलेल्या या मुलीचे त्यांनी नक्की कौतुक केले असते. तिच्यामध्ये असलेल्या विलक्षण ताकदीचा तिला साक्षात्कार होतो आणि ती वॉल स्ट्रीटचे ठग, तुरुंगाचे अधिकारी आणि एफबीआयचे विक्षिप्त अधिकारी यांचा सामना करते."

– सिडनी शेल्डनच्या 'एंजल ऑफ डार्क'वर यूएसएने दिलेली प्रतिक्रिया

“संडे टाइम्समध्ये मोठे योगदान देणाऱ्या टिली बॅगशॉ आणि शेल्डन हे वाचकांसाठी नवीन मनोरंजक साहित्य घेऊन येतात. हे उत्कंठावर्धक आणि रहस्यमय असते.”

– डेली बिस्ट

“शेल्डनच्या चाहत्यांना उत्साही आणि आनंदी होण्यासाठी आणखी एक उत्तम निमित्त. शेल्डन यांचा वारसा पुढे जातो आहे.”

– शेल्डनच्या ‘एंजल ऑफ डार्क’वर बुकरिपोर्टर.कॉम.ची प्रतिक्रिया

सिडनी शेल्डनच्या ‘इफ टुमॉरो कम्स’ या कथेतील नायक-नायिका जेफ आणि ट्रेसी आपल्याला पुन्हा भेटतात, टिली बॅगशॉने लिहिलेल्या या पुस्तकाच्या उत्तरार्धात. आयुष्य हे वाहत्या प्रवाहासारखे असते. कुणासाठी न थांबता त्याला पुढे जायचे असते; पण जेव्हा भूतकाळातील काही भुते येऊन मानगुटीवर बसू पाहतात, तेव्हा आयुष्य ओझे वाटू लागते. भूतकाळातील कोणते भूत शेल्डनच्या ट्रेसीला छळत होते आणि याचा सामना तिने कसा केला, हेच बॅगशॉ आपल्याला या पुस्तकातून सांगते. बॅगशॉने मागील पुस्तकाचा संदर्भ प्रत्येक वेळी दिला असला तरीसुद्धा हे पुस्तक वाचण्याआधी शेल्डनचे मूळ पुस्तक वाचले तर हे पुस्तक जास्त उत्कंठा वाढवेल, यात वाद नाही. बॅगशॉची लिखाणाची पद्धत इतकी परिणामकारक आहे की पुस्तक वाचताना आपण नकळत त्या जगात जातो. कोलोरेडोमधील पर्वतराजी प्रत्यक्ष डोळ्यांसमोर आहे असे भासते. आशिया खंडाचे वर्णन वाचताना खरोखर तेथील उष्ण, दमट हवा अंगाला जाणवते.

– रिनी येगर, ऑक्टोबर, २०१४

“सिडनी शेल्डनच्या ‘इफ टुमॉरो कम्स’ची सगळ्यात सहनशील आणि धीरोदात्त नायिका ट्रेसी व्हिटनी पुन्हा आलीये एका रोमांचकारी कथेमध्ये. रहस्य, प्रेम आणि सूड याचा सुंदर मिलाफ असलेले पुस्तक म्हणजे ‘चेसिंग टुमॉरो.’”

– ॲमेझॉन. इन

आपल्या स्नेहीजनांना पुस्तके भेट द्या

चेसिंग टुमॉरो

सिडनी शेल्डन

टिली बॅगशॉ

अनुवाद
मेघना जोशी

मेहता पब्लिशिंग हाऊस

Mehta Publishing House, Pune 411030.

✆ +91 020-24476924 / 24460313 / Mob. No. 9545000513

Email : production@mehtapublishinghouse.com

Website : www.mehtapublishinghouse.com

Translated into Marathi Language by Meghana Joshi

चेसिंग टुमॉरो / अनुवादित कादंबरी

TBC-29 Book No. 2

अनुवाद : मेघना जोशी

Email : author@mehtapublishinghouse.com

प्रकाशक : सुनील अनिल मेहता, मेहता पब्लिशिंग हाऊस,
१९४१, सदाशिव पेठ, माडीवाले कॉलनी, पुणे – ४११०३०.

मुद्रक : ट्रिनिटी अॅकॅडमी फॉर कॉर्पोरेट ट्रेनिंग लिमिटेड

मुखपृष्ठ : फाल्गुन ग्राफिक्स

प्रथमावृत्ती : एप्रिल, २०२०

किंमत : ₹ ४५०

P Book ISBN 9789353174583

कॅटरिनास
सप्रेम

भाग १

प्रस्तावना

रिओ द जनेरो, ब्राझील.

त्याने मागे वळून खालच्या बाजूला असलेल्या त्या रिकाम्या चर्चकडे एकवार पाहिले. काहीतरी हरवल्याची भावना होती त्याच्या मनात.

"अरे काय? ती येतीये की नाही? का निर्णय बदलला तिने?"

"अरे, ती येतीये जेफ. तू नको काळजी करूस."

गुंथर हरटॉगने जेफ स्टीवन्सकडे पाहिले. त्याच्या नजरेत एक भाबडा भाव होता. प्रेमामध्ये वाट पाहणे हे किती भयंकर असते!

जेफ स्टीवन्स हा जगातला एक नंबरचा धूर्त माणूस होता. विलक्षण हुशार, सुसंस्कृत व थोडासा नाटकी असा हा जेफ अत्यंत आकर्षक होता आणि तरुणींना तसेच बायकांना वेड लावत असे. जेफची देहयष्टी एखाद्या खेळाडूप्रमाणे होती. त्याचे केस काळेभोर होते आणि चेहऱ्यावर एक प्रकारचे मर्दानी तेज होते. इतक्या देखण्या आणि उमद्या व्यक्तिमत्त्वाच्या माणसाला हव्या त्या स्त्रीला अगदी सहजपणे मिळवता आले असते. पण प्रश्न हा होता, की त्याला दुसरी कोणतीच मुलगी नको होती; त्याला हवी होती ती फक्त ट्रेसी व्हिटनी. आणि ट्रेसीच्या बाबतीत कुणीच खात्री देऊ शकत नव्हते.

ट्रेसी व्हिटनी हीसुद्धा काही कमी धूर्त नव्हती. तीही भरपूर कावेबाज होती. जेफला बऱ्याच दिवसांनी कळायला लागले की तो तिच्याशिवाय जगू शकत नाही. पण उशिराने का होईना, त्याला आता हे समजून आले होते. तिच्या विचाराने त्याच्या

हृदयाची धडधड वाढायची आणि त्याच्या काळजाचा ठोका चुकायचा. हे एक बरे आहे की इथे चर्चमध्ये कुणी फारसे अतिथी नव्हते. त्यामुळे त्याची ही अवस्था पाहायला गुंथर आणि आणि फादर अल्फोन्सो हा लहरी म्हातारा धर्मोपदेशक यांच्याखेरीज तिथे कुणी नव्हते.

"कुठे आहे ती?"

"तिला पंधरा मिनिटं उशीर झाला आहे."

"हं... तो तर वधूचा जन्मसिद्ध हक्क आहे."

"नाही त्याहीपेक्षा खूप काही. काहीतरी गडबड आहे."

"काही गडबड वगैरे नाहीये."

त्या म्हाताऱ्या माणसाने एक मंद स्मित केले. जेव्हा जेफने त्याला सांगितले की त्याच्या लग्नामधला तो सर्वांत जवळचा आणि महत्त्वाचा माणूस आहे, तेव्हा त्याला तो त्याचा सन्मान वाटला होता. गुंथर साठ वर्षांचा होता. त्याला स्वतःची मुलेबाळे नव्हती. त्यामुळे ट्रेसी आणि जेफला तो आपल्या मुलांप्रमाणेच मानायचा. त्यांचे एकत्र येणे हे त्याच्यासाठी छानच होते. खास करून जेव्हा त्या दोघांच्या सरळ मार्गाने जीवन व्यतीत करण्याच्या धक्कादायक निर्णयनानंतर तर ते दोघे त्याच्यासाठी खास होते.

ब्राझीलला परत येण्याचा निर्णय हा खरोखर योग्यच होता. तिथली ओलसर आणि उबदार हवा आणि सर्वांत महत्त्वाचे म्हणजे तिथला बटाट्यापासून आणि कॉड माशापासून बनवलेला रुचकर पदार्थ 'बोलिनहॉस डी बॅकेल्हाऊ' हा पदार्थ ब्राझीलमधील जवळजवळ रस्त्याच्या प्रत्येक कोपऱ्यामध्ये बनवला जात असे. तिथे अगदी जंगली फुलांपासून ते स्त्रियांच्या रंगीत कपड्यांपर्यंत त्याचप्रमाणे रंगीबेरंगी म्यूरल्स, बॅरॉक सेंट रीटा चर्चच्या खिडक्यांवरील रंगीबेरंगी स्टेन ग्लास या सर्व गोष्टींमुळे इथे सर्वत्र जणू विविध रंगांची अक्षरशः उधळण होती. सर्व वातावरण फुललेले आणि जिवंत वाटायचे.

जर 'पियरपान्ट शहाणा असता तर?' जेफ स्टीव्हन्सच्या चेहऱ्यावर चिंता होती. 'जर असता तर...' तो मध्येच वाक्य तोडून थांबला. चर्चच्या दारापाशीच ट्रेसी व्हिटनी उभी होती. तिच्यामागे पडलेली उन्हाची किरणे जणू तिच्याभोवती एखाद्या आभेप्रमाणे भासत होती. त्या सूर्यप्रकाशाच्या आभेमुळे ट्रेसी एखाद्या अलौकिक अप्सरेप्रमाणे भासत होती. 'माझी परी...' जेफ स्टीव्हन्सचे हृदय गलबलून आले.

मोती रंगाच्या साध्याच सिल्क पोशाखामध्ये ट्रेसीची सडपातळ काया खूप सुंदर दिसत होती. तिने तिचे गडद तपकिरी रंगाचे घनदाट केस खांद्यावर अलगद सोडले होते. जेफने कित्येक वर्षे तिला वेगवेगळ्या रूपांत पाहिले होते. ट्रेसीचे नितळ

सौंदर्य क्षणाक्षणाला वेगळेच भासे. तिच्या दिलखेचक अदा या घायाळ करणाऱ्या असायच्या. पण ट्रेसीला आजच्याइतके सुंदर त्याने यापूर्वी कधीही पाहिले नव्हते. ट्रेसीची आई तिला नेहमी म्हणत असे की ट्रेसीचे सौंदर्य म्हणजे जणू वेगवेगळ्या रंगांचे अप्रतिम मिश्रण आहे. आणि आज ट्रेसीकडे पाहून जेफला ट्रेसीची आई डोरीस व्हिटनीचे म्हणणे तंतोतंत खरे आहे, हे पटले होते. आज ट्रेसीचे डोळे विलक्षण सुंदर दिसत होते. विविध प्रकारचे भाव तिच्या डोळ्यांत तो पाहत होता. तिच्या सुंदर डोळ्यांचा रंग कधी शेवाळी हिरवा दिसत होता तर कधी गडद निळा दिसत होता. तिचे डोळे आनंदाने आणि कोणत्या तरी विलक्षण अनुभूतीने चमकत होते. कदाचित तिच्या डोळ्यात खूप मोठा आनंद मिळवल्याचा विलक्षण आनंद आणि यशाची चमक तरळत होती. ट्रेसीच्या या रूपाने जेफला अक्षरशः वेड लावले होते.

''नमस्कार गुंथर सर.'' ती मुद्दामच आपल्या या गुरूकडे गेली. गुंथरने तिच्या दोन्ही गालांचे अलगद चुंबन घेतले आणि म्हणाले. ''किती छान वाटतंय तुला इथे असे पाहून!''

ट्रेसी गुंथरवर आपल्या वडिलांप्रमाणे माया करत असे. ट्रेसीला आपल्या वडिलांची फार आठवण येत असे. तिला मनोमन वाटत होते की आत्ता जर ते असते तर त्यांना खूप आनंद झाला असता आणि अभिमान वाटला असता.

जेफ स्टीवन्सकडे पाहून ट्रेसी म्हणाली, ''सॉरी जेफ, मला पोहोचायला थोडा उशीर झाला.''

''तुला सॉरी म्हणायची काही गरज नाही, ट्रेसी.'' जेफ म्हणाला. ''कारण खूप सुंदर आणि गोड मुलीने असे सॉरी म्हणायचे नसते.''

त्याने तिच्याकडे एकटक पाहिले आणि त्याच्या लक्षात आले, की ट्रेसी खूप छान लाजली होती. तो तिचा लाजरा मुखडा वेड लावणारा होता. तिच्या भुवयांच्या आसपास घामाचे थेंब जमा झाले होते. जणू काही ती आत्ता पळत इथपर्यंत आली होती.

ट्रेसीने मंद स्मित केले.

''हो. माझ्याकडे एक छान कारण आहे की ज्यामुळे तू मला उशीर झाला तरी नक्की माफ करशील. मी खरं तर तुझ्यासाठी लग्नाची भेटवस्तू घ्यायला गेले होते.''

''बरं.'' जेफने एक स्मितहास्य केले. ''मला भेटवस्तू तर नक्कीच आवडतात.''

''मला माहिती आहे माझ्या राजा, की तुला भेटवस्तू आवडतात.''

''हो. आणि खास करून जेव्हा त्या तुझ्याकडून मिळालेल्या असतात तेव्हा.''

चर्चमधील धर्मगुरूने थोड्याशा तिरसटपणे त्याच्या हातामधील घड्याळात पाहिले. ''मला वाटते, आता आपण सुरुवात करू यात; चालेल?''

फादर अल्फोन्सोला धार्मिक विधी उरकायला अजून किमान एक तास तरी लागणार होता. हे सर्व लवकर संपवायच्या मागे ते होते. जेफ आणि ट्रेसीमध्ये असलेल्या विलक्षण समंजसपणामळे त्यांना कुठे तरी अतिशय अस्वस्थ वाटत होते. त्यांना असे वाटत होते की, त्या दोघांजवळ उभे राहून ते जणू काही फार मोठे पाप करत आहेत. याउलट फादर अल्फोन्सोवर मात्र दोघं भलतेच खूश होते. कारण त्यांनी या दोघांना अगदी कमी कालावधीमध्ये लग्नाकरता चर्च मिळवून दिले होते. त्यांनी त्यांना त्याबद्दल भारीची टीपदेखील दिली होती.

''मग, मिळाली का?'' जेफने ट्रेसीच्या चेहऱ्यावरील आपली नजर क्षणभरही न हलवता तिला विचारले.

''काय मिळाली का?'' ट्रेसीने विचारले.

''माझ्यासाठी एखादी भेटवस्तू. तीच आणायला गेली होतीस ना?''

''म्हणजे काय? मिळाली. मिळणारच.'' असे म्हणून ट्रेसी दिलखुलास हसली.

जेफने आवेगाने तिला जवळ घेऊन तिचे चुंबन घेतले.

ते पाहून फादर अल्फोन्सो जोरात खाकरले. ''मि.स्टीवन्स स्वत:ला आवरा जरा. हे पूजाअर्चा करण्याचे ठिकाण आहे. अजून तुमचे लग्न झालेले नाहीये.''

''सॉरी.'' असे म्हणून जेफ दिलखुलास हसला.

तिने करून दाखवले. ट्रेसीने करून दाखवले. तिने तिच्या बुद्धिचातुर्याने इतके वर्षानंतर मॅक्सिमिलियन पियरपॉन्टवर मात केली.

१

दहा दिवस अगोदर...
स्किफॉल विमानतळ, ॲमस्टरडॅम.

ट्रेसी आपल्या चार बी नंबरच्या फर्स्ट क्लास सीटवर मागच्या बाजूला झुकून पहुडली आणि विलक्षण समाधानाने तिने उसासा टाकला. काही तासांतच ती तिच्या जेफला पुन्हा भेटणार होती. त्यांचे ब्राझीलमध्ये लग्न झालेले होते. आता कायदेशीरपणे आपण एकमेकांशी बांधले गेलो आहोत; कोणतेही अनैतिक संबंध नाही, या विचाराने ट्रेसीला हायसे वाटत होते.

आता मी त्याला कधी दूर होऊ देणार नाही. मिसेस जेफ स्टिवन्स अशी स्वतःची ओळख करून देण्यात तिला वेगळा रोमांचकारी आनंद होत होता.

त्यांचा शेवटचा दरोडा म्हणजे अर्थातच ॲमस्टरडॅमच्या फॅक्टरीतून चोरलेला अमूल्य लुकुलन हिरा हा खरोखरच शेवटचा होता. ट्रेसी आणि जेफ यांनी मोठ्या शिताफीने डच पोलीस आणि विमा एजंट डॅनियल कूपर यांच्या हातावर तुरी दिली होती. या दोघांना पकडण्यासाठी संपूर्ण युरोपभर त्यांनी अक्षरशः जंग जंग पछाडले होते. तो दरोडा खूपच नाट्यमय होता. तो कधीच विसरता येणार नाही. ट्रेसी विचार करत होती.

आता मात्र आम्हाला जास्त पैसा नको; आता निवृत्त होण्याची ही योग्य वेळ होती.

"एक्सक्यूज मी."

एक फोफशा आणि जरा चमत्कारिक दिसणारा माणूस तिच्या जवळ आला.

त्याने खिडकीशेजारी असलेल्या सीटकडे बोट दाखवले. "ती माझी सीट आहे मॅडम," त्याचा आवाज विचित्रच होता. त्याने तिला त्याच्या सीटकडे जाता जाता जवळ जवळ दाबलेच.

ट्रेसी थोडीशी बाजूला सावरून बसली. तिला कोणत्याही प्रकारचे संभाषण करायची मुळीच इच्छा नव्हती आणि या येडपटाबरोबर तर नाहीच नाही. तिचे लक्ष वेधून घेण्यासाठी त्याने तिला कोपराने ढोसले. "आपण आता या विमानात काही काळाकरता का होईना एकमेकांचे सहकारी झालो आहोत. तेव्हा एकमेकांची ओळख करून घेण्यास काय हरकत आहे? माझं नाव मॅक्सिमिलियन पियरपॉंट."

मॅक्सिमिलियन पियरपॉंट हे नाव ऐकून ट्रेसी एकदम अस्वस्थ झाली. पण तिने आपल्या मनातील भावना चेहऱ्यावर येऊ दिल्या नाहीत.

मॅक्सिमिलियन पियरपॉंट. एक सराईत दरोडेखोर. कॉर्पोरेट जगतात धाडी घालणारा, कंपन्या खरेदी करून त्यांना सपशेल साफ करणारा निर्दयी माणूस. तीन वेळा याने घटस्फोट घेतले आहेत. सेंट पीटर्सबर्गमधील अतिशय मौल्यवान इस्टर एग्जचे जास्तीत जास्त कलेक्शन असलेला हा माणूस.

"काउंटेस व्हॅलेंटिना दी सोरेंटी" स्वतःची अशी ओळख सांगून तिने हस्तांदोलनाकरता आपला हात पुढे केला.

"काउंटेस व्हॅलेंटिना दी सोरेंटी! हं... फारच छान." मॅक्सिमिलियन पियरपॉंटने आपले ओठ ट्रेसीच्या मनगटावर दाबले. ते एखाद्या बेडकाप्रमाणे ओले आणि लिबलिबीत होते. ट्रेसीला किळस आली तरी तिने चेहऱ्यावर उसने हसू आणले.

खूप वर्षांपूर्वी ट्रेसीने मॅक्सिमिलियन पियरपॉंट हे नाव QE2 या बोर्डवर ऐकले होते. त्या वेळेस ती आणि जेफ दोघेही लंडनला जाणाऱ्या विमानामधून प्रवास करत होते. त्या वेळेस जेफची या धूर्त, लबाड आणि बदमाश पियरपॉंटला लुटण्याची योजना होती. पण नंतर ती योजना फसली आणि ट्रेसीसोबत बेटिंगची त्याची योजना सुरू झाली होती. त्यांनी बुद्धिबळामधील दोन ग्रँडमास्टर यांच्यावर बेटिंग लावले होते.

नंतर गुंथर हरटॉग याने ट्रेसीची पियरपॉंटला लुटण्यासाठी व्हेनिसला जाणाऱ्या ओरिएंट एक्स्प्रेसमध्ये नेमणूक केली होता; पण तो तिथे आलाच नाही.

ट्रेसीची प्रिय आई डोरीस व्हिटनी हिला तिच्याच गावातील, न्यू ओर्लेन्समधील एका माफिया गुंडाने- जोइ रोमानो याने तिच्या कौटुंबिक व्यवसायात फसवले होते. त्यामुळे तिने आत्महत्या केली होती. ट्रेसीचे वडील त्यांची स्वतःची व्हिटनी ऑटोमोटिव्ह पार्ट नावाची कंपनी चालवत असत. त्यांच्या मृत्यूनंतर रोमानोने ही कंपनी बळकावली. सर्वांना हाकलून दिले आणि डोरीसला अक्षरशः कफल्लक बनवले.

त्या क्षणापासून तिने जोइ रोमानोवर सूड उगवायचे ठरवले होते. पण त्याबरोबरच तिला कॉर्पोरेट रेडर्सचाही तिरस्कार होता. आणि या कॉर्पोरेट रेडरमध्ये मॅक्सिमिलियन पियरपाँट हा एक होता. तिच्या मनामध्ये त्याच्याविषयी विलक्षण तिरस्कार होता.

'या वेळेला तू काही सुटत नाहीस, नालायक माणसा.'

विमानप्रवास खूपच लांब आणि कंटाळवाणा होता. ट्रेसी पियरपाँटबरोबर जवळजवळ दोन तास अतिशय प्रेमाने बोलत होती. दोन तासांनी तो झोपी गेला. किनाऱ्यावर पहुडलेल्या वॉलरस प्राण्याप्रमाणे मोठ्यांदा घोरत होता. ट्रेसीकडे आता बऱ्यापैकी वेळ होता. ट्रेसीने यापूर्वी कित्येक वेळा काउंटेस व्हॅलेंटिना असल्याचे नाटक केले होते. आणि त्यामुळे तिच्याविषयीच्या बारीकसारीक गोष्टीदेखील तिला ठाऊक होत्या. (तिने काउंटेस व्हॅलेंटिनावर विकिपीडियाचे पानही लिहिले होते.) व्हॅलेंटिना एक विधवा होती. बिच्चारा तिचा नवरा मार्को! खूप तरुण वयामध्ये बिचाऱ्याला हकनाक जीव गमवावा लागला होता. सर्दिनियामध्ये त्याच्या विमानाला अपघात झाला. आणि व्हॅलेंटिनाने वरच्या डेकवरून त्याला मरताना पाहिले होते. व्हॅलेंटिना एका पारंपरिक जुन्या मताच्या श्रीमंत कुटुंबामध्ये जन्मली होती. काही दिवसांपूर्वी तिचे वडील निवर्तले होते आणि ती भरपूर इस्टेटीची मालकीण होणार असल्याची कुणकुण होती. पण त्याविषयीचा तपशील अजून तरी मिळाला नव्हता, कारण ट्रेसी असल्या प्रकारच्या कोणत्याही खोलात शिरणार नव्हती. खास करून पियरपाँटसारख्या बदमाश माणसाला तर ती याचा अजिबात सुगावा लागून देणार नव्हती. आणि त्याच्यासमोर अभिनय करताना ती स्वतःला एक टिपिकल श्रीमंत स्त्रियांसारखीच भासवणार होती, ज्यामुळे पियरपाँटला ती त्याच्यासाठी एक सावजच आहे, असे भासले पाहिजे आणि त्याच्या डोळ्यांमध्ये एक प्रकारची लालसा दिसली पाहिजे. तिची संपत्ती, तिचा पैसा याबरोबर तिचे सौंदर्यही भुरळ पाडणारे होते. त्यामुळे तिच्या संपत्तीबरोबरच तिचीही लालसा तो धरून होता. त्यांच्या गप्पा झाल्यावर व्हॅलेंटिना आणि पियरपाँटने रिओच्या एका छानशा हॉटेलमध्ये भेटायचे ठरवले.

पियरपाँट अजूनही झोपेत असल्याने तिने निश्चिंत मनाने समोरचे मासिक घेतले व आरामात वाचू लागली. वाचता वाचता पहिल्यांदा तिची नजर एका लेखावर खिळली. तो लेख ब्राझीलच्या समुद्रकिनाऱ्यावरील जागांच्या वाढणाऱ्या किमतींविषयी होता. त्या जागांमधील एक जागा अशी होती, जिथे ऑलिंपिकमध्ये असतो त्या आकाराचा पोहण्याचा सुंदर तलाव होता आणि इतक्या सुंदर बागा होत्या की त्यामुळे त्या घराला एका राजवाड्याचे स्वरूप आले होते. मोठ्या नवलाने आणि विलक्षण कुतूहलाने ट्रेसीची बोटे त्या चित्रावरून फिरू लागली. मला आणि जेफला

असे घर मिळाले तर आम्ही खरेच किती सुखात राहू! आमची मुले या तलावात किती मजेने पोहतील आणि ती उत्तम जलतरणपटू होतील. एके दिवशी आमच्या मुलीचा लग्नसोहळादेखील या सुंदर बागेतच होईल. तिच्या लग्नामध्ये लॉनवर गुलाबाच्या फुलांच्या पाकळ्यांनी पायघड्या घातलेल्या असतील आणि ती ऐटीत त्यावरून चालत येईल. त्या वेळी तिच्यावर गुलाबाच्या पाकळ्यांचा वर्षाव होत असेल.

ती स्वतःशीच हसली. त्यासाठी आधी त्या दोघांनी लग्न करायला पाहिजे. एका वेळी एकच कल्पना.

दुसरा लेख पर्यावरणावर होता. रिओच्या दक्षिणेकडे असणाऱ्या भागामध्ये भरपूर प्रमाणामध्ये जमिनीची धूप होत असल्या कारणाने तिथे पर्यावरणाचा मुद्दा ऐरणीवर होता. यामुळे कित्येक शेतकऱ्यांचे अमाप नुकसान होऊन त्यांनी आपले सर्वस्व गमावले होते. समुद्राने त्यांच्या जमिनी गिळंकृत केल्याने गावेच्या गावे उजाडून गेली होती. तिने या सर्व भयानक आपत्तीविषयी वाचले. किनाऱ्यालगत असणारे कितीतरी झोपडपट्टीतील रहिवासी बुडून गेले होते. समुद्रकिनाऱ्याप्रमाणेच अंतर्गत भागातील रहिवासीदेखील नदीतील ओल्या चिखलामध्ये गाडले गेले होते. 'किती भयंकर मृत्यू आहे हा!' ट्रेसी मनात म्हणाली. जगाच्या पाठीवर ब्राझील हा एकमेव देश असावा, की जिथे हा देश अतिश्रीमंत लोकांचाही आहे आणि त्याचप्रमाणे दारिद्र्यरेषेखाली जगणाऱ्यांचादेखील आहे.

विमान रिओच्या धावपट्टीवर उतरण्याच्या मार्गावर होते. तिच्या मनात मात्र वेगवेगळ्या विचारांनी काहूर माजवले होते. जेफ आणि तिचे लग्न, मासिकात तिने पाहिलेला सुंदर पोहण्याचा तलाव आणि ती राजेशाही घरे; त्या समुद्राखाली गेलेल्या झोपड्या, मातीची कच्ची घरे, मॅक्सिमिलियन पियरपाँटच्या ओठांचा तिच्या शरीरावर झालेला स्पर्श, तिची आई.... तिने आपले डोळे घट्ट मिटून घेतले आणि तिच्या डोळ्यांसमोर डोक्याला रिव्हॉल्व्हर लावलेली तिची आई दिसली. ती नकळतपणे कुजबुजली. "ह्रो"

"काय गं? तुला बरं वाटतंय ना?" पियरपाँट आता जागा झाला होता. त्याने तिच्या एकदम जवळ जाऊन तिला विचारले. त्याच्या तोंडाला कांद्याचा वास येत होता.

"हो हो, मी बरी आहे." काउंटेस व्हॅलेंटिनाने स्वतःला एकदम सावरले.

"मला ब्राझीलला भेट देणे खूप आवडते. विमान धावपट्टीवर जेव्हा उतरत असते ना तेव्हा मी एकदम उत्तेजित होते."

"हं... मलासुद्धा असे होते." पियरपाँटने तिची मांडी दाबली आणि सूचकपणे तिला डोळा मारला. "मलासुद्धा असे होते."

मॅक्सिमिलियन पियरपॉंट ट्रेसीला क्वाड्रीफोग्लीओ नावाच्या एका थ्री स्टार हॉटेलमध्ये घेऊन गेला. ते हॉटेल 'जार्डीम बॉटॅनिको'च्या मागच्या एका जुनाट वस्तीमध्ये होते.

"मि. पियरपॉंट काय हे? याची खरंच गरज होती का?"

"प्लीज, मला नुसते मॅक्स म्हण."

"मॅक्स..." काउंटेस व्हॅलेंटिनाने एक स्मित केले. ती त्या रात्री विलक्षण सुंदर आणि देखणी दिसत होती. सफेद रंगाची लेस असलेला राल्फ लॉरेन ब्रॅंडचा टॉप आणि पूर्ण लांबीचा काळा स्कर्ट तिने घातला होता. त्यामध्ये तिची बारीक कंबर अतिशय आकर्षक दिसत होती. तिच्या गळ्यात व कानामध्ये असलेले हिरे हे अतिशय कलाकुसरीने पैलू पाडलेले होते. जरी ते छोटेसे असले तरी श्रीमंतीची झाक दाखवणारे होते. त्या हिऱ्यांमुळे ती पिढीजात श्रीमंत असल्याचे जाणवत होते. मॅक्स हा अतिशय अश्लील आणि असभ्य माणूस होता. पण दुसऱ्यांच्या खास करून बायकांच्या अश्लीलपणाबाबत मात्र त्याला तिरस्कार होता. समोर असलेल्या या स्त्रीच्या बाबतीत मात्र तसे काही नव्हते. काउंटेस दी सोरेंटीविषयी त्याने गुगलवरून सर्व माहिती मिळवली होती. तिचे कुटुंब म्हणजे दक्षिण अमेरिकेतील जुने आणि मोठे प्रस्थ होते.

मॅक्स खूप उतावीळ झाला होता. कधी एकदा तिचे कपडे काढून तिला आपल्या बेडवर घेतोय, असे त्याला झाले होते.

"मग व्हॅलेंटिना? तू कशी काय रिओमध्ये आलीस?" नुकत्याच मागवलेल्या दारूच्या बाटलीमधील दारू तिच्या ग्लासमध्ये ओतता ओतता त्याने विचारले.

ते ऐकताच व्हॅलेंटिनाचा चेहरा खिन्न आणि उदास दिसू लागला. "काय असणार मॅक्स? पहिली गोष्ट म्हणजे माझा व्यवसाय..." तिने मॅक्स पियरपॉंटकडे उदास आणि दुःखीकष्टी डोळ्यांनी पाहिले. "आणि दुसरी गोष्ट म्हणजे एक शोकांतिका. माझे वडील नुकतेच वारले. मला वाटते मी तुम्हाला सांगितले. हो ना?"

मॅक्सिमिलियन पियरपॉंटने आपले ओलसर चिकट हात तिच्या हातावर ठेवले.

"त्यांनी माझ्याकरता बरीच संपत्ती ठेवलेली आहे. किनाऱ्यालगतची जवळजवळ एक मैलाची जमीन. मी तिथे एक घर बांधायचा विचार केला होता. ती खूपच मोठी संपत्ती आहे माझ्याकरता. घर बांधण्यासाठीच्या ज्या काही प्रक्रिया आहेत त्या सर्व पूर्ण झालेल्या आहेत. मी परवानगीसुद्धा मिळवली आहे. खूपच सुंदर जागा आहे. तुम्ही पाहिल्यानंतरच तुम्हाला अंदाज येऊ शकेल." तिने एक दीर्घ श्वास सोडला

आणि म्हणाली ''पण तरीही नाही बांधता येणार.''

''का नाही येणार?'' लबाड कोल्ह्यासारखे पियरपाँटचे डोळे एकदम चमकले. त्याचा धूर्त आणि धंदेवाईकपणा एकदम जागा झाला. ब्राझीलमध्ये प्रॉपर्टी? आणि तीही समुद्रकिनाऱ्यालगत? तिथल्या जमिनीच्या किमती तर गगनाला भिडल्या होत्या.

''बाबांचा विचार मनात आला ना की कसे सैरभैर व्हायला होतं.'' असे म्हणून काउंटेस व्हॅलेंटिनाने एक सुस्कारा सोडला. तिच्या चेहऱ्यावर अतिशय दुःखी भाव होते.

''हे बरोबर नाही. पण मग तू त्या जमिनीचे काय करायचे ठरवले आहेस?'' मॅक्स पियरपाँटचा प्रश्न अतिशय सहज होता असे तो भासवत होता. पण ट्रेसीला त्याच्या धूर्त डोळ्यांमधला हावरटपणा स्पष्टपणे जाणवत होता. तिने पुढ्यातल्या ग्लासमधील दारूचा एक घुटका घेतला.

''मी ती जमीन तशीच ठेवायची असा आधी विचार केला होता; पण नंतर विचार केला, की ही जमीन अशीच ठेवली तर काहीच उपयोग नाही. ती जागा खरोखरच खूप सुंदर आहे आणि जरी मला तिथं राहण्याचा आनंद नाही घेता आला तरी दुसऱ्या कुणाला तरी तो घेता यावा.''

''ही तुझी कल्पना खरोखरच फार छान आहे. मला समजलंय व्हॅलेंटिना की तुला इतरांना देण्यामध्ये खूप आनंद होतो.''

''धन्यवाद मॅक्स...''

तेवढ्यात त्यांचे जेवण आले. त्याच्या नेहमीच्या घमेंडखोरपणे मॅक्सने त्यांच्या दोघांसाठी ऑर्डर केली होती. हॉटेलमधील जेवण हे खरोखरच खूपच रुचकर होते. त्या दोघांनाही जेवण भलतेच आवडले. जेवणामध्ये अंड्याच्या बलकापासून बनवलेला पोलेंटा कॅव्हीयर नावाचा अतिशय रुचकर इटालीयन पदार्थ त्यांनी मागवला होता. तोच त्यांच्या जेवणामधील विशेष पदार्थ होता. ट्रेसीला आज समजले की, बिल क्लिंटन तसेच फिडेल कॅस्ट्रोसारखे राजकारणी मातब्बरसुद्धा रिओमधील इतर नामवंत लोकांसमवेत या ठिकाणी जेवण का घेतात.

''काउंटेस, मला काय वाटते की आपण दोघे एकमेकांना मदत करू शकतो.'' मॅक्सिमिलियन पियरपाँट खाता खाता तिला म्हणाला. तो असा खात होता की जणूकाही ते मॅकडोनल्ड मध्ये बसलेले आहेत.

''व्हॅलेंटिना...'' ट्रेसी एकदम म्हणाली. ''मला व्हॅलेंटिना म्हणून हाक मार.''

''बर बाई व्हॅलेंटिना. तुला सांगतो, रियल इस्टेट आणि त्यातील व्यवहार ही माझ्या अनेक आवडींपैकी एक आवड आहे. तुझी हरकत नसेल तर तू तुझ्या जमिनीचा व्यवहार माझ्याबरोबर करू शकतेस. मी तुझी जमीन खरेदी करून त्यावर

अतिशय सुंदर असे काही तरी निर्माण करेन. किंवा जरी आपण ही विकली तरी खूप फायदा आहे. मी तुला ती विकायला मदत करेन आणि मिळालेला फायदा आपण दोघे वाटून घेऊ. कशी वाटली कल्पना? आणि असे केल्यामुळे तुला भीती वाटतीये तशी ती जमीन उगाच पडूनदेखील राहणार नाही. तुला आणि मला दोघांनाही फायदाच मिळवून देईल.''

''ही खरोखरच खूप छान कल्पना आहे.'' ट्रेसी म्हणाली. पण पुढच्याच क्षणी तिने पुन्हा एक सुस्कारा टाकला आणि तिच्या खुर्चीवर मागे टेकली. ''मॅक्स, कल्पना खरोखरच खूप चांगली आहे, यात वादच नाही. पण ही प्रत्यक्षात उतरवण्याकरता तू आणि मी आधी भेटायला हवं होतं. आता खूप उशीर झालाय.''

''काय म्हणायचंय तुला व्हॅलेंटिना?''

''म्हणजे मी अगोदरच ही जमीन एका चर्चला विकायचा करार केला आहे. सहा एकरांची ही जागा चर्चसाठी आणि चर्चमधील लोकांच्या निवासासाठी एक अतिशय योग्य जागा आहे. चर्चचा मुख्य धर्मोपदेशक क्युनार्डी याने मला चर्च उभारण्यासाठीचा सगळा प्लॅन दाखवला. अतिशय साधे तरीपण अतिशय सुंदर आणि देखणे चर्च बनेल तिथे. तसाच तो प्लॅन आहे आणि मला खात्री आहे की बाबा असते तर त्यांनादेखील तो प्लॅन खूपच आवडला असता.''

मॅक्सिमिलियनला कुणीतरी आपल्या छातीत सुरा खुपसतय असे वाटले. तुझ्या बापाला विसर आता. तो मूर्ख माणूस रिओच्या समुद्रकिनाऱ्यावर मोक्याच्या जागेवर चर्च बांधतोय.

''मला कळेल का व्हॅलेंटिना, या धर्मोपदेशकाने तुझ्याशी किती रकमेचा सौदा केलाय? या जागेचे त्याने तुला किती पैसे द्यायचे मान्य केलेत?''

''पन्नास करोड ब्राझिलिअन रियाल. तो खरोखरच खूप उमद्या स्वभावाचा माणूस आहे.''

मॅक्सिमिलियनचा दारूचा घुटका घशातच अडकला. पन्नास करोड ब्राझीलियन रियाल तेही रिओच्या समुद्रकिनाऱ्यावर सहा एकरांवर पसरलेल्या मोक्याच्या जागेसाठी. त्यात पुन्हा या जागेत बांधकाम करायचीदेखील परवानगी मिळालेली आहे. म्हणजे खरं तर या जागेची किंमत पन्नास करोडच्या सहापट जाईल. या मूर्ख बाईला तिच्या जागेची खरी किंमत कळलेलीच दिसत नाहीये.

''अरे वा! हे खरोखर चांगलेच डील आहे व्हॅलेंटिना.'' त्याने ट्रेसीकडे अगदी सहजपणे पाहिले. ''पण समजा मी तुला याहीपेक्षा चांगली ऑफर दिली तर? म्हणजे समजा, मी तुला साठ करोड दिले तर आणि मैत्रीखातर मी तुला हवे तसे, तुझ्या स्वप्नात आहे तसे घर बांधेन. तुझ्या कल्पनेतले घर मी तुझ्या जमिनीवर साकार करेन, व्हॅलेंटिना.''

"अरे वा! खूपच छान कल्पना आहे ही मॅक्स!"

"मस्त" पियरपाँटने दात विचकले. आपला विजय झाला असे त्याला वाटले. इतक्या सुंदर मादक अप्सरेला विमानामध्ये भेटलो काय आणि तिला आपल्या जाळ्यात ओढले काय आणि हे सर्व फक्त एका जेवणाच्या बदल्यात! "मग कधी दाखवतेस मला तुझी जागा व्हॅलेंटिना?"

ट्रेसीने परत आपला चेहरा गंभीर केला. "नाही मॅक्स, तरीपण हे डील आता नाही होऊ शकणार. खूप उशीर झालाय."

"म्हणजे काय म्हणायचंय तुला?" मॅक्सने अधीरपणे विचारले.

"म्हणजे त्या धर्मोपदेशकाबरोबरचे माझे डील उद्याच फायनल होतंय."

"उद्या?"

"हो. आणि म्हणूनच मी आज इथे आलेली आहे. पैसे ट्रान्सफर करण्याकरता. मला खरंच वाईट वाटतंय. आपण आधी भेटलो असतो तर किती बरं झालं असतं! जाऊ देत. जे झालं त्याविषयी कशाला विचार करायचा? मला वाटतंय जमिनीचा विषय काढून मी तुला बोअर करतीये. ते जाऊ देत. मला सांग, इथले गोड पदार्थ तुला आवडले की नाही?"

ट्रेसीने गोड पदार्थांवर ताव मारायला सुरुवात केली. मॅक्सचा चेहरा मात्र बघण्यासारखा झाला होता. जणूकाही पैशाचा अक्षरशः पाऊस पडतोय; पण त्याच्या हाताला मात्र काहीच लागत नाहीये. करोडो डॉलर्स त्याच्या हातातून निसटून जात आहेत, ही भावना त्याच्यासाठी अत्यंत क्लेशकारक होती.

"हे बघ. मला ती जमीन प्रत्यक्ष बघायची गरज वाटत नाहीये आता. तू तर म्हणाली आहेस की त्या जागेवर बांधकाम करायला परवानगी आहे म्हणून."

ट्रेसीने शांतपणे आपली मान हलवली.

"हे बघ, तू मला त्या कागदपत्रांच्या प्रती आणि प्रॉपर्टी डीड उद्यापर्यंत दिलंस तर तेवढंही मला पुरेसं आहे. मला बाकी काही नको. तुला एवढं करणं शक्य आहे का व्हॅलेंटिना?"

"मला चालेल," काउंटेसचे डोळे एकदम चमकले. "मी नक्कीच तुला कागदपत्रे उद्यापर्यंत देऊ शकते. पण तुला खरंच असं वाटतं की जमीन न पाहताच एवढ्या मोठ्या किमतीचा व्यवहार तू करावास? म्हणजे मला स्वतःला आपलं वाटतं की प्रत्यक्ष जाऊन ती जागा पाहावी. त्या जागेची जी खरी जादू आहे ना ती तिकडे जाऊन पाहण्यानेच लक्षात येईल. माझे वडील नेहमी म्हणायचे..."

"हो. मला खात्री आहे..." पियरपाँटने तिचे बोलणे अर्धवटच तोडले. त्याला तिची फालतू आणि बाष्कळ बडबड ऐकण्यात काहीही रस नव्हता. तिच्या मूर्ख बापाचे बोलणे आणि जागेची जादू वगैरे गोष्टींवर विचार करण्यात त्याला वेळ

दवडायचा नव्हता. त्याला या सुंदर काउंटेसबरोबर रात्र तर घालवायचीच होती; पण त्याआधी हे डील मिळवणे त्याच्यासाठी महत्त्वाचे होते.

''ठीक आहे.'' असे म्हणून ट्रेसी त्याच्याकडे पाहून हसली. ''मी ती सर्व कागदपत्रे उद्या सकाळी तुझ्याकडे पाठवते. मग तुला ते सोईस्कर होईल. तुला हवे ते तू त्या जमिनीवर करू शकशील, हो ना?''

''अजिबात नाही, व्हॅलेंटिना. त्या जागेच्या बाबतीत तुझ्या ज्या काही कल्पना आहेत, किंवा जी काही स्वप्ने त्या जागेच्या बाबतीत तू पाहिली आहेस त्याला मी कोणत्याही परिस्थितीत भंगू देणार नाही... वेटर'' मॅक्सिमिलियनने थोड्याशा गुर्मीतच वेटरला इशारा केला. ''आमच्यासाठी शॅंपेन घेऊन ये. एका सुंदर घराच्या यशस्वी डीलसाठीचे काउंटेस आणि माझे सेलिब्रेशन.''

त्या रात्री ट्रेसी खोलीत असताना जेफने ट्रेसीला कॉल केला.

''मी आपल्या दोघांचं सुंदर भविष्य पाहत आहे, मिसेस स्टीवन्स.''

जेफचा आवाज ऐकून ट्रेसीचे हृदय प्रेमाने भरून आले.

''मला वाटतं की तुम्ही रॉंग नंबर फिरवला आहे. मी काउंटेस व्हॅलेंटिना दी सोरेंटी.''

जेफने ट्रेसीला प्राप्त करण्यासाठी जे काही केले होते ते इतर कुणीच केले नसेल, अगदी तिसऱ्या चार्ल्स स्टॅनहोपलाही जमले नव्हते. चार्ल्स हा ट्रेसीच्या आयुष्यामधील पहिला माणूस ज्याच्याशी ट्रेसीला लग्न करायचे होते. पण तो फिलाडेल्फियाला निघून गेला. चार्ल्सने तिला धोका दिला होता. ट्रेसी तिने न केलल्या एक गुन्ह्याबद्दल तुरुंगामध्ये होती, त्या वेळेस या चार्ल्सने तिला तुरुंगातून सोडवण्याकरता कोणतेही प्रयत्न केले नव्हते. त्याने तिला सोडवण्याकरता त्याचे सामाजिक वजन वापरले नाही.

पण जेफ स्टीव्हन्स मात्र वेगळा होता. ट्रेसीने त्याच्यावर विश्वास टाकला होता. आणि त्यानेही तिला एकदा एका संकटातून वाचवले होते. जेफसोबतचा प्रत्येक दिवस हा ट्रेसीसाठी अविस्मरणीय, काहीतरी नवीन आव्हाने आणि साहसांनी भरलेला असे.

असा एकमेव माणूस की ज्याच्यावर मी विश्वास ठेवू शकते.

जेफ म्हणाला ''मला वाटतं की, तू म्हणशील की त्या बदमाश माणसाच्या बाबतीतलं काम तू फत्ते केलंस.''

''हो, जवळजवळ फत्ते झाल्यातच जमा आहे. हा, अरे हा साधासुधा कुणी नाही तर पियरपॉंट आहे.''

''किती दिवस लागतील?'' ट्रेसीला त्याच्या आवाजातील तीव्र नापसंती

जाणवत होती. मला माहितीये की त्याला माझी खूप आठवण होतीये.

"साधारणपणे एक आठवडा तरी लागेल."

"मी एवढीही नाही वाट पाहू शकत, ट्रेसी."

"व्हॅलेंटिना..." ट्रेसीने त्याला चिडवले. "किंवा तू मला काऊंटेसदेखील म्हणू शकतोस."

"मला तू माझ्याबरोबर माझ्या बेडमध्ये हवी आहेस. टेलीफोनच्या लाइनवर नको."

जेफच्या आवाजात उतावीळपणा होता. ट्रेसीने फोन अगदी घट्ट धरला होता. विरहाने तीदेखील व्याकूळ झाली होती. तिलाही त्याचा सहवास हवाहवासा वाटत होता. ॲमस्टरडॅमला ते दोघे फक्त एक आठवडाभर एकत्र होते. त्यामुळे तिचे शरीरही त्याच्या सहवासासाठी आतुरलेले होते.

"रिओला आपण एकत्र नाही येऊ शकणार. निदान हे मॅक्स प्रकरण संपेपर्यंत तरी नाही."

"का नाही? मी जर तिथे मिस्टर सोरेन्ती म्हणून आलो तर?"

"वेड लागलंय की काय तुला, जेफ? मिस्टर सोरेन्ती मेलाय."

"अरे बाप रे... कसा काय?"

"सर्दिनिया इथे एका विमान अपघातात."

"एक नंबरचा ढोंगी. मरायलाच हवा होता."

"आणि मी त्याला माझ्या बोटीमधून मरताना पाहिलंय."

"खरं आहे गं, काउंटेस." जेफ गालातल्या गालात हसला. "ए, जर मी त्याचं भूत बनून आलो तर? ही कल्पना कशी वाटतीये?"

"मी तुला पुढच्या शनिवारी चर्चमध्ये भेटेन. आणि मी पांढऱ्या पोशाखात एकदम हॉट बनून येईन."

"निदान एवढं तरी सांग की तू आत्ता कुठे उतरली आहेस."

"शुभरात्री मिस्टर स्टीवन्स."

त्या वकिलाचे ऑफिस अतिशय छोटे आणि कोंदट होते. रिओच्या सेन्ट्रो व्यापारी जिल्ह्यातले अवेनिडा रिओ ब्रान्कोच्या जवळ एका छोट्या रस्त्यावर होते.

"तुला खात्री आहे ना, की ही परवानगी खरोखरच मिळालेली आहे?"

"हो काउंटेस दी सोरेन्ती."

तिच्या हातातले ते कागद त्याच्यापुढे धरत ती म्हणाली, "या कागदांच्या खेरीज आणखी कशाची गरज पडणार नाही ना? एवढी कायदेशीर कागदपत्रे पुरेशी

आहेत ना, बांधकाम सुरू करायला?''

''पण काउंटेस,'' वकिलाने आपली नापसंती दर्शवली. त्याला त्या देखण्या काउंटेसला काही गोष्टी समजवायच्या होत्या आणि त्याने तसा प्रयत्नदेखील केला. पण तिला ते समजून घ्यायचे नव्हते. काउंटेस सोरेन्ती सुंदर आणि श्रीमंत होती; पण थोडीशी मंद होती. त्याने पुन्हा एकदा शेवटचा प्रयत्न म्हणून तिला समजवायचा प्रयत्न केला. ''काउंटेस, समजून घ्यायचा प्रयत्न करा. अजूनही काही गोष्टी...''

''हो हो. धन्यवाद'' अधिकारयुक्त हात हलवत काउंटेसने मध्येच बोलणे तोडले. आपल्या बॅगमधून तिने आपले गोल्ड मॉंटब्लांक पेन बाहेर काढले. ''मी किती द्यायचे तुम्हाला?''

'जशी तुमची इच्छा...' तो वकील मनातल्या मनात म्हणाला. त्याने त्याच्या परीने सर्व काही केले होते.

काउंटेसबरोबरच्या क्वॉड्रिफोग्लिओमधील डिनरनंतर पाच दिवसांनी मॅक्सिमिलियन पीयरपॉंट ग्रीन कोस्ट रोडवरून दक्षिण रिओतल्या त्याच्या नुकत्याच मिळालेल्या जागेकडे निघाला. आपल्या शब्दाला जागून काऊंटेसनेदेखील डीडच्या प्रती आणि इमारतीचे परमिट त्याला कुरीअरने दुसऱ्याच दिवशी सकाळी पाठवून दिले होते. पुढच्या एका तासात पीयरपॉंटने त्याच्या स्विस बँकेतून सहा मिलियन रियाल काढून तिला दिले होते आणि आता ती जमीन त्याच्या मालकीची झाली होती. 'मॉन्सिनर चीप्स्केट, खड्ड्यात जा आता!' त्याला ती जमीन पाहायला जायला आजच वेळ मिळाला होता.

सहा एकराची जागा, आणि तीही एवढ्या मोक्याच्या ठिकाणा- सहा एकर! - स्वतःचा खासगी समुद्रकिनार... सर्व बाजूंनी सहज जाता येईल अशी जागा. मॅक्सिमिलियन पीयरपॉंटला आपल्या नशिबावर अजूनही विश्वास बसत नव्हता. आणि एकदा शहरात परत आलो की व्हॅलेंटिनाकडून शरीरसुख घ्यायचे. तिने त्याला आपल्या अपार्टमेन्टमध्ये डिनरला बोलावले होते. ही त्याच्यासाठी खूपच छान संधी होती. लेब्लॉनमधील पॉश रस्त्यावरील एका आलिशान अपार्टमेंटचा तो पत्ता होता. दक्षिण अमेरिकेमधील सर्वांत श्रीमंत वस्तीचा तो भाग होता. खरं तर तिचे बाबा किंवा मार्को दोघांनीही तिला कोणत्याही प्रकारची पैशांची कमी ठेवलेली नव्हती. त्यामुळे फक्त एवढ्याच पैशावर समाधान न मानता तिची करोडो रुपयांची संपत्ती लुबाडून तिलाही मनसोक्त उपभोगून घ्यायचे, असा मॅक्सिमिलियनचा डाव होता.

दुपार होण्याआधीच तो त्या जागी पोचला. रस्त्याच्या कडेला काही घरे होती. पण त्यामधील कोणतेच घर खूप देखणे म्हणण्यासारखे काही नव्हते. पियरपॉंटचा

प्लॉट टेकडीच्या एकदम टोकाकडे सर्वांपासून दूर निवांत अशा ठिकाणी होता. व्हॅलेंटिना या ठिकाणाचे जे भरभरून कौतुक करत होती, ते काय उगीच नव्हते. खरोखरच विलक्षण देखणी जागा होती ती. एका बाजूला निरभ्र आकाशामध्ये धूसर झालेला निळसर समुद्र... सर्वत्र पसरलेल्या निळाईला काही अंत नव्हता. दुसऱ्या बाजूला बारमाही पावसाने बहरलेल्या घनदाट जंगलांची हिरवाई पांघरलेल्या पाचूसारख्या दिसणाऱ्या पर्वतरांगा. निसर्गाने मुक्त हस्ताने सर्वत्र हिरव्या-निळ्या रंगांची जणू उधळणच केलेली होती. अप्रतिम! मी केलेल्या कल्पनेपेक्षा किती तरी सुंदर आहे ही जागा. पियरपाँटने पुन्हा एकदा स्वतःच स्वतःचे कौतुक करून घेतले. त्या मूर्ख वकिलाचे अजून काही ऐकत बसलो असतो, तर एवढी सुंदर जागा हातातून निसटली असती.

''रीअल इस्टेटच्या धंद्याचा सर्वांत पहिला नियम हा आहे, की एखादे डील अतिशय सावधपणे करायचं. त्यात गाफील राहायचं नाही आणि अक्कल गहाण टाकायची नाही.'' ॲरी स्टेनबर्ग या त्याच्या वकिलाने त्याला बजावले होते.

''कोणताही धंदा करताना अक्कल गहाण टाकायची नाही, हे तूच तर मला शिकवले आहेस ना? पण लोचा असा झाला होता, की एका मॉन्सिनरने अगोदरच हुशारी करून तिला लाटायचा प्रयत्न केला आहे, म्हणून मलाही काही तरी चलाखी केली पाहिजे.''

तरीदेखील त्या वकिलाने त्याला समजावण्याचा खूप प्रयत्न केला.

''अरे पण तू अजून ती जागा पाहिलेलीसुद्धा नाहीस. आधी ती पाहून तर घे!''

''अरे, मी सेल डीड पाहिले आहे. मी बिल्डिंग बांधायचे परमिटदेखील पाहिले आहे आणि मला ती जागा कुठे आहे, हेदेखील माहीत आहे. अरे, समुद्रकिनाऱ्यावर आहे ती जागा. ही जागा म्हणजे ब्राझिलिअन मालिबू शहरासारखीच देखणी आहे असे समज.''

''अरे पण मॅक्स...''

''जर आपण १० टक्के किंवा २० टक्के किंवा अगदी धरून चाल की ५० टक्के फायद्याबद्दल बोलत असतो तर मी तुझे म्हणणे मान्य केले असते. अरे पण त्या जागेच्या खऱ्या किमतीच्या पाव किमतीत ती जागा मला मिळत आहे. त्यामुळे तिला मस्त गुंडाळता येईल!''

''तरीसुद्धा मी तुला पुन्हा एकदा कळकळीने सांगतो की तू याचा पुन्हा एकदा विचार कर.''

''आणि मीसुद्धा तुला कळकळीने सांगतो, की मी तुला जेवढे सांगतो तेवढेच तू कर आणि यामध्ये जास्त अक्कल पाजळू नकोस.''

मॅक्सिमिलियनने फोन कट केला.

तो आपल्या बेंटली कारमधून बाहेर आला. सोरेन्तीच्या जागेभोवती एक केशरी रंगाचा टेप लावला होता, त्याखालून वाकून तो त्या जागेमध्ये शिरला. आता ही जमीन मॅक्सिमिलियनची आहे. मनातल्या मनात त्याला आनंदाच्या उकळ्या फुटत होत्या. सर्व्हे करणाऱ्या लोकांची टीम तिथे अगोदरच येऊन पोचली होती. त्यांच्यामधला जो प्रमुख होता त्याच्याकडे पाहून मॅक्सिमिलियन हसला. ''काय? आहे ना एकदम भारी!'' मोठ्या फुशारकीने तो म्हणाला. जो प्रमुख माणूस होता तो त्याच्याकडे पाहून शांतपणे म्हणाला, ''तू इथे घर नाही बांधू शकत.''

मॅक्सिमिलियन जोराने हसला. ''मी इथे घर बांधू शकत नाही? काय म्हणायचं तुला? या जागेवर मी काहीही करू शकतो, कारण ही माझी जागा आहे.''

''तो मुद्दाच नाहीये.''

''कसा नाही?'' असे म्हणत मॅक्सिमिलियनने आपले हसणे थांबवले. आता तो वैतागला. ''खरं हे आहे की माझ्याकडे या जागेवर बांधकाम करण्याचे कायदेशीर परमिट आहे, समजले?''

''आणि हेदेखील तितकेच खरे आहे, की ज्या जागेवर तू आत्ता उभा आहेस ना ती जागा पुढच्या वर्षी इथे नसेल.'' जमिनीला काठीने ठोकत तो प्रमुख म्हणाला.

ते ऐकून मॅक्सिमिलियनचे सर्वांग भीतीमुळे शहारून गेले. ''काय?''

''जमिनीची धूप झाल्यानंतर होणारी सर्वांत भयाण अवस्था मी या ठिकाणी पाहिली आहे. ही एक नैसर्गिक शोकांतिका आहे. जे काही तुम्ही इथे बांधाल ते बांधकाम पूर्ण होण्याआधीच पाण्याखाली जाणार आहे.'' त्या सर्व्हे करणाऱ्या माणसाने खाली पसरलेल्या समुद्रकिनाऱ्याकडे बोट दाखवले. लाकडी पायऱ्यांवरून खाली गेले की खाली असलेला तो सुंदर सागरी किनारा जणू काही त्याच्याकडे पाहून त्याला वाकुल्या दाखवत होता.

''पण या जमिनीचे भाव तर गगनाला भिडणारे आहेत. या संपूर्ण किनारी भागाच्या जमिनीची किंमत अमाप आहे. '' पियरपाँट गोंधळून जाऊन तोंडातल्या तोंडात म्हणाला.

''बरोबर आहे. हा अर्धा पर्वत म्हणाल तर या जागेला नक्कीच तुम्ही म्हणताय तसा गगनाला भिडलेला भाव आहे. पण इथे? तुम्ही जिथे उभे आहात त्या जागेची किंमत शून्य आहे. या जागेच्या परमिटसाठी नोंदणी करत असताना याबद्दल तुम्हाला कुणीच काही सांगितलं नाही का?''

''मी यासाठी नोंदणी केलेलीच नाहीये. याआधीची या जागेची जी मालकीण होती तिने केली आहे.''

सर्व्हे करणारा तो माणूस चांगलाच बुचकळ्यात पडला. मग त्याने कपाळाला आठ्या घालत पियरपाँटकडे पाहिले. ''हो का? जरा चमत्कारिकच आहे हे. कारण

ही नोंदणी तर एक आठवड्यापूर्वीचीच दिसतीये.''

पियरपाँटच्या मागे पसरलेल्या सदाहरित जंगलांची पाने सळसळ करत होती. जरी ती सळसळ मृदू असली तरी त्या क्षणी पियरपाँटला ती विलक्षण वाटत होती. जणू काही पानांच्या त्या सळसळीतून त्याचा वकील ॲरी स्टेनबर्ग हसतोय आणि आपल्याला खुणावतोय की, बघ, कसं माकड झालंय तुझं.

लेब्लॉनमधील व्हिक्टोरियन धाटणीच्या सर्वांत वरच्या मजल्यावर असलेला फ्लॅट. पूर्ण पोशाखात असलेल्या एक ब्रिटिश मुख्य आचाऱ्याने येऊन दार उघडले.

''मला काऊंटेस दी सोरेन्तीला भेटायचे आहे.'' मुळात कुरूप चेहरा आणि त्यात अजून कुरूप चेहऱ्याने मॅक्सिमिलियन पियरपाँटने सांगितले. जणू काही एखादा बुलडॉग हाडूक चघळत आहे. ती नालायक कुत्री. आज तिच्याकडून माझे पैसे वसूल करतोच. तिला पहारीने मारायची वेळ आली तरी चालेल. अपेक्षा करतो की, असे काही करायची वेळ न येवो, कारण व्हॅलेंटिनाच कदाचित मूर्ख असेल. तिला हेही माहीत नसावे की त्या जमिनीची किंमत शून्य आहे. त्यापेक्षा तिला पटवून द्यावे की त्या मॉन्सिनरकडे जा आणि त्याच्याशी व्यवहार करून मोकळी हो.

''माफ करा, पण कोणाविषयी बोलताय तुम्ही?''

मॅक्सिमिलियन पियरपाँट त्या आचाऱ्याकडे विस्फारल्या नजरेने पाहू लागला.

''हे पहा. माझा दिवस अगोदरच खूप खराब गेला आहे; त्यात तू माझे डोके फिरवू नकोस. मला फालतू बडबड ऐकायची नाहीये. जा आणि त्या व्हॅलेंटिनाला सांग की, मॅक्सिमिलियन पियरपाँट आला आहे.''

''साहेब, हे घर मिस्टर आणि मिसेस मिगुल रॉड्रीगेज यांच्या मालकीचं आहे. रॉड्रीगेज दाम्पत्य या जागेत गेली वीस वर्षं राहतात. आणि मी तुम्हाला खात्रीनं सांगतो की, इथं कुणीही व्हॅलेंटिना दी सोरेन्ती राहत नाहीत.''

पियरपाँटने काही तरी बोलण्यासाठी आपले तोंड उघडले आणि पुन्हा बंद करून घेतले. जणू काही एखादा बेडूक आपल्या भक्ष्याला पकडण्यासाठी तोंड उघडून पुन्हा बंद करून घेईल तसे.

या पत्त्यावर कुणीच व्हॅलेंटिना नाही?

व्हॅलेंटिना नाही?

तो तातडीने आपल्या कारकडे गेला आणि आपल्या अकाउन्टंटला लगेच त्याने फोन लावला. ''आपण ज्या स्विस खात्यात मंगळवारी पैसे ट्रान्स्फर केले ते खाते कोणाच्या नावाने आहे आणि ते पैसे कुठे गेले, हे जरा चेक कर.''

''मिस्टर पियरपाँट, स्विस बँक अशा प्रकारची कोणतीही माहिती देत नाही. ते

गुप्त असते आणि...''

''मी सांगतोय ते कर'' पियरपाँटने आदेश दिला.

पियरपाँटच्या कपाळावरील शीर ताड ताड उडत होती. त्याच्या अकाउन्टंटने चाळीस मिनिटांनंतर त्याला जेव्हा फोन केला तोपर्यंत त्याच्या डोक्याची शीर उडत होती.

''मला माफ करा साहेब. पण मला नाव नाही कळू शकले. पण हे मात्र कळले की ते अकाउन्ट कालच बंद केले गेले आहे. आणि त्यामधील सर्व पैसे काढले गेलेले आहेत. ते पैसे आता गेलेत साहेब.''

गुंथर हरटॉग विन्टेज १९५७ ही वरातीची गाडी चालवत होता. मागच्या सीट वर ट्रेसी आणि जेफ एकमेकांच्या मिठीत बसले होते.

''मग मिस्टर आणि मिसेस स्टीवन्स, कुठे जायचं?''

''मरिना द ग्लोरिया'' ट्रेसी म्हणाली. ''तिथे आमच्याकरता एक यॉच वाट पाहत आहे. तिच्यामधून आम्ही 'बरा द तिजुका' इथे जाणार आहोत.'' मग ती जेफला म्हणाली, ''मी काही कपडे पॅक केले आहेत.''

जेफने आपल्या बायकोची मांडी दाबली. ''मला हे कळत नाही की तुला निदान एक आठवड्यासाठी तरी कपड्यांची काय आवश्यकता आहे.''

ट्रेसी फिदीफिदी हसायला लागली. ''आपण उद्या एका खासगी प्लेननं सावो पाउलोला जाणार आहोत. आणि नंतर ट्युनिशियाला मधुचंद्रासाठी. रिओहून डायरेक्ट विमानानं जाणं धोकादायक आहे. कारण पियरपाँट आणि त्याचे चमचे तिथे एअरपोर्ट वर आपली वाट पाहत असतील.''

जेफने आपल्या बायकोकडे प्रेमाने पाहिले. ''तू तर खूप हुशार आहेस. सगळ्या गोष्टींचा तू आधीच विचार करून ठेवला आहेस.''

''हं... मी नेहमीच तसा प्रयत्न करते.''

ट्रेसी त्याच्याकडे झुकली. ती आठवण्याचा प्रयत्न करत होती की ती यापूर्वी एवढी आनंदी कधी होती का? पण तिला एवढा आनंद यापूर्वी झाल्याचे आठवत नव्हते. मी आता मिसेस स्टीवन्स आहे. मिसेस जेफ स्टीवन्स. तिने स्वतःला सांगितले. पियरपाँटला गंडवण्यासाठी तिने जो काही प्लान केला होता, तो अगदी मस्त जुळून आला होता. आता मात्र ती आणि जेफ दोघेही त्यांचे हे असले आयुष्य सोडून देणार होते. जेफला आर्कियॉलॉजिस्ट बनायचे होते. ते त्याचे स्वप्न होते आणि त्याची आवड होती. ट्रेसीसुद्धा आता तिचे स्वप्न पूर्ण करू शकणार होती.

'बाळ. एक गोड बाळ. माझे आणि जेफचे बाळ!'

त्यांना आयुष्यात स्थिर होऊन चारचौघांसारखे सामान्य आयुष्य जगायचे होते. दोघांनाही एकमेकांबरोबर सुखी आणि आनंदी आयुष्य भरभरून जगायचे होते.

ट्रेसीने आपले डोळे बंद केले आणि आपल्या भावी आयुष्याची स्वप्ने रंगवू लागली.

"मला खरंच खूप मनापासून आनंद झालाय की तुम्ही दोघांनी असं पारंपरिक पद्धतीनं लग्न केलं." गुंथर गाडी चालवता चालवता म्हणाला. "थोडंसं नवं, थोडंसं जुनं, थोडंसं घेतलेलं आणि थोडंसं मिळवलेलं. आणि हो काही तरी गंडा घातलेलं."

"खरंच आपण केलं?" ट्रेसी आणि जेफने एकमेकांकडे आश्चर्याचा एक कटाक्ष टाकला.

"केलं तर." गुंथर म्हणाला. ट्रेसीने पियरपाँटच्या बाबतीत जी काही खेळी केली ती लाजवाब होती. पियरपाँटचीच चाल त्याच्यावर उलटवली होती. आणि त्यामध्ये ती जिंकली होती. आणि ही एक जुनी चाल होती.

जेफ हसला. "ओह. अच्छा अच्छा. आता समजलं. पण मग नवीन काय आहे त्यात?"

"पैसा" ट्रेसी हसली.

"खरं आहे. पैसा नवीन आहे. निदान तुझ्यासाठी तरी. कारण तुला तो आत्ता आत्ता मिळायला लागलाय." गुंथर म्हणाला.

"ट्रेसीने व्हॅलेन्टिनाची ओळख घेतली होती." जेफ म्हणाला. "बाकी या खेळामध्ये मात्र मजा येतीये."

"पण या गंडा घालण्याचं पुढं काय?" जेफ म्हणाला.

गुंथर हरटॉगने भुवया उंचावून एक कटाक्ष टाकला.

"मी कल्पना करू शकतोय की मॅक्सिमिलियनचा चेहरा कसा झाला असेल," गुंथर म्हणाला. "त्याचा फारच पचका झालाय, एवढं मात्र खरं."

२

लंडन, इंग्लंड
एक वर्षानंतर

ट्रेसीने प्रेग्नन्सी टेस्टचे प्लॅस्टिकचे वेष्टन फाडले आणि ते उघडले. ती कमोडवर बसली. ४५इटॉन स्क्वेअरच्या खालच्या मजल्यावरील वॉशरूममध्ये ती होती. तिच्या करिअरच्या सुरुवातीलाच दोन दागिन्यांच्या चोरीतून तिने हे सुंदर जॉर्जियन घर विकत घेतले होते. गुंथर हरटॉगने तिला हे घर खरेदी करायला मदत केली होती. त्याच्या मदतीने तिने ते घर सजवले होते. त्याची टिपिकल पुरुषी आणि अतिशय परफेक्ट आवड ही त्या घराच्या सजावटीत प्रत्येक ठिकाणी जाणवत होती. अतिशय सुंदर लाल रंगामधील वॉलपेपर्स आणि बाथरूममध्ये बसवलेला टिपिकल १८व्या शतकाची आठवण करून देणारा आरसा, यामुळे त्या छोट्याशा खोलीलासुद्धा राजेशाही थाट आला होता. ते पाहून तिला भूतकाळ आठवला. अगदी जेफ भेटण्यापूर्वीचा- आणि त्यांच्या लग्नाच्याही आधीचा. तिला बाळाची खूप हौस होती. टेस्टच्या त्या पट्टीवर तिने आपली युरीन टाकली आणि ती बेसिनच्या कडेला पाच मिनिटे होण्याची वाट पाहत बसली. सुरुवातीला ती छोट्याश्या चौकोनी खिडकीकडे बघत बसली होती; जणू काही तिच्या अशा पाहण्याने त्या पट्टीवरचा रंग गुलाबी होणार होता. नंतर खिडकीतून आपली नजर तिने वळवली आणि इतर गोष्टींचा आता ती विचार करू लागली.

ती जेफचा विचार करत होती. ब्रिटिश म्युझियममधील नोकरीचा त्याचा आज तिसरा दिवस होता. त्या दिवशी किती खुशीत होता जेफ! एका छोट्याशा पिल्लाने

बिछान्यातून एकदम टुणकन उडी मारून बाहेर यावे, तसे तो त्या सकाळी एकदम उत्साहात बेडमधून बाहेर आला.

"तुझा विश्वास बसतो का, ट्रेसी?" नोकरी लागलीय असे त्याला समजले तेव्हा त्याला खूप आनंद झाला होता. "औपचारिकपणे 'ब्रिटिश म्युझियमचा प्रमुख' म्हणून माझी नेमणूक झाली आहे."

"हो माझ्या राजा! मला विश्वास आहे," ट्रेसी म्हणाली. "तू त्यामधील तज्ज्ञ आहेस जेफ. आणि जगातल्या एखाद्या तज्ज्ञाला जेवढी माहिती असेल तेवढी तुला आहे. कदाचित एखाद्या निष्णात माणसापेक्षाही तुला जास्त माहिती आहे. त्यामुळे मला खात्री आहे की या कामासाठी तू अतिशय लायक आहेस."

पण सत्य दोघांनाही माहीत होते. प्रोफेसर ट्रेनचर्ड यांनी जेफला ती नोकरी मिळावी म्हणून गोष्टी जुळवून आणल्या होत्या. ट्रेसी आणि जेफ दोघेही निक ट्रेनचर्ड यांना त्यांच्या मधुचंद्राच्या वेळेस ट्युनिशियामध्ये भेटले होते. ट्रेनचर्ड जगप्रसिद्ध पुराणवस्तू संशोधक होते. त्या वेळेस जेफ एका रोमन किल्ल्याच्या उत्खननाच्या कामामध्ये होता. त्या कामाचे प्रमुख ट्रेनचर्ड होते. ट्रेनचर्ड आणि जेफ यांच्यामध्ये काही फारसे साम्य नव्हते. प्रोफेसर ट्रेनचर्ड साधारण साठीच्या घरात असावेत. थोडेसे अलिप्त आणि भिडस्त स्वभावाचे होते. त्यांना रोमन साम्राज्याच्या इतिहासामध्ये विशेष रुची होती. याउलट जेफ हा त्याच्या पूर्वायुष्यात एक लफंगा होता. आणि त्याच्याकडे या विषयामधील थोडेसेसुद्धा ज्ञान नव्हते. पण त्याचा उत्साह आणि शिकण्याची प्रबळ इच्छा वाखाणण्याजोगी होती. त्याच्यामध्ये विलक्षण हुशारी, कल्पकता आणि चिकाटी हे गुण होते.

एकदा जेफ आणि ट्रेसी त्यांच्याबरोबर हॉटेलमध्ये एकत्र डिनरसाठी बसले होते. तेव्हा ट्रेनचर्ड ट्रेसीला म्हणाले, "तुझ्या नवऱ्यासारखा माझा प्रत्येक विद्यार्थी असता तर खरंच किती छान झालं असतं. त्याच्याकडे जी जिद्द आणि झोकून काम करण्याचा जो गुण आहे, तो खरंच कोणाकडे नसतो. त्याचा हा गुण सर्वच बाबतींत आहे का?" ट्रेनचर्डने विचारले.

"हो. खास करून त्याला एखादी गोष्ट मिळवायचीच असते तेव्हा तो सर्वस्व पणाला लावतो." ट्रेसी म्हणाली.

"मला खरं तर वाईट वाटतंय. तुम्ही दोघं इथे मधुचंद्रासाठी आलेला आहात आणि मी तुमचा वेळ घेत आहे."

"असं खरंच काही नाहीये. तुम्ही असं नका वाटून घेऊ. खरं तर ट्युनिशियामध्ये यायचं आम्ही ठरवलं ते येथील समृद्ध संस्कृती आणि ट्युनिशियाचा संपन्न इतिहास यामुळे. आणि इथे उत्खनन करणं हे जेफचं स्वप्न होतं. आणि इथे येऊन त्याचं हे स्वप्न सत्यात उतरलं आहे. तो खूप खूश आहे आणि त्याला असं आनंदी पाहून

मलाही खूप आनंद होतोय.''

ती अगदी मनापासून बोलत होती. त्यांनी त्यांच्या सहजीवनाला नव्याने सुरुवात केली होती आणि सुरुवातीलाच जेफला एखादे काम इतके मनापासून करताना पाहून ती खरंच खूप खूश होती. लंडनला परतल्यावर जेफने बिझनटाइन शिल्पकलेपासून ते सेल्टिक कलाकारी त्याचप्रमाणे रोमन नाण्यांपासून ते चिनी चिलखते यांसारख्या विषयांमध्ये प्रावीण्य मिळवण्यासाठी कित्येक क्लासेस लावले होते. जेफची ही खटपट पाहून ट्रेसीला मनापासून समाधान होत होते. फारसे कष्ट न घेता त्याने त्याचे जुने लफंगेगिरीचे आयुष्य सोडले होते आणि एक नवीन तरीही खूप थ्रिलिंग आयुष्याला सुरुवात केली होती. नवीन ज्ञान मिळवण्याचा आनंद काही औरच होता. खरंच ट्रेसी मनापासून खूश होती.

तिच्यासाठी मात्र गोष्टी सहज सोप्या नव्हत्या. तिला मनापासून वाटत होते की बाळ होण्यासाठीही खरंच अगदी योग्य वेळ आहे. जेफ आणि ट्रेसी रात्रंदिवस त्याच्या कामातून वेळ मिळाला की एकमेकांच्या प्रेमात रममाण होत असत. त्यांची प्रत्येक रात्र आणि कधी कधी दिवसही कामक्रीडेत जात असे. दिवसा प्रोफेसर ट्रेनचर्डच्या कामावरून जेव्हा लंच ब्रेकसाठी तो येत असे, तेव्हा त्या वेळेसही त्या दोघांची कामक्रीडा चालू असे. लंडनला परत आल्या आल्या तिने प्रेग्नन्सीची टेस्ट करून घेतली, पण ती निगेटिव्ह आली तेव्हा तिला फार आश्चर्य वाटले आणि ती डॉक्टरांकडे गेली.

''तुम्ही गोळ्या घेणे बंद करून जेमतेम महिना झाला आहे मिसेस स्टीवन्स,'' डॉक्टर म्हणाले. ''मग एवढी काळजी कशाला करता! काही काळजी करू नका. तुम्हाला तशी कोणतीही समस्या नाहीये. आणि तरीही प्रेग्नन्सीच्या संदर्भात तुम्हाला काही टेस्ट करायच्या असतील तर डॉक्टर ॲलन मॅकब्राइड यांच्याकडे जा. ७७ हर्ले स्ट्रीटवर त्यांचे क्लिनिक आहे. अतिशय निष्णात डॉक्टर आणि अतिशय चांगला माणूस आहे.''

ट्रेसीने नंतर सहा महिने प्रेग्नन्सीचे प्रयत्न सुरू ठेवले. तिने सर्व गोष्टी पडताळून पाहिल्या. तिची पाळी वेळेत होत होती. ती आणि जेफचा सेक्स पण अगदी व्यवस्थित आणि योग्य वेळेत होत होता. खरं तर कोणतीच समस्या नव्हती. अजूनही ते दोघे एकत्र असले की त्यांची सतत कामक्रीडा चालू असे. जेव्हा जेव्हा जेफ खूश असायचा, तेव्हा तेव्हा त्याची सेक्सची इच्छा प्रबळ व्हायची. ट्रेसीलादेखील त्या कामक्रीडेतून विलक्षण सुख मिळायचे. ती म्हणायची की मी जगातल्या सगळ्यात देखण्या, रुबाबदार आणि हुशार माणसाशी लग्न केले आहे. मला इतका आनंद झाला आहे की रस्त्यावर जाऊन चक्क नाचावेसे वाटते. पण तरीही तिच्यासाठी त्यांचा आयुष्यातला बदल सहजासहजी पचवणे सोपे नव्हते. त्यामुळे

ती कायम चांगल्या मूडमध्ये नसायची. मूल न होण्याचा ताण सतत तिच्या मनावर असे. तिचे अजून एक मोठे दुःख म्हणजे तिला सतत जाणीव होत असे, की ती तिची जुनी ओळख गमावून बसली आहे. तिने आणि जेफने एकत्र येऊन ज्या काही करामती आणि साहसे केली होती, ती तिला आठवत असत. पण या गोष्टी ट्रेसीने पैशासाठी कधीच केल्या नव्हत्या; कारण तिला पैशाचा हव्यास कधीच नव्हता. कधीकधी त्यांची कामक्रीडा संपल्यावर शांतपणे झोपलेल्या जेफकडे ती पाहायची तेव्हा त्याच्या चेहऱ्यावर विलक्षण समाधान असायचे. ते पाहून तिला उद्विग्न व्हायला होत असे.

'तू आपला भूतकाळ असा कसा विसरू शकतोस? काय झालंय तुला?
का मलाच काही झालंय? काय झालंय मला?'

तिने हाच प्रश्न डॉक्टर ॲलन मॅकब्राइड यांना केला. ती अतिशय विषण्ण मनःस्थितीमध्ये होती.

"मला वाटतं की तुम्हाला कोणतीही खास अशी समस्या नाहीये मिसेस स्टीवन्स. पण तरीही आपण काही टेस्ट करू यात. तुम्हाला बरं वाटावं म्हणून."

ट्रेसीला डॉक्टर ॲलन मॅकब्राइड खूप आवडले. त्यांचे व्यक्तिमत्त्व विलक्षण रुबाबदार होते. सोनेरी केसाच्या आणि निळे डोळे असलेल्या ॲलन मॅकब्राइड यांच्या डोळ्यांत विलक्षण बुद्धिमत्ता आणि विनोदाची चमक होती. तिच्यापेक्षा ते फारसे मोठे नसावेत, आणि इतर डॉक्टरांसारखे गंभीर व्यक्तिमत्त्वाचेदेखील नव्हते. त्यांच्या व्यवसायाशी संबधित जेव्हा काही गोष्टी असत, तेव्हा त्या बाबतीत ते कोणत्याही प्रकारचा आडपडदा कधीही ठेवत नसत.

"तर मिसेस स्टीवन्स. तुमच्यासाठी एक चांगली बातमी. ती म्हणजे तुम्हाला वंध्यत्व वगैरे काहीही नाही. तुमची मासिक पाळीदेखील व्यवस्थित आहे. तुमच्या ट्यूब्जदेखील अगदी व्यवस्थित आहेत. कोणत्याही प्रकारची गाठ वगैरे काहीही नाही."

"आणि आता वाईट बातमी!"

"तुमच्या ओवरीज मात्र थोड्याशा गंडलेल्या आहेत."

ट्रेसीचे डोळे एकदम विस्फारले गेले. या प्रकारची भाषा ट्रेसीला हर्ले स्ट्रीटवरील एवढ्या प्रख्यात डॉक्टरकडून अपेक्षित नव्हती. "थोड्याशा गंडलेल्या?" डॉक्टरांनी वापरलेल्या त्या गमतीशीर शब्दांनी तिला हसू आले. "पण म्हणजे नक्की काय प्रॉब्लेम आहे डॉक्टर?" तिने विचारले.

"समजा तुम्ही एखाद्या सुपरमार्केटमध्ये गेलात आणि तुम्हाला जरा निकृष्ट दर्जा असलेल्या अंड्यांची पेटी दिली. तुम्ही ती उघडून पाहिली, तर तुम्ही काय करणार? तुम्ही ती परत करणार ना?

''अगदी बरोबर!'' ट्रेसी म्हणाली. आणि नंतर ती जोरजोरात हसू लागली. ''हो... पण मग यावर काही उपाय आहे की नाही?'' असे म्हणून ती थोडीशी गंभीर झाली.

''डोन्ट वरी! तुम्ही हे घ्या.'' असे म्हणून डॉक्टर मॅकब्राइड यांनी आपल्या ड्रॉवरमधून गोळ्यांचे पाकीट काढले.

''क्लोमिड...'' ट्रेसीने त्यावरचे नाव वाचले.

''जादूची कांडी आहे बरं का ही!'' डॉक्टर मॅकब्राइडच्या चेहऱ्यावर आत्मविश्वास होता. ''या गोळ्या म्हणजे खरंच जादू आहेत... बूम बूम बूम बूम...'' डॉक्टर मॅकब्राइडने त्या तिच्याभोवती गोल फिरवल्या.

''बूम बूम बूम... ? हे काय?'' त्यांच्या आविर्भावावर हसत ट्रेसीने विचारले.

''या तुमच्या 'ओवरीज'वर जादू करतील. आणि सगळे काही ठीक होईल.'' डॉक्टर मॅकब्राईड म्हणाले

''पण...'' गोंधळून ट्रेसीने त्यांच्याकडे पाहिले.

''डोन्ट वरी. काहीसुद्धा काळजी करू नका. कारण या गोळ्यांमुळे कोणत्याही प्रकारचा धोका नाही. तसेच या गोळ्यांचे साइड इफेक्टसुद्धा नाहीत. आणि यामुळे तुमचे प्रेग्नन्सीचे चान्सेस तिप्पट आहेत.''

''ओके.'' एक वर्षामध्ये प्रथमच तिला आशेचे किरण दिसू लागले होते.

''जर का या गोळ्यांच्या कोर्सनेदेखील तुम्हाला दिवस नाही राहिले तर आपण आयव्हीएफ टेस्ट करून घेऊ यात. ठीक आहे?''

ट्रेसी आणि डॉक्टर मॅकब्राइड यांच्यामधील या संभाषणालादेखील तीन महिने होत आले होते. ट्रेसीने त्या गोळ्यांमधील शेवटची गोळी घेऊन कोर्स संपवला होता. आज जर का टेस्ट निगेटिव्ह आली तर डॉक्टरांनी सांगितलेली आयव्हीएफची टेस्ट तिला करावी लागणार होती. तिला सगळ्या भयंकर प्रकारातून जावे लागणार होते. तिला माहीत होते की बऱ्याच बायका ही टेस्ट करतात आणि त्यात घाबरण्यासारखे काहीही नव्हते. ती स्वतःला समजावत होती. पण मनात कुठे तरी एक सल टोचत होती की आयव्हीएफची टेस्ट करणे म्हणजे एक खूप मोठे अपयश आहे. आपण स्त्री म्हणून अपयशी ठरलो. आपण खरंच खूपच कुचकामी आहोत. काही अर्थ नाही आपल्यात. खरं तर जेफने आपल्याला कुठे तरी सोडून द्यावे नाहीतर विकून टाकावे. आपल्या स्त्री असण्याचा काहीही अर्थ नाहीये, अशी खंत तिला सतत वाटत होती.

तिने तिच्या हातातल्या घड्याळाकडे पाहिले. अजून एक मिनिट होता.

साठ सेकंद.

तिने आपले डोळे मिटले.

ती जेव्हा मागच्या वेळेस प्रेग्नंट राहिली होती, ते दिवस तिला आठवले. चार्ल्स स्टॅनहोपच्या बाळाची ती आई होणार होती. चार्ल्सचे आई-वडील फिलाडेल्फियामधील एक बडं प्रस्थ. जेव्हा त्यांना समजले की ट्रेसी चार्ल्सच्या बाळाची आई होणार आहे, तेव्हा ते खूपच संतापले होते. पण चार्ल्सने तिला खात्री दिली होती की तो तिला आणि त्यांच्या बाळाला कधीच सोडणार नाही. नंतर ट्रेसी तुरुंगात गेली. तिने कधीच न केलेल्या गुन्ह्याची शिक्षा भोगण्याकरता. तेव्हा चार्ल्सने मात्र तिची साथ सोडून दिली. त्या वेळेस तो जे काही बोलला ते आजही तिच्या कानात घुमत होते, जणू काही तो काल-परवाच बोलला आहे.

'एक लक्षात ठेव ट्रेसी. मी तुला ओळखत नाही. तेव्हा तुझे आणि तुझ्या बाळाचे काय करायचे हे तू बघ. माझा तुझ्याशी काहीही संबंध नाही.'

ज्याच्यावर मनापासून प्रेम केले, ज्याला आपला जिवाभावाचा मानला, ज्याच्याबरोबर संसाराची स्वप्ने पाहिली, त्या चार्ल्सनेच तिला धोका दिला आणि कृतघ्नपणे दूर लोटले. आणि असे करताना त्याने त्यांच्या बाळाचाही विचार नाही केला. या विचाराने ट्रेसी पूर्णपणे खचून गेली. त्यात भरीस भर म्हणून तिला तिचे बाळही गमवावे लागले. हे सगळे तिने डॉक्टर मॅकब्राइडना सांगितले नव्हते. खरं तर हे सांगायला हवे होते. कारण यामुळेदेखील खूप फरक पडू शकतो.

तीस सेकंद.

वॉर्डन ब्रॅनिगन आणि त्यांची पत्नी सू एलेन यांना त्या वेळेस ट्रेसीची खूपच दया आली. त्यांनी तिला आपल्याकडे ठेवून घेतली. आणि त्यांची मुलगी एमीची गव्हर्नेस म्हणून ट्रेसी काम करू लागली. ट्रेसीने एकदा एका मोठ्या संकटामधून एमीचे प्राण वाचवले होते. आणि त्या वेळेस तिने स्वतःच्या प्राणांचीदेखील पर्वा केली नाही. तिचे छोट्या एमीवर खूप प्रेम होते. खूप मनापासून प्रेम होते, अगदी स्वतःची मुलगी असल्यासारखे. खरेच. आता किती वर्षांची असेल बरं एमी?

दहा सेकंद

ट्रेसीने आपले डोळे उघडले. नऊ सेकंद, आठ, सात... तीन, दोन, एक,...

तिचे हृदय धडधडत होते. तिने ती प्रेग्नन्सी टेस्टची कांडी पहिली.

जेफ स्टीवन्सने हातातले नाणे फिरवले आणि त्याच्यामध्ये एक नवा उत्साह आला. आपल्या आधी कितीतरी जणांनी या नाण्याला स्पर्श केला असेल. हे खरेच खूपच थ्रिलिंग आहे. कारण आज तो त्या नाण्याला स्पर्श करत होता.

हे खरंच विस्मयकारक होते. विश्वास बसणे खरंच कठीण होते. अगदी काल परवा घडल्याप्रमाणे वाटत होते. ते चांदीचे छोटेसे नाणे ७६०व्या शतकातील

मर्सिया राजवटीमधील होते. त्याच्यावर सिनेथ्रीत राणीची प्रतिमा आणि तिचे नाव कोरलेले होते. सिनेथ्रीत ही ओफा या राजाची बायको होती. ओफा हा खऱ्या अर्थाने इंग्लंडचा पहिला राजा मानला जातो. या राजाला स्वतःच्या राज्याचा खूप अभिमान होता. त्याने आपल्या राजवटीची खास अशी रोमन साम्राज्यामधील नाण्यांच्या शैलीची नाणी त्याच्या राज्यासाठी बनवली होती. रोमन सम्राट नेहमी नाणी आपल्या राण्यांच्या नावाने बनवत असत. नाण्याच्या एका बाजूला ज्या सोनाराने ते नाणे घडवले होते त्याचे नाव कोरले होते आणि दुसऱ्या बाजूला सिनेथ्रेत रेगिना (अर्थात सीनेथ्रीत राणी) असे कोरले होते. आणि बरोबर मध्यभागी 'एम' कोरला होता. एम म्हणजे मर्सिआ.

ते नाणे म्हणजे एक संदेश होता. जर हे रोमन सम्राटाना जमू शकते तर आम्हालाही जमू शकते.

जेफला ब्रिटिश म्युझियममध्ये काम करणे खरेच मनापासून आवडत होते. लोक त्यांच्या ड्रीम जॉबबद्दल कायम बोलत असतात, पण जेफसाठी या म्युझियममध्ये काम करणे, हेच खूप मोठे स्वप्न होते. हे स्वप्न तो अगदी लहान असल्यापासून पाहत आला होता.

जेफ जेव्हा १४ वर्षांचा होता तेव्हा त्याची आई कार अपघातामध्ये गेली. त्यानंतर दोन महिन्यांनी लगेच त्याच्या वडलांनी एका एकोणीस वर्षांच्या कॉकटेल वेट्रेसशी लग्न केले. त्याचे वडील ॲल्युमिनिअम साइडिंगचे विक्रेते होते. एका रात्री जेव्हा जेफचे वडील कामावर गेले होते, तेव्हा त्याच्या या सावत्र आईने जेफला आपल्या प्रेमाच्या जाळ्यात ओढण्याचा प्रयत्न केला. जेफ तिथून पळून गेला आणि सिमरॉन कन्सासला राहणाऱ्या काका विली यांच्याकडे आला. त्या दिवसापासून विली अंकल त्याचे वडील बनले. आपल्या काकांच्या बरोबर राहून जेफ मनुष्य स्वभावाविषयी खूप काही शिकला. खास करून माणसामधील मोह आणि हावरटपणाचा त्याला कित्येक वेळा अनुभव आला. त्याने अगदी जवळून पाहिले की माणसाची हाव त्याला किती आंधळे बनवते आणि कोणत्या थराला नेऊन ठेवते. मी मी म्हणवणारे लोकदेखील या हावरटपणापासून स्वतःला दूर नाही ठेवू शकत. या लोकांना पाहतच तो मोठा झाला आणि त्यांच्यातूनच तो वेगवेगळ्या ट्रिक्स शिकला. त्याच्या आसपास असणाऱ्या लोकांपैकी एकाने त्याला हेही शिकवले की आपल्या गतकाळाचा आदर करावा. हा माणूस प्राध्यापक निक ट्रेनचर्डप्रमाणेच आर्किओलॉजीचा प्राध्यापक होता. पण नंतर तो विद्यापीठात चोऱ्या करून किमती वस्तू कशा विकायच्या, याचे शिक्षण देऊ लागला आणि त्यामुळे त्याला विद्यापीठातून हाकलून देण्यात आले होते.

"विचार कर बाळा. थोडासा विचार कर." तो जेफला म्हणायचा. "शेकडो

वर्षांपूर्वी तुझ्या-माझ्यासारखी माणसे होती, तीसुद्धा आपल्याप्रमाणेच जगायची. त्यांचीही आपल्याप्रमाणेच स्वप्ने होती, महत्त्वाकांक्षा होत्या. आपल्याप्रमाणेच तीही मुलांना जन्माला घालत.'' दूरवर दृष्टी स्थिरावून निक बोलत होता. ''कार्थेज, हीच ती जागा जिथे मला उत्खनन करायला जायचंय. ते लोक वेगवेगळे खेळ खेळायचे, तिथे स्नानगृहं होती. त्यांची रथांची स्पर्धा चालत असे. सर्कस मॅक्सिमस तर फुटबॉल मैदानाच्या पाच पट मोठे होते.''

छोटा जेफ ऐकायचा आणि त्याला हे सगळे विस्मयकारक वाटत असे.

''तुला ठाऊक आहे कॅटो आणि एल्डर हे दोघे रोमन सिनेटमध्ये त्यांची भाषणं कशी संपवायचे? ते म्हणायचे, 'कार्थगो नष्ट झालेच पाहिजे.' त्याची इच्छा शेवटी सफल झाली. रोमन लोकांनी त्या ठिकाणी अक्षरशः राखेतून नवीन शहर वसवले. पण तू हा विचार कर की तिथे जमिनीच्या गर्भामध्ये काय काय दडले असेल?''

जेफने याचा कधी विचारही केला नव्हता. आणि आज ते पुरातन सॅक्सनचे नाणे त्याच्या हातात होते, तेव्हा त्याला खूपच रोमांचकारी वाटत होते. म्हणजे दागिन्यांनी खचाखच भरलेली एखादी बॅग घेऊन जातानासुद्धा एवढी एक्साइटमेंट आली नसेल एवढी त्याला आत्ता आली होती. आर्ट गॅलरीमध्ये काम करणे हे जेफसाठी खूपच आनंददायी होते. इथे इंटरपोल नव्हते की एफबीआय आणि माफिया गुंडसुद्धा नव्हते. हे सगळे करण्यासाठी त्याला पगार मिळत होता.

''सर, स्त्री संस्थेमधील काही स्वयंसेविका आल्या आहेत. तेव्हा कुठून सुरुवात करू यात?''

रीबेका मॉर्टिमर नावाची एक पीएच.डीची स्टुडंट आणि इंटर्न होती. ती म्युझियमची स्टाफ होती. ती जेफपेक्षा नवीन होती. बावीस वर्षांच्या रीबेकाचे डोळे बदामी रंगाचे होते आणि तिचे केस जवळ जवळ कमरेपर्यंत होते. ती आत्ता नव्यानेच जॉइन झाली होती. तिला म्युझिअममध्ये येऊन दोनच दिवस झाले होते. पण जेफला तिच्याबरोबर काम करायला आवडू लागले होते. रीबेकाला जुन्या पुरातन, प्राचीन जगाबद्दल विलक्षण आकर्षण होते. त्याबाबत ती जेफसारखीच होती. जेफलाही प्राचीन जगाचे आकर्षण होते. तिच्यामध्ये विलक्षण प्रामाणिकपणा होता, ती मनापासून काम करत असे आणि जेफला तिचा हाच स्वभाव खूप आवडे. रीबेकाला तिथे आर्थिक लाभ काहीही नव्हता. तिला तिथे पगार मिळत नव्हता. जेफला माहीत होते की रीबेका इथे खूप आनंदात आहे. आणि तिने या आनंदासाठी सर्व काही विकले होते. तिला काय वाटत असेल याची त्याला कल्पना होती.

''त्यांना आपली खास एक्झिबिशन रीडिंग रूम दाखव.'' मर्सिअन नाणे पुन्हा त्याच्या केसमध्ये ठेवत जेफ म्हणाला. त्याने ते नाणे केसमध्ये ठेवून केसला कुलूप लावले. ''ग्रेट रसेल स्ट्रीटच्या फाटकाजवळ ती खोली आहे. पुढच्या आठवड्यात

त्यांच्या ड्युटीसंबंधी मी त्यांना काही सूचना आणि मार्गदर्शन देईन. मला त्यात तुझी थोडी मदत लागणार आहे रीबेका''

''खरंच?'' रीबेकाचे डोळे चमकले

''का नाही? खरं तर सॅक्सनच्या पुरातत्त्व ठिकाणांविषयी माझ्यापेक्षा तुलाच जास्त माहिती आहे रीबेका.''

''थँक्स जेफ.''

ती आनंदाने त्याच्या रूममधून बाहेर आली. तिच्या केसांचा लांब पोनीटेल तिच्या मानेच्या हालचालीबरोबर हलत होता. थोड्याच वेळात ती परत आली. ''जेफ, अरे तुला एक सांगायचं राहिले. तुझी बायको तुला भेटायला आली आहे.''

''ट्रेसी? इथे?'' जेफला आश्चर्य वाटले.

''हो ग्रेट कोर्टच्या डेस्कवर ती तुझ्याविषयी विचारत होती. मी तिला सांगितलंय की तू खाली येशीलच इतक्यात म्हणून.''

लॉर्ड फॉस्टरच्या ग्रेट कोर्टमधील काचेच्या विशाल आणि आधुनिक शैलीच्या घुमटाकर छपरावर ट्रेसीची नजर भिरभिरत होती. तिच्या नजरेत आश्चर्य आणि कुतूहल होते. तिच्या इतक्या वर्षांच्या लंडनमधील वास्तव्यामध्ये तिने एकदाही ब्रिटिश म्युझियमला भेट दिलेली नव्हती. तिला खरंच याची फारच लाज वाटत होती. तिच्या कल्पनेप्रमाणे ब्रिटिश म्युझियम ही इतर तीन साउथ केनिंगटन इमारतींसारखी एक भव्य अशी विक्टोरिया कालखंडातील वास्तू असावी; साउथ केनिंग्टन इमारती म्हणजे नॅचरल हिस्ट्री म्युझियम, सायन्स म्युझियम आणि व्हिक्टोरिया-अल्बर्ट म्युझियम.

खरं तर आत्ता ती जे पत्रक वाचत होती, त्यात लिहिले होते की ब्रिटिश म्युझियम हे व्हिक्टोरिया कालखंडाच्याही आधीचे होते. पण त्याचे आत्ताचे स्थापत्य हे मात्र आधुनिक शैलीचे होते. ट्रेसी ज्या ग्रेट कोर्टमध्ये आत्ता उभी होती, ती जागा म्हणजे आख्ख्या युरोपमधील सर्वांत भव्य आणि विशाल अशी आच्छादित जागा होती. विशाल ब्लुम्बेरी कॉम्प्लेक्समध्येच ही जागा वेगवेगळ्या दालनांमध्ये विभागलेली होती. १७५३मध्ये स्थापन झालेले ब्रिटिश म्युझियम हे जगातील पहिले राष्ट्रीय आणि सार्वजनिक म्युझियम होते. जिल्हाधिकारी आणि नॅचरॅलिस्ट म्हणून प्रसिद्ध असलेला सर हन्स स्लोएन याने म्युझियमला सत्तर हजारपेक्षा अधिक पुरातन वस्तू दिल्या होत्या. त्यामध्ये त्याने बरीच हस्तलिखिते, नाणी, पदके आणि काही छापील साहित्यदेखील होते. त्याने या सगळ्या वस्तू राष्ट्राला समर्पित करण्याकरता त्या वेळचा इंग्लंडचा राजा दुसरा जॉर्ज याला दिल्या होत्या. आज या म्युझियममध्ये

संपूर्ण जगामधील कित्येक पुरातन वस्तूंचा अक्षरशः खजिना होता. त्यामध्ये चिनी सिरॅमिकपासून ते इजिप्शियन घुमटापर्यंत, त्याचप्रमाणे मध्ययुगीन काळातली हस्तलिखिते यांचाही समावेश होता.

ट्रेसीला आता खात्री पटली की जेफला अशा सुंदर ठिकाणी काम करताना खरोखरच खूप आनंद होत असणार. आपण त्याच्याशी कॅन्डी स्टोअरमध्येच बोलावे.

''ट्रेसी डार्लिंग. खूप मोठे सरप्राइज दिलंस मला.'' जेफ हळूच तिच्या मागून आला आणि आपला हात हळूच तिच्या कमरेभोवती टाकला आणि तिला आपल्याजवळ ओढून घेतले, तसे तिच्या अंगावर रोमांच उभे राहिले. त्याने जवळ घेतल्यावर तिला आवडणाऱ्या त्याच्या परफ्यूमचा मंद वास आला. खरंच तिला वाटले की आपण खूप भाग्यवान आहोत, की आपल्याला जेफसारखा नवरा मिळाला.

''काय? आज इकडे कशी काय आलीस?''

''काही विशेष नाही.'' ट्रेसी सपशेल खोटे बोलत होती. ''आले अशीच. मला हे ठिकाण बघावंसं वाटलं म्हणून.''

''मस्त आहे ना?'' जेफच्या आवाजात आणि चेहऱ्यावर एक प्रकारचा अभिमान होता, जणू काही ते म्युझियम त्यानेच बांधले आहे.

''प्रश्नच नाही. हे कमालीचे सुंदर आहे. आणि तुझ्याबरोबर जी काम करते ना ती मुलगीदेखील सुंदर आहे, बरं का!'' ट्रेसी मिस्कीलपणे म्हणाली.

''ओह... तू रीबेकाविषयी बोलतीयेस का? माझ्या नाही बुवा लक्षात आलं हे.''

''हो का?'' ट्रेसी जोराने हसली. ''हे तू मला सांगतोस जेफ! आपण एकमेकांना ओळखतो. हो की नाही?''

''मी खरंच बोलतोय. आणि मी सिरीयस आहे ट्रेसी.'' जेफ म्हणाला. ''तुला माहिती आहे का की मी फक्त तुझ्याकडे पाहतो. पण मला हे कळतंय की तू रीबेकाबद्दल जेलस फील करते आहेस. हो ना?''

''नाही. अजिबात नाही.'' ट्रेसी म्हणाली. तसा जेफने तिचा हात हातात घेतला. ''चल मी तुला दाखवतो आमचं काम कशा प्रकारचं असतं.'' त्याच्या हाताची बोटे ट्रेसीला गरम आणि एकदम कणखर जाणवली. ती स्वतःशीच म्हणाली की आपल्याला खरंच मत्सर वाटला होता.

त्याने तिला एका छोट्या खोलीत नेले. ट्रेसी मघाशी ज्या मुलीला भेटली होती ती मुलगी रीबेका आतच होती. तिच्यासोबत जवळ जवळ बारा महिलांचा ग्रुप होता. त्याचबरोबर पुरुषांचाही एक छोटासा ग्रुप होता. सर्व जण साधारणपणे साठी सत्तरीच्या घरातले असावेत. एका जुन्या प्रोजेक्टरसमोर तीन ओळींमध्ये खुर्च्या लावून ठेवल्या होत्या. स्क्रीनवर सोनेरी आयुधे, काही भांडी अशा म्युझियममध्ये

असलेल्या वेगवेगळ्या गोष्टी दाखवल्या जात होत्या.

"आम्ही सॅक्सनच्या उत्खननात सापडलेल्या कित्येक मौल्यवान गोष्टींचे एक एकदम नवीन आणि आगळेवेगळे प्रदर्शन मांडणार आहोत." जेफ ट्रेसीच्या कानामध्ये कुजबुजला. "हा सगळा खजिना नॉरफोकच्या एका पार्किंगच्या जागेमध्ये सापडला. हे ठिकाण एकदम वेगळे आणि कधीही पहिले नसेल असे आहे."

"ती फुलदाणी खऱ्या सोन्याची आहे?" स्क्रीनवरील त्या फोटोकडे पाहत ट्रेसीने विचारले. ती फुलदाणी सोन्यासारखी चकाकत होती. ती फुलदाणी साधारणपणे एक फुटाची असावी आणि त्याला धरण्याकरता दोन कान होते.

जेफने मानेनेच हो म्हणले.

"हरे रामा... काय रे, या फुलदाणीची किंमत काय असावी?"

"ती अमूल्य आहे ट्रेसी." जेफ म्हणाला.

ट्रेसीला आश्चर्य वाटले. "अमूल्य काहीच नसतं. खरं बोलतीये मी जेफ. मला जाम उत्सुकता आहे. एखादा श्रीमंत माणूस या अशा प्रकारच्या वस्तूची साधारण पणे किती किंमत देऊ शकेल?"

"मला नाही अंदाज त्याचा ट्रेसी. पण नक्कीच भरपूर असणार याची किंमत. जर ही फुलदाणी वितळवली तर करोडो पाउंडचे सोने आहे यामध्ये. पण ही फुलदाणी म्हणजे असा ऐतिहासिक ठेवा आहे की परत कधीच मिळणार नाही." जेफने खांदे उडवले आणि म्हणाला, "दहा ते वीस लाखांचे सोने असावे यात, असा माझा अंदाज आहे."

ट्रेसीने एक शीळ घातली. "आई शप्पथ!" तिथे बसलेल्या सगळ्या म्हाताऱ्या कोताऱ्यांनी त्यांचे चहाचे प्लॅस्टिक ग्लास एव्हाना रिकामे केले होते. ते त्यांनी कचरा पेटीत टाकले आणि ते परत येऊन बसले. ट्रेसीची नजर इकडेतिकडे भिरभिरत होती.

"ही आज्यांची टोळी कोण?" ट्रेसी जेफच्या कानात कुजबुजली.

"अगं त्या सगळ्या स्वयंसेविका आहेत. त्या सर्व जणी मिळून हे प्रदर्शन भरवणार आहेत. त्या या सगळ्या गोष्टींचा कॅटलॉग बनवायला मदत करतील. ते पुरुष प्रवेश घेण्याच्या डेस्कवर बसून टुरिस्ट लोकांना मार्गदर्शन करतील. आणि यासाठी त्यांना ट्रेनिंग देण्याचे काम माझ्याकडे आहे. त्यासाठी त्यांना मी एक लेक्चर देणार आहे."

"थट्टा करतोस की काय माझी तू?" ट्रेसीला आश्चर्याचा धक्का बसला होता. "हौशी लोकांच्या हातात तू एवढ्या किमती गोष्टी कशा काय सोपवू शकतोस जेफ? आणि त्यामध्ये देखील काही गोष्टी तर सोन्याच्या आहेत."

"अगं हो. ते जरी हौशी असले तरी त्यांना त्यातले खूप ज्ञान आहे." जेफ म्हणाला.

''अरे हो जेफ. पण एवढ्या मौल्यवान गोष्टी समजा कुणी तरी चोरून घेऊन जातंय असा यांना दिसलं, तर हे म्हातारे लोक काय करू शकणार आहेत? त्यांचे वॉकर्स आणि काठ्या घेऊन त्यांच्या मागे थोडेच जाणार आहेत?''

जेफ खळखळून हसला. ''कुणीही काहीही चोरून नाही नेणार ट्रेसी.''

रीबेका इकडेतिकडे फिरत होती. ''माफ करा मी तुम्हाला त्रास देतीये.'' ती त्यांना म्हणाली. ट्रेसीला एक गोष्ट प्रकर्षाने जाणवली ते म्हणजे रीबेका जे इंग्रजी बोलत होती ते ऑक्सफोर्ड आणि कॅम्ब्रिजमधील इंग्रजीचे मिश्रण होते, ऑक्सब्रिज इंग्रजी. तिला खरे तर काहीही वाटत नसावे त्यांच्या मध्ये येताना. ''जेफ आपल्याला पुढच्या काही मिनिटात सुरुवात करायची आहे.''

तिने जेफच्या हाताला काही सेकंद स्पर्श केला, अगदी अलगद. लक्षात येणार नाही असा. पण त्यामध्ये ट्रेसीला एक प्रकारची जवळीक जाणवली आणि ती तिला अजिबात आवडली नाही.

''थोड्या वेळाने तो तुझ्याबरोबर येतोय.'' ट्रेसी तिला थंडपणाने म्हणाली.

रीबेकाच्या ते लक्षात आले आणि ती निघून गेली.

''अरे बाप रे! ट्रेसी.'' जेफच्या चेहऱ्यावर आश्चर्य आणि कौतुकाचे भाव होते. ''ट्रेसी, आता माझी खात्री पटली की तू खरंच खूपच जेलस झाली आहेस.''

''ते कदाचित माझ्यामधील हार्मोन्सचा परिणाम असावा. आम्ही प्रेग्नंट बायका खूपच भावुक झालेल्या असतो, कळतंय का तुला?''

जेफला ट्रेसी काय सांगतेय, ते कळायला जरा वेळ लागला. जेव्हा त्याला कळले तेव्हा आनंदाने तो अक्षरशः नाचायचा बाकी होता. त्याने ट्रेसीला घट्ट मिठी मारली आणि तिचे ओठ आपल्या ओठात घेऊन तिचे दीर्घ चुंबन घेतले. तिथे जमलेल्या त्या स्वयंसेविकाही त्याच्याकडे आ वासून पाहत राहिल्या.

''खरंच ट्रेसी? शेवटी जमले एकदाचे.'' जेफला अत्यानंद झाला होता. ट्रेसीला कुठे ठेवू आणि कुठे नको, असे झाले होते त्याला.

''अरे हो, खरंच! मी चार वेळा टेस्ट केल्या. आणि सगळ्या टेस्ट चुकीच्या नाही ना येणार?'' ट्रेसी म्हणाली.

''खूप छान आहे हे ट्रेसी. ही माझ्यासाठी सगळ्यात आनंदाची बातमी आहे. आपण आज डिनरला बाहेर जाऊ यात. या आनंदाचे सेलिब्रेशन. ठीक आहे?''

ट्रेसीलादेखील आपण हवेमध्ये तरंगत आहोत, असे होत होते.

जेफ त्याचे लेक्चर देण्यासाठी म्हणून उठला आणि ट्रेसीदेखील परत जाण्यासाठी निघाली.

डोळ्याच्या कोपऱ्यातून तिने रीबेकाकडे कटाक्ष टाकला आणि तिला उगीचच असे वाटले की रीबेका तिच्याकडे तिरस्काराने पाहत आहे.

डिनर खूपच रुचकर होते. जेफने ट्रेसीला बेल्ग्रेव्हियामधील 'कोमो लारिया' या त्यांच्या आवडत्या हॉटेलमध्ये नेले होते. त्यांनी दोघांच्या पसंतीचे खूपसे पदार्थ मागवले. एकंदरच त्यांचे डिनर अविस्मरणीय झाले. ट्रेसीला खरे तर तेव्हा काही ड्रिंक नको होते; पण जेफने तिला आग्रह करून शॅम्पेन प्यायला लावली.

"ही आपल्या भविष्यासाठी, आपल्या कुटुंबासाठी आणि आपल्या घरी येणाऱ्या नव्या पाहुण्यासाठी, जुनियर जेफ स्टीवन्ससाठी."

ट्रेसीला हसू आले. "पुरे पुरे. काय रे शहाण्या, तुला कसे माहिती की तो मुलगा असेल?"

"हो. तो मुलगाच आहे."

"बरं. जर तो मुलगा असेल तर आपण त्याला जुनियर स्टीवन्स म्हणू यात. पण तुला वाटतंय की हे जग दोन दोन जेफ स्टीवन्सला झेलू शकेल?"

त्या दिवशी रात्री ट्रेसी तिच्याकडे असलेला एक खूप मादक असा ड्रेस घालून बेडमध्ये आली. जेफच्या मिठीत शिरून म्हणाली, "जेफ, आज तुला ज्या काही प्रणयक्रीडा करायच्या त्या करून घे. अजून काही दिवसाने माझे पोट दिसू लागले की मग मी जाडीजुडी दिसेन."

त्याच्या छातीवर डोके ठेवून त्याच्या मिठीत असलेल्या ट्रेसीच्या केसातून हळुवारपणे हात फिरवत जेफ म्हणाला, "चल, वेडी कुठली. तुला माहीत नसले तर सांगतो की तू जगातली सर्वांत सुंदर प्रेग्नंट स्त्री आहेस." असे म्हणून जेफने तिचे चुंबन घेतले.

"जेफ, तुला आपले जुने दिवस आठवतात का रे?" ट्रेसीने जेफला अचानक विचारले. "आपण केलेली साहसे आणि एकंदरच तू, मी आणि गुंथर आपण तिघांनी मिळून केलेल्या करामती. आठवतात? ते दिवस परत यावेसे वाटतात का?"

"नाही." तो अगदी प्रामाणिकपणे म्हणाला आणि शेवटी ट्रेसीलाच वाटले की असं विचारलं हा वेडेपणा आहे.

"खरं तर मला जे काही अर्धे दिवस आठवतात त्यामध्ये तू आणि मी, मी आणि तू. फक्त आणि फक्त एवढेच काय ते आठवते. गुंथरचे काय? तो कधी इकडे तर कधी तिकडे."

"खरं आहे." ट्रेसीला एकदम पटले. ती त्याच जुन्या आठवणीत रमली होती. "पण तो सगळा एक खेळच होता नाही का? आपल्या तिघांमधला. आपण खेळच खेळत होतो. पण तो खेळताना खूप मजा यायची."

"हो. खरं आहे." तिचा चेहरा हळुवारपणे कुरवाळत जेफ म्हणाला. "आणि तू, माझी राणी. तू तर त्या खेळामध्ये सगळ्यात माहीर होतीस. खूप धावपळ केली आणि आता हे आयुष्य जगतो आहोत. एक छान आणि मस्त आयुष्य." ट्रेसीच्या अजूनही सपाट असणाऱ्या पोटावर तो हात फिरवत होता. त्या पोटामध्ये एक जीव वाढत होता. एक आयुष्य होते त्यामध्ये. त्या दोघांनी निर्माण केलेले.

"ट्रेसी, आय लव्ह यु."

"किती? किती प्रेम करतोस माझ्यावर?" ट्रेसी हळूच त्याच्या कानात पुटपुटली. तिचा हात हळूहळू खाली जात होता, जेफला उद्दीपित करण्याकरता. पण जेफने तो मध्येच थांबवला.

"खूप प्रेम करतो मी तुझ्यावर ट्रेसी. पण आता आपण वेडेपणा नाही केला पाहिजे, नाही तर आपल्या बाळाला त्याचा त्रास होऊ शकतो."

असे म्हणून तो तिच्यापासून बाजूला झाला. त्याने लाइट बंद केला आणि विरुद्ध दिशेला डोके करून तो लगेचच झोपी गेला. ट्रेसीला खूप आश्चर्य वाटले.

क्षणभर तिला थोडासा राग आला. पण नंतर तिने आपल्या भावनांना आवर घातला. आजचा दिवस हा तिच्यासाठी खरोखरच खूप खास होता. इतका खास दिवस तिला असल्या किरकोळ कारणाकरता खराब करून टाकायचा नव्हता. तिने विचार केला की तो हे आपल्या प्रेमापोटी आणि काळजीपोटी करतो आहे. तिने त्याला डॉक्टर मॅकब्राइडकडे घेऊन जायचे ठरवले. तिने विचार केला, तेच जेफला समजावतील की या काळामध्येसुद्धा सेक्स केला तरी काही धोका नसतो.

ट्रेसी खूपच एक्सायटेड होती. तिचे मन वेगवेगळ्या विचारांनी भरून गेले. हे विचार तिच्या बाळाविषयीचे नव्हते तर आज ती म्युझियममध्ये गेली होती तेच विचार तिच्या डोक्यात होते. ती जेफबरोबर काम करणाऱ्या तरुण आणि सुंदर रीबेकाचा विचार करत होती. ती खरोखरच खूप बेचैन होती का? तिला काही मानसिक आजार असावा का? कारण जेफने माझे चुंबन घेतले आणि त्यानंतर तिने इतका वाईट चेहरा केला आणि तिची नजरही विचित्र होती.

'जाऊ देत. मला काही फरक पडत नाही. माझा माझ्या जेफवर पूर्णपणे विश्वास आहे.'

तिचे विचार आता जेफने सांगितलेल्या त्या सॅक्सनच्या प्रदर्शनाकडे गेले. ती त्या स्क्रीनवर पाहिलेल्या त्या फोटोंचा विचार करू लागली. ट्रेसीचा अजूनही विश्वास बसत नव्हता की ब्रिटिश म्युझियमसारखे नामवंत म्युझियम हे इतक्या मौल्यवान खजिन्याची जबाबदारी त्या म्हाताऱ्या पुरुष आणि स्त्रियांच्या हातात देतील. तिला ते काही केल्या पटत नव्हते. भरीस भर म्हणून हीच म्हातारी मंडळी त्या प्रदर्शनाची सर्व व्यवस्था करणार, हेही तिला खटकत होते. या ट्रेनिंग नसलेल्या लोकांकडे

म्युझियमचा करोडो पौंडचा खजिना आणि म्युझियममध्ये असलेल्या दुर्मिळ अशा कित्येक वस्तू सोपवायच्या? आणि आश्चर्याची गोष्ट म्हणजे जेफलादेखील त्याचे काहीच वाटत नव्हते. ट्रेसीने प्राडो आणि इतरही अनेक ठिकाणी असणारी सुरक्षा व्यवस्था पाहिलेली होती. बाकीच्या म्युझियममधील पण सुरक्षा व्यवस्था तिने पाहिली होती. एवढेच काय, ती आणि जेफ सराफाच्या पेढीवर डल्ला मारण्याकरता गेले होते तेव्हा तिथलीही सुरक्षा व्यवस्था तिला परिचित होती. या अशा ठिकाणी त्यांनी जर म्हाताऱ्या माणसांना सुरक्षेसाठी ठेवले असते तर कल्याणच झाले असते. चोरांना वस्तू चोरणे किती सहज शक्य झाले असते.

जेफने त्या रात्री तिला त्या नाण्याविषयी आणि म्युझियममधील बाकीच्या मौल्यवान वस्तूंविषयी सांगितले होते. त्यामधल्या काही वस्तू म्हणजे नवीन म्युझियमची शान होती.

"उद्या जाईन तेव्हा मी पुन्हा एकदा ते नाणे माझ्या हातामध्ये घेऊन पाहणार आहे. हे एक विशिष्ट प्रकारचे सोने आहे. सहाव्या शतकातील फ्रॅन्किश राजाच्या काळामधील सोने. तुला सांगतो ट्रेसी, त्या नाण्यात वापरलेले सोने पावपट पण नसेल पण त्यावरचे कोरीव काम अप्रतिम आहे. तोडच नाही त्याला."

त्या नाण्याचा जास्त विचार न करता ट्रेसीचे मन आता वेगळाच भन्नाट विचार करायला लागले होते. तिच्या डोक्यात विचार होता तो त्या सगळ्या मौल्यवान वस्तू कशा चोरता येतील याचा. आणि तिच्यापुढे खूप सारे पर्याय होते. तिने विचार केला की म्युझियमच्या विश्वस्तांकडे जाऊन त्यांच्याकडे सिक्युरिटी कन्सल्टन्ट म्हणून काम मागायचे. ती विचार करत होती. ते नक्की या गोष्टीचा विचार करतील.

नंतर तिच्या लक्षात आले की आता जॉब करणे तिला अवघड आहे.

ती आता आई बनणार होती. आणि आयुष्याचा हा रोल तिच्यासाठी खूप महत्त्वाचा होता. आई बनणे हे तिचे स्वप्न होते. आई बनण्यासाठी ती अक्षरशः आसुसलेली होती.

विचारांची चक्रे डोक्यात फिरत असतानाच ती निद्रादेवीच्या अधीन झाली.

३

अॅग्नेस फॉदरिंग्टन प्रदर्शनाच्या हॉलबाहेर जमलेली गर्दी पाहत होती. खूपच छान वाटत होते तिला. अतिशय आनंद आणि अभिमान वाटत होता. मेरोविग्निअन ट्रेझर्स हा अँग्लो सॅक्सनच्या इतिहासामधील सर्वांत मोठा क्षण होता. अनेक उत्साही लोकांनी हा सोहळा पाहण्यासाठी इथे मुद्दाम हजेरी लावली होती. यापूर्वी 'सुत्तान हू' इथे एक गाडलेले जहाज १९३० मध्ये केलेल्या उत्खननात सापडले होते. हे उत्खनन म्हणजे खरोखरच ऐतिहासिक होते. उत्खननात सापडलेले हे जहाज अगदी काळजीपूर्वक संग्रही ठेवण्यात आले होते. त्यावेळेससुद्धा या घटनेची अॅग्नेस फॉदरिंग्टन हा एक भाग होती.

अॅग्नेस फॉदरिंग्टन ही एक हौशी पुरातत्त्व शास्त्रज्ञ होती. १९८०मध्ये याच सुत्तान हू या भागामध्ये उत्खननाचे आणखीन काम चालू होते. त्यामध्येसुद्धा अॅग्नेस फॉदरिंग्टनचा सहभाग होता. त्या वेळेस ती साधारण पंचेचाळीस वर्षांच्या आसपास असावी. केंटमध्ये ती एका स्थानिक शाळेमध्ये इतिहास शिकवत असे. तिचा नवरा बिली हादेखील तिच्याबरोबर होता. त्या दोघांकडे या कामासाठी भरपूर वेळ होता. दोघे मिळून बराच वेळ काम करत बसत.

बरेच तास साइटवर घालवल्यानंतर ते जेव्हा वूडब्रिजमधील कोच अँड होर्सेस या रेस्टॉरंटमध्ये बसल्यावर गप्पा मारता मारता बिली तिला म्हणायचा, "अॅग, असं समज, आपल्यासारखी किती तरी मामुली जोडपी अशी काम करत असतील आणि

इतिहासाच्या पानांमध्ये तळाला टीप देतात त्यामध्ये त्यांची नावे येत असतील.''

त्याने खूप आगळीवेगळी संज्ञा वापरली होती. इतिहासाच्या पुस्तकातील तळटीप.

आत्ता या क्षणाला ॲग्नेसला बिलीची खूपच आठवण येत होती. आजचे हे एवढे भव्य प्रदर्शन पाहायला आज बिली इथे हवा होता. जेफ स्टीवन्ससारखा पुरातत्त्व शास्त्रात रुची असणारा अमेरिकन माणूस या प्रदर्शनासाठी अथक प्रयत्न करत होता. सर्व व्यवस्था चोख होण्यासाठी तो जातीने लक्ष घालत होता. कामाचा एवढा मोठा डोंगर डोक्यावर असताना आणि मोठी जबाबदारी असताना जेफचा चेहरा मात्र अतिशय आनंदी दिसत होता. त्याच्या चेहऱ्यावर कायम हसू होते. ॲग्नेसने विचार केला, खरंच आत्ता बिली हवा होता. त्यालाही जेफ खूप आवडला असता.

ॲग्नेस आता रीबेकाचा विचार करू लागली. बिलीला जेफची मदतनीस रीबेकाही आवडली असती. ही खरोखरच समाधानाची बाब आहे की आत्ताच्या काळामध्येदेखील या विषयामध्ये रुची असणारी बरीच तरुण मंडळीदेखील आहेत. ॲग्नेसला याचा खूप आनंद वाटत होता. नाहीतर अँग्लो सॅक्सनचा इतिहास आजकाल कोणाला फारसा आवडत नाही. हा काही इजिप्त किंवा प्राचीन रोमन साम्राज्याच्या इतिहासासारखा रोमहर्षक आणि चित्तवेधक वाटत नाही कुणाला. लोकांचा हा दृष्टिकोन मेरोविग्नियन ट्रेझरमुळे बदलायला नक्कीच मदत होईल. तुतान्खामेन नावाच्या राजाचे इजिप्तमधील थडगे हे जगप्रसिद्ध आहे. नॉरविच पार्किंगच्या आवाराखाली सापडलेला हा ऐतिहासिक अमूल्य असा हा ठेवादेखील या थडग्याप्रमाणे जगामध्ये प्रसिद्ध झाला तर खरंच किती छान होईल!

ही एक मोठी घटना असेल नाही का?

जेफची तरुण बायको ट्रेसीनेसुद्धा प्रदर्शनाच्या या कामामध्ये खूप मदत केली. ॲग्नेस पाहत होती की ट्रेसी खांद्याला खांदा लावून आपल्याबरोबर काम करत होती. ॲग्नेसला ट्रेसीसुद्धा खूप आवडली होती. ट्रेसी जेव्हा जेफला भेटायला येत असे किंवा कॅटलॉग तयार करण्यासाठी मदत करायला येत असे, तेव्हा तिची आणि ॲग्नेसची ओझरती भेट व्हायची. तिथे असलेल्या सर्व स्वयंसेवकांना आतापर्यंत ट्रेसी प्रेग्नंट आहे ही गोष्ट समजलेली होती आणि ती आणि जेफ दोघेही आत्ता सध्या हवेत आहेत आणि एकमेकांवर अतिशय प्रेम करत आहेत. ॲग्नेसला खात्री होती की जेफ आणि ट्रेसी हे दोघे आपल्या मुलाचे चांगले पालक होऊन त्याला चांगल्या प्रकारे वाढवतील.

''हे खरंच खूप नवल आहे ना, ट्रेसी!'' ॲग्नेसने मान्य केले. ''आणि ते बघ त्यांच्यातले काही जण किती तरुण आहेत. तिकडे तो टॅटू काढलेला तरुण पाहा.

सातव्या शतकातील गोष्टींचा हा चाहता आहे, असं कुणाला वाटेल तरी का?''

"अजिबात नाही,'' ट्रेसी म्हणाली. तीसुद्धा असाच काहीसा विचार करत होती, अर्थात वेगळ्या बाजूने.

तिने त्या गर्दीत कमीत कमी चार जणांना हेरले होते. ते संशयित असल्याची तिची खात्री होती. तो टॅटू काढलेला तरुण तर अगदी सराईत चोर वाटत होता. तो तर होताच, पण त्याच्याबरोबर दुसरे काही जणसुद्धा होते की जे चोरीच्या निमित्ताने त्या प्रदर्शनात आले होते. एक प्रेग्नंट बाई होती, जी लॉबीमध्ये असलेल्या सीसीटीव्ही कॅमेऱ्यांवर नजर ठेवून होती. युरोपच्या पूर्व भागातून दोन तरुण माणसे आलेली होती. जीन्स आणि टी शर्ट घातलेली ती दोघेही थोडीशी नर्व्हस वाटत होती. ती दोघे एकमेकांशी काहीही न बोलता फक्त नजरेने खाणाखुणा करत होती. एक काळ्या रंगाचा सूट घातलेला माणूस कुणाशी न बोलता शांतपणे तिथे एकटाच उभा होता. या सर्व लोकांनी ट्रेसीचे लक्ष वेधून घेतले होते; पण आत्ताच ती काही स्पष्टपणे बोलू शकत नव्हती. तिच्याकडे पुरावा नव्हता; ती फक्त अंदाज लावू शकत होती. आणि या बाबतीतला तिचा संशय खरा असण्याच्या शक्यता खूप होत्या. त्या माणसाकडे पाहून तिच्या मनाची खात्री पटली होती की हे महाशय काही साधे पर्यटक नाहीत.

अर्थात ते सगळे जरी चोरी करण्याच्या हेतूने आले असले तरी त्यात ट्रेसीला काही वेगळे वाटत नव्हते. कारण ब्रिटिश म्युझियमची सुरक्षा व्यवस्था पाहता असे वाटत होते की जणू काही हे संग्रहालयच त्यांना चोरी करायला आमंत्रण देत आहे. असली ढिसाळ सुरक्षा व्यवस्था असताना कुणीही येऊन चोरी करून गेला तर त्यामध्ये काही विशेष नव्हते. ट्रेसीने जेफलादेखील या संग्रहालयाच्याच्या सुरक्षेविषयी सांगितले होते, पण त्यानेही ते काही फारसे मनावर घेतले नव्हते.

"मला वाटतं की आपणदेखील एक संधी घ्यायला काही हरकत नाही. म्युझियम वर डाका घातला तर ती एक सनसनाटी बातमी होईल आणि ही बातमी सगळीकडे पसरेल. त्यातूनही या प्रदर्शनाची जाहिरात होईल. आणि या लुटीमुळे अँग्लो सॅक्सनचे महत्त्वही वाढेल.''

जेफच्या या असल्या भन्नाट कल्पनेच्या ट्रेसी जाम प्रेमात पडली. लूटमार करणारा तिचा जुना जेफ ती आज परत पाहत होती.

बरोबर अकरा वाजता एक चंदेरी क्लीपमधून एक लाल रंगाची दोरी काढली गेली आणि पर्यटकांना आतील प्रदर्शनातील पहिल्या चार वस्तूंच्या जागी जायला रस्ता मोकळा झाला. आत जाण्यापूर्वी प्रवेशद्वारावर सर्व पर्यटकांच्या हातातील बॅग आणि अजून काही सामानाची तपासणी करण्यात आलेली होता; पण ते एकदाच. नंतर कुठेही ही तपासणी होत नव्हती, हे ट्रेसीच्या लक्षात आले. पर्यटकांना त्यांचे

कोट एका खोलीमध्ये ठेवायला सांगितले जात होते. ॲग्नेसच्या दोन मित्रांनी ऑडिओ टूर्सचा कार्यक्रम आयोजित केला होता, तो पाहण्यासाठी त्यांना प्रोत्साहित केले जात होते.

सर्वप्रथम पर्यटकांना प्रदर्शनातील एकेक करून वस्तू दाखवण्यात येत होत्या. एक एक वस्तू पाहत ते पुढे पुढे सरकत होते. त्यामध्ये शस्त्रे, आयुधे, नाणी, काही धार्मिक वस्तू आणि त्या वेळेस दैनंदिन व्यवहारात वापरल्या जाणाऱ्या काही गोष्टी दाखवल्या गेल्या. त्यानंतर तात्पुरत्या उभारलेल्या मेरोविग्निअन ट्रेझर्सच्या भेटवस्तूंच्या दुकानाला पर्यटकांनी भेट दिली. तिथे प्रदर्शनातील वस्तूंच्या प्रतिकृती विक्रीला ठेवल्या होत्या. आणि तिथे 'आय लव द ब्रिटिश म्युझियम' असे लिहिलेले टी शर्ट्सदेखील विक्रीला होते.

जेफ आणि रीबेका इतर पर्यटकांमध्ये मिसळल्या. त्यांच्याबरोबरच त्या एका खोलीतून दुसऱ्या खोलीमध्ये जात होत्या. काही वेळाने जेफला मदत करण्यासाठी ट्रेसी त्या गर्दीमधून बाहेर पडली. स्त्रियांच्या खोलीमधून बाहेर पडून ती डेस्कपाशी आली.

"ट्रेसी, बरं झालं तू दिसलीस. अगं आपल्याकडील सर्व माहितीपत्रके संपली आहेत." ॲग्नेस फॉदरिंग्टन अतिशय अस्वस्थ झाली होती. "अगं मी शंभर प्रती आणल्या होत्या; पण त्या सगळ्या अवघ्या पाच मिनिटांमध्ये संपून गेल्या."

"ठीक आहे. काळजी करू नका. मी गिफ्ट शॉपमध्ये जाऊन काही प्रती घेऊन येऊ का?" ट्रेसीने विचारले.

"खरंच जाशील का? खूप बरं होईल." ट्रेसी प्रती आणायला जातेय म्हटल्यावर ॲग्नेसच्या मनावरील मोठे दडपण दूर झाले. "खरंच! तू अगदी देवासारखी आलीस बाई."

ट्रेसी दुकानाकडे जायला निघाली. तिथे खूपच गर्दी झालेली होती. ती धावत पळतच दुकानामध्ये पोहोचली. जेव्हा ती नाणी ठेवलेल्या दालनामध्ये गेली तेव्हा तिने मघाशी पाहिलेल्या काळ्या सूटमधील त्या माणसाला तिथे पाहिले. तो त्या डिस्प्ले केसच्या वर वाकून आतील नाणी न्याहाळत होता. त्याचे ते वागणे तिला खटकले आणि ती अस्वस्थ झाली.

मला हे जेफच्या कानावर घातलेच पाहिजे.

ती गिफ्ट शॉपमध्ये आली आणि तिने माहितीपत्रकांचा एक गठ्ठा घेतला. तिथे मॉरीस बेंटली नावाचा एक स्वयंसेवक नेमलेला होता. त्याला तिने सांगितले की काही झाले तर स्टॉकरूमला लगेच कळव. तेवढ्यात एक कर्णकर्कश अलार्म वाजू लागला. सायरन आणि घंटामिश्रित असा तो अलार्म होता. इलेक्ट्रिक व्हायब्रेशनमुळे डिस्प्ले केसमधील मेरोविग्निअन नाणी थडथड उडायला लागली.

"अरे बाप रे! हे काय झाले?" मॉरीस बेंटलीने त्याचे कान घट्ट झाकून घेतले.

"अरे काय चाललंय?" ट्रेसी जोरात ओरडली. "काही चोरी बिरी झाली का काय?"

"काही नाही झालं. हा एक फायर अलार्म होता. कदाचित मुले गोंधळ घालत असतील." पण ट्रेसीचे हृदयाचे ठोके वाढले होते.

"अरे एवढे घाबरून जाण्याचे काही कारण नाही." रीबेका जेफच्या कानामध्ये अक्षरशः ओरडली. "बाहेर मुले गोंधळ करत असतील."

पण जेफ ऐकत नव्हता. तो कधीच ॲमस्टरडॅमला पोहोचला होता, डायमंड कटिंग फॅक्टरीमध्ये ज्या वेळी तो आणि ट्रेसी तेथील एक हिरा चोरण्याच्या प्रयत्नांत होते. त्यावेळी सुद्धा अशाच प्रकारे लाइट बंद झाले आणि त्यांच्यामुळे अलार्म सुरू झाला होता. त्या अलार्मने तो आणि ट्रेसी एकदम भांबावले होते. दारावर लावलेले स्टील शटर्स एकदम बंद झाले होते. आणि बाहेर जाण्याचा मार्गही बंद झाला होता. पण तरीही जेफ आणि ट्रेसी 'लुकुलन' नावाचा हिरा मिळवण्यामध्ये यशस्वी झालेच होते.

त्या वेळेससुद्धा त्याला आठवतंय, ट्रेसीने प्रेग्नंट असल्याचे नाटक केले होते. आणि जेफ एक टेक्निशियन झाला होता.

जेफला एकदम आठवले की आज पर्यटकांमध्ये एक प्रेग्नंट बाई त्याने पाहिली होती.

जेफचे विचारचक्र जोराने सुरू झाले. यामध्ये सगळ्यात कोणती वस्तू सहजपणे चोरता येईल? तो नाणी ठेवलेल्या दालनात धावला.

सगळे काही जिथल्या तिथे होते. अतिशय मौल्यवान असे सहाव्या शतकातील नाणे, त्या प्रदर्शनामधील मुख्य आकर्षण. हे नाणे अजूनही एका काचेच्या केसमध्ये बंद करून ठेवलेले होते. सगळे काही जागच्या जागी होते. कोणतीही वस्तू तुटली किंवा फुटली नव्हती किंवा जागेवरून हलली नव्हती. आलेल्या पर्यटकांनी त्या आवाजाने आपले कान बंद केले आणि सर्व जण बाहेर जाण्याच्या दाराकडे निघाले. पण कुठेही धावपळ, आरडाओरडा नव्हता. शेवटी हे ब्रिटिश म्युझियम होते. सुटामधील तो माणूस सगळ्यात शेवटी बाहेर पडला. तो जरा वेळ थांबला. त्याने दार जेफसाठी धरून ठेवले.

"मला वाटते हा अलार्म चुकीचा असावा." असे म्हणून तो जेफकडे पाहून छान हसला.

"हो... मलाही तसंच वाटतंय."

त्यानंतर जवळ जवळ अर्ध्या तासाने ट्रेसी जेफला बाहेर भेटली. सर्व म्युझियम आता ग्रेट रसेल स्ट्रीटवर मोकळे करण्यात आले होते. पण तिथे काहीही गोंधळ नव्हता. सगळे जण गप्पा मारत होते, हसत होते आणि त्यांच्या गप्पांचा विषय आकस्मिक झालेला अलार्म हाच होता.

"जेफ, सगळं ठीक आहे ना?" ट्रेसीने विचारले.

"हो; असं वाटतंय तरी. काही मूर्ख लोकांनी जळलेली सिगारेट बाथरूममध्ये टाकली होती."

"पण काही चोरूनबिरून तर नेलं नाही ना?"

जेफने त्याची मान हलवली. "मी पण तोच विचार करत होतो. पण रीबेका आणि मी तीन वेळा सगळीकडे फिरून आलो होतो. हा सगळा गोंधळ तिकडेच होता. बाकीच्या कोणत्याच विभागामध्ये काहीच गडबड नव्हती."

"चला चांगले झालं." असे म्हणून ट्रेसीने त्याला मिठी मारली आणि तिला खूपच हलके हलके वाटले.

"तू आणि मी. आपण दोघं प्रत्येक गोष्टीमध्ये खोट काढत राहतो." जेफ तिला म्हणाला. आणि मग हसून म्हणाला, "ज्युनियर जेफ यायच्या आत आपण यावर काही तरी तोडगा काढला पाहिजे."

पुढच्या काही आठवड्यांसाठी ट्रेसी आणि जेफचे फारसे बोलणे होत नव्हते. त्यानंतर म्युझियममध्येही कोणत्याही प्रकारचे नाटक झाले नाही. मेरोविन्जियन ट्रेझर्सचे प्रदर्शन फारच नावाजले गेले.

प्रोफेसर ट्रेनचर्डने जेफला भेटायला बोलवले.

"तू खूपच छान काम केलं आहेस जेफ. सर्व जण तुझं कौतुक करत होते. तुला या म्युझियममध्ये आणून मी अतिशय छान काम केले आहे. तुझ्या परिश्रमांमुळेच आज मला समाजामध्ये मानसन्मान मिळतोय. हे सगळे तुझ्यामुळे शक्य झाले आहे जेफ."

"मला पण खूप बरं वाटतंय निक, की तुझ्यामुळे मला एवढी छान संधी मिळाली. मला कळत नाहीये की तुझे उपकार कसे मानावेत."

प्रदर्शन संपले त्या दिवशी जेफ घरी आला तेव्हा त्याच्या चेहऱ्यावर उदासी होती.

"प्रदर्शन संपलंय असं मला अजूनही वाटत नाहीये."

"बिच्चारा!"

ट्रेसीने मागून येऊन आपल्या हाताचा विळखा त्याच्या कमरेभोवती घातला तसे तिच्या पोटाचा स्पर्श त्याच्या मागच्या बाजूस झाला. तिला आज काल खूप थकवा येत असे. कदाचित ती गर्भवती असल्यामुळे येत असावा, असे डॉक्टर ब्राईड यांनी सांगितले होते. तिला सकाळी थकवा येत नव्हता आणि काही पदार्थांमुळे मळमळ होणे असले काही होत नव्हते. चीज, क्रीम असे छान रुचकर पदार्थ घालून ती रात्री जेफसाठी खास जेवण बनवायची. त्यामध्ये खास डिश असायची ती म्हणजे स्पघेटी कार्बोनरा.

"जेफ मी तुझ्यासाठी काही तरी आणलंय. आणि मला खात्री आहे की ते पाहून तू खूप खूश होशील."

ती जेफला घेऊन दिवाणखान्यात आली. अतिशय प्रमाणबद्ध, रेखीव आणि जॉर्जियन शैलीच्या त्या दिवाणखान्याला उंच असे छत होते. ओक झाडाच्या लाकडापासून तयार केलेली जमीन होती. त्या दिवाणखान्याला स्लाइडिंगच्या खिडक्या होत्या. त्यामधून क्वीन ॲनचे विलोभनीय दर्शन होत असे. क्वीन ॲन ही बोली भाषेतील संज्ञा घराच्या पुढच्या बाजूस असणाऱ्या बागेसाठी वापरली जाते.

"आता आणखी काय देणार आहेस डार्लिंग. तू मला आधीच खूप काही देऊन समाधानी केलं आहेस," असे म्हणून जेफ सोफ्यावर बसला. "तू सांग, तुला कसं वाटतंय आज?"

"मी मस्त आहे रे, जेफ." ट्रेसी म्हणाली. "पण आज मी तुला जे देणार आहे त्याने तुला खूप आनंद होणार आहे. म्हणजे असं निदान मला तरी वाटतंय."

तिने आपल्या खिशामधून चामड्याची एक छोटीशी बॅग बाहेर काढली आणि ती त्याच्या हातात दिली. ती देताना ट्रेसी थोडीशी घाबरल्यासारखी वाटली. तिला माहीत होते की ही भेट पाहून कदाचित जेफची प्रतिक्रिया थोडीशी वेगळीदेखील असू शकेल. त्याचा गैरसमज होण्याचीही शक्यता होती. पण ट्रेसीला खरंच मनापासून त्याला आनंदी करायचे होते. त्यांच्या आयुष्यामधील मजा आणि एक प्रकारची एक्साइटमेन्ट कुठेतरी हरवलीय असे तिला सतत वाटायचे. ती मजा आणि एक्साइटमेन्ट तिला त्यांच्या आयुष्यात पुन्हा एकदा आणायची होती.

"आपण असं म्हणू यात जेफ की हे मिळवण्याकरता मला खूप अडचणी आल्या आहेत."

जेफने ती बॅग उघडली आणि त्याचे डोळे एकदम विस्फारले गेले. त्याच्या चेहऱ्यावरील हे सकारात्मक बदल पाहून ट्रेसीलादेखील उत्साह आला.

"अगं... कुठून मिळवलेस हे?"

ती हळूच हसली. "तुझा काय अंदाज आहे? कुठून मिळवले असावे?"

"बाप रे!" जेफला आता वेड लागायचे बाकी होते. "अगं हे असली आहे ना? मला क्षणभर वाटलं की ही एक प्रतिकृती असावी."

"प्रतिकृती?" ट्रेसीला जरा रागच आला. "तू माझ्यासाठी सगळ्यात स्पेशल आहेस. आणि माझ्या खास माणसाला मी काय नकली गोष्ट देईन का?"

जेफ ताडकन उभा राहिला. ट्रेसीला वाटले की तो आपले चुंबन घेण्यासाठी उठला आहे. पण जेव्हा तिने त्याच्या डोळ्यांत पाहिले, तेव्हा तिला तो संतापलेला दिसला.

"ट्रेसी, तुझं डोकं फिरलंय का?" ते नाणे त्याने तिच्या चेहऱ्याभोवती नेले. मर्सियाच्या सिनेथ्रीत राणीची प्रतिमा असलेले चांदीचे नाणे त्याच्या हातात होते. ब्रिटिश म्युझियममधील अनेक मौल्यवान आणि दुर्मिळ अशा खजिन्यांपैकी एक. अतिशय दुर्मिळ असे ते नाणे होते. "तू हे चोरलंस?"

ट्रेसी एकदम गोंधळून गेली. "हो जेफ, हे मी तुझ्यासाठी चोरलं आहे. मला माहितीये की हे नाणे तुझ्यासाठी काय आहे. आणि तूसुद्धा म्युझियममधील गोष्टी चोरण्याविषयी बोलला होतास ना?" ट्रेसी त्याच्याकडे पाहून हसली.

पण जेफ हसण्याच्या मनःस्थितीत मुळीच नव्हता.

"अगं, ते मी चेष्टेने म्हणालो होतो. हे सगळे तू कधी, कुठे आणि केव्हा केलंस ट्रेसी?"

"ज्या दिवशी तुझं प्रदर्शन सुरू झालं त्या दिवशी एक गोष्ट माझ्या लक्षात आली होती आणि ती म्हणजे बाकीची सॅक्सनची दालने रिकामी होती. सगळ्यांचं लक्ष होतं ते फक्त मेरोविग्निअन ट्रेझर्सवर. त्यामुळे मी फायर अलार्म सेट केला. साउथ विंगकडे पळाले आणि हे सगळं केलं. ही नाणी असणाऱ्या केसेसचे तर अलार्म वाजतच नव्हते." तिच्या आवाजामध्ये एक प्रकारचा उपहास होता. "कुणालाही या खजिन्याची फिकीरच नव्हती."

"फिकीर होती." जेफ ओरडला. "आम्हा सर्वांना याची काळजी होती. मला याची खूप काळजी होती. कळतंय का तुला ट्रेसी." जेफ खूप संतापला होता. "आणि या सगळ्या केसेसला कुलूप होते, मग तू किल्ली कशी मिळवलीस?" जेफने विचारले.

ट्रेसी जणू काही जेफ वेडा झालाय अशा थाटात त्याच्याकडे पाहत होती.

"मी तुझ्याकडे असलेल्या किल्लीची डुप्लिकेट किल्ली बनवली. हे बघ, ही काही फार अवघड गोष्ट नव्हती. मी त्या नाण्याची गुगलवरून माहिती काढली. इस्ट एन्डवरील एका सोनाराकडे ते नाणे घेऊन गेले. तसेच डुप्लिकेट नाणे त्याच्याकडून बनवून घेतलं, ते खऱ्या नाण्याच्या ठिकाणी ठेवलं आणि हे खरे नाणे मी तुझ्यासाठी घेऊन आले."

जेफला काय बोलावे काही सुचेनासे झाले.

त्याच्या अशा प्रतिक्रियेवर ट्रेसीही गोंधळली आणि सारवासारव करू लागली. "आणि तुला माहितीये? कुणालाही ते नाणे नकली आहे हे समजले नाही. आणि तुझ्याशिवाय या नाण्याचे दुसऱ्या कुणालाही अप्रूप नव्हते. तुझ्यासाठी जर का ते मौल्यवान आहे तर ते तुला का मिळू नये?"

"कारण ते माझं नाहीये." जेफला संताप अनावर होत होता. "ही राष्ट्राची संपत्ती आहे. आणि या संपत्तीचे रक्षण करण्यासाठी माझी नेमणूक झाली आहे. समजतंय का तुला ट्रेसी? तू काय करून बसलीस? खुद्द माझी बायको, माझ्या बायकोनं चोरलं?"

"जेफ मला खरंच वाटलं की हे पाहून तुला खूप आनंद होईल." ट्रेसीच्या डोळ्यांतून घळघळा पाणी येऊ लागले.

"नाही. मला अजिबात आनंद झालेला नाही."

तिला जेफची प्रतिक्रिया अशी का व्हावी हेच समजत नव्हते. मी त्याच्या आनंदासाठी एवढे दिव्य केले आणि ते नाणे मिळवले. हाच जेफ मी पूर्वी अशा प्रकारचे काही काम केले की माझे कौतुक करायचा. आधीचा जेफ असता तर तो आनंदाने नाचायला लागला असता. त्याला खूप आवडायच्या माझ्या या करामती. आणि आता काय झालंय. ट्रेसीला वाटले की हा आपला पूर्वीचा जेफ राहिलाच नाहीये. तिला तिचा पूर्वीचा जेफ हवा होता.

ते नाणे तसेच हातात धरून जेफ खाली पाहत होता एकटक. अविश्वासाने आपले डोके हलवत होता. "तरी रीबेका मला पहिल्याच दिवशी म्हणाली होती की ट्रेसी अस्वस्थ आहे असं वाटतंय. तिने मला विचारलंसुद्धा की तिला काही झालं आहे का?" तो पुटपुटत स्वतःशी बोलत होता.

"अच्छा! रीबेका काही तरी म्हणाली." रीबेका? रीबेकाचे नाव घेताच ट्रेसीचाही पारा चढला. "हो, तुझ्या त्या रीबेकाने राष्ट्रीय संपत्तीचे रक्षण करण्याचा मक्ता घेतलाय ना? आणि ती इतकी प्रामाणिक आहे की ती माझ्यासारखी चोरी कधीच करणार नाही. हो नं?"

"हो, कधीच नाही करणार ती असलं काम." जेफ म्हणाला.

"हो ती चांगली आहे ना. प्रामाणिकपणाचा जिताजागता नमुनाच आहे ना ती! माझ्यासारखी बदमाश थोडीच आहे. ती तर महान आहे. हो ना?"

"बर झालं हे तुझं तुला कळलं ते." जेफने आपले खांदे उडवले.

ट्रेसीच्या डोळ्यांतून राग, द्वेष आणि अपमानाचे अश्रू वाहू लागले. "तुझी प्रेयसी रीबेका. माझ्यापेक्षा चांगली असेलही,..."

"मूर्खासारखं बरळू नकोस. रीबेका माझी प्रेयसी वगैरे काही नाहीये." जेफ

ओरडला.

"पण एक लक्षात ठेव जेफ. ती जर माझ्यापेक्षा चांगली असेल ना तर ती तुझ्यापेक्षाही चांगली आहे. तू विसरलास वाटतं की तू कोण होतास? तू चोर होतास, लुटारू होता, जेफ स्टीवन्स. आत्ता अगदी फार सभ्यपणाचा आव आणतो आहेस तू, पण गेल्या वीस वर्षांपासून तू गुन्हेगारीच करत आलेला आहेस, हे विसरू नकोस. आणि आता..."

ट्रेसी भीतीने गारठून गेल्यासारखी एकदम गप्प झाली.

"काय झालं?" जेफने विचारले.

ट्रेसीची नजर त्याच्यावर स्थिरावली. तिचे डोळे घाबरलेल्या सशाप्रमाणे अगतिक, असहाय झाले होते. नंतर तिने खाली पाहिलं. रक्ताचे थेंब तिच्या पायांमधून जमिनीवर पडत होते. तिने हुंदके द्यायला सुरुवात केली.

"ठीक आहे. ठीक आहे, ट्रेसी. एवढी घाबरू नकोस. शांत हो, शांत हो." जेफने ते नाणे खाली टाकले आणि आपले हात तिच्या भोवती धरले. त्याची ट्रेसी. ती त्याची होती. आपण हे काय करून बसलो? या परिस्थितीत तिच्याशी असे वागलो? "सर्व काही ठीक होईल, ट्रेसी. झोप. या इथे झोप तू आधी."

जेफ फोनजवळ धावला. "मला ताबडतोब ॲम्ब्युलन्स हवी आहे. पत्ता लिहून घ्या लवकर. ४५ इटॉन स्क्वेअर. जितकी लवकर पाठवता येईल तितकी लवकर पाठवा."

४

वसंत ऋतूमध्ये बेल्प्रावियाचा सर्वच परिसर खूपच देखणा आणि सुंदर दिसत असे. हाइड पार्कच्या इटॉन स्क्वेअरकडे जात असताना जेफ विचार करत होता. जॉर्जियन रस्त्यालगत असणारी चेरीची झाडे बहरून आली होती. चेरीची पांढरी आणि लाल रंगाची फुले खाली पसरली होती आणि त्याचा लाल आणि पांढऱ्या रंगाचा एक अतिशय सुंदर असा गालिचाच तयार झाला होता. रस्त्याच्या दोन्ही बाजूंस असणारे पदपथ बर्फाच्या अस्तराखाली झाकले गेले होते. सतत होणाऱ्या पावसामुळे चेस्टर आणि बेल्ग्रेव्हच्या चौकांमध्ये हिरवेगार गवत उगवले होते. वसंत ऋतू म्हणजे नवनिर्मिती. त्यामुळे निसर्गात सर्वत्र बहर आलेला होता. या ऋतूने लोकांच्या मनामध्येही नवचैतन्य उसळत होते. कारण खूप लांबलचक आणि उदासवाण्या हिवाळ्यानंतरच्या वसंत ऋतूचे स्वागत करायला जणू सगळी पृथ्वी तयार झाली होती.

पण जेफ आणि ट्रेसी या दोघांच्या जीवनातील हा उदास हिवाळा मात्र अजूनही संपत नव्हता. ट्रेसीचा गर्भपात झाला होता आणि हा त्यांच्याकरता खूप मोठा धक्का होता. हा धक्का पचवणे दोघांनाही खूप अवघड होते. आणि त्यामध्ये जेफ अपराधीपणाचे ओझे मनावर घेऊन जगत होता. कारण त्याला सारखे वाटत होते की त्या मर्सियन नाण्यावरून त्यांच्यात जे विकोपाचे भांडण झाले, त्यामुळेच ट्रेसीचा गर्भपात झाला असावा. ते नाणे त्याने महिन्याभरापूर्वीच संग्रहालयाला परत केले

होते; पण त्यामुळे त्यांच्यातले दुभंगलेले नाते एवढ्या सहजासहजी जुळून येणार नव्हते.

ते दोघे अजूनही एकमेकांवर खूप प्रेम करत होते, यात अजिबात शंका नव्हती. पण त्या दिवशी घडलेल्या त्या नाण्याच्या घटनेनंतर दोघांच्याही मनामध्ये किल्मिष तयार झाले. नात्यामध्ये एक दरी निर्माण झालेली होती. त्या नात्याला तडा गेलेला होता. कुणाचे चुकतेय, हे कळत नव्हते. ट्रेसीची आपल्या जुन्या जेफला मिळवण्याची महत्त्वाकांक्षा, की जेफचे त्याच्या कामामध्ये पूर्णपणे गढून जाणे आणि पर्यायाने ट्रेसीकडे दुर्लक्ष होणे, की दोन्ही? कारण काहीही असो, पण जेव्हापासून ट्रेसी आणि जेफने त्यांचे जुने लुटमारीचे आयुष्य सोडून दिले होते, तेव्हापासून जेफमध्ये कमालीचा बदल झाला होता. तो एक वेगळाच माणूस म्हणून जगत होता. पण तो बदल ट्रेसीला स्वतःमध्ये आणणे कुठेतरी शक्य झाले नव्हते. आणि त्यामधूनच हा वाद झाला आणि त्याचे पर्यवसान ट्रेसीच्या गर्भपातामध्ये झाले.

तीही स्वतःला बदलण्याचा प्रयत्न करतच होती. स्वतःला या गुन्हेगारी जगतापासून पूर्णपणे लांब ठेवण्याची तिची इच्छा नव्हती, असेही नव्हते. तिने ते नक्कीच केले असते. सॅक्सन नाण्याची चोरी करण्याची कामगिरी ही तिने खास उद्देशाने करायची ठरवलेली होती, जी ती पुन्हा नक्कीच करणार नव्हती. पण या सगळ्या प्रकरणात महत्त्वाची बाब ही होती, की तिच्या स्वत्वाचा हा एक महत्त्वाचा भाग होता. जो तिला असाच हरवायचा नव्हता आणि जेफला हे उशिरा का होईना समजले होते.

जेफला एक आशा होती की बाळ जन्माला आल्यानंतर ट्रेसीच्या आयुष्यामधील पोकळी कुठे तरी भरून निघेल, जसे पुरातन आणि दुर्मिळ गोष्टींच्या विलक्षण वेडाने त्याच्या स्वतःच्या आयुष्यामधील पोकळी भरून काढलेली होती. त्यांनी त्यानंतर आयवीएफची टेस्ट सुरू केली होती. त्या टेस्टचा नक्की परिणाम होईल अशी खूप आशा होती त्यांना. पण पहिल्या प्रयत्नामध्ये तर त्यांना यश आले नव्हते. दुसऱ्यांदा केलेली टेस्टदेखील दुर्दैवाने अयशस्वी झाली होती. जेफ असहायपणे वाट बघण्याखेरीज काहीच करू शकत नव्हता. आपल्या पत्नीच्या मनावरचे दुःखाचे सावट दिवसागणीक अधिकाधिक गडद होताना तो अनुभवत होता. जणू काही तिला ट्यूमर झाला आहे, जो तो दिसामासी वाढत आहे आणि त्याच्या विलक्षण वेदना तिला होत आहेत, असेच त्याला वाटत होते.

जेफ ट्रेसीला आपल्या परीने आनंदी ठेवण्याचा मनापासून प्रयत्न करत होता. तिला भरभरून प्रेम देत होता. आता तो त्याच्या कामावरून लवकरच घरी यायचा. तिला एकदा तो एका मस्त ट्रिपलादेखील घेऊन गेला. तिथे त्याने कित्येक

सरप्राइजेस तिला दिली. भेटवस्तू दिल्या. ट्रेसी ज्या ठिकाणी लहानाची मोठी झाली होती त्या न्यू ओर्लिन्सचे सुंदर पेंटिंग त्याने तिला दिले. त्यानंतर त्याने तिला एक कातडी बाइंड केलेले फ्लॅमेन्को नृत्याच्या इतिहासाचे पुस्तक दिले. हे नृत्य करत असतानाच ट्रेसी आणि जेफ एके काळी एकमेकांच्या प्रेमात पडले होते. व्हीटबीच्या किनाऱ्यावरून खास तिच्यासाठी त्याने सुंदर कानातले आणले होते. याच किनाऱ्यावर त्या दोघांनी एका भयंकर हॉटेलमध्ये एक आख्खा आठवडा घालवला होता. पण सौंदर्याने नटलेल्या त्या निसर्गानेच ट्रेसीला अगदी बेहोश आणि धुंद केले होते.

ट्रेसीला जेफ जे काही करत होता त्याने बरे वाटत होते; पण तरीही मनातील उदासी आणि नैराश्य काही कमी होत नव्हते.

वस्तुसंग्रहालयामधील एका कॅफेमध्ये जेफ आणि रीबेका चहा पीत बसले होते. तेव्हा जेफने तिच्यासमोर आपले मन मोकळे केले.

"ही कमालीची खिन्नता आहे आणि ट्रेसी याच खिन्न मनःस्थितीमध्ये आहे." रीबेका म्हणाली. "ती कोणत्या मानसोपचार तज्ज्ञाकडे गेली आहे का?"

"मानसोपचारतज्ज्ञ? नाही. ट्रेसीचा असल्या गोष्टींवर अजिबात विश्वास नाही."

"खरं आहे जेफ. पण शरीरासारखा मनाचाही आजार होऊ शकतो. तुम्ही विश्वास ठेवा नाही तर नका ठेवू, पण हे खरं आहे." रीबेका म्हणाली. "त्यामुळे अशा परिस्थितीत तुम्ही एखाद्या मानसोपचारतज्ज्ञाकडे जाऊन योग्य मार्गदर्शन घेणं गरजेचं आहे. यामुळे तिला या नैराश्यामधून बाहेर पडायला नक्कीच मदत होणार आहे."

"मी आहे ना. ती माझ्याशी बोलू शकते आणि बोलतेदेखील." जेफ म्हणाला. पण रीबेकाला त्याच्या आवाजामध्ये अतिशय निराशा जाणवली.

"हो... ते खरं आहे. पण जेफ अशाही काही गोष्टी असू शकतील की त्या ती तुझ्याजवळ बोलू शकत नसेल." असे म्हणून तिने जेफचा टेबलवर असलेला हात हळूच दाबला.

रीबेका मॉर्टिमरने जेफमध्ये गुंतायचे नाही आणि त्याच्याकडे आकर्षित व्हायचे नाही यासाठी खूप प्रयत्न केले होते; कारण असे करणे व्यावसायिकपणाचे लक्षण नव्हते. पण इतके महिने त्याच्यासोबत त्याच्याजवळ राहून काम करत असताना रीबेका या निळ्या डोळ्यांच्या देखण्या तरुणाकडे आकर्षित झालीच होती. त्याचा उमदा स्वभाव, त्याचे हसणे आणि त्याचे वागणे, बोलणे या सगळ्याचीच तिला विलक्षण भुरळ पडली होती. तिच्या मनामध्ये विचार यायचे की ट्रेसीसारख्या उदासीन आणि कायम तटस्थ असणाऱ्या बाईबरोबर संसार करणे हे किती भयंकर आहे. बघावे तेव्हा रडत आणि कुढत बसलेल्या बायकोला बिचारा जेफ सहन करतोय. रीबेका असाही विचार करायची की जेफ जर का माझा नवरा असता तर

मी त्याला एखाद्या राजासारखे ठेवले असते. खूप सुख आणि समाधान दिले असते त्याला.

अचानक काही तरी घडल्याप्रमाणे जेफच्या डोळ्यांमध्ये एकदम एक चमक आली. ''तुला माहितीये रीबेका? कदाचित ती जातही असेल एखाद्या मानसोपचार तज्ज्ञाकडे. आणि कदाचित असंही असेल की हे मला सांगणे तिला प्रशस्त वाटत नसेल. असूही शकेल असे, नाही का?''

''म्हणजे तुला काय म्हणायचंय? ट्रेसी असं करू शकते?''

''करूही शकते. मला नाही माहीत; पण गेले काही दिवसांपासून ती अशीच कुणाला तरी भेटायला जातीये. पण कुणाला ते माझ्याशी बोलली नाही. मी माहीत करून घ्यायचा प्रयत्नही केला, पण मला सांगायला ती तितकीशी उत्सुक नाहीये. ती कुणाला भेटायला जातीये हे काही ती बोलत नाहीये. ती कधी कधी रात्री उशिरा घरी येते आणि आली की ती आनंदी आणि समाधानी वाटतीये. तिचा मानासिक थकवादेखील कमी झाल्यासारखा वाटतोय.''

रीबेकाने मान हलवली. तिच्या मनात आता वेगळेच विचार येऊ लागले. चांगली गोष्ट आहे. जर ट्रेसीला कुणी दुसरा भेटला असेल तर कित्ती मज्जा येईल! पण जेफच्या मनाला असला कोणताही विचार साधा शिवलादेखील नाही. जेफचा त्याच्या बायकोवर खूप विश्वास होता. ती त्याच्याकरता एक देवी होती. पण ही देवी तिच्या देव्हाऱ्यातून पायउतार होण्याच्या बेतात होती.

जेफ एव्हाना बागेमध्ये येऊन पोहोचला. सगळीकडचे वातावरण खरेच खूप सुंदर होते. तो नेहमी सकाळी कामाला जाताना चालतच जायचा. पण आज मात्र त्याला थोडा उशीर झाला होता, त्यामुळे त्याने १९ नंबरची बस पकडली.

जेव्हा तो आतमध्ये आला तेव्हा रीबेकाने त्याचे स्वागत केले. संग्रहालयाच्या दुसऱ्या मजल्यावर एकाच ऑफिसमध्ये दोघे जण काम करायचे. ऑफिस कसले, स्टोअररूमसारखी एक छोटीशी खोली होती ती. त्यामध्ये एक टेबल आणि दोन खुर्च्या होत्या. दोन खुर्च्या एकाशेजारी एक ठेवलेल्या होत्या.

रीबेकाने त्याचे स्वागत करून त्याच्या हातात गरमागरम आणि कडक कॉफीचा कप ठेवला. अशा प्रकारे बनवलेली कॉफी त्याला अतिशय आवडायची.

जेफने रीबेकाकडे पाहिले. तिने काळी तंग जीन्स आणि त्यावर गडद हिरव्या रंगाचा स्लीव्हलेस टॉप घातला होता. तिच्या गडद तपकिरी रंगाच्या केसांमुळे तो एकदम उठावदार दिसत होता. रीबेका आज सकाळी सकाळी खूप सुंदर आणि एखाद्या टवटवीत फुलाप्रमाणे दिसत होती. पण त्याबरोबर जेफच्या एक गोष्टही लक्षात आली आणि ती म्हणजे ती आज जरा उदास वाटत होती. ती थोडीशी नर्व्हस दिसत होती, तिचा खालचा ओठ अस्वस्थपणे चावत होती आणि त्याच्या नजरेला

नजर देणे टाळत होती.

"काय गं... काही विशेष?"

"काही नाही. सेल्टिक हस्तलिखितांच्या प्रती जतन करून ठेवणाऱ्या दोघांबरोबर आज मीटिंग ठरली आहे."

"मी सेल्टिक हस्तलिखितांबद्दल बोलत नाहीये रीबेका. मी विचारतोय तुला काय झालंय? काय चाललंय तुझ्या डोक्यामध्ये?"

रीबेकाने ऑफिसचे दार बंद केले आणि त्यावर थोडीशी झुकून ती म्हणाली, "मला तुला काहीतरी सांगायचंय; पण कसे सांगू तेच कळत नाहीये. मी सांगितल्यावर कदाचित तुला माझा राग येईल आणि तू माझ्याशी बोलणंही टाकून देशील."

जेफ गोंधळला. त्याला ती काय बोलतीये हे समजत नव्हते. "मला नाही राग येणार तुझा रीबेका. मी का बरं तुझ्यावर रागावू आणि तुझ्याशी बोलणं टाकू?"

"मला कळत नाहीये जेफ तुला कसं सांगावं. कदाचित मी भोचकपणा करतीये किंवा चहाड्या करतीये असं तुला वाटेल. पण जेफ मला तसलं काहीही करायचं नाहीये. पण मला... मला तुझी खूप काळजी वाटते. तुला जर अशा पद्धतीने कुणी फसवत असेल आणि तुझ्याशी खोटं वागत असेल तर मला ते खरंच नाही आवडणार."

जेफ अजूनच बुचकळ्यात पडला आणि खाली बसला. "ठीक आहे. आता तुला मला सर्व काही सांगावे लागेल. काय झालंय? आणि तू अशी कोड्यात का बोलते आहेस? इथे कुणी काही माझ्या मागे चहाड्या आणि लावालाव्या करतंय का? आणि असं असेल तर ते थांबलंच पाहिजे." काहीही झाले तरी तो तिथला एक कर्मचारी होता आणि वरच्या पोस्टवर होता. त्याच्या मनात आले की त्याच्याच सहकाऱ्यांपैकी कुणी काही खोटेपणा तर करत नाहीये ना!

"कोण आहे ती व्यक्ती रीबेका?" जेफने विचारले.

"ट्रेसी"

"काय?" जेफ उडालाच. "ट्रेसीचे काय?"

"तू मला मागच्या आठवड्यात सांगितलं होतंस की ट्रेसी त्या रात्री यॉर्कशायरला गेली आहे म्हणून, कुठल्या तरी सहलीसाठी..."

"बरोबर आहे. ती गेली होती."

"नाही. ती नव्हती गेली." रीबेकाचा चेहरा शरमेने लाल झाला होता. "मी तिला पाहिलं."

"तू तिला पाहिलंस म्हणजे काय? कुठे? आणि कधी?"

"लंडनला. म्हणजे खरंतर पिकॅडील्लीला. संध्याकाळची वेळ होती. तुला आठवतंय, त्या दिवशी माझ्या आईला भेटायचं म्हणून मी ऑफिसमधून थोडीशी

लवकर निघाले होते... तेव्हा मी ट्रेसीला एका रेस्टॉरंटमधून बाहेर पडताना पाहिलं. तिच्याबरोबर एक माणूस होता. त्या दोघांचे हास्यविनोद आणि बरंच काही चाललं होतं.''

जेफचा विश्वासच बसत नव्हता. ''नाही रीबेका. तुझा काहीतरी गैरसमज झालेला दिसतोय. ती कदाचित ट्रेसी नसून दुसरी कुणी तरी असेल. आणि तू लांबून पाहिलं असशील म्हणून तुला ती ट्रेसी वाटली असावी.''

''मी लांबून नाही पाहिलं जेफ. जवळून पाहिलं आहे मी तिला.'' रीबेका शांतपणे बोलत होती. तीही थोडीशी हादरली होती. ''माझा कोणताही गैरसमज झालेला नाहीये. मी तिला अगदी जवळून पाहिलं. ती ट्रेसीच होती. तिनं मला पाहिलं नाही. खरं तर ती कुणाला पाहण्याच्या मनःस्थितीतच नसावी; कारण तिच्याबरोबर असणाऱ्या त्या माणसाच्या ती जवळजवळ मिठीतच होती.''

जेफ ताडकन उठला. ''बरं झालं, की हे तू माझ्या कानावर घातलंस.'' स्मित हास्य करत तो म्हणाला. ''आणि मला तुझा अजिबात राग आलेला नाही, कारण मला माहीत आहे की तू मुद्दाम खोटे नाही सांगणार. पण मी तुला खात्रीने सांगतो की तुझी काही तरी गल्लत होतीये. मागच्या आठवड्यामध्ये ट्रेसी खरंच यॉर्कशायरलाच होती... बरं चल... मला हस्तलिखितांच्या दालनामध्ये गेलं पाहिजे. आधीच मला जवळजवळ वीस मिनिटे उशीर झालेला आहे.

रीबेका बाजूला सरकली आणि जेफ अगदी विश्वासाने दार लावून निघून गेला.

'शी... डॅम इट' रीबेका धुसपुसत होती.

पुढचे तीन आठवडे म्हणजे जेफसाठी अक्षरशः छळ होता. त्याला माहीत होते की त्याने घरी गेले पाहिजे आणि रीबेकाने जे काही सांगितले त्याविषयी ट्रेसीशी मोकळेपणाने बोलायला पाहिजे. म्हणजे याचा अर्थ असा नव्हता की त्याचा रीबेकावर पूर्ण विश्वास होता. त्याला सारखे वाटत होते की असे काहीच नसेल आणि रीबेकाचा काही तरी गैरसमज झाला असेल. ट्रेसी त्याला तसा विश्वास देऊ शकत होती. त्याला ट्रेसीकडून हा विश्वास हवाच होता. हा विश्वास मिळवण्याकरता तो आतुर झाला होता. त्याची अवस्था एका फुलासारखी झाली होती. जशी फुलाला पाणी आणि सूर्यप्रकाशाची नितांत गरज असते, अगदी तशीच जेफला ट्रेसीच्या विश्वासाची गरज होती. पण अजूनही तिला त्याविषयी विचारणे मात्र त्याच्याकडून होत नव्हते. जेव्हा जेव्हा तो विचारण्याचा प्रयत्न करे तेव्हा त्याच्या मनात लुइसचा विचार येई आणि मग तो विचारूच शकायचा नाही.

लुइस हॉलंडर अतिशय श्रीमंत बापाची मुलगी होती. तिचे वडील मध्य अमेरिकेच्या जवळ जवळ अर्ध्या भागाचे मालक होते. ही लुइस म्हणजे दुसरी तिसरी

कुणी नसून जेफ स्टीवन्सची पहिली बायको. त्यांच्या प्रेम प्रकरणामध्ये तिनेच पुढाकार घेतला होता. ती जेफच्या मागे लागली होती. आणि शेवटी जेफला तिचे प्रेम स्वीकारावे लागले. जेफ तिच्यावर मनापासून प्रेम करायचा. तिची श्रीमंती पाहूनही तो प्रेम करायचा. असेच तिच्याही प्रेमप्रकरणाविषयी बाहेरून बऱ्याच गोष्टी त्याच्या कानावर येऊ लागल्या होत्या. पहिल्यांदा त्या अफवा आहेत असे समजून त्याने त्याकडे कानाडोळा केला होता. पण लुइसचा तो मित्र एक नंबरचा खुनशी होता. त्याला या दोघांमध्ये बिब्बा घालायचा होता आणि त्यांचे वैवाहिक जीवन संपवायचे होते. पहिल्यांदा जेफला खरंच या अफवाच वाटल्या; पण एकेक गोष्टी जशा जशा समोर यायला लागल्या, तसे त्याला यावर विश्वास ठेवणे भागच पडले.

लुइसने जेफला धोका दिला. त्याच्या भावना पायदळी तुडवल्या. त्याच्या प्रेमाचा तिने असा अपमान केला. त्या दिवसांपासून त्याने शपथच घेतली होती की कोणत्याही मुलीमध्ये भावनिक पातळीवर गुंतायचे नाही. त्यानंतर तो ट्रेसी व्हिटनीला भेटला. ट्रेसीला भेटल्यावर त्याला वाटू लागले की लुइसवर आपण कधी मनापासून प्रेम केलेच नाही. ट्रेसी म्हणजे जेफचे सर्वस्व होती. त्याने आपली आई गमावली होती, त्यामुळे आईच्या प्रेमापासून तो वंचित होता. त्याने ज्या जोडीदाराचे स्वप्न पाहिले होते त्या प्रकारचा जोडीदार त्याला कधीच मिळाला नव्हता.

ट्रेसी माझ्याशी असे कधीच नाही वागणार. ती मला कधीच धोका देणार नाही.

ट्रेसी माझ्यावर प्रेम करते.

रीबेकाचा काहीतरी गैरसमज झालेला दिसतोय.

पण तरीही ट्रेसीमध्ये काहीतरी वेगळं असं हल्ली त्याला जाणवत होते. रीबेकाने सांगण्याच्या अगोदरपासून त्यालाही काहीतरी वेगळे जाणवले होते. त्याला हे काही महिन्यांपासूनच जाणवत होते. उशिरा येण्यामुळे ती रात्री जेवायची नाही, लोकांशी बाहेर होणाऱ्या गाठीभेटी याविषयीदेखील ती जेफला काहीही सांगायची नाही. जेफच्या अजून एक गोष्ट लक्षात आली होती आणि ती म्हणजे तिचा आज काल सेक्समधील रसदेखील निघून गेला होता.

रीबेकाने ट्रेसीबद्दल सांगून त्याला धक्का दिला होता, त्यानंतर दोन आठवड्यांनी शेवटी जेफने ट्रेसीसमोर यॉर्कशायरच्या तिच्या ट्रिपचा विषय काढला. त्या वेळेस ते दोघे बिछान्यात होते. ट्रेसी काही तरी वाचत बसली होती.

''ट्रेसी, तू दोन आठवड्यांपूर्वी जेव्हा यॉर्कशायरला गेली होतीस तेव्हा तिथे तुला एकटं एकटं नाही का वाटलं? म्हणजे... तू एकटी होतीस ना म्हणून विचारलं.'' जेफ म्हणाला.

''एकटं?'' ट्रेसीने एकदम आपल्या भुवया उंचावल्या. ''नाही रे, अजिबात नाही. मला कशाला एकटं एकटं वाटेल?''

"मला काय माहीत?" जेफ तिच्या जवळ आला आणि आपले दोन्ही हात तिच्या भोवती गुंफले. "नाही गं राणी, मला आपलं वाटलं की तुला माझी आठवण येत असावी."

"वेडाबिडा आहेस का तू? तो तर एक दिवसाचाच प्रश्न होता."

"पण मला मात्र तुझी खूप आठवण येत होती. त्याने त्याचा हात तिचा पाठीवर हळूहळू फिरवत खाली नेला. आणि तिच्या पँटीजच्या इलॅस्टीक मधून आत घातला. "मला अजूनही तू नसलीस की तुझी खूप आठवण येते."

"तुला नक्की काय म्हणायचंय?" ट्रेसी हसायला लागली. ट्रेसीने त्याचा हात अलगद बाजूला सरकवला. "मी तुझीच आहे आणि कायम तुझ्या जवळ आहे."

'खरंच आहेस का? कुणास ठाऊक!' जेफ मनात म्हणाला.

ट्रेसीने दिवा बंद केला.

खरे तर घरच्या चिंता सोडल्या तर त्याला म्युझियममधील काम खूप आवडत होते. आता त्याला रीबेका आणि ट्रेसी या दोघींचाही वीट आल्यासारखे झाले. जरी त्याने वरून दाखवले नसले तरी कुठे तरी मनाच्या कोपऱ्यामध्ये त्याला त्याच्या या सुंदर इंटर्नचा थोडा राग आला होता. रीबेका ट्रेसीच्या बाबतीत पूर्णपणे चुकीची होती. खरंच ती पूर्णपणे चुकीचीच होती. हो... चुकीचीच. पण तरीही तिने जेफच्या मनामध्ये संशयाचा एक किडा सोडला होता. तो संशय आता जेफच्या डोक्यातून जाणे अशक्य होते. रीबेकाने संशयाचे भूत त्याच्या डोक्यात घुसवून त्याला एकदम सैरभैर करून सोडले होते. त्यामुळे त्याला म्युझियममध्ये आणि घरीसुद्धा मोकळेपणाने वावरणे कठीण होऊन बसले होते. त्याची स्थिती खूप अवघडल्यासारखी झाली होती.

एक पावसाळी सकाळ होती. जेफ ऑफिसमध्ये आला तोच चिंब भिजून. त्याच्या अंगावरून पाणी निथळत होते. तो नेमकी त्याची छत्री विसरला होता आणि वाटेतून पुन्हा परत घरी जाऊन छत्री घेऊन येण्याइतका त्याच्याकडे वेळ नव्हता. तेव्हा तिथे रीबेका आपल्या वस्तूंची बांधाबांध करत होती.

"काय गं, काय करते आहेस?"

तिने आपले शेवटचे पुस्तक एका कार्ड बॉक्समध्ये ठेवले. रीबेकाने एक जाड कागदाचे पाकीट त्याच्या हातामध्ये ठेवले आणि उसने हसू चेहऱ्यावर आणून ती म्हणाली,

"फार काही नाही झालंय बॉस. तुझ्याबरोबर एवढे दिवस मी काम करत होते. खरंच खूप छान अनुभव होता. मला खूप मजा आली. पण आता आपण दोघं असं एकत्र काम नाही करू शकत."

"असं एकत्र काम नाही करू शकत म्हणजे? याचा अर्थ काय?" खरं तर तो

इतका चिडत नाही पण आत्ता त्याला खूप राग आला होता. "तू काय राजीनामा देत आहेस?"

"हो. मी सोडून चाललीये." रीबेका म्हणाली. "मला वाटतं की याला राजीनामा देणे असंच म्हणतात."

"का? का सोडते आहेस? माझ्यामुळे?" जेफला आता पहिल्यांदाच थोडे अपराध्यासारखे वाटत होते.

"नाही रे. तुझ्यामुळे नाही, जेफ." रीबेका म्हणाली. तिने तिचे हात त्याच्या मानेभोवती गुंफले आणि त्याच्या ओठांचे चुंबन घेतले. तिच्या या अशा पवित्र्याने जेफ गोंधळून गेला. ते दीर्घ चुंबन नव्हते पण खूप भावना होत्या त्यामध्ये. जेफला खूपच ओशाळल्यासारखे वाटले.

"हे पहा..." तो म्हणाला.

रीबेकाने आपले डोके हलवले. "प्लीज जेफ. नको काही बोलूस." तिने त्याच्या हातात एक नाव नसलेली डिस्क ठेवली. "मी गेल्यानंतर ही डिस्क पहा आणि जर का तुला माझ्याशी बोलायचे असेल तर माझा नंबर तुझ्याकडे आहेच."

जेफने ते पत्र आणि ती डिस्क घेतली आणि पुतळ्याप्रमाणे स्तंभित होऊन तो पाहत राहिला. सकाळी सकाळी नऊच्या सुमारास त्याला एवढा मोठा धक्का बसला होता. तो जेव्हा भानावर आला आणि रीबेकाला काही तरी सांगायचे असे त्याला वाटले तोपर्यंत ती निघून गेली होती.

मनाची खूप विचित्र अवस्था झाली होती. जेफला विलक्षण उदास वाटत होते. मानसिक थकवा आल्यासारखा वाटत होता. बाहेर अजूनही पाऊस कोसळत होता. त्याच्या खोलीच्या खिडकीला असलेल्या तावदानावर पावसाचे थेंब आपटत होते. कुणीतरी बंदुकीमधून गोळ्या मारतंय, असे त्याला भासत होते.

काय चाललंय काय हे माझ्या आयुष्यात? अतिशय खिन्नपणे जेफ विचार करत बसला होता. मला सारखे वाटतेय की माझ्यावर सतत हल्ले होत आहेत. सगळे जण नुसते धक्के देत आहेत. त्याने कॉम्प्युटर चालू केला आणि रीबेकाने दिलेली ती डिस्क त्यामध्ये घातली.

पुढच्या दहा मिनिटांत त्याने ते फुटेज जवळजवळ पाच वेळा तरी पाहिले. नंतर त्याने रीबेकाचे पत्र वाचले.

तो उभा राहिला पण त्याचे पाय कापत होते. त्याने ऑफिसचे दार उघडले आणि कॉरीडॉरमधून चालायला सुरुवात केली. काही क्षणातच त्याचा चालण्याचा वेग वाढला आणि नंतर तो जवळजवळ पळू लागला. तो एकेक पायरी गाळतच खाली धावत होता.

"तू रीबेका मॉर्टिमेरला पाहिलंय का?"

स्वागतकक्षातील ती मुलगी बुचकळ्यात पडली.

''मिस्टर स्टीवन्स, सगळे ठीक आहे ना? तुम्ही टेन्शनमध्ये दिसताय.''

''हो... रीबेका... म्हणजे तू रीबेकाला बाहेर जाताना पाहिलंयस का?'' जेफ घाईघाईने म्हणाला.

''हो. आपल्या स्टाफमधल्या काही जणांना ती निरोप देत होती, इथेच कॅफेमध्ये होती. पण ती आत्ताच गेली. मला वाटतं की ती त्या दिशेला गेली असावी.''

जेफने तिचे वाक्य पूर्ण होण्याचीदेखील वाट पाहिली नाही. तो पळत सुटला.

मेरिल्बोन हाय स्ट्रीट वरून ट्रेसी चालत निघाली होती. मुसळधार पाऊस कोसळत होता. तिच्या हातात एक स्टायलिश छत्री होती. मनामध्ये काही तरी ठरवले होते आणि हा मुसळधार पाऊसदेखील आज तिने जे ठरवले होते ते बदलू शकला नसता. दिवस खूप मोठा वाटत होता; पण तरीही प्रसन्न वाटत होते. ती कॅबसाठी तिथे थांबली.

बऱ्याच दिवसांपासून तिला खूप प्रसन्न वाटत होते. तिला इतके आनंदी आणि समाधानी वाटत होते की तिला समजत नव्हते की काय करावे. एक गोष्ट अशी होती की ज्याचे तिला खूप वाईट वाटत होते- बिच्चारा जेफ! ट्रेसीने जेव्हा तिचे बाळ गमावले त्या वेळेस जेफने तिचे दुःख समजून घेण्याचा आणि तिला सावरण्याचा खरोखर मनापासून प्रयत्न केला होता. पण त्यामुळे गोष्टी सुधारण्याऐवजी आणखीन बिघडतच चालल्या होत्या. आणि त्यामध्ये जेफची काही एक चूक नव्हती.

पण मग माझा तरी काय दोष होता? गोष्टी माझ्या तरी कुठे हातामध्ये होत्या? आणि माझ्या गरजांना मी थोपवू तर शकत नाही ना?

ॲलन समजू शकत होता. त्याच्या लक्षात आले होते. आणि तो ज्याप्रकारे समजून घेऊ शकत होता, तसे जेफ कधीच समजून घेऊ शकणार नाही.

ट्रेसी आज परत एकदा त्याला भेटली. तो आणि ती एका खोलीमध्ये एकत्र असले तरी आनंदी राहण्याकरता ट्रेसीला तेवढेही खूप होते. तिला आनंदी समाधानी ठेवण्याची त्याच्यात विलक्षण हातोटी होती. त्याने ट्रेसीला आयुष्याकडे सकारात्मकपणे बघायला शिकवले होते. तिच्यात एक आशा निर्माण केली होती आणि ही आशाच तिच्या आनंदाची गुरुकिल्ली होती. ट्रेसी या आशेचा किरण तिच्या आयुष्यात येण्याची वाट पाहत होती. परिस्थिती सुधारण्याचा ट्रेसीने प्रयत्न केला होता; पण लंडनला परतल्यापासून तिला आता वैवाहिक जीवनात अडकून पडल्यासारखे वाटत होते. ४५ इटॉन स्क्वेअर हे तिचे सुंदर घर आता तिला एखाद्या तुरुंगाप्रमाणे भासायला लागले होते.

बास झाले. आता नाही.

ट्रेसी आता तिच्या घरी निघाली होती. जेफशी बोलण्यासाठी. खरे तर ती त्या वेळी खूपच नर्व्हस झाली होती. पण तरीही तिला त्याला हे सांगायचे होते. तिच्या मनावर खूप ओझे ठेवून ती जगत होती. जेफला सांगून तिला ते ओझे हलके करायचे होते. अंगावरचे ओले कपडे काढून शॉवरखाली उभे राहून पाण्याबरोबर आपल्या वेदनाही वाहून जाव्यात, असा विचार तिच्या मनात आला आणि या विचारानेदेखील तिला खूप हलके वाटू लागले.

बास. आता काहीही गुपित ठेवायचे नाही.

आता नव्याने सुरुवात करण्याची वेळ आली आहे.

ट्रेसी घरी परत आली तेव्हा घरात अंधारच होता. जेफ काही सात-आठच्या आत घरी येत नसे. कधीकधी तर अजून उशीर होत असे आणि तो ट्रेसी घरात असण्याचीही अपेक्षा करत नसे. ट्रेसीला माहीत नसायचे की तिला किती वेळ लागेल म्हणून ती 'डिनर होते'असे काहीबाही सांगून वेळ मारून नेत असे.

'आता यानंतर खोटे नाही बोलायचे त्याच्याशी कधीच'- ट्रेसीने मनोमन ठरवले. पायऱ्या चढून वर जात असताना ती विचार करत होती. आजपासून प्रामाणिकपणाने आपले संबंध सुरू ठेवायचे.

असा विचार करतच तिने तिच्या बेडरूमचे दार उघडले आणि समोर जे काही होते ते पाहून ती अक्षरशः थिजून गेली. एकाएकी जणू काही काळ थांबलाय असे तिला भासले. ट्रेसीने जे पाहिले ते भयंकर होते. तिने जे डोळ्यांनी पाहिले, ते अजूनही तिचे मन मान्य करत नव्हते. बुद्धीला पटत होते; पण मन गोठून गेले होते. मी हे काय पाहत आहे? तिची बुद्धी तिला एक सांगत होती पण तिचे मन म्हणत होते की हे कसे शक्य आहे?

ती एकदम शांत आणि स्तब्ध होती. तिला वाटत होते की आपला श्वासदेखील थांबलाय. समोर जेफ होता. त्यालादेखील कळायला वेळ लागला की ट्रेसी त्याच्या समोर आहे. जेव्हा त्याला समजले आणि त्यांची नजरानजर झाली तेव्हा तो खोलीच्या एका खिडकीजवळ होता. आणि त्याच्या मिठीत रीबेका होती.

त्या दोघांच्या अंगावर कपडे होते; पण रीबेकाच्या शर्टाची बटने उघडी होती. जेफचा हात तिच्या पाठीवर होता आणि तो अतिशय आवेगाने तिची चुंबने घेत होता. जेफने ट्रेसीला पाहिले आणि तो रीबेकापासून एकदम बाजूला झाला. तसे रीबेकाने पुन्हा त्याला आपल्याजवळ खेचले, एखादा बुडणारा माणूस जसा दुसऱ्याला एकदम घट्ट धरून ओढतो तसे.

त्यातही ट्रेसीच्या डोक्यात पहिला मूर्ख विचार आला आणि तो म्हणजे

रीबेकाची फिगर खूपच छान होती. तिने अतिशय तंग जीन्स घातली होती. आणि त्यामुळे ती काढायला जेफला खूप कष्ट पडणार होते. त्यांच्या दोघांचा तो शृंगार एखाद्या हॉट फिल्मसारखाच चालला होता किंवा एखाद्या कादंबरीत शृंगाराचे वर्णन करतात तसा शृंगार चालला होता. आणि ट्रेसी जणू अलिप्त राहून सर्व पाहत आहे. हे खरे नाहीये. हे खरे असूच शकत नाही.

खरा जेफ... माझा जेफ... माझ्याशी असा वागूच शकत नाही.

इतका वेळ रीबेकाची ट्रेसीकडे पाठ होती. तिने मागे वळून पाहिले आणि ट्रेसी एकदम स्वप्नातून जागी झाल्याप्रमाणे भानावर आली आणि तिच्या डोळ्यांसमोर एक भयंकर सत्य होते.

''जेफ... तू...'' ट्रेसीच्या तोंडून शब्द फुटत नव्हता. एकदम उद्ध्वस्त झाल्याप्रमाणे ती उभी होती.

''तू असं कसं करू शकतोस? हे काय चाललंय?''

आपले केस व्यवस्थित करून जेफ आपल्या बायकोच्या दिशेने आला. अतिशय शांत आणि शक्य तेवढे नॉर्मल राहायचा प्रयत्न तो करत होता. त्याच्या चेहऱ्यावर, ओठावर आणि मानेवर लिपस्टिकचे डाग होते.

''तू पहिल्यांदा सुरुवात केली आहेस ट्रेसी.''

''मी?... मी?... काय? मी काय केलं?'' भीत भीत आणि मध्ये थांबत थांबत ट्रेसीने विचारले. जेफ आपल्या बेडरूममध्ये दुसऱ्या बाईबरोबर तू आहेस.''

''हो. कारण तुझेसुद्धा तुझ्या त्या डॉक्टरबरोबर कित्येक दिवसांपासून प्रेम प्रकरण चालू आहे.''

ट्रेसीने पहिल्यांदा त्याच्याकडे गोंधळून पाहिले आणि नंतर तिचा संताप झाला.

''आता नाकारूच शकत नाहीस तू, समजलं?'' जेफ ट्रेसीवर जोरात ओरडला. ''तू मला हे करायला भाग पाडलंस. समजलं?'' जणू काही आपल्या या सहकारी मैत्रिणीबरोबर असे संबंध ठेवणे त्याला गैर वाटत नव्हते.

''कधीपासून चालू आहे हे?''

''काय चालू आहे जेफ? काहीच चालू नाहीये. समजलं?''

ट्रेसी उपहासाने हसली. ते हास्य खूप भेसूर होते. आनंदाचा लवलेशही नसलेले एक भेसूर हास्य. हे होऊच शकत नाही. ती रीबेकाकडे थेट पाहत नव्हती; पण डोळ्यांच्या कडांमधून ती तिला न्याहाळत होती, तेव्हा ट्रेसीला त्या सुंदर तरुणीच्या चेहऱ्यावर विजयाची चमक दिसली. ट्रेसीने आपला संताप आतल्या आत दाबला, ती वळली आणि तिथून निघून गेली.

''ट्रेसी... थांब ट्रेसी.''

जेफने कसेबसे पायात बूट घातले. त्याला बाहेरील दार जोरात आपटल्याचा

आवाज आला. तो पटकन खाली धावला, तिचा पाठलाग करत बाहेर रस्त्यावर आला. बाहेर अजूनही पाऊस पडतच होता. बाहेरील पदपथ पावसामुळे निसरडे झाले होते, त्यामुळे त्याचे पाय सटकत होते.

"ट्रेसी प्लीज. ऐक माझे." असे म्हणून त्याने तिचा दंड ओढला. ट्रेसीने आपला हात सोडवून घेण्यासाठी धडपड केली; पण ती तिचा हात नाही सोडवू शकली.

"तू समजून घे ना! मला मान्य आहे की मी रीबेकाची चुंबनं घेत होतो आणि हे बरोबर नाही केलेले मी."

"चुंबनं? फक्त चुंबनं? अरे तुम्ही तर त्याहीपेक्षा अजून काही करण्याच्या बेतात होतात जेफ. आपल्या बेडरूममध्ये होतात आणि समजा मी आलेच नसते तर काय काय केलं असतं तुम्ही."

"काय? काय केलं असतं? सांग ना. झोपलो असतो आम्ही? हो ना. तेच तूदेखील डॉक्टर ॲलन मॅकब्राइडसोबत करत आहेस ना?"

"वेड लागलंय तुला जेफ. वाट्टेल ते बरळतो आहेस तू."

"खोटारडी आहेस तू ट्रेसी." जेफच्या डोळ्यांतून अश्रू वाहू लागले. "मी फुटेज पाहिले आहे ते ट्रेसी. माझ्या स्वतःच्या डोळ्यांनी पाहिले आहे मी."

"कसले फुटेज? काय बोलतो आहेस तू जेफ?"

"तू... तू त्या माणसाबरोबर बर्कली हॉटेलमधून बाहेर पडत असतानाचे फुटेज. तो हरामखोर. तुम्ही दोघे. एकमेकांच्या प्रेमात बुडालेले होतात. मध्यरात्री दोन वाजता बाहेर रस्त्यावर एकमेकांची चुंबनं घेत होतात तुम्ही. त्याच दिवशी ज्या दिवशी तू यॉर्कशायरला जाणार आहेस असं मला सांगितलं होतंस. खोटं बोललीस तू माझ्याशी ट्रेसी. माझ्या अफेअरबद्दल बोलण्याचा तुला कोणताही अधिकार पोचत नाही ट्रेसी."

ट्रेसीने आपले डोळे घट्ट मिटून घेतले. आपल्याला आता वेड लागणार आहे असे तिला वाटत होते. पण नंतर तिला एकदम आठवले की खोट्याचे खरे करण्यासाठी आणि माणसाच्या मनातले सत्य बाहेर काढण्याकरता जेफ हा मार्ग कायमच वापरे. ती त्याची खासीयत होती.

पण मी त्याला भुलणार नाही. ट्रेसीने मनोमन विचार केला. मी काही इतरांसारखी मूर्ख नाहीये. माझ्याबद्दल नाही हे सगळे तुझ्याबद्दल आहे. तू आणि ती दीड शहाणी मुलगी.

"मला नाही माहीत की तू काय पाहिलंस," ट्रेसी म्हणाली. पण मागील चार वर्षांपासून मी फक्त एका माणसाबरोबर प्रामाणिक आहे आणि तो म्हणजे तू, जेफ. माझे कुणाही सोबत असले कुठले संबंध नाहीत."

''खोटं आहे ट्रेसी. खोटं बोलत आहेस तू. तू आणि तो डॉक्टर...''

आता मात्र ट्रेसीसुद्धा संतापली. ''त्याचं नावसुद्धा घेऊ नकोस. तुझ्या तोंडात शोभत नाही त्याचं नाव. खूप उमदा माणूस आहे तो. तुझ्यासारखा फालतू नाहीये. जा तुझ्या त्या दीड शहाण्या मैत्रिणीकडे जा. निघ.''

एक जोराचा हिसका देऊन तिने आपला हात त्याच्या हातातून सोडवला आणि ती निघून गेली.

कित्येक तास उलटून गेले असतील. पाऊस अजूनही पडत होता. ट्रेसी कुठे चालली होती आणि का चालली होती हे तिचे तिलाच ठाऊक नव्हते. लवकरच अंधार पडला. चालत चालत ती गुंथर राहायचा त्या रस्त्यावर येऊन पोहोचली. लाल विटांच्या त्याच्या विलोभनीय घराकडे ती पाहत होती. त्याचे घर त्याच्या माउंट स्ट्रीट अँटीक शॉपच्या कोपऱ्यावरच होते. त्याचे 'माय फेअर' हे घर म्हणजे ट्रेसीसाठी एक सुरक्षित ठिकाण होते. तिला तिथे खूप शांती मिळत असे. त्याच्या घरामध्येच जेफ आणि ट्रेसीने कित्येक तास घालवले होते. इथेच त्यांची खलबते चालायची, दारू पार्ट्यादेखील होत होत्या.

मी आणि जेफ

तळमजल्यावरील दिवे चालू होते. बहुतेक गुंथर त्याच्या स्टडीमध्ये होता. तिथे त्याचे राजकारणावरील किंवा एखाद्या आर्टवरचे पुस्तक वाचणे चालू असावे. जेफ त्याच्याविषयी बोलताना म्हणत असे की गुंथर म्हणजे जगातला सर्वांत सुशिक्षित भामटा होता.

जेफ... परत जेफ... सतत जेफ येतोय माझ्या विचारात. जातच नाहीये मनातून.

पूर्ण संध्याकाळ पहिल्यांदाच तिने अशी संपूर्ण रडून काढली होती. आपल्या अश्रूंना तिने मोकळी वाट करून दिली होती. जेफच्या मिठीत ती नालायक बाई... ते चित्र तिच्या डोळ्यांसमोरून जाणे अशक्य होते. आमच्या बेडरूममध्ये होते दोघे जण. त्यांचा शृंगार अगदी सुरू होणार होता. मला खात्री आहे त्याने पुढचेही सगळे तिच्याबरोबर केलेच असते. आणि माझी खात्री आहे की हे त्याने यापूर्वीही कित्येक वेळा तिच्या बरोबर केले असणार. तिचा इतका संताप होत होता की तिला रीबेकाचे डोळे हाताने खोबणीतून ओढून काढावेसे वाटत होते. मी बाकीच्या बायकांसारखी नाहीये. रीबेकाला दोष देण्यात काय अर्थ आहे म्हणा. आपलेच नाणे खोटे आहे. लग्नाच्या वेळच्या सर्व आणाभाका जेफच विसरला आहे तर तिला दोष देण्यात काय अर्थ? तोच खोटारडा आहे.

हे विचार चालू असताना ट्रेसीचा आतला आवाज तिला हळूच सांगत होता की

'तो खोटारडा आहे पण तू काय केलेस? तू सुद्धा त्याच्याशी खोटेच बोलत आली आहेस.' पण ट्रेसीने तो विचार झटकला.

(राग आवर.) तिने स्वतःला बजावले. स्वतःवर ताबा ठेव.

तिला गुंथरच्या घरी जायचे नव्हते. ती घरीही परत जाऊ शकत नव्हती. मॅकब्राइडच्या घरी जावे का, असाही एक विचार तिच्या मनात क्षणभर आला. त्याच्या सहवासात तिला खूप बरे वाटायचे हे खरे; पण ती त्याच्याकडेही जाऊ शकत नव्हती. शेवटी त्यालाही त्याचे कुटुंब होते आणि त्याचे स्वतःचे आयुष्य होते. आणि तिला अजून काही समस्या निर्माण करायच्या नव्हत्या.

'मी माझी समर्थ आहे,' ट्रेसी मनाशीच म्हणाली. 'मला कोणाची गरज नाहीये.' आणि तिने मॅकब्राइडच्या घरी जायचा विचार मनातून झटकला.

आता मी एकटी आहे. ट्रेसीने विचार केला. मग आपला हात नुकत्याच पुढे येऊ पाहणाऱ्या पोटावरून मायेने फिरवत ती म्हणाली,

''काळजी करू नकोस बाळा,'' ती मोठ्यांदा बोलली. ''आता आपणच आहोत एकमेकांसाठी, आपल्यासाठी आता कुणीही नाही. पण तू काळजी करू नको. तुझी आई घेईल काळजी. तुझी आई हमेशा तुझी काळजी घेईल.''

दुसऱ्या दिवशी सकाळी जेफ उठला तेव्हा त्याचे सर्व अंग ठणकत होते, जणू काही कोणत्या तरी मोठ्या ट्रकने त्याला धडक मारलीय.

ट्रेसी गेल्यानंतर लगेचच रीबेका पण निघून गेली.

''तुला वाटत असेल तर मी राहते इथे'' ती मोठ्या आशेने जेफला म्हणाली.

''नको. तू जा तुझ्या घरी.'' जेफ म्हणाला. ''आणि हो... उद्यापासून तू परत कामावर रुजू हो. जर संग्रहालयातील नोकरी सोडायचीच असेल तर ती तू नाही, मी सोडेन.''

तिने आत्ता तरी मुकाट्याने जेफचे ऐकले. जेफला कल्पना होती की आपल्याला बऱ्याच गोष्टींचा गुंता सोडवायचा आहे. पण एक प्रश्न एका वेळी घेतला पाहिजे. सगळे एकदम नकोत.

त्याने ट्रेसीच्या मोबाइलवर तिला कॉल करण्याचा प्रयत्न केला; पण तो बंद होता आणि हे स्वाभाविकच होते. तिचा फोन बंद म्हणून तिच्या जुन्या मित्र-मैत्रिणींना आणि इतर ओळखीपाळखीच्या लोकांनाही फोन लावायचा प्रयत्न केला. जवळजवळ बारा तास उलटून गेले तरी त्याला ट्रेसीबद्दल काही कळले नव्हते. तिचा कुणाशीच संपर्क झालेला नव्हता. जेफने गुंथरलादेखील विचारले; पण त्यालादेखील तिच्याविषयी काहीच माहीत नव्हते.

''मला खूप काळजी वाटायला लागलीय.'' जेफ म्हणाला. इटॉन स्क्वेअरमध्ये झोपायची त्याला भीती वाटायला लागली होती. ट्रेसी इतक्यात घरी परतण्याची

काहीही शक्यता दिसत नव्हती आणि त्यामुळे त्यांची बेडरूम म्हणजे एखाद्या गुन्ह्याचे ठिकाण बनले होते जणू. तो गुंथरकडे आला होता. त्याच्या मनात हाही विचार आला होता की ट्रेसी गुंथरकडे येण्याची शक्यता होती आणि कदाचित गुंथर मग आपले भांडण मिटवण्यास मदत करेल.

''तिच्या बाबतीत काही अनर्थ तर घडणार नाही ना?''

''काही होणार नाही. ट्रेसीला तिची स्वतःची चांगली काळजी घेता येते.'' गुंथर म्हणाला. ''आणि अनर्थाचे म्हणशील तर तो तर आधीच होऊन गेलाय. जेव्हा ट्रेसीने तिच्या नवऱ्याला दुसऱ्या बाईबरोबर बेडमध्ये पाहिले तेव्हाच घडलाय, अनर्थ जेफ.''

''आम्ही बेडमध्ये नव्हतो गुंथर.''

''पण जवळजवळ तसेच होते ना? आणि काय रे, ही हलकट आणि चवचाल कार्टी आहे तरी कोण?''

''ती हलकटही नाही आणि चवचालदेखील नाही गुंथर,'' जेफ म्हणाला. ''तिचं नाव रीबेका आहे. आणि मुळात तिचा इथे काही संबंधच नाहीये.''

ते ऐकून गुंथरने भुवया उंचावल्या. ''अच्छा! म्हणजे तुला असं म्हणायचं आहे का की ट्रेसी उगाचच निघून गेली?''

''अरे यार गुंथर, तूसुद्धा? मी तुला सांगितलंय की माझं नाही तर ट्रेसीचंच बाहेर लफडं चालू होतं.''

''बरं.'' गुंथरचा सूर तीव्र नापसंतीचा होता. ''तू म्हणालास खरं.''

ट्रेसी जेफला फसवू शकेल या गोष्टीवर विश्वास ठेवणे गुंथरला खूप अवघड वाटले. त्याचे मन या गोष्टीला मानायलाच तयार नव्हते. गुंथर म्हातारा होता आणि त्यामुळे अनुभवीदेखील होता. त्याला माहीत होते की माणसाचा पाय घसरू शकतो... कुणाचाही घसरू शकतो. ट्रेसी आणि जेफ यांच्यासारखे सराईत बदमाश असतात त्यांच्या बाबतीत तर असली प्रकरणे घडण्याच्या शक्यता जास्त असतात. आणि गेल्या काही दिवसांपासून तर ती नैराश्याने ग्रासली होती.

''ती गेले महिनाभर माझ्याशी खोटं बोलतीये,'' जेफ म्हणाला. ''आणि काल मी माझ्या स्वतःच्या डोळ्यांनी पुरावा पाहिला. एका व्हिडीओमध्ये मी तिची सगळी थेरं माझ्या डोळ्यांनी पाहिली आहेत. सीसीटीव्हीचे फुटेज पाहिले आहेत मी गुंथर. मी काही हे उगाचच बोलत नाहीये. मी ते सत्य पाहिल्यानंतरच सैरभैर झालो आणि त्याभरात रीबेकाला मी जवळ केले.''

''मला एक खरं खरं सांग, जेफ. तू रीबेकाबरोबर यापूर्वी कधीच शारीरिक संबंध ठेवलेले नाहीयेस?''

''कधीच नाही. मला कदाचित मोह झालाही असेल.'' जेफने कबूल केले.

"पण मी कधीच तिच्याबरोबर झोपलेलो नाही."

"आणि जर समजा ट्रेसी त्यादिवशी तिथे आलीच नसती तर तू तिच्याबरोबर सेक्स केला असतास?"

"कदाचित केलाही असता." जेफ म्हणाला. "हो, केला असता. कारण ट्रेसीने मला खूप दुखावले आहे. पण आता या गोष्टींचा विचार करायची ही वेळ नाहीये. ट्रेसी तर निघून गेलीय." सैरभैर अवस्थेमध्ये तो अस्वस्थपणे आपल्या काळ्या घनदाट केसांतून हात फिरवत होता. सगळंच विचित्र घडतंय.

"आणि तुला असं वाटतंय की ट्रेसीचे त्या डॉक्टरसोबत असे काही अनैतिक संबंध असतील?"

"हो मला वाटतंय तसं." जेफ थोडासा कठोरपणे म्हणाला.

"पण तुला तिनं अजूनही परत यावं असं वाटतंय?"

"हो, प्रश्नच नाही. ती बायको आहे माझी आणि मी प्रेम करतो तिच्यावर. मला ही खात्री आहे की काहीही असलं तरी तीही माझ्यावर तितकंच प्रेम करते. या बाळाच्या प्रकरणाने आमच्यामध्ये थोडासा दुरावा आला होता."

"बरं बरं..." गुंथरने स्मितहास्य केले. "असे असेल तर तू तिला शोधू शकशील. हे बघ शांत राहा. पॅनिक होऊ नकोस. ट्रेसी येईल, नको काळजी करूस."

पण ट्रेसी परत आली नाही. त्या दिवशी पण नाही. तो पूर्ण आठवडाही नाही आणि त्यानंतरचा आठवडादेखील ट्रेसी आलीच नाही.

जेफने म्युझियममधून रजा घेतली. ट्रेसीचे संबंधित, मित्रपरिवार, नातेवाईक जिथे कुठे म्हणून जाता येईल तिथे जाऊन तो ट्रेसीचा शोध घेत होता. त्यांच्या पूर्वीच्या आयुष्यामध्ये ज्यांच्या कोणाशी त्यांचे कामाच्या निमित्ताने संबंध आले होते, त्या सगळ्यांकडे त्याने चौकशी केली. तुरुंगातील चॅरिटीमध्ये असलेल्या स्टाफला त्याने विचारले. त्याने अक्षरशः सगळी ठिकाणे पिंजून काढली.

जेफ असहाय झाला होता. त्याला कळत नव्हते काय करावे.

"मी जर तिला कुठे पाहिलं असतं तर मी नक्की तुला सांगितलं असतं, खरंच!" कॅरेन नावाच्या इसेक्समधील एका सोनेरी केसाच्या मदिराक्षीलाही खरं वाटत नव्हतं की जेफसारख्या माणसाला एखादी बाई सोडून जाऊ शकते. अगदी ट्रेसीसारखी एखादी सुंदरी जरी असली तरी तिलासुद्धा याहून चांगला कुणी मिळेल का?

सरते शेवटी जेफचा तोल सुटला. आणि तो ७७ हार्ले स्ट्रीटवर येऊन धडकला.

"मला ॲलन मॅकब्राइडला भेटायचं आहे. नालायक हलकट नीच माणूस. त्याने माझ्या बायकोला फूस लावून तिच्याशी संबंध ठेवले."

तो मॅकब्राइडच्या क्लिनिकमध्ये पोहोचला तेव्हा तिथे बऱ्याच स्त्रिया वेटिंग रूममध्ये बसल्या होत्या. त्यातल्या बऱ्याच जणी चाळिशीतल्या होत्या. तरीसुद्धा मुले होण्याची ट्रिटमेंट करण्याकरता आल्या होत्या. जेफच्या त्या अवताराकडे पाहून त्यांनाही धक्का बसला आणि त्या त्याच्याकडे विस्फारलेल्या नजरेने पाहू लागल्या.

तो तडक रिसेप्शनिस्टच्या डेस्कपाशी गेला.

"डॉक्टर ॲलन मॅकब्राइड आणि माझी बायको यांचं अफेअर होतं आणि आता माझी बायको गायब आहे. मला जाणून घ्यायचंय की मॅकब्राइडला यातलं काय माहितीय."

"सर. शांत व्हा. मला वाटतं की तुम्ही अपसेट आहात."

"हो... फार हुशार दिसताय तुम्ही."

"ॲलन मॅकब्राइड आत्ता..."

"काय? बिझी आहेत. असंच ना? हो आता ते बिझी असणारच."

त्या रिसेप्शनिस्टने त्याला अडवण्याचा प्रयत्न केला पण तिला भीक न घालता तो थेट डॉक्टरांच्या केबिनमध्ये घुसला.

त्यांच्या खोलीमध्ये कुणीच नव्हते असे त्याला पहिल्यांदा वाटले; पण नंतर त्याने एका बाईचा आणि एका पुरुषाचा आवाज ऐकला. चेकिंग टेबलच्या भोवती एक हिरव्या रंगाचा पडदा होता. जेफ धाडधाड पावले टाकत पडद्यामागे गेला. तिथे अचानक त्याच्या दृष्टीस एकापाठोपाठ एक अशा तीन गोष्टी पडल्या.

पहिले म्हणजे स्त्रीची योनी.

दुसरे म्हणजे तिचा चेहरा. जेफला पाहून ती उशीवरून एकदम उठून बसली. तिला आधी आश्चर्य वाटले आणि नंतर खूप ओशाळल्यासारखे झाले.

आणि तिसरी गोष्ट म्हणजे ते डॉक्टर.

त्या डॉक्टरांचे वय साधारणपणे ६५वर्षांच्या आसपास असावे. ते धिप्पाड शरीरयष्टीचे होते. बहुदा पर्शियन असावेत. थोडेसे घुमे वाटत होते. आणि सगळ्यात महत्त्वाचे म्हणजे ते डॉक्टर ॲलन मॅकब्राइड नव्हते.

"ओह. आय एम सॉरी." एकदम मृदू स्वरात तो म्हणाला. मला वाटतं मी चुकीच्या खोलीमध्ये आलो आहे."

तो पटकन तिथून बाहेर पडला आणि पुन्हा रिसेप्शन डेस्कपाशी आला.

"मी तुम्हाला मघाशी तेच सांगण्याचा प्रयत्न करत होते की डॉक्टर ॲलन मॅकब्राइड नाहीयेत. ते सुट्टीवर आहेत."

"कुठे गेलेत ते सुट्टीसाठी?"

"हे बघा त्याच्याशी तुमचा काही एक संबंध नाहीये. तुम्हाला काय करायचं आहे?"

"कुठे गेलेत?" जेफ तिच्या अंगावर जोरात ओरडला.

जेफच्या या पावित्र्यामुळे ती मुलगी एकदम गोंधळून आणि घाबरून गेली. "मोरोक्कोला गेले आहेत त्यांच्या कुटुंबासोबत."

अच्छा, म्हणजे त्यांचे लग्न झालंय तर. नालायक. बदमाश.

"कधी येणार आहेत ते?"

त्या रिसेप्शनिस्टने परत थोडेसे धाडस दाखवले आणि ती जेफला म्हणाली, "तुम्ही आता इथून निघून जा. हा डॉक्टरांचा दवाखाना आहे. आणि तुम्ही तुमच्या या अशा वागण्याने पेशंटला त्रास देत आहात."

"ठीक आहे. आत्ता जातोय मी, पण तुमच्या ॲलन मॅकब्राइडला सांग की मी त्यांना पुन्हा भेटायला येतोय."

क्लिनिकच्या बाहेर पडल्यावर हार्ले स्ट्रीटवरून जेफ सैरभैर होऊन चालत होता. 'ट्रेसी, तू कुठे आहेस? प्लीज, असं नको करूस गं.' त्याने नेहमीप्रमाणे इटॉन स्ट्रीटला जाण्याकरता कॅब घेतली, न जाणो, ट्रेसी घरी परतली असेल तर... जेव्हा तो घरी पोहोचला तेव्हा त्याने एका बाईला घरासमोरच्या बागेतल्या गुलाबाच्या रोपांवर झुकलेले बघितले. त्याचे हृदय भरून आले. क्षणभर त्याला वाटले की ती ट्रेसीच आहे. पण जसा तो जवळ गेला त्याच्या लक्षात आले की ती ट्रेसी नाही.

"मी तुम्हाला काही मदत करू का?"

त्या बाईने एकदम मागे वळून पाहिले. ती चाळीस-पंचेचाळीस वर्षांची असावी. केस सोनेरी रंगाचे होते आणि चेहऱ्यावर मेकअप होता. तिच्या केसांची ठेवण साधारण ट्रेसीसारखीच होती. टीव्हीवर बातम्या देणाऱ्या स्त्रियांच्या केसांची जशी ठेवण आणि स्टाइल असते तशी.

"कोण आहात तुम्ही?" तिने थोडे तिरसटपणे विचारले.

"मी जेफ स्टीवन्स. हे माझे घर आहे. आपण कोण आहात?"

त्या स्त्रीने त्याच्या हातात आपले व्हिजिटिंग कार्ड दिले. त्यावर लिहिले होते. हेलन फ्लिट, पार्टनर फॉक्सटन.

"तुम्ही इस्टेट एजंट आहात तर."

"हो. बरोबर आहे. मिसेस ट्रेसी स्टीवन्सने मला या प्रॉपर्टीचा व्यवहार करायला सांगितला आहे. मला वाटलं की या जागेची ती एकटीच मालकीण आहे. हे खरं नाहीये का?"

"नाही. खरंच आहे ते." त्याचे हृदय जोरजोरात धडधडत होते. "हे घर ट्रेसीच्याच नावावर आहे. तुमची हरकत नसेल तर मी तुम्हाला विचारू शकतो का

की तिने तुम्हाला या घराचा व्यवहार करण्याविषयी कधी सांगितलं?''

''आजच सकाळी.'' हेलेन फ्लिटने घाईघाईत आपल्या हँडबॅगमधून घराची किल्ली काढली आणि बाहेरच्या मुख्य दाराचे कुलूप उघडले. आता जेफला समजले होते की तो त्या घराचा को-ओनरदेखील नव्हता. आणि ट्रेसीसाठी त्रासदायकही बनला होता.

''तुम्ही तिला पाहिलंत का?'' जेफने विचारले. ''प्रत्यक्ष?''

त्याच्याकडे दुर्लक्ष करून ती आतमध्ये गेली. किचनमध्ये जाऊन तिने सगळी माहिती घ्यायला सुरुवात केली. जेफ तिच्या मागोमाग गेला.

''मी तुम्हाला काही तरी विचारलंय.'' तिच्या हाताला पकडून तिला थांबवत तो म्हणाला. ''माझी बायको तुमच्या ऑफिसमध्ये आज सकाळी आली होती का?''

हेलन फ्लिटने त्याच्याकडे नापसंतीने आणि वैतागून पाहिले. ''हे पहा, मला माझे काम करू द्या. तुम्ही जर का मला त्रास दिलात तर मला पोलिसांना बोलवावे लागेल.''

''मला माफ करा,'' जेफचा सूर एकदम नरमाईचा होता. ''मी तुम्हाला विचारतोय कारण मागच्या दोन महिन्यांपासून माझी बायको बेपत्ता आहे. आणि मला तिची खूप चिंता वाटते आहे.''

''ठीक आहे ना. पण ही तुमची खासगी बाब आहे. त्याच्याशी मला घेण-देणं नाही. पण तुम्हाला तुमच्या प्रश्नाचं उत्तरच हवं असेल तर ऐका. तुमच्या बायकोने मला फोन वरून सर्व सूचना दिल्या आहेत. आम्ही काही भेटलेलो नाही.''

''तिनं सांगितले का की ती कुठून बोलतीये ते?'' जेफने विचारले.

''नाही.''

''तिने तुम्हाला तिचा नंबर तरी दिला आहे का?''

''नाही. माझ्याकडे फक्त त्यांचा इ-मेल ॲड्रेस आहे. आणि त्यांनी मला सांगितलं आहे की त्या मला संपर्क करतील.'' दुसऱ्या एका कार्डच्या मागे तिने काही तरी खरडले. ''तुम्हाला हवी ती माहिती मिळाली ना? मग आता मी जाऊ का? मला खूप उशीर होतोय.''

जेफने त्या कार्डकडे पाहिले. कुणीतरी आपल्या मनावर ओरखडे ओढतेय, असे त्याला वाटत होते. तो हॉटमेलचा मेल आय डी होता. पण त्याला ट्रेस करणे अशक्य होते.

''जर माझ्या बायकोने तुम्हाला परत फोन केला तर तुम्ही तिला प्लीज सांगाल का की मला संपर्क कर म्हणून? खूप महत्त्वाचं आहे हो.'' जेफ अगदी काकुळतीला आला होता.

पण त्या इस्टेट एजंटने त्याच्याकडे असा कटाक्ष टाकला की जणू ती नजरेनेच

त्याला सांगत होती की मी नाही सांगणार.

जेफ पुन्हा गुंथरकडे गेला.

"चला. म्हणजे तुला आता एवढं तर समजले की ती जिवंत आहे आणि व्यवस्थित आहे." गुंथर जेफला दिलासा देण्याचा प्रयत्न करत होता.

"हो. जिवंत आहे. व्यवस्थित आहे आणि ती घरही विकतेय." जेफ म्हणाला. "ती आमचे सहजीवन उद्ध्वस्त करायला निघाली आहे गुंथर. आणि मला याची कल्पनाही न देता. हे ती बरोबर करत नाहीये. जिला मी ओळखतो ती ही ट्रेसी असूच शकत नाही."

"मला असा वाटतंय की तिने खूप मनाला लावून घेतलं आहे आणि ती अजूनही ते विसरू शकलेली नाहीये."

"मलासुद्धा तसंच वाटतंय."

जेफ रडायला लागला. त्याचे ते अश्रू पाहून गुंथरच्या काळजातदेखील कालवाकालव झाली.

"मला तिला शोधलंच पाहिजे." शेवटी तो निर्धाराने म्हणाला. "मला शोधलंच पाहिजे तिला गुंथर. मला वाटतं की हे काहीतरी वेगळंच प्रकरण आहे."

रीबेकाची झोपायची तयारी चालली होती तोच अचानक तिच्या दाराची बेल वाजली.

"कोण आहे?"

बाहेरून जेफचा आवाज आला तशी ती धावतच दारापाशी गेली आणि दार उघडले.

"जेफ! व्हॉट अ प्लेझंट सरप्राइज!" जेफला पाहून रीबेकाला आश्चर्याचा धक्का बसला.

"सॉरी रीबेका. मी एवढ्या रात्री उशिरा येऊन तुला त्रास देतोय. पण खरंच खूप महत्त्वाचे आहे. मी आत येऊ का?"

"प्रश्नच नाही. ये ना."

तो तिच्या मागे तिच्या घरामध्ये आला. हॉलमध्ये अर्धवट प्यायलेला कॉफीचा मग होता आणि सेल्टीक हस्तलिखितांचे एक पुस्तक होते. रीबेका नुकतीच शॉवर घेऊन आली होती. तिचे केस ओले होते. तिने नाइट शर्ट घातला होता. ती जेव्हा सोफ्यावर बसली तेव्हा तिच्या सुंदर आणि आकर्षक मांड्या दिसत होत्या. पण जेफने त्याकडे दुर्लक्ष केले.

"रीबेका, तू मला जी डिस्क दिली होतीस, त्यामध्ये जे फुटेज होतं ते तू कुठून घेतलं होतंस?"

रीबेका काही वेळ काहीच बोलली नाही. आणि नंतर त्याला विचारले,

"का? त्यानं काही फरक पडणार आहे का?"

"हो. मला खूप फरक पडणार आहे."

ती थोडीशी अडखळली. "मी तुला ते नाही सांगू शकणार जेफ."

"का नाही?"

"नाही. मला माझ्या मित्राचा विश्वासघात नाही करायचा. आणि तुला माझ्यावर विश्वास ठेवावा लागेल जेफ."

"बरं, पण तुझ्याकडे त्याची दुसरी कॉपी आहे का?" जेफने विचारले.

रीबेका बुचकळ्यात पडली. "हो, आहे की. पण का?"

"तू जी कॉपी मला दिली होतीस ती माझ्या हातून तुटली. त्या वेळेस मी खूप रागावलो होतो, माझा माझ्यावर कंट्रोल राहिला नव्हता. आणि ती मी मोडली. पण मला ती परत एकदा पाहायची आहे. मला वाटतंय, की त्यामध्ये मला काही धागे दोरे मिळू शकतील. जे मी पहिल्या वेळी पाहू शकलो नाही ते कदाचित मी परत पाहू शकेन आणि त्यामुळे ट्रेसीला शोधायला त्याने मदत होईल. तू देऊ शकशील तुझी कॉपी मला?"

"ठीक आहे." रीबेकाला वाटले होते की जेफ तिच्याकडे रात्र घालवण्यासाठी आलेला आहे. ती त्यामुळे एकदम आनंदात होती. पण जेव्हा त्याच्या येण्याचे कारण तिला समजले तेव्हा ती थोडीशी नाराज झाली. नाराजी लपवायचा प्रयत्न करत ताडकन उठून तिने टेबलचा ड्रॉवर उघडला, त्यातून एक डिस्क बाहेर काढली आणि ती जेफच्या हातात दिली.

"तुला माहितीये की तिचं तुझ्यावर अजिबात प्रेम नाही."

जेफ वेदनेने विव्हळला.

"मी जेवढं करते तेवढं तर नाहीच करत." रीबेका पुढे म्हणाली.

त्याने रीबेकाकडे आश्चर्याने पाहिले.

"तू माझ्यावर प्रेम नाही करत, रीबेका. तू तर मला पुरेशी ओळखतही नाहीस."

"तसं नाहीये जेफ."

"तसंच आहे. विश्वास ठेव. आणि मी तुझ्यापेक्षा खूप मोठा आहे."

"कोण म्हणतं?" रीबेकाने त्याच्याभोवती विळखा घातला आणि आवेगाने त्याची चुंबने घेऊ लागली. जेफ मात्र पूर्ण सावध होता. रीबेका अतिशय आकर्षक आणि देखणी होती यात वादच नव्हता. पण तो आत्ता या कशासाठीही तयार नव्हता. त्याने हळुवारपणे पण ठामपणे तिला आपल्यापासून दूर केले.

"माझं लग्न झालं आहे रीबेका." तो म्हणाला. "जे काही आपल्यामध्ये त्या दिवशी घडले होतं...

"जवळजवळ घडणारच होतं." रीबेकाने दुरुस्ती केली.

"हो. मला मान्य आहे. जवळजवळ घडणारच होतं," जेफ म्हणाला. "ते व्हायला नको होतं. मला खूप मनस्ताप झालाय त्याचा. चीड पण आलीये. तू खरंच खूप सुंदर आहेस. पण मी माझ्या बायकोवर खूप प्रेम करतो रीबेका."

"तुझी बायको वेश्या आहे वेश्या." एरवी अतिशय गोड आणि मृदू बोलणारी रीबेका ट्रेसीविषयीच्या मत्सरामुळे एकदम बेभान झाली. जेफ तिच्या पासून एकदम लांब झाला. त्याला धक्का बसला. त्याला रीबेकाचे हे रूप नवीनच होते.

त्याला क्षणभर वाटले की तो लिफ्टमध्ये आहे आणि त्या लिफ्टची केबल कुणीतरी तोडून टाकलीय. त्याच्या पोटात खड्डा पडला आणि अंगावर शहारा आला.

"तुला ते फुटेज कसं मिळालं रीबेका?" जेफ ने पुन्हा विचारले. "सांग मला."

"मी नाही सांगणार जा." रीबेकाने त्याला झटकून टाकले. "तू काही तरी विसरतो आहेस असं नाही वाटत तुला? तुझ्यामागे तुझी बायको लफडी करत होती. मी तिला कसं पकडलं, याच्याशी काय करायचं आहे तुला? महत्त्वाचे हे आहे की ते मी केलं. तुझ्यासाठी. तुझी काळजी वाटते म्हणून. जेफ मी हे केलं कारण मी तुझ्यावर प्रेम करते!"

पण जेफ आधीच निघून गेला होता. त्याने हातामध्ये ती डिस्क घट्ट धरून ठेवली होती.

दुसऱ्या दिवशी सकाळी सात वाजता जेफ व्हिक्टर लिचेन्कोच्या तळमजल्यावरील ऑफिसमध्ये बसला होता. त्याचे सगळे लक्ष स्क्रीनवर होते. व्हिक्टर जेफच्या जुन्या मित्रांपैकी एक होता. तो अंडरवर्ल्डमधील ऑडिओ व्हिज्युअल क्षेत्रातील बाप माणूस होता. त्याला फुटेज त्याचप्रमाणे आवाज आणि पिक्चर याविषयी इत्थंभूत माहिती होती. व्हिक्टर स्वतःला डिजिटल आर्टिस्ट समजत असे. पण त्याच्याबरोबर काम केलेल्या काही जणांना मात्र तसे वाटायचे नाही.

"हे फुटेज चांगले आहे." जेफने आणलेली ती डिस्क पाहून व्हिक्टरने आपले मत दिले. हे फुटेज कुणीतरी हौशी फोटोग्राफरने केले असावे. यामध्ये साधारणपणे हौशी फोटोग्राफर्स सोप्या गोष्टीदेखील अवघड करून ठेवतात. पण इथे तिनं काय केलंय तर फक्त वेळ बदलली आहे आणि लाइट्स मध्ये थोडा बदल केला आहे. खूपच सोपं पण तरीही खूप परिणामकारक आहे हे."

"म्हणजे ही ट्रेसीच आहे?"

"हो. ही ट्रेसीच आहे. हे फुटेज एकदम खरं आहे यात वादच नाही. यामध्ये काहीही काटछाट किंवा जुळवाजुळव केलेली नाहीये. फक्त यात तिने वेळ

बदललीये. हे पाहा, उजव्या हाताच्या खालच्या कोपऱ्यामध्ये. यामध्ये तिने मध्यरात्री दोन वाजताची वेळ टाकली आहे.'' व्हिक्टरने अजून काही बटने दाबली आणि लाइट्सचे सेटिंग बदलले. ''आता पाहा. आता काय दिसतंय तुला?''

जेफच्या कपाळाला आठ्या पडल्या. ''मला तेच सगळं दिसतंय, फक्त आता मला रात्रीच्या ऐवजी दिवस दिसतोय. ट्रेसी हॉटेलमधून बाहेर पडतीये आणि तिच्या बरोबर तिचा तो पंटर.''

''एक... एक... एक मिनिट.'' व्हिक्टरने त्याचे बोलणे मध्येच तोडले. ''पुन्हा पाहा. तू असे खात्रीने कसं म्हणू शकतोस की तो तिचा प्रियकर आहे?''

''म्हणजे काय? पाहा ना ती त्याचं चुंबन घेत आहे.'' जेफ म्हणाला.

''हो. पण त्याच्या गालाचे.'' व्हिक्टर म्हणाला. ''आता तू मला सांग तू दिवसातून किती वेळा एखाद्या बाईच्या गालाचे चुंबन घेतोस? आणि त्याने काय फरक पडतो?'' त्याने ते फुटेज स्लो मोशनमध्ये पुढे घेतले. ''त्यांनी एकमेकांना मिठी मारलीये पण ती पण पाहा, चांगले मित्र असल्यासारखी. आणि लगेच बाजूला झाले आहेत. तुला सांगू माझे काय मत आहे?''

''काय?'' जेफचा चेहरा उतरला होता.

''हे म्हणजे दोन मित्र एकत्र दुपारचे जेवण घेत आहेत असंच वाटतंय.''

जेफने ते फुटेज पुन्हा एकदा नीट पाहिले. शांतपणे.

''ही खूप जुनी ट्रिक आहे मित्रा. पुस्तकांमध्ये अशा कितीतरी ट्रिक्स असतात.'' व्हिक्टर म्हणाला. ''मी कितीतरी घटस्फोटांच्या केसेसमध्ये असल्या ट्रिक्स वापरलेल्या पाहिल्या आहेत. एक बाई आणि एक पुरुष मध्यरात्री दोन वाजता एका हॉटेलमधून बाहेर येतात, एकमेकांना मिठी मारतात. आणि ती बाई आपल्या नवऱ्याला सांगते की ती त्या रात्री तीनशे मैलांवर असलेल्या ठिकाणी होती. हे तर सहज करता येते. अशा प्रकारची लफडी फुटेजमधील थोड्याशा बदलांमुळे सहज झाकता येतात. वातावरणात थोडा बदल दाखवला तर पाहणाऱ्याला काही वावगं वाटतं का?''

''अजिबात नाही,'' जेफ कुजबुजत्या स्वरात म्हणाला.

''तेच तर! काहीच नाही,'' व्हिक्टर मान डोलावत म्हणाला.

ब्रिटिश म्युझियममधील डेस्कवरची ती क्लार्क जेफकडे पाहून हसली.

''या, या, मिस्टर स्टीवन्स. तुमचे स्वागत आहे. तुम्हाला इथे पुन्हा पाहून खूप छान वाटलं.''

जेफ घाईघाईने तिला ओलांडून आपल्या केबिनकडे गेला. दार उघडून आत गेला तेव्हा डेस्कवर धूळ जमा झालेली त्याने पाहिली. त्याच्या वस्तू मात्र जिथल्या तिथेच होत्या.

रीबेकाचे डेस्क मात्र रिकामे होते. तिने आपल्या सगळ्या गोष्टी नेल्या होत्या.

रीबेकाच्या घरी पोचायला त्याला वीस मिनिटे लागली. बेल वगैरे न वाजवता किंवा कोणत्याही प्रकारची आगाऊ सूचना न देता त्याने आपल्या जॅकेटमधून एक हेअर पिन काढली आणि तिच्या घराचे कुलूप तोडून काढले.

आतमध्ये गेल्यावर तो जिन्याने वरच्या खोलीत गेला. त्याला रीबेकाला जाब विचारायचा होता. त्या नालायक बाईने जेफला फसवले होते. त्याच्या मनात काहीबाही भरवून त्याचा संसार तिने मोडला होता. त्याला मूर्ख बनवला होता. तो तिच्या किती जवळ गेला होता याचा विचार त्याच्या मनात आला तेव्हा त्याला स्वतःचीच लाज वाटायला लागली. पण आता सगळ्या गोष्टी भूतकाळात जमा झाल्या होत्या. आता जेफला सत्य समजले होते. आता तो तिला सोडणार नव्हता. त्याला आता ट्रेसीला शोधायचे होते आणि रीबेकाला तिच्या पुढे नेऊन तिने केलेल्या गुन्ह्याची कबुली द्यायला लावायची होती. त्याला माहीत होते की ट्रेसी त्याच्यावर चिडली आहे. आणि तिला तसे वागण्याचा अधिकार होता.

जेफ रीबेकाच्या खोलीबाहेर उभा होता. खोलीचा दरवाजा उघडा होता. तो आत गेला. बॉम्ब पडल्यासारखी त्या जागेची अवस्था झाली होती. कपडे, पुस्तके इकडे तिकडे विखुरलेली होती. सगळीकडे कचरा पडला होता.

एक म्हातारा भारतीय माणूस त्याच्याकडे आश्चर्याने पाहून म्हणाला, ''तुम्ही त्या तरुण मुलीला शोधत आहात का? ती तर निघून गेली. कालच निघून गेली आणि जाताना सिक्युरिटी गार्डला सांगून गेली की ती आता परत येणार नाहीये.'' ते ऐकून जेफने संतापाने आपले डोके जोरात हलवले. ''या तरुण मुलांवर विश्वास ठेवता कामा नये. तिने माझं तीन महिन्यांचं भाडं थकवलं आहे.''

५

तिने ब्रीफकेस उघडली आणि त्यामध्ये असलेल्या पैशांवर एकवार नजर टाकली.

"दोन लाख पन्नास हजार?"

"अर्थातच, मी जेवढे कबूल केले तेवढे. हवे तर मोजून घेऊ शकतेस तू."

"ठीक आहे. मी नंतर मोजेन. तुमच्यावर विश्वास नाही असं नाहीये हं मात्र!"

"धन्यवाद. तू नक्कीच माझ्यावर विश्वास ठेवू शकतेस."

"पण लोक कधीकधी चुका करतात."

"पण मी नाही करत." तो हसून म्हणाला.

पण भूतकाळात त्याने पुष्कळ वेळा चुका केल्या होत्या. केलेल्या चुकांबद्दल त्याला बरीच किंमतसुद्धा मोजावी लागली होती. सगळ्यात वाईट चूक म्हणजे त्याने जेफ स्टीवन्स आणि ट्रेसी व्हिटनी यांच्या शब्दांवर विश्वास टाकला होता. त्या दोघांनी मिळून त्याला अक्षरशः बरबाद करून टाकले होते. आणि आता त्याने त्याचा बदला घेतला होता, त्यांचे वैवाहिक जीवन उद्ध्वस्त करून. पण तेवढेच पुरेसे नव्हते, ती तर सुरुवात होती.

"खरं सांगायचं तर मला काही या खेळामध्ये तेवढी मजा येत नाहीये." असे म्हणून तिने पैशाने भरलेली ती ब्रीफकेस आपल्या फाटक्या आणि जुनाट सॅकमध्ये टाकली. त्याने तिला जेव्हा लंडनमध्ये पाहिले तेव्हा तिने आपले केस कापले होते. साधारणपणे साठीच्या दशकात शोभेल असा केसांचा बॉब तिने केलेला होता. रीबेका

मॉर्टिमरच्या लूकला शोभेल अशीच ती केसांची स्टाइल होती.

''ट्रेसी तर एक नंबरची नालायक आणि हलकट आहे. पण जेफ तसा नाहीये. तो खूप चांगला माणूस आहे. आणि म्हणूनच मला त्याचे वाईट वाटत आहे.''

त्या माणसाने आपला वरचा ओठ मुडपला. ''हे बघ तुला वाटतय तसं काहीही नाहीये.''

'पण माझ्यासाठी ते खरं आहे,' असे म्हणणे तिच्या अगदी ओठावर आले होते. पण ती शांत राहिली. तिला माहिती होते की या माणसाबरोबर वाद घालण्यात काहीही अर्थ नाहीये. तो एक नंबरचा खुनशी माणूस होता. त्याच्यामध्ये भावना नावाचा प्रकार अभावानेच होता.

''बरं ते जाऊ देत.'' तो तिच्याकडे पाहून विचित्र हसला. तिला त्याच्या त्या हसण्याने अंगावर शहारा येत असे. ''तुला बाकीच्या गोष्टींशी काय देणं घेणं आहे? तुला तर जेफबरोबर मजा मारायला मिळाली ना! संभोग केला असशील भरपूर त्याच्याबरोबर. कारण बायका त्या जेफबरोबर संभोग करायला उतावीळ असतात. आणि त्याच्याबरोबरचा संभोग आठवूनसुद्धा तुला गुदगुल्या होत असतील ना? काय? बरोबर आहे ना मी म्हणतो ते?''

तिने त्याच्याकडे पूर्णपणे दुर्लक्ष केले. सॅकची चेन लावली आणि त्याला कुलूप लावले. तिला त्याच तर गोष्टीची खंत वाटत होती की तिला जेफबरोबर कामक्रीडेचा आनंद घेता आला नव्हता. कारण त्यांचा शृंगार अगदी रंगात आला असतानाच नेमकी ट्रेसी तिथे येऊन कडमडली आणि नेमक्या क्षणी तिने तिचा कामक्रीडेचा आनंद हिरावून घेतला होता. पण रीबेकाला त्या सगळ्या गोष्टी या माणसाला सांगायच्या नव्हत्या.

तिने सॅक उचलली. ''ठीक आहे बॉस. मग मी निघते आता. बघ, अजून काही लागलं तर कळव मला.''

''नक्की नक्की. मी तुझ्या संपर्कात राहीन.'' तो म्हणाला.

ट्रेसी निघून गेल्यानंतर एक महिनाभर जेफ जणू नाहीसा झाला होता. जेफने आता साउथ केन्सिंग्टन इथे रोझरी गार्डनमध्ये एक फ्लॅट भाड्याने घेतला होता. आपला फोन वगैरे त्याने पूर्ण बंद करून ठेवला होता आणि तो क्वचितच घराबाहेर पडत असे.

प्रोफेसर ट्रेनचर्डनी त्याला दहा-बारा व्हॉइस मेल्स पाठवले; पण त्याने एकालाही रिप्लाय केला नाही. शेवटी त्यांनी जेफला प्रत्यक्ष गाठलेच.

''संग्रहालयामध्ये यायला लाग. तुला स्वतःला कशात तरी गुंतवून ठेवलं पाहिजे. त्याशिवाय मनातले विचार जाणार नाहीत.'' त्यांनी जेफला सुनावले.

जेफची अवस्था पाहून त्यांना धक्काच बसला होत; पण त्यांनी जेफला तसे काही दर्शवले नाही. जेफची दाढी वाढलेली होती, त्यामुळे तो त्याच्या वयाच्या जवळजवळ दहा-बारा वर्षांनी मोठा वाटत होता. त्याचे कपडेसुद्धा त्याला खूप ढिले झाले होते. एखाद्या खुंटीला टांगावेत तसे ते त्याच्या अंगावर टांगल्याप्रमाणे दिसत होते. बिअरचे मोकळे कॅन्स, दारूच्या बाटल्या घरात सर्वत्र विखुरलेल्या होत्या. घरात पार्श्वसंगीत देण्यासाठी टीव्ही चालू होता.

''नाही. मी मोकळा नाहीच आहे प्रोफेसर, मी तर पूर्ण बिझी आहे. तुम्हाला कल्पना नाहीये की किती घटनांनी मी बांधलेला आहे. मला दुसरा विचारच करायला वेळ नाही. खूप सारे एपिसोड्स केलेत मी माझ्या आयुष्याच्या सिरीयलचे. जेव्हापासून माझे लग्न झाले, तेव्हापासून एपिसोड करतच आलो आहे.'' जेफच्या चेहऱ्यावर भकासपणा होता.

''जेफ, मी तुला अतिशय गंभीरपणे सांगतोय. तुला बिझी राहिले पाहिजे. तू परत तुझे काम चालू कर.''

''माझ्याकडे काम आहे.''

''तुझ्याकडे काम आहे? कोणतं...?''

''हो, खरंच! दारू पिण्याचं.'' जेफ कोचावर लडखडत पडला. त्याने बिअरची दुसरी बाटली उघडली.

जेफची अवस्था फारच बिकट होती. कित्येक मित्रमंडळींनी त्याला खूप समजावून पाहिले; पण काही फरक पडला नाही. सर्वस्व गमावल्याप्रमाणे तो वागत होता. शेवटी गुंथर एकदा त्याला म्हणाला.

''जेफ, चल. खूप झाले आता. तुझे सामान बांध. आपण इथून चाललो आहोत.''

गुंथर आपल्याबरोबर काही ब्राझीलियन बायकांची फौजच घेऊन आला होता. जेफने एवढ्या दिवसांमध्ये त्या घरात दारूच्या बाटल्या आणि इतर कचऱ्याचा ढीग जमवून ठेवला होता, तो साफ करण्याकरता. जेव्हा सोफ्यावरून उठायला त्याने नकार दिला तेव्हा त्यातल्या चौघी जणींनी त्याला उचलून बाजूला ठेवले आणि पाचवीने तो सोफा आणि त्याच्या खालची जमीन साफ करून घेतली.

''मला हॅंपशायर अजिबात आवडत नाही.''

''मूर्ख... हॅंपशायर अतिशय सुंदर शहर आहे.''

''मला सुंदर गोष्टी आवडत नाहीत.''

''ठीक आहे, तळीराम. आता आपलं सामान घ्या आणि चला.''

''मी कुठेही जाणार नाही गुंथर.''

''तुझं मी ऐकणारच नाहीये. तुला मुकाट्याने माझ्याबरोबर यायचं आहे.''

"अच्छा, तू मला जबरदस्ती करशील?"

"मूर्खपणा करू नकोस जेफ." गुंथर म्हणाला. "हे आता अति होतंय."

जेफला आपल्या डाव्या खांद्यावर काहीतरी टोचल्यासारखे झाले. "हे काय..." त्याचे शब्द तोंडातच विरून गेले आणि त्याच्या डोळ्यासमोर अंधेरी आली. त्याने त्यापूर्वी फक्त एवढे पाहिले की त्याच्या दंडावर सुई टोचली गेली आहे आणि त्यानंतर गुंथरचे शांत हसू आणि नंतर सगळा अंधार.

त्यानंतर जेफला त्या बिकट अवस्थेतून बाहेर यायला जवळजवळ महिना लागला. मधल्या काळामध्ये तो बऱ्यापैकी सावरला होता. आपली दाढी करू लागला होता. आणि व्यवस्थित खायला लागला होता. उन्हाळ्याची चाहूल लागली होती. आता तरी ट्रेसीने परत यावे किंवा तिच्याकडून काहीतरी खबर यावी, अशी त्याची अपेक्षा होती. पण ट्रेसीची अजूनही काहीच खबर नव्हती.

"तुला एक सल्ला देऊ का पोरा," गुंथर जेफला म्हणाला. आता तुला तुझ्या आयुष्याची नव्याने सुरुवात केली पाहिजे. असा किती दिवस तिच्या फोनची आणि तिच्या येण्याची तू वाट पाहत बसणार रे! यामुळे खरोखर एक दिवस तुला वेड लागायची पाळी येईल." गुंथरच्या घरासमोरच्या मोकळ्या मैदानामध्ये ते दोघे भटकत होते तेव्हा गुंथर म्हणाला.

गुंथरचे घर सतराव्या शतकातील घरांच्या धाटणीचे होते. तीस एकरच्या परिसरात वसलेल्या त्याच्या घराभोवती एक सुंदर तलाव, बागा आणि आसपास बरीच झाडी होती.

"मला कळतंय गुंथर, की मला या सगळ्यातून बाहेर पडावं लागेल." कबूतरांच्या थव्याकडे आपली नजर स्थिरावत जेफ म्हणाला. ॲमस्टरडॅमला असताना ट्रेसी आणि जेफ यांनी गुंथरच्या पक्ष्यांपैकी एक पक्षी आपल्या एका कामासाठी वापरला होता. "पण गुंथर, एवढं मात्र खरं की मी आता त्या संग्रहालयामध्ये काही परत जाणार नाही."

त्याच्या आवाजामध्ये कमालीचा कडवटपणा होता.

"अरे हो! त्याविषयी तुला सांगायचं आहे." गुंथर म्हणाला. "मी रीबेकाबद्दल काही माहिती काढली आहे. अर्थात तुला रस असेल तरच आपण पुढे जाऊ."

"प्रश्नच नाही. मला तिचा ठावठिकाणा हवाच आहे." जेफ म्हणाला. रीबेकाचा कुठे तरी गूढ रीत्या ट्रेसीच्या नाहीसे होण्याशी संबंध असावा, असे त्याला वाटत होतेच.

"रीबेकाचे खरे नाव आहे, एलिझाबेथ केनेडी."

रीबेकाचे रीबेका हे खरे नाव नसून, ती भलतीच कुणी तरी आहे हा जेफसाठी

आश्चर्याचा धक्का होता. पण त्याने तो गुंथरला दिसू दिला नाही. इतकी वर्षे त्याने ज्या गुन्हेगारीच्या जगामध्ये काढली होती तिथे जे जसे दिसते तसे कधीच नसते, हे त्याला माहीत होते.

"तिचे लहानपण व्होल्वरहँपटन इथे गेलं. तिचं संगोपन तिच्या सावत्र आई-वडिलांनी केलं. ते तिला लगाम घालू शकले नाहीत. खरं तर ती हुशार होती; पण शाळेमधील तिची प्रगती यथातथाच होती. ती अकरा वर्षांची होईपर्यंत जवळ जवळ दोन वेळा तिला शाळेतून काढून टाकलं होतं."

"वाईट वाटलं हे ऐकून," जेफ म्हणाला.

"वयाच्या सोळाव्या वर्षी तिनं काही तरी छोटासा गुन्हा केला आणि तिला तुरुंगाची हवा खावी लागली होती."

"का? कशासाठी?"

क्रेडिट कार्डची काहीतरी अफरातफर केली होती. ती एका सेवाभावी संस्थेसाठी स्वयंसेवक म्हणून काम करत होती तेव्हा त्यांच्या कॉम्प्युटरमधून तिने सर्व देणगीदारांची माहिती काढली. छोटी-मोठी लबाडी करता करता तिने जवळजवळ तीस हजार पौंड्सची अफरातफर केली. आणि तोपर्यंतदेखील कुणालाही कळले नाही. अतिशय चलाख मुलगी आहे ती."

जेफ पुन्हा तिने दिलेल्या त्या व्हिडीओबद्दल विचार करायला लागला आणि त्याचा संताप पुन्हा एकदा उफाळून आला.

"ती तुरुंगातून सुटून बाहेर आल्यानंतर पुन्हा कधीही आपल्या घरी परत गेली नाही. सध्या ती एक मोठी चोर बनलीये, अगदी हिऱ्यांचीदेखील चोरी करण्यात ती तरबेज झालीय. आणि सध्या तिच्या एका साथीदाराबरोबर काम करते. पण तो कोण आहे हे मात्र आजपर्यंत कुणालाही माहीत नाहीये."

"ब्रिटिश म्युझियममधून निघाल्यानंतर ती कुठे गेली?" जेफने विचारले.

"त्याचा नाही काही पत्ता लागला अजून. आणि काहीच अंदाज बांधता येत नाहीये. लंडनमध्ये म्युझियममध्ये काम करत असताना ती बाकीचे उद्योगही करत होती. मागच्या वर्षीच्या ख्रिसमसला थेओ फेनेलच्या घटनेमध्येही तिचे नाव जोडले गेले आहे."

जेफचे डोळे आश्चर्याने विस्फारले. बाप रे! जवळजवळ अर्धा करोड पौंडचे रुबीचे खडे थेओ फेनेलच्या ब्रॉमटन रोडवरील स्टोअरमधून चोरले गेले होते. लंडनच्या अंडर वर्ल्डमध्ये तो तर बराच चर्चेचा विषय होता. इतकी व्यवस्थित योजना करून तो डल्ला मारला होता की पोलिसांना एकसुद्धा धागादोरा हाती लागला नाही.

"पण आता ती कुठे असेल याचा काही अंदाज आहे?"

"नाही," गुंथर म्हणाला. "आणि जरी मला अंदाज असला तरी माझी खात्री नाहीये. मला पक्की खबर आली की मी तुला लगेच सांगेन. पण मला मनापासून वाटतं, की आता या सर्वांतून तू बाहेर यावंस."

ते बराच वेळ फिरत होते. फिरत फिरत ते एका सुंदर बागेपाशी आले. तिथे गुलाब आणि इतर खूप सारी फुले बहरली होती. गुंथरने जे हॅंपशायरबद्दल सांगितले होते, ते जेफला आता खरे वाटू लागले. हॅंपशायर खरेच खूप सुंदर होते. पण सुंदर गोष्टी आता त्याला सुखावू शकतील असे त्याला खरेच वाटत नव्हते.

कारण ट्रेसीशिवाय त्याला सगळेच कसे निरर्थक वाटत होते. त्याला सगळे उदास उदास वाटत होते. जणू काही त्याने राखाडी रंगाचा चष्मा घातलाय आणि त्या चष्म्यातून तो राखाडी रंगाचे उदास जग पाहत आहे.

"मला आता काहीतरी काम केलं पाहिजे गुंथर." जेफ म्हणाला. "मी एखाद्या छोट्याशा संग्रहालयात किंवा एखाद्या विद्यापीठाच्या इतिहास विभागामध्ये काम करावं, असं वाटतंय. लंडनला युनिव्हर्सिटी कॉलेजमध्ये आत्ता एक संधी आहे."

गुंथर एकदम थबकलाच. जेफच्या निर्णयाने त्याला बरे वाटले पण म्हणून जेफने कोणतेही काम करावे, असे त्याला मुळीच वाटत नव्हते.

"आता एक गोष्ट लक्षात ठेव जेफ. मूर्खपणा बास झाला. असं किरकोळ लायब्रेरियनचे काम करण्यासाठी तू बनलेला नाहीस. तू मला विचारशील तर मी हेच सांगेन की तुझ्या आणि ट्रेसीच्या आयुष्यात एवढ्या अडचणी आल्या त्या आधीचे तुझे करीअर सोडून देण्याच्या निर्णयामुळेच."

जेफ हसला आणि म्हणाला, "पण गुंथर, तू ज्याला माझे करीअर म्हणतोस ते काम काही चांगले नव्हते ना. चोऱ्यामाऱ्या करायचो मी. लोकांना फसवून गंडा घालणे, त्याला तू करीअर म्हणतोस?"

"हो. फसवायचास ना. मान्य आहे. पण त्यांना फसवायचास ज्यांची तीच लायकी होती."

"पण काही झालं तरी चोरी ती चोरीच होती ना. कायम डोक्यावर टांगती तलवार असायची."

म्हाताऱ्या गुंथरचे डोळे चमकले. त्या डोळ्यांमध्ये खोडकर भाव होते. "मला माहिती आहे, पण तरीही मला एक गोष्ट सांग, त्यामध्ये तुला मजा नाही यायची?"

आता जेफलासुद्धा हसू आवरेना. तो एकदम जोरात हसायला लागला. गेले काही महिने असे खळाळून हसणे जणू काही तो विसरूनच गेला होता.

"जरा विचार कर. तू परत या क्षेत्रात आलास तर काय धमाल येईल." गुंथर म्हणाला. आता तर तू पुरातन आणि दुर्मिळ गोष्टींमधील तज्ज्ञ झालेला आहेस. तुझे आता कॉन्टॅक्ट्सदेखील बऱ्यापैकी वाढले आहेत. तुझ्यामध्ये कमालीची चलाखी

आहे. तू जे बोलतोस ते करूनही दाखवतोस. आणि इतर कुणाकडेही या प्रकारची कौशल्ये नाहीयेत. जेफ तू वेगळाच आहेस. तुला कल्पना तरी आहे का की काही हौशी श्रीमंत लोक आपल्याला पाहिजे ते मिळवण्यासाठी वाट्टेल ती किंमत मोजायला तयार असतात. घर, विमान, यॉच, हिरे, प्रेमी-प्रेमिका काय वाट्टेल ते. अमूल्य असा ऐतिहासिक वस्तू स्वतःजवळ बाळगण्याची एक प्रकारची नशाच चढलेली असते त्यांना. अशा दुर्मिळ ऐतिहासिक वस्तू फक्त तूच शोधून काढू शकतोस आणि सहजगत्या मिळवूही शकतोस.''

जेफ त्याचे बोलणे ऐकत होता.

''तू तुझी किंमत सांग फक्त जेफ. तू एकदा सांग तुला काय हवंय.''

'मला फक्त एकच गोष्ट हवीय आणि ती म्हणजे माझी ट्रेसी. गुंथर सांगतोय त्या श्रीमंत लोकांसारखाच मी आहे. मी मला हवं ते सगळं मिळवू शकतो; पण जी गोष्ट मला खरोखर हवी आहे, ती मला कुणीच देऊ शकत नाही.'

गुंथरने जेफकडे पाहिलं. त्याचा चेहरा पडला होता. त्याला साधारण अंदाज आला की याच्या मनामध्ये काय चाललंय. तो लगेच म्हणाला.

''योगायोगाने आत्ता तुझ्यासाठी एक छान काम आहे माझ्याकडे. तू लगेच सुरुवात करू शकतोस जेफ.'' जेफच्या खांद्यावर आपल्या बारीक हाडकुळ्या हाताने थोपटत गुंथर म्हणाला. ''रोमला जाण्याची कल्पना कशी वाटतीय तुला?''

६

रोबर्टो क्लिम्ट रोममधील व्हिया व्हेनेटो स्ट्रीटवरील आपल्या आलिशान फ्लॅटच्या बाल्कनीमध्ये उभा होता. संध्याकाळची प्रसन्न वेळ होती. सूर्य मावळायला आला होता. आपल्या बाल्कनीतून सूर्यास्त आणि त्याबरोबर रोम शहराचे विहंगम दृश्य तो पाहत होता.

रोबर्टो स्वतःला प्रत्येक सुंदर गोष्टींचा चाहता समजायचा. सौंदर्याचे कोणतेही रूप असो- ते त्याला अतिशय आवडत असे. संध्याकाळच्या वेळेस मावळतीला आलेल्या लालबुंद सूर्याच्या प्रकाशाने आकाश उजळून निघाले होते. आणि या लालसर प्रकाशामध्ये रोम शहर फार सुंदर दिसत होते. बाहेरील सौंदर्याबरोबर त्याच्या घरात असलेल्या कितीतरी गोष्टी या त्याच्या कलात्मकतेची आणि सौंदर्यदृष्टीची साक्ष देत होत्या. त्यांतलीच एक गोष्ट म्हणजे त्याच्या बेडच्या शेजारील भिंतीवर लावलेले एक सुंदर पोर्ट्रेट. पिवळा, लाल आणि निळा या रंगांची सुंदर रंगसंगती केलेले ते चित्र फारच सुंदर होते. ते चित्र त्याला त्याच्या सबिनामधील घराची आठवण करून देत होते. सबिनामधील हे घर शहरापासून चाळीस मिनिटांच्या अंतरावर होते. रोबर्टोला त्याच्या या सर्व सुंदर गोष्टींचा फार अभिमान होता.

'मला त्या मिळाल्या आहेत; कारण माझी पात्रता आहे. मी एक सच्चा कलाकार आहे. खऱ्या कलाकारांनाच अप्रतिम कलाकुसर आणि सुंदर गोष्टी मिळतात.'

रोबर्टो साधारणपणे पन्नाशीच्या आसपास असावा. सोनेरी घनदाट केस, रुंद

ओठ, चेहऱ्यावर थोडेसे क्रूर भाव आणि घारे डोळे, असा हा रॉबर्ट कलेचा सौदागर होता. तो एक मुरलेला व्यापारी होता. त्याने पहिले एक करोड पौंड रियल इस्टेटमध्ये कमावले होते. नंतरचे काही करोडो पौंड मात्र त्याने कलेच्या व्यवसायातून कमावले होते, कारण या व्यवसायात लागणारी चाणाक्ष व्यावसायिक नजर त्याच्याकडे होती.

रोबर्टोला कलेची कदर होती. खरे सौंदर्य म्हणजे काय आणि या सौंदर्याचा योग्य तो सौदा कसा करायचा, हे त्याला चांगले ठाऊक होते. त्याच्या याच गोष्टीमुळे तो रोमन सम्राट असल्यासारखे राजेशाही आयुष्य जगत होता. तो एकदम बेफिकीर होता आणि आपले आयुष्य स्वतःच्याच मर्जीने जगत होता. कुणालाही कोणत्याही प्रकारचे स्पष्टीकरण द्यायला तो कधीच बांधील नव्हता. त्यामुळे तो कुणाच्या बापाला घाबरायचा नाही.

उन्हाळा संपत आला होता आणि आता थंड वारे वाहू लागले होते. त्या थंड वाऱ्यांमुळे गारठून जायला झाले होते. तो त्याच्या बाल्कनीमधून आत हॉलमध्ये आला आणि बाल्कनीची खिडकी त्याने बंद करून घेतली.

''मला ब्लँकेट हवंय.'' त्याने हुकूम सोडला. त्याच्याकडे कित्येक नोकर होते. त्यांपैकी कोण कुठले काम करते, याविषयी त्याला काही फारशी माहिती नसायची. पण त्याला एवढे ठाऊक होते की त्याने हुकूम सोडला की तो झेलायला अनेक जण पुढे येत असत.

''आणि हो. तो कटोरा पण घेऊन या. मला तो कटोरा पाहायचा आहे.''

थोड्याच वेळात काळ्या केसांचा, लांब पापण्या असलेला आणि हनुवटीवर खळी असलेला एक गोड मुलगा आपल्या धन्याच्या हुकमावरून एका केसमध्ये पिवळसर केशरी रंगाचा तो कटोरा घेऊन आला.

रोबर्टो क्लिम्टने आपल्या गळ्यामध्ये असलेल्या प्लॅटिनमच्या चेनमध्ये लटकवलेली एक किल्ली बाहेर काढली आणि तिने त्या केसचे कुलूप उघडले, आतून तो सुंदर रेखीव कटोरा बाहेर काढला. आणि आई जशी आपल्या बाळाला कुरवाळते तसे त्या कटोऱ्याला दोन्ही हातांच्या ओंजळीमध्ये धरून तो कुरवाळू लागला.

त्या कटोऱ्यावर काही नक्षी नव्हती किंवा कोरीव कामदेखील नव्हते. तर तो कटोरा म्हणजे साधेपणाचा एक उत्कृष्ट नमुना होता. जवळ जवळ दोन हजार वर्षांपूर्वीचा तो कटोरा साधा वाटला तरी चमकत होता. रोबर्टोने तो आपल्या हातात घेतला तेव्हा त्याला वाटले की कुठल्या तरी जादुई शक्तीच्या प्रभावामुळे तो कटोरा चमकत आहे.

''हा कटोरा सम्राट नेरोचा आहे, माहिती आहे?'' जो मुलगा तो घेऊन आला होता त्याच्याकडे पाहून रोबर्टो म्हणाला. त्याच्या ओठांनी या कटोऱ्याला कित्येक

वेळा स्पर्श केला असेल आणि आता त्याचा तोच कटोरा आज माझ्याकडे आहे.''

असे म्हणून रोबर्टो क्लिम्टने आपले ओलसर ओठ त्या धातूच्या कटोऱ्याच्या कडेला दाबले आणि त्याच्या तोंडाची थोडीशी लाळ त्याला लागली.

''तुला पण बघायचाय हातात घेऊन आणि तोंडाला लावून?''

''नको साहेब. मला नको. मला ते प्रशस्त नाही वाटणार.''

''मुकाट्याने घे आणि लाव तोंडाला.'' रोबर्टोने हुकूम सोडला.

शरमेनेच त्या मुलाने आपल्या मालकाने जे सांगितले तसे केले.

''पाहिलंस?'' आता क्लिम्ट समाधानाने हसून म्हणाला, ''एका उदात्त आणि महान गोष्टीला तू स्पर्श केलास. कसं वाटलं?''

त्या मुलाची अवस्था एकदम अवघडल्यासारखी झाली होती.

''काही हरकत नाही. निघ आता.'' हाताच्या इशाऱ्याने त्याने त्याला जायची खूण केली.

''फिलीस्टीन'' तोंडातल्या तोंडात तो पुटपुटला. आपल्यासारख्या असामान्य व्यक्तीभोवती अशी किरकोळ सामान्य माणसे असावीत, याचं त्याला वैषम्य वाटत असे. या लोकांना असल्या वस्तूंचे सौंदर्य ओळखताच येत नव्हते.

''जाऊ देत. प्रत्येक महान कलाकाराला अशा गोष्टी सहन कराव्या लागतातच.'' असे म्हणून रोबर्टो क्लिम्टने स्वतःची समजूत घातली.

उद्या तो रोमहून स्वतःच्या गावी असलेल्या त्याच्या घरी जाण्यासाठी निघणार होता. नेरोचा कटोरा मात्र तो थोड्या दिवसांनी नेणार होता. त्याच्याकडे असलेल्या मौल्यवान खजिन्याच्या संरक्षणासाठी त्याने खासगी सुरक्षारक्षकांची फौजच तैनात केली होती. या फौजेच्या मुख्य अधिकाऱ्याने त्याला खबर दिली होती की व्हिया व्हेनेटो अपार्टमेंटमध्ये दरोडा पडणार आहे.

यात काही विशेष नाही. रोबर्टो क्लिम्ट हसला. चोरांना त्याच्या सुरक्षेला भेदून दरोडा घालण्यापेक्षा फोर्ट नॉक्स या अमेरिकन लष्करी तळाला वेढा घालणे जास्त सोपे वाटले असते. त्याच्यापाशी असणाऱ्या काही तज्ज्ञ लोकांनी त्याला सल्ला दिला होता की नेरोचा कटोरा आणि त्याच्याकडे असणाऱ्या काही मौल्यवान आणि दुर्मिळ गोष्टी त्याने सबिनामध्ये हलवाव्यात. सबिनामधील रोबर्टोचे हे घर म्हणजे रोममध्ये असलेल्या त्याच्या घरापेक्षा जास्त सुरक्षित होते. त्याचा तो मौल्यवान कटोरा आणि इतर मौल्यवान खजिना ठेवण्यासाठी एक खास दालन बनवण्यात आले होते. क्लिम्ट तिथे स्वतः जातीने हजर राहून त्याचा हा मौल्यवान खजिना व्यवस्थितरीत्या योग्य जागी ठेवला जातोय का नाही, याची खातरजमा करणार होता. तिथे त्या जागी एका पगारी मुलाची नेमणूक करणार होता. या मुलाचे वय साधारणपणे अठरा वर्षांच्या आसपास असावे. मागे त्याने अशाच दोन रोमा जिप्सी

मुलांना ठेवले होते; पण त्यांनी बरीच नाटके केली, चोरी केली म्हणून या वेळेस तो जरा सावधच होता. अतिशय कुरूप आणि गलिच्छ असूनही त्यांच्याविषयी काही लोकांना पुळका होता, का तर म्हणे ती खूप गरीब होती. रोबर्टो क्लिम्टला अशा लोकांविषयी विलक्षण चीड आणि घृणा होती. रोबर्टो क्लिम्ट हासुद्धा एके काळी खूप गरीब होता; पण त्याची ती गरिबी म्हणजे त्याच्या प्रतिष्ठेला लागलेला एक बट्टा आहे असे त्याला वाटायचे. आणि त्यामुळे भूतकाळातील त्या घाणेरड्या दरिद्री आयुष्याबद्दल आठवले तरी त्याला संताप येत असे.

जेफने आपले नाव बदलून 'अँथनी दुवल' असे केले होते. हॉटेल 'दी रूसी'मध्ये तो उतरला... बाकी सगळी माहिती त्याला गुंथरने दिलेलीच होती.

अँथनी दुवलकडे फ्रेंच आणि अमेरिकन असे दोन्हीही नागरिकत्व होते. पॅरिस आणि न्यू यॉर्कमधील अनेक श्रीमंत कलेक्टर्स लोकांना कलेच्या विषयाचे मार्गदर्शन करायचे, हा त्याचा ठरलेला रोल होता. रोममध्ये मालमत्तेच्या संदर्भातील काही कामासाठी तो आला होता.

''मला वाटतं की अँथनी दुवलला आयुष्यात काही तरी चांगल्या गोष्टींची प्रतीक्षा आहे. खरं आहे ना?'' जेफने विचारले.

''बरोब्बर.'' गुंथरने उत्तर दिले.

''त्याला या हॉटेलबद्दल काय वाटतंय?''

''त्याला नेहमी हॉटेलमधील सर्वांत प्रशस्त आणि अलिशान खोली लागते.''

''व्वा! मला दुवल हा माणूस आवडू लागलाय.'' जेफ म्हणाला.

हॉटेलमधील डेस्कवर एक अतिशय मादक अशी तरुणी होती. ती १९५० च्या दशकातील टिपिकल सिनेमा नटीसारखी दिसत होती. ''तुमची खोली तुमच्यासाठी तयार आहे सर. तुमचे सामान ठेवायला काही मदत लागेल का तुम्हाला? किंवा अजून कुठल्या प्रकारची मदत?''

जेफने थोडा विचार केला. खास करून 'अजून काही मदत?' या वाक्याचा. काही क्षण त्याला मोहात पडल्यासारखे झाले. पण मग त्याला गुंथरने दिलेले काम किती जोखमीचे आणि धोकादायक आहे, याची जाणीव झाली. त्यामुळे त्याला कोणत्याही परिस्थितीत त्या कामापासून विचलित व्हायचे नव्हते.

''नाही नाही. मला काही नकोय. मला फक्त रूमची किल्ली मिळेल का प्लीज?''

दार उघडून तो त्याच्या रूममध्ये आला. खूपच सुंदर आणि अलिशान अशी ती रूम होती. हॉटेलच्या सर्वांत वरच्या मजल्यावर ही विशेष खोली होती. प्रशस्त आणि राजेशाही बेड, फ्लॅटस्क्रीन टीव्ही होता, बाथरूममध्ये संगमरवरी मोझाइक

टाइल्स होत्या आणि एक प्रशस्त बाथटब होता. हॉलमध्ये कित्येक दुर्मिळ आणि मौल्यवान शो पिसेस होते. खोलीची टेरेसदेखील खूप प्रशस्त होती. तिथून रोम शहराचे सुंदर, विहंगम आणि मन प्रसन्न करणारे दृश्य दिसत होते. जेफने मस्तपैकी अंघोळ केली. ट्राउझर आणि फिकट निळ्या रंगाचा शर्ट घातला. त्याच्या निळसर डोळ्यांना तो निळ्या रंगाचा शर्ट फारच खुलून दिसत होता. तयार होऊन जेफ सिक्रेट गार्डन इथे जाण्यास निघाला.

"मिस्टर दुवल, तुम्ही रात्रीचे जेवण घेणार आहात का?"

"नाही."

त्याने एक वाईन मागवली. ती घेऊन तो बागेमध्ये भटकायला निघाला. ज्या माणसाला त्याला भेटायचे होते तो माणूस त्या बागेतच 'ला रिपब्लिका' हे वर्तमान पत्र वाचत बसला होता. त्याच्या मिशा कल्लेदार होत्या.

"मार्को?"

"मिस्टर दुवल! भेटून आनंद झाला."

जेफ खाली बसला. "तुम्ही एकटेच आहात? मला तर वाटलं की तुम्ही दोघेही याल."

"हो आम्ही दोघेच येणार होतो आधी, पण माझ्या साथीदाराला अचानक एक काम निघाले आणि त्यामुळे त्याला उशीर होणार होता. आपण त्याला उद्या दहा वाजता स्पॅनिश स्टेपच्या पायथ्याशी भेटू यात. अर्थात जर तुम्हाला शक्य असेल तर."

पण ते अवघड होते. हे खरंच चीड आणणारे होते. जेफला ट्रेसी सोडून दुसऱ्या लोकांबरोबर काम करणे अजिबात आवडायचे नाही. त्याच्या कामाचा एक नियम होता की जे काय करायचे ते एकट्याने करायचे. कारण दुसऱ्या कुणावर त्याचा विश्वास नव्हता. पण दुर्दैवाने आत्ता तो नेरोचा दुर्मिळ कटोरा चोरण्यासाठी निघाला होता. तो दुर्मिळ कटोरा क्लिम्टकडे होता आणि तो मिळवणं हे काम एकट्याचे नव्हते.

"मार्को आणि अँटोनिओ या कामासाठी अगदी योग्य अशा व्यक्ती आहेत." गुंथरने त्याला आश्वासन दिले होते. "ते त्यांच्या कामात अगदी तरबेज आहेत."

'हे दोघे काय दिवे लावणार आहेत कुणास ठाऊक!' असा विचार करत असतानाच एक बाई आली आणि मार्कोच्या कानामध्ये काही तरी पुटपुटली.

"सगळं व्यवस्थित पार पडलं पाहिजे. आणि उद्या रात्रीपर्यंत सगळं काही तयार ठेवा. तुम्हाला दोघांनाही तुमची कामे चांगल्या प्रकारे समजली आहेत असे मी समजतो. आपल्याला हे काम बुधवारी करायचे आहे. समजलं?"

"नक्कीच. तुम्ही चिंताच करू नका."

"अजून उशीर नको."

"नाही नाही. काळजीच करू नका तुम्ही." तो झुपकेदार मिशीवाला माणूस हसला. "अहो या अशा प्रकारची पुष्कळ कामे आम्ही यापूर्वी केलेली आहेत."

"ठीक आहे. बघू आपण." जेफ म्हणाला. "मी तुम्हा दोघांना उद्या बरोबर दहा वाजता भेटतो. उशीर करू नका."

त्या रात्री झोपण्यापूर्वी त्याने आपला लॅपटॉप बाहेर काढला आणि गुंथरने त्याला पाठवलेली एक फाइल त्याने पुन्हा एकदा काळजीपूर्वक वाचली. त्या फाइलमध्ये रोबर्टो क्लिम्टविषयी सर्व माहिती होती. त्याच्या रागाचा उद्रेक होत होता. त्याचा संताप आणि तिरस्कार ती फाइल वाचता वाचता अजून वाढत होता.

रोबर्टो क्लिम्ट म्हणजे एक लांडगा होता, लांडगा! अतिशय क्रूर आणि विकृत होता तो. दोन वर्षांपूर्वी त्याने दोन जिप्सी मुलांवर बलात्कार करून त्यांचे लैंगिक शोषण केले होते. त्यांना शिक्षण आणि चांगले मानाचे आयुष्य देत असल्याचे तो जगाला भासवत होता. त्याने त्या मुलांच्या आयांना कित्येक हजारो युरो दिले होते आणि त्यांना आपल्याबरोबर युरोपच्या टूरवर घेऊन गेला होता. त्यातल्या मोठ्या मुलाने त्याच्याविषयी तक्रार केली होती; परंतु क्लिम्टच्या सुदैवाने ती केस कधी कोर्टात आली नाही. त्यांना त्यांच्या कुटुंबानेही परत स्वीकारण्यास नकार दिला होता. शेवटी त्या दोन मुलांनी बिल्डिंगच्या टेरेसवरून उडी मारून आत्महत्या केली. त्यांतला एक दहा वर्षांचा, तर दुसरा बारा वर्षांचा होता.

विल्बर ट्राविकला जेफ कधीच विसरू शकत नव्हता. जेफचे काका विली यांच्या कार्निवलच्या वेळेस त्याला विल्बर भेटला होता. तो एक टॅरो कार्ड रीडर होता. विल्बरने किती तरी छोट्या मुलांचा छळ केला होता. जेफने मात्र त्याला पुरता बरबाद करून टाकला होता. विल्बर ट्राविक हा अतिशय गलिच्छ आणि घाणेरडा होता. पण तो रोबर्टो क्लिम्टतसारखाच वजनदार माणूस होता. तो कोणत्याही कायद्याच्या कचाट्यात सापडू शकत नव्हता आणि कोणताही कायदा त्याचे काही वाकडे करू शकत नव्हता.

'कायदा जरी काही करू शकत नसला तरी मी मात्र या बदमाश माणसाला चांगला धडा शिकवेन. त्याला नाही रडवलं तर माझे पण नाव जेफ नाही.'

गुंथरने मार्को आणि अँटोनिओ यांच्या कुशलतेबाबत जे मत मांडलं होतं, ते खरं निघावं अशी प्रार्थना जेफने मनोमन केली. जेफने कामाची जी काही आखणी केलेली होती ती खरोखरच खूप धाडसी होती. त्यात खूप धोके होते आणि त्यात अचूक टायमिंगची गरज होती. आणि म्हणूनच हे काम कुणा एकट्यादुकट्याचे नव्हते.

क्लिम्टचे सुरक्षा पथक हेदेखील साधेसुधे नव्हते. एकदम उच्च प्रतीचे आणि

अत्यंत व्यावसायिक होते. आणि या पथकाला अगोदरच कल्पना होती की नेरोचा कटोरा हे चोरांचे प्रथम लक्ष्य आहे.

आपल्या धमन्यांतून रक्त उसळू लागलं असल्याची जाणीव जेफला झाली.

आता तर खरा खेळ सुरू झाला होता.

त्याचे नाव आहे जेफ स्टीवन्स. तो कलेच्या जगतातील एक व्यापारी आहे.

रोबर्टो क्लिम्ट भयंकर वैतागला होता. आता खरं तर त्याच्या प्लॅनप्रमाणे त्याने त्याच्या गावातील घरात असणे अपेक्षित होते. नुकत्याच नव्याने त्याच्या सेवेला आलेल्या देखण्या मुलाबरोबर हा वेळ घालवायची स्वप्ने तो पाहत होता. पण अजूनही तो रोममध्येच होता. त्याची त्याच्या सुरक्षा पथकाच्या अधिकाऱ्याबरोबर एका बंदिस्त खोलीमध्ये कंटाळवाणी मीटिंग चाललेली होती. तो अधिकारीदेखील खूप रटाळ माणूस होता. त्याच्या दोन्ही काखांमध्ये चांगले ताटाच्या आकाराचे मोठाले घामाचे डाग होते.

"रूसी हॉटेलमध्ये तो दुवल या नावाने राहत आहे."

"मग? कसला मुहूर्त पाहताय? त्याला अटक करा," क्लिम्ट जाम चिडला होता. "या असल्या फालतू गोष्टींसाठी माझ्याजवळ वेळ नाहीये."

"मान्य आहे तुमचे. पण त्याला अटक करायला त्याने काही गुन्हा तर करायला हवा ना. तसं अजून त्याने काहीच केलेलं नाही, त्यामुळे आपण त्याला अशी अटक करू शकत नाही. काहीही चूक नसताना एखाद्या विदेशी माणसाला पोलीस अटक नाही करू शकत."

"तुम्ही त्याच्या मागावर आहात का?"

त्या अधिकाऱ्याने त्याच्याकडे थोडेसे उद्दामपणेच पाहिले. "प्रश्नच नाही. आम्ही तर आहोतच त्याच्या मागावर. तो या जागेपाशी येण्याची खूपच शक्यता आहे. मार्को रिझोलिओ नावाच्या एका कुख्यात बदमाशाला तो दक्षिण युरोपमध्ये काल भेटला होता."

रोबर्टो क्लिम्ट थोडा विचारात पडला.

"तुम्हाला काय वाटतं? आपण तो कटोरा आजच हलवावा काय? अगोदरच काळजी घेतलेली बरी. काय वाटतंय तुम्हाला?"

"मला नाही वाटत त्याची गरज असावी. मला फक्त एवढीच खात्री करायचीये की आपल्या वस्तू सुरक्षित आहेत. ॲन्जेलो तर आज आजारी आहे. मी दुसरा ड्रायव्हर पाहतोय. पण आपण तो कटोरा उद्या हलवू शकतो. म्हणजे आपण ठरवले होते त्याच्या एक दिवस आधी. मला वाटतं मिस्टर स्टीवन्सच्या हातावर तुरी द्यायला एवढे पुरेसे आहे."

रोबर्टो क्लिम्ट खूप कंटाळला होता. कंटाळलेले मांजर जसे सर्व शरीर ताठ करून आळस देते, तसा त्याने एक मोठा आळस दिला. ‘‘असे असेल तर मी अजून एक रात्र इथे थांबायला तयार आहे. पण मी नसताना तो कटोरा मी इथे ठेवणार नाही. मी माझ्या पोलीस खात्यामधील एका मित्रालादेखील फोन करतो आणि त्याला ही सगळी कल्पना देतो. पाहू यात त्याची काही मदत होते का!’’

‘‘त्याची खरंच काही गरज नाहीये मिस्टर क्लिम्ट. माझी टीम आणि मी, आम्ही सगळी काळजी व्यवस्थित घेऊ. आणि खरं सांगायचं तर पोलिसांनी या प्रकारात लक्ष घातलं तर गोष्टी बिघडून जायला वेळ लागायचा नाही.’’

‘‘नाही. मला असे नाही म्हणायचे की तुम्ही काळजी घेऊ नाही शकणार. माझा पूर्ण विश्वास आहे तुमच्यावर. पण माझी अशी मनोमन इच्छा आहे की हा जेफ जन्मभर इटलीच्या तुरुंगामध्ये खडी फोडत बसला पाहिजे. आणि म्हणून त्यासाठी आपल्याला पोलिसांची गरज लागेल. आणि हे सगळे रेकॉर्डमध्ये कुठेही यायचे नाही. त्यामुळे काळजी करू नका.’’

रोबर्टो क्लिम्टने रिसीव्हर उचलला आणि पोलीस स्टेशनला फोन लावला.

जेफने गुंथरला फोन लावला.

‘‘मी अस्वस्थ आहे. मला या कामामध्ये म्हणावा तसा आनंद नाही वाटत. कुठे तरी काही तरी चुकतंय असं वाटतंय.’’

‘‘बाळा, हे काही नवीन आहे का? एखादी अशी मोहीम असली की त्याच्या आदल्या रात्री तुला असंच होतं. ही भीती अनाठायी आहे. काळजी नको करू.’’

‘‘तुझ्या त्या दोन माणसांचं काय? मार्को आणि अँटोनिओ. ते दोघे खात्रीचे आहेत ना?’’

‘‘प्रश्नच नाही. पण का? असं का विचारतो आहेस तू?’’

जेफने गुंथरला रोमच्या गुन्हेगारी जगतामध्ये पसरलेल्या अफवांविषयी सांगितले. ‘‘मी खात्री करतोय कारण कुणीतरी आपल्या बातम्या आणि आपले प्लॅन्स फोडतंय. मी आत्तापर्यंत दोन वेळा या कारणासाठी माझे प्लॅन्स बदलले आहेत. आणि तू ती अपार्टमेंट पाहायला हवीस. त्याच्याभोवती कुत्र्यांचा पहारा आहे. सुरक्षारक्षक तैनात आहेत. आणि क्लिम्टसुद्धा टेडी बेअरला घ्यावं तसं रात्री झोपतानाही तो कटोरा जवळ घेऊन झोपतो. आपल्या येण्याची त्यांना कुठे तरी कुणकुण आहे.’’

‘‘अरे वा!’’ गुंथर म्हणाला.

‘‘तुझं काय जातंय ‘वा’ म्हणायला. तुला सगळं सोपंच वाटतं.’’

‘‘पोलिसांना माहीत आहे का हे?’’

‘‘तिकडे अजूनतरी सर्व जण शांत आहेत.’’

"मग तर आणखीनच चांगलं आहे."

"हो. पण आपल्याला आता वेगानं हालचाली कराव्या लागतील."

"ठीक आहे. पण मग कधी?"

"उद्याच. पण ते आता अँटोनिओवर आहे. पण तो तर एकदम थंड आहे. खुशालचेंडू वाटतो तो. कारमध्ये त्याला जर का कुणी ओळखलं तर..."

"काळजी करू नकोस. सगळं ठीक होईल."

उद्याचा दिवस

"तुला खात्री आहे ना?"

"हो."

पोलीस अधिकारी लुइगी वॅलपर्ती अस्वस्थपणे उगीचच आपल्या टेबलवर वाजवत बसला होता.

रोबर्टो क्लिम्टने आपल्या सुरक्षित कारच्या खिडकीतून बाहेर पाहिले. त्यांनी कधीच रोम शहर मागे टाकले होते. आजूबाजूला सुंदर पोप्लारचे वृक्ष पसरले होते. हिरवळीमधून जुन्या धाटणीचे बंगले मनाला भुरळ घालत होते. सम्राट नीरोच्या काळामध्येसुद्धा अशाच प्रकारच्या वास्तू असाव्यात. क्लिम्टने तो दुर्मिळ कटोरा आपल्या कवेत घेतला होता. ज्या सम्राट नीरोचा हा कटोरा होता, तो असाच या परिसरात कित्येक वेळा फिरला असेल. त्या आल्हाददायक वातावरणात रोममधील विवंचनाही तो केव्हाच मागे सोडून आला होता. आता तो कटोरा हातात घेतल्यावर रोमच्या सम्राटाशी जणू काही आपले नाते असावे, असे त्याला वाटत होते. त्याच्या हातामधील सोन्याची ती दुर्मिळ वस्तू त्याची होण्यामागेदेखील काही कारणे होती. ती वस्तू त्याचीच होती. दैवाने ती त्यालाच दिली होती. आणि त्या कटोऱ्याची मालकी आपल्याकडे आहे या विचारानेच त्याचा ऊर अभिमानाने भरून आला होता.

त्याला अंदाज घेता येत नव्हता की अँथनी दुवल आणि त्याचे साथीदार कधी त्याच्या घरावर धाड घालू शकतील. रोबर्टो क्लिम्ट तो सगळा सीन कल्पनेत उभा करत होता. त्याच्या घरामध्ये लावलेले ते अलार्म वाजायला सुरुवात झाली आहे. पोलीस आणि सुरक्षा पथक आजूबाजूच्या गल्लीबोळात आधीच तयारीमध्ये बसलेले आहे, त्याला पकडून मारून टाकण्यासाठी! त्याच्या चेहऱ्यावर हसू आले.

तो पोलीस अधिकारी वॅलपर्ती मूर्ख माणूस होता; पण तरीही त्याला हे समजत होते की त्याची रोजीरोटी कुणावर अवलंबून आहे. त्याने त्याची माणसे आणि सर्व उपलब्ध सामग्री या चोरांना शोधण्यामध्ये अक्षरशः पणाला लावली होती. खरं तर त्याला कल्पना होती की तो कटोरा अत्यंत सुरक्षित आहे. रोबर्टो क्लिम्टला जेफ

या अतिशय हुशार आणि अट्टल गुन्हेगाराला एकदा प्रत्यक्ष समोरासमोर भेटायचे होते. निदान जेफ मरायच्या अगोदर किंवा तो तुरुंगात असताना तरी एकदा एकांतात. कारण त्याला माहीत होते की जेफ हा अतिशय हुशार तल्लख असा बदमाश आहे. त्याने कितीतरी आर्ट गॅलरीज, सराफाच्या पेढ्या, म्युझियम्समध्ये मोठमोठ्या चोऱ्या केल्या होत्या.

'अजून माझ्याशी तुझा सामना झालेला नाहीये,' रोबर्टो क्लिम्ट गर्विष्ठपणे पुटपुटला.

"आपण आता जवळच आलोय मालक. फारसे लांब नाहीये आता." गाडीचा ड्रायव्हर म्हणाला. रोबर्टो क्लिम्टला अतिशय राग आला. त्याचा नेहमीचा ड्रायव्हर असला भोचकपणा कधी करायचा नाही. आपला मालक विचारात असला की काहीतरी फालतू बडबड करून त्याची तंद्री मोडण्याचे साहस तो कधी करायचा नाही. रोबर्टो क्लिम्ट विचार करत होता की त्या सुरक्षा अधिकाऱ्याने हा नमुना कुठून आणला आहे कुणास ठाऊक! पण आज आपण फारच भाग्यवान आहोत, कारण आज आपल्याला ट्रॅफिक लागला नाही.

त्याच वेळेस त्यांच्या मागून पोलिसांच्या दोन गाड्या जोरजोरात सायरन वाजवत आल्या.

"काय चाललंय हे?"

तोपर्यंत त्या ड्रायव्हरने गाडीचा वेग एकदम वाढवला. क्लिम्टने गाडीचे दार घट्ट धरून ठेवले. पण त्या प्रकाराने त्याच्या हातातील तो कटोरा जवळजवळ खालीच पडला होता.

"काय डोकंबिकं फिरलं की काय तुझं?" रोबर्टो क्लिम्ट जाम भडकला होता. "पोलिसच आहेत ते. वेग कमी कर जरा."

पण त्या ड्रायव्हरने सोयीस्करपणे त्याच्याकडे दुर्लक्ष केले आणि तो दोन लेनच्या मधून जोरात गाडी चालवू लागला.

"थांब मूर्खा. गाडीचा वेग कमी कर. कडेला घे गाडी. कळत नाही का तुला?"

पण तो ड्रायव्हर ऐकायलाच तयार नव्हता. गाडी सुसाट निघाली होती. इतकी सुसाट होती की एका क्षणाला क्लिम्टला वाटले की ती आता उडायला लागेल आणि ते दोघेही त्यामध्ये मरणार आहेत. इतक्यात त्या दोन पोलिसांच्या गाड्यांपैकी एक गाडी भरकन त्यांच्या पुढे गेली. आणि त्यांच्या गाडीच्या मध्ये गाडी घालून ड्रायव्हरला गाडी थांबवायला लावली. त्यांनी गाडी रस्त्याच्या एका कडेला घेतली.

"कटोरा!" ड्रायव्हर जोरात ओरडला. ड्रायव्हर आणि बॅक सीटच्या मध्ये असलेले पार्टिशन बाजूला करून तो रोबर्टो क्लिम्टवर ओरडला. "मला तो कटोरा दे."

"नाही कधीच नाही." त्याने तो कटोरा घट्ट आपल्या छातीशी धरून ठेवला होता.

"प्लीज लवकर द्या तो मला. आपल्याकडे वेळ नाहीये."

तेवढ्यात त्यातल्या एका धिप्पाड पोलिसाने त्याला एक झटका दिला. थोड्याशा झटापटीनंतर त्या पोलिसाने त्याला डोक्यावर जोरात ठोसा दिला.

"तुम्ही ठीक आहात ना रोबर्टो क्लिम्ट?"

अजून दोन पोलीस तोपर्यंत तिथे पोचले होते. आता ते तिघे जण होते.

क्लिम्टने मान हलवली.

"तुम्हाला त्रास झाला त्याबद्दल क्षमा करा सर." त्यातला धिप्पाड पोलीस म्हणाला. "पण आम्हाला अगदी शेवटच्या क्षणी सुगावा लागला की जेफने त्याचा प्लॅन बदलला आहे. तुमच्या या ड्रायव्हरचे खरे नाव अँटोनिओ माल्दिनी असे आहे. तो एक अट्टल बदमाश आहे, अतिशय हुशार आहे. आणि पोलीस कित्येक वर्षांपासून याच्या मागावर आहेत."

"हे कसे शक्य आहे? माझ्या सुरक्षारक्षकांकडून अशी चूक होणारच नाही. इटलीमधील सगळ्यात उत्कृष्ट असे माझे सुरक्षारक्षक आहेत." क्लिम्ट म्हणाला. "आणि या माणसाची पूर्णपणे चौकशी केली होती."

त्या पोलीस अधिकाऱ्याने आपले खांदे उडवले. "दुसऱ्याला खोटेनाटे सांगून भुलवणे याच्यासारख्या माणसांना काही अवघड नाहीये. आणि हा अतिशय नालायक माणूस आहे. त्याने हा कटोरा तर तुमच्याकडून घेतलाच असता आणि त्यानंतर तुमचा खून करून तुम्हाला कुठे तरी फेकून दिले असते."

रोबर्टो क्लिम्टच्या अंगावर शहारा आला.

"याचा साथीदार मार्को रिझोलिओ यालाही आम्ही आज पहाटे पहाटेच ताब्यात घेतलं आहे." त्या पोलिसाने खबर दिली.

"आणि जेफ स्टीवन्स? त्याचं काय झालं?"

त्या पोलिसाने त्याच्यबरोबरच्या पोलिसाकडे पहिले. त्यांच्या चेहऱ्यावर थोडीशी निराशा होती.

"आम्ही अजून तरी त्याला नाही पकडू शकलो. आम्ही आजच सकाळी तो ज्या हॉटेलमध्ये उतरला होता त्या हॉटेलवर धाड घातली. पण तो आमच्याही एक पाऊल पुढे निघाला."

"हो, पण तोही काही फार लांब गेला नसेल मिस्टर क्लिम्ट." दुसरा पोलीस म्हणाला. क्लिम्टचा चेहरा काळवंडला होता. "वॅलपर्ती साहेबांनी सगळ्या रस्त्यांची नाकाबंदी केली आहे. आणि एअरपोर्टवरदेखील हाय अलर्ट आहे."

तेवढ्यात अँटोनिओ माल्दिनीच्या कण्हण्याचा आवाज आला. तो हळूहळू

शुद्धीवर येत होता. एका पोलिसाने त्याला घट्ट बांधून ठेवले आणि दुसऱ्याच्या मदतीने त्याला मागच्या एका पोलिसांच्या गाडीमध्ये नेऊन कोंबले.

''आमचे सर वॅलापर्ती यांनी तुम्हाला परत शहराकडे नेण्याचे आदेश आम्हाला दिले आहेत.'' तो धिप्पाड पोलीस म्हणाला. ''तुमच्या सुरक्षेच्या दृष्टीने हे गरजेचे आहे. आणि तुम्हाला एक स्टेटमेंटसुद्धा द्यावे लागेल. तुमची ही मौल्यवान गोष्ट चोरण्यासाठी अजूनही एखादी गँग तुमच्यामागे असण्याची शक्यता आहे.''

''मला नाही त्याची फिकीर.'' क्लिम्ट म्हणाला. ''तो हलकट जेफ स्टीवन्स, त्याला पहिल्यांदा पकडा.''

''नक्कीच सर. तो आपल्याला नक्कीच सापडेल. तुम्ही अजिबात चिंता करू नका. त्याचा सगळा प्लॅन फसला आहे. आणि आता तोही फार काळ आम्हाला चकवू शकणार नाही.''

चाळीस मिनिटांच्या आतच सर्व जण परत उलटे रोमला आले. अँटोनिओ माल्दिनीला अजूनही बांधून ठेवले होते. तो अजूनही बेशुद्ध होता. पिझ्झा डी स्पॅग्ना पोलीस स्टेशनच्या समोर गाडी उभी राहिली.

''इथे जरा थांबा साहेब.'' त्यांच्यापैकी एका पोलिसाने ग्लोव्ह घातलेल्या हातामध्ये तो सोन्याचा कटोरा अतिशय काळजीपूर्वक धरला आणि हळूच प्लॅस्टिकच्या पिशवीत टाकला. पुरावा म्हणून जमा झालेल्या वस्तू त्या पिशवीत होत्या. ''वॅलपर्ती तुम्हाला स्वतः न्यायला येतील. त्यांनी एक खासगी मीटिंग ठेवली आहे.''

''आणि याचे काय करायचे?'' क्लिम्टने त्याच्याकडे अस्वस्थपणे पाहत विचारले.

''तो आता तुम्हाला काहीही इजा करू शकणार नाही.'' त्या पोलिसाने त्याच्याकडे पाहत एक तुच्छतापूर्वक कटाक्ष टाकला. ''आणि त्यातून तुम्हाला आमचा एक माणूस इथे तुमच्या सुरक्षेसाठी हवा असेल तर...''

''नाही नाही. त्याची काही गरज नाही.'' आपण घाबरले आहोत असे त्या देखण्या पोलिसासमोर त्याला जाणवू द्यायचे नव्हते. तशी खरंच काही गरज नाही. ''तुम्ही लवकर जा. मी वाट पाहतो.''

''ठीक आहे.''

ते पोलीस त्या इमारतीमध्ये निघून गेले. जाताना त्यांनी क्लिम्टची गाडी बाहेरून लॉक केली. क्लिम्टने गाडी लॉक झाल्याचा आवाज ऐकला. त्याने त्याच्या जवळ असलेल्या त्या माणसाकडे पाहिले. या माणसाने आपल्याला मारून लुटायचे ठरवले होते. आणि त्याला मारून तिथेच फेकून देणार होता. त्या पोलिसाचे शब्द त्याच्या कानात घुमत होते की तो अट्टल बदमाश आणि अतिशय हलकट माणूस

आहे.

क्लिम्टला भीती वाटत होती. आपल्या सुरक्षा अधिकाऱ्यांना याने आधीच गुंगारा दिला आहे. आणि आता हा जर मोकळा झाला तर! तो आता कोणत्याही क्षणी शुद्धीवर येऊ शकतो आणि माझ्यावर हल्ला करू शकतो. तो मला ओलीसही ठेवू शकतो.

पाच मिनिटे गेली. दहा मिनिटे गेली.

पण गेलेले ते पोलीस परत यायचे काही नाव घेत नव्हते. वॅलपर्तीचाही काही पत्ता नव्हता. आता गाडीमध्येही खूप गरम होत होते. माल्दिनी कण्हत होता आणि कटोऱ्याविषयी काही तरी पुटपुटत होता. थोड्याच वेळात तो पूर्ण शुद्धीवर येणार असे दिसत होते.

"काय फालतूपणा चाललाय हा!"

क्लिम्टने गाडीचे दार उघडायचा प्रयत्न केला. त्याच्या लक्षात आले की गाडीचे दार आतून आणि बाहेरून दोन्हीकडून लॉक केलेले होते. त्याने अनलॉकचे बटन दाबले; पण काही उपयोग झाला नाही.

आता मात्र तो हैराण झाला. त्याने पुढच्या सीटवर जाण्याचा प्रयत्न केला. त्या प्रयत्नांमध्ये त्याचे पुढे आलेले केस आणि त्याचा विस्कटलेला टाय, अर्धे शरीर मागच्या बाजूला अर्धे पुढच्या बाजूला...हे सगळे खूपच विनोदी दिसत होते. पण त्याला त्याची पर्वा नव्हती. सरतेशेवटी तो ड्रायव्हरच्या सीटवर कोसळला. त्याने घाईघाईने ते दार उघडायचा प्रयत्न केला; पण तेही दार लॉक होते.

"अरे कुणी तरी बाहेर काढा मला." त्याने गाडीच्या खिडकीवर जोराने मारायला सुरुवात केली. सगळे लोक त्याच्याकडे विचित्र नजरेने पाहू लागले.

"मी अडकलोय. मला मदत करा कुणी तरी. मला बाहेर काढा."

पोलीस मुख्यालयाच्या इमारतीतून तीन पोलीस असेच बाहेर पडले. ते काही वेळ एकत्र गेले आणि नंतर एकेमकांना हस्तांदोलन करून आणि निरोप देऊन शहराच्या भाऊगर्दीमध्ये विरून गेले. पण ते एकमेकांना निरोप देताना एकमेकांकडे पाहून हसायला विसरले नाहीत.

जेव्हा वॅलपर्तीला खबर मिळाली तेव्हा तो रोबर्टो क्लिम्टच्या अपार्टमेंटजवळ येऊन पोहोचला.

"त्याने काय?" त्याचा चेहरा अगदी पाहण्यालायक झाला होता. "मला कळत नाहीये की आमच्याच एका गाडीमध्ये? हे... हे अशक्य."

"हो आणि ते क्लिम्ट साहेबच होते. ते तिथे एक तासापेक्षाही जास्त वेळ होते.

अगदी आपल्या मुख्यालयाच्या समोरच. शेकडो लोकांनी त्यांना पाहिले. पण सर्वांचा असाच समज झाला की तो आपण पकडलेला कुणी तरी वेडा माणूस असावा. जेव्हा आमच्यापर्यंत त्यांची बातमी पोहोचली तोपर्यंत गाडीतील उष्म्यामुळे ते वेड्यासारखे बरळायला लागले होते आणि सारखे कोणत्या तरी कटोऱ्याबद्दल बोलत होते.''

गुंथरची हसून हसून पुरेवाट झाली होती.

''शेवटी तू त्याला भर रस्त्यात गुंगारा देऊन त्याच्याकडचा कटोरा मिळवलास. खरंच खूप मस्त वाटतंय मला.''

''हो, पण मार्को आणि अँटोनियो यांचीदेखील कमाल आहे बरं का! कामामध्ये त्यांनी तसूभरसुद्धा चूक केली नाही.'' जेफ म्हणाला. गुंथरच्या गावाकडच्या घरातील सोफ्यावर दोघे जण बसले होते.

''मग मी म्हटलं नव्हतं की दोघे चांगले आहेत म्हणून!''

''पण मला त्या ड्रायव्हरचं मात्र फार वाईट वाटतंय. त्याला कळलं होतं की काय घडणार आहे, बिचारा! त्यानं मनापासून प्रयत्न केले क्लिम्टला आमच्यापासून वाचवायचे आणि नंतर त्यानं तो कटोरासुद्धा आमच्या हाती जाऊ नये म्हणून खूप प्रयत्न केले होते. पण त्या मूर्ख थेरड्याला, त्या क्लिम्टला ते कळलं नाही.''

''पण मला या गोष्टीचं भारी कौतुक वाटतंय की तू त्यांना अगदी पोलीस मुख्यालयापाशी सोडलंस. जबरदस्त नाटक खेळलास बरं का तू!''

''धन्यवाद तारीफ केल्याबद्दल! आज ट्रेसी इथे असती तर तिलाही खूप कौतुक वाटलं असतं माझं.''

तिचे नाव नकळत त्याच्या तोंडात आले आणि त्याला परत तिची प्रकर्षाने आठवण झाली. तो आणि गुंथर आत्तापर्यंत जो आनंद साजरा करत होते त्याच्यावर विरजण पडल्यासारखे झाले.

थोडा वेळ कुणीच काहीच बोलले नाही आणि एक प्रकारची शांतता पसरून राहिली.

शेवटी गुंथरने सुरुवात केली. ''बरं, ते जाऊ देत; माझा क्लायंट हंगेरीयन कलेक्टर या वस्तूमुळे भलताच खूश होणार आहे. आणि त्यानं तुला दिलेला हा मोबदला.''

असे म्हणून त्याने जेफच्या हातात एक चेक ठेवला. एका खासगी बँकेचा त्याच्या नावाचा तो चेक होता.

''नको मला तो चेक.'' असे म्हणून जेफने तो गुंथरला परत केला.

गुंथर बुचकळ्यात पडला. ''नको आहे म्हणजे काय जेफ? हे तुझे पैसे आहेत.

तुझी कमाई आहे.''

''हो. पण मला नको आहेत ते.'' जेफ म्हणाला.

''मग मी काय करू या चेकचं?''

''काहीही कर. तुला सांगितलं ना मला नको आहे म्हणून!'' जेफचा आवाज चढला. थोड्या वेळाने त्याला त्याची जाणीव झाली तसा तो ओशाळला. ''माफ कर मला गुंथर. मला तुला दुखवायचं नव्हतं रे. पण या पैशाने मला हवं ते मिळणार नाहीये. याचा मला खरंच काही उपयोग नाहीये.''

गुंथरने आपली मान हलवली. ''ठीक आहे. तुला गरज नाहीये याची. पण तुला नसली तरी कुणाला तरी या पैशाची गरज नक्कीच आहे. तू हे पैसे अशा कुणा गरजूला देऊन टाक. पण हा सर्वस्वी तुझा निर्णय असायला हवा. मी तर या चेकचं काही करू शकत नाही.''

दोन आठवड्यांनी रोमच्या एका वर्तमानपत्रामध्ये एक लेख आला.

'रोममधील झोपडपट्ट्यांमध्ये अतिशय हालाखीत जीवन जगणाऱ्या जिप्सी कुटुंबांसाठी तळमळीने काम करणाऱ्या रोमा रिलीफ नावाच्या एका अपरिचित सेवाभावी संस्थेकडे अचानक पन्नास लाख युरोंची देणगी जमा झाली आहे. हे डोनेशन कुणाच्याही नावाने नसून, दात्याचे नाव गुप्त ठेवण्यात आले आहे.'

त्या गूढ आणि अपरिचित दात्याने विनंती केली आहे की, ते पैसे निको आणि फाबियो यांच्या स्मरणार्थ गरीब लोकांच्या उन्नतीसाठी वापरले जावेत. निको आणि फाबियो ही तीच मुले ज्यांनी दोन वर्षांपूर्वी इमारतीवरून खाली उडी मारून आपले आयुष्य संपवले होते.

''आम्ही खूप आभारी आहोत.'' रोमा रिलीफचे व्यवस्थापक खूप भावुक होऊन मुलाखत देत होते. ''आम्हाला खूप गहिवरून येत आहे. देव त्या उदार दात्याचे भले करो. त्याच्या सर्व मनोकामना पूर्ण होवोत.''

७

तीन महिन्यांनंतर
स्टीमबोट स्प्रिंग्ज, कोलोरेडो

ट्रेसी तिच्या नव्या घराच्या बाहेर उभी राहून समोर दिसणाऱ्या पर्वतराजींकडे पाहत होती. तिने मुद्दामच ही जागा राहण्यासाठी निवडली होती; कारण तिला एकांत हवा होता. समोर दिसणारे दृश्य हे खूपच सुंदर होते. विशाल निळ्याशार आकाशाखाली रॉकी पर्वताच्या बर्फाच्छादित रांगा पसरलेल्या होत्या. ऑक्टोबरच्या थंडीमध्येदेखील स्वच्छ निळेभोर आकाश सकाळी सकाळी खूप विलोभनीय दिसत होते. दूरवर रानामधून येणारा पाईनचा गंध सभोवताली दरवळत होता. तिथेच कुरणामध्ये घोडे चरत होते. ट्रेसी ते सर्व विलोभनीय दृश्य आपल्या नजरेमध्ये साठवून घेत होती.

'न्यू ऑरलिअन्समध्ये लहानपणी मी राहायचे त्यापेक्षा हे खूपच दूर आहे.' आपल्या फुगलेल्या पोटावर हलकेच मारत ती विचार करत होती. ट्रेसीचे वडील एक मेकॅनिक होते आणि आई गृहिणी होती. व्हिटनी कुटुंबाकडे काही फारसे पैसे नव्हते; पण ट्रेसी तरीही खूप आनंदी होती. जेव्हा ती शहरामध्ये राहिली... लहानाची मोठी झाली... तेव्हा तिचे एक स्वप्न होते, ते म्हणजे एक मोठी मोकळी ऐसपैस जागा हवी आणि खूप सारे घोडे आपल्याजवळ असावेत किंवा असेच या स्टीमबोटसारखे काही.

'तू खूप भाग्याची आहेस एमी. तू इथेच वाढणार आहेस आणि इथेच तू खूप काही गोष्टी शिकणार आहेस.'

अमेरिकेमध्ये परतण्याचा ट्रेसीने घेतलेला निर्णय हा काही सोपा नव्हता. ट्रेसीने जेव्हा पहिल्यांदा अमेरिकेहून युरोपकडे प्रस्थान केले त्यानंतर ती पुन्हा अमेरिकेत

आली नव्हती. तिने न केलेल्या गुन्ह्याची शिक्षा भोगण्यासाठी ती तुरुंगात गेली आणि तिने काही वर्षे दक्षिण लुसियाना पेनिटेनशरी इथे घालवली. ट्रेसी खूप सरळमार्गी जगत होती, खूप प्रामाणिकपणे आयुष्य जगायचा प्रयत्न करत होती. पण एकदा तुरुंगात जाऊन आलेल्या स्त्रीला इतके सहज कुणी स्वीकारत नाही. खूप थोडे लोक होते, ज्यांनी तिला समजून घेतले. फिलाडेल्फिया ट्रस्ट अँड फिडेलिटी बँक इथे ती नोकरी करायची. तुरुंगातून सुटून जेव्हा ती तिथे काम मागायला गेली तेव्हा तिचा जुना मालक तिच्यावर हसला. त्याने तिचा अपमान केला. ट्रेसी कॉम्प्युटर एक्स्पर्ट होती आणि अतिशय हुशार होती, उच्च शिक्षित होती. पण त्या वेळेस तिला साफसफाईचं कामसुद्धा मिळायची मारामार झाली होती. जर कुठे काही मोडतोड झाली किंवा काही हरवले, तर ट्रेसीला जबाबदार धरून तिला बोलणी खावी लागत. कुणीसुद्धा मदतीला नाही आणि जगण्याची तर धडपड केलीच पाहिजे, यामधून तीही थोडीशी कडवट झाली. आणि मिळेल ते काम करायचे तिने ठरवले. त्यातूनच तिला पहिले काम मिळाले ते दागिने चोरण्याचे. लुईस बेलामी नावाच्या एका खडूस बाईला तिने लुटले.

ते तिचे पहिले काम होते, जेव्हा ती जेफला पहिल्यांदा भेटली. लुईस बेलामीच्या सराफाच्या पेढीवर डल्ला मारण्याच्या वेळेस जेफने तिला बाजूला केले आणि तिथून त्यांच्यामध्ये स्पर्धा सुरू झाली. सुरुवातीला त्यांना परस्परांचा तिरस्कार वाटत होता; नंतर एकमेकांविषयी आकर्षण वाटू लागले आणि शेवटी त्यांच्या संबंधांची परिणती प्रेमात झाली. जेफ तिच्या आयुष्याचे प्रेम बनून राहिला. जेफने ट्रेसीचे आयुष्य साहसपूर्ण बनवले. चैतन्य आणि उत्साहाचा झरा त्याच्या रूपाने तिच्या आयुष्यामध्ये वाहू लागला.

पण सर्व गोष्टींना शेवट हा असतोच. ट्रेसी जेफवर वेड्यासारखा विश्वास टाकायला लागली. पण त्याने तिचा विश्वासघात केला होता, तिच्या भावनांवर घाला घातला आणि तिच्या हृदयाचे तुकडे तुकडे केले होते. बेडरूम मध्ये रीबेका आणि जेफला ज्या अवस्थेत तिने पहिले होते, ते तिच्या मनावर एवढे खोलवर कोरले गेले होते की ते विसरणे शक्य नव्हते. ती आजही त्याच्यावर तितकेच प्रेम करत होती; पण तरीही कोणत्याही परिस्थितीत ती त्याच्याकडे परत जाणार नव्हती. जेफकडे काय ती लंडनलाच जाणार नव्हती. आता ती आणि तिचे बाळ, हेच तिचे विश्व होते. 'माझे बाळ- माझी एमी'

पोटातून ट्रेसीच्या बाळाने तिला एक नाजूक लाथ मारली आणि ट्रेसीला हसू आले. 'हं... तुला कधी एकदा या पिंजऱ्यातून बाहेर येतोय असं झालंय, हो ना? माझं छोटंसं सानुलं!'

ट्रेसीने २२ आठवडे झालेल्या आपल्या बाळाला स्कॅनिंगमध्ये पाहिले होते.

तेव्हा तिला समजले होते की पोटात वाढणारे बाळ मुलगी आहे. तिला त्या वेळेस गहिवरून आले होते आणि अश्रूंचा बांध फुटला होता. कारण मुलगा असता तर त्याने तिला सतत जेफची आठवण करून दिली असती. तिने तिच्या या गोड छोट्याश्या परीचे नावसुद्धा ठरवले होते. एमी. ती गव्हर्नेस म्हणून ब्रान्निगन कुटुंबातील एमीला सांभाळायचे काम करत होती तेव्हाच त्या एमीवरून आपल्या मुलीचे नावदेखील 'एमी' ठेवायचे, असे तिने ठरवले.

एमी डोरिस श्मिट

मस्त नाव होते. भूतकाळ आणि भविष्यकाळ यांचा सुरेख मिलाप होता. डोरिस हे ट्रेसीच्या आईचे नाव होते. आता ती नसल्यामुळे ट्रेसी आपल्या आईला तर कधीच पाहू शकणार नव्हती; पण कमीत कमी मुलीच्या रूपाने तरी आई तिच्याजवळ राहील. श्मिट हे आडनाव होते. ट्रेसीने हे आडनाव स्वतःच्या नव्या ओळखीसाठी ठेवले होते. तिच्या वडलांचा या आडनावाचा एक बिझनेस पार्टनर होता. त्याचे आडनाव श्मिट होते. खूप टक्केटोणपे खाल्ले होते तिने या काही वर्षांत. पण आता ही नवीन ओळख घेऊन ती आणि तिचे बाळ एका नव्या आयुष्याला सुरुवात करणार होते. ट्रेसी व्हिटनी नावाची व्यक्ती कधीच संपली होती.

माझे नाव ट्रेसी श्मिट आहे. माझा नवरा जर्मन होता आणि तो अतिशय श्रीमंत इंडस्ट्रिअलिस्ट होता. फेब्रुवारी महिन्यामध्ये स्किइंग करताना त्याचा अपघात झाला आणि तो त्यामध्ये मरण पावला. त्या वेळेसच मला दिवस गेले होते. मी आमच्या मुलीबरोबर नव्याने आयुष्य सुरू करण्याकरता अमेरिकेमध्ये आले. कार्ल म्हणजे माझा नवरा त्याला पर्वतांचे- डोंगरांचे विलक्षण आकर्षण होते. त्याला स्टीमबोटदेखील खूप आवडायची.

ट्रेसीचे कॉम्प्युटरमधील अफाट ज्ञान आणि बदमाशी करण्याचे कौशल्य यामुळे तिला नवीन ओळख बनवायला फारसा वेळ लागला नाही. तिने या नवीन नावाने पासपोर्ट, मेडिकल रेकॉर्ड्स, सिक्युरिटी कार्ड्स सगळे काही बनवून घेतले आणि तेही फक्त माउसच्या क्लिक्सवर. एमी जन्माला येऊन मोठी झाल्यावर तिला सगळे सत्य सांगण, हे मात्र तिला फारच जड जाणार होते. अर्थात या सगळ्या खूप दूरच्या गोष्टी होत्या. आत्ता मात्र तिच्यासाठी ट्रेसी श्मिट असणे एवढेच पुरेसे होते. ट्रेसी या काळात सर्व काही आवश्यक गोष्टी करत होती. तिने प्रेग्नन्सीसाठी योगा क्लास लावला होता. डॉक्टरकडे जाऊन गर्भावस्थेतील नियमित तपासण्या, आणि या सगळ्यामध्ये तिच्या जमिनीची आणि शेताची काळजी घेणे...या सर्वांतून तिला ना भविष्याचा विचार करायला वेळ व्हायचा- ना भूतकाळाचा.

"मॅडम, थोडीफार कॉफी आमच्यासाठीही उरली आहे का?" अचानक आलेल्या आवाजाच्या दिशेने ट्रेसीने पाहिले.

ब्लेक कार्टर उभा होता. ब्लेक कार्टर म्हणजे तिच्या फार्मचा मॅनेजर. पन्नाशीच्या आसपास असावा; पण वयाच्या मानाने मोठा वाटत होता. ब्लेक विधुर होता. तब्येतीने एकदम मस्त दणकट होता गडी. अतिशय कामसू, मेहनती आणि थोडासा लाजाळू होता. ट्रेसीने त्याला कित्येक वेळा सांगितले होते की मला मॅडम म्हणू नकोस; पण हा गडी काही ऐकायचे नाव घेत नव्हता.

''सुप्रभात ब्लेक.'' हलकेच हसून तिने त्याला प्रतिसाद दिला. तिला ब्लेक आवडत असे. अतिशय शांत आणि विचारी होता तो. त्याला पाहिले की तिला तिच्या वडलांची आठवण येत असे. तिला विश्वास वाटायचा की तो तिच्या पूर्वायुष्याविषयी काहीही विचारणार नाही. कोणत्याही प्रकारची चर्चा, गॉसिप करणार नाही.

''किटलीमध्ये अजून खूप सारी कॉफी शिल्लक आहे. बसा ना! मी आणते.''

ती स्वयंपाकघरामध्ये गेली. तिला आठवा महिना लागला होता. त्यामुळे चाल मंदावली होती. डुलत डुलत आपल्या पोटाचा भार सांभाळत ती चालत होती. ट्रेसीचे पोट चांगलेच दिसायला लागले होते आता. तिच्या पायांनादेखील सूज आली होती. खरं तर पाय काय, सगळं अंगच सुजले होते. बोटेपण फुगली होती. चेहऱ्यावरदेखील सूज होती. तिने तिचे केसही खूपच कमी केले होते. तेसुद्धा भयंकर दिसत होते. आपल्या नव्या ओळखीला साजेशी अशी तिने केशरचनादेखील केली होती. ती बारीक होती तेव्हा ठीक होते; पण आता सगळे शरीर जाड झाल्यावर ते केस म्हणजे विचित्रच दिसत होते.

''तुम्ही बऱ्या आहात ना मॅडम?''

ट्रेसीच्या मंदावलेल्या चालीकडे पाहत ब्लेकने विचारले.

आपल्या खाली आलेल्या पोटाकडे पाहत ट्रेसी म्हणाली. ''हो तसं वाटतंय तरी. आता एमीची हालचाल चांगलीच जाणवायला लागली आहे.'' तिने किचन ओट्याच्या कडेला धरले. तसे तिच्या अंगावरून अचानक पाणी जाऊ लागले.

''अरे देवा!'' ट्रेसीला मेल्याहून मेल्यासारखे झाले होते.

''चला, आपण ताबडतोब हॉस्पिटलमध्ये जाऊ.''

ब्लेकला स्वतःचे मूलबाळ नव्हते. शेतातली वासरे हीच त्याची मुले होती. आणि कित्येक गाईंची बाळंतपणे त्याने केली होती. त्यामुळे ट्रेसीसारखा त्याला काही संकोच वाटत नव्हता.

''नको नको. मला वाटतं की इथे घरातच मी बाळंत होईन. तुम्ही फक्त एक मदत करता का? माझी सुईण आहे तिला इकडे बोलावून घेता का. मी फ्रिजवर तिचा नंबर लिहून ठेवला आहे.

ब्लेकला तिचे हे म्हणणे अजिबात पटले नाही. ''मॅडम, तुमच्या अंगावरून

पाणी जात आहे आणि अशा परिस्थितीत तुम्ही हॉस्पिटलमध्येच असले पाहिजे. घरी सुईणी वगैरे आणणे बरोबर नाही.''

''सुईण...'' ती पुटपुटली. तिने ठरवले होते की तिचे बाळंतपण ती कोणत्याही औषधाशिवाय घरीच करणार आहे. आई होण्याचे तिचे खूप वर्षांचे स्वप्न होते. स्वतःचे बाळंतपण ती स्वतःच निभावून नेण्यास समर्थ होती. तिला हे खरे तर सिद्ध करायचे होते की स्वतःच्या बळावर ती गोष्टी निभावू शकते.

''मला खरंच वाटतंय की आपण हॉस्पिटलमध्ये जायला हवे. तुमचा नवरादेखील इथे नाहीये. अशा परिस्थितीत...''

''ठीक आहे ब्लेक. पण खरंच नका तुम्ही काळजी करू!'' ट्रेसीला त्याचा शांत सहवास खूप उभारी देत होता. पण या प्रसंगासाठी ती मानसिकरीत्या तयार होती. ''तुम्ही फक्त मेरीला बोलवा. तिला माहितीये काय करायचे ते.''

ट्रेसीच्या किंचाळण्याचा आवाज वाढत होता.

ब्लेक कार्टर ट्रेसीच्या बेडरूमच्या बाहेर अस्वस्थपणे येरझाऱ्या घालत होता. त्याला माहिती होते की स्त्रीचे पहिले बाळंतपण व्हायला जरा वेळ लागतो. पण त्याला हेही माहीत होते की जेव्हा अंगावर पाणी जायला लागते, त्यानंतर बाळ लवकर बाहेर येणे महत्त्वाचे असते. एक तास झाला ट्रेसी आतमध्ये होती. आणि तिच्या किंकाळ्या या साधारण नव्हत्या. ब्लेक ट्रेसीला आत्ता आत्ताच ओळखत होता. पण त्याला हे माहीत होते की ट्रेसी एक फायटर आहे. ती खूप धीराची आहे. ती शारीरिक आणि मानसिकरीत्या खूप खंबीर होती.

आणि मेरीचे बोलायचे तर ती अगदीच पोरगेलीशी दिसत होती.

दुसरी किंचाळी आली. या वेळेस त्या किंकाळीमध्ये थरकाप होता. फार झाले आता.

ब्लेक न राहून रूममध्ये घुसला. ट्रेसी बेडवर पडली होती. सगळी बेडशीट रक्ताने भरली होती. ती मुलगीदेखील खूप घाबरली होती. तिचा चेहरा भीतीने पांढराफटक पडला होता.

''अरे रामा!'' ब्लेक म्हणाला.

''मला माफ करा,'' मेरी डोळ्यांत पाणी आणून म्हणाली. ''मला कळलेच नाही की नक्की काय करावे. थोडेसे रक्त जाणे अगदी साधारण आहे हो. पण मी...''

ब्लेक कार्टरने तिला बाजूला केले. ट्रेसीला उचलले. आणि तो दाराकडे निघाला. ''जर का ती मेली तर तिचे बाळसुद्धा मरेल आणि मग सर्व काही तुझ्यावर येईल.''

ट्रेसी विमानात जमिनीवरच पडली होती. ते ॲमस्टरडॅमला जाणारे एअर फ्रान्सचे विमान होते. तिला आता नक्की आठवत नव्हते. पण ती बहुधा हिरे वगैरे चोरण्याच्या बेतात असावी. पण तिला हे आठवतंय की ती पडली होती आणि तिला खूप घाम आला होता. पुन्हा त्याच कळा यायला लागल्या होत्या. कळा नव्हे तर जीवघेण्या वेदना होत्या त्या. जणू काही तिचे आतील अवयव कुणी तरी सुरीने कापत आहे. विलक्षण विव्हळत होती ती. जोरजोरात किंचाळत होती.

ट्रकच्या पुढच्या सीटवर ब्लेक कार्टरला आपले अश्रू आवरत नव्हते. "सर्व काही ठीक होईल. काळजी करू नको बाळा. आपण जवळच पोचलो आहोत. धीर धर."

ट्रेसी एका सफेद खोलीमध्ये होती.

लुसियानामधील तुरुंगामधील डॉक्टर. "अरे बाप रे खूप खोलवर जखमा आहेत. पण त्या बऱ्या होतील. दुर्दैवानं तिचं बाळ मात्र गेलं."

मृत्युच्या आधी तिची आई फोनवर तिच्याशी बोलली होती. "ट्रेसी, माझ्या बाळा, खूप प्रेम करते मी तुझ्यावर."

जेफ ॲमस्टरडॅमच्या त्याच्या घरामध्ये होता. जोराने ओरडत होता. "ट्रेसी, डोळे उघड गं! अगं किती वेळ तू अशा अवस्थेमध्ये आहेस!"

"किती वेळ ती या अवस्थेमध्ये आहे?" हॉस्पिटलमधील तो तरुण डॉक्टर ब्लेक कार्टरवर अक्षरशः ओरडला.

"तिच्या अंगावरून पाणी जात होते त्याला चार तास झाले असतील."

"चार तास?" क्षणभर ब्लेकला वाटले की तो डॉक्टर आपल्याला चांगला झोडपून काढणार आहे. "मूर्खपणाची हद्द झाली ही. एवढा उशीर का केलात तिला आणायला?"

"मला समजलेच नाही. खरंच नाही समजले हो!" ब्लेक अगदी रडवेला झाला होता. ट्रेसीला आधीच ऑपरेशनरूममध्ये हलवण्यात आले होते. ती अजूनही ओरडत होती. किंचाळत होती. विव्हळत होती. तिच्या ओठावर जेफचे नाव होते. "डॉक्टर, ट्रेसी बरी होईल ना?" ब्लेकने विचारले.

डॉक्टरांनी त्याच्याकडे पाहिले. "मला नाही माहीत. कारण खूप रक्त गेलंय तिचे. तिचं ब्लडप्रेशर वाढलंय. कदाचित कोमामध्येसुद्धा जाऊ शकते ती."

ब्लेकचे डोळे विस्फारले. "पण ती जगेल तरी ना डॉक्टर?... आणि तिचे बाळ?"

"बाळ वाचेल असं वाटतंय." डॉक्टर म्हणाले आणि ते तिथून निघून गेले.

थोडा वेळ कळा सुरू होत्या, नंतर थांबल्या.

ट्रेसी अजिबात घाबरलेली नव्हती. तिला मृत्यूचे भय उरले नव्हते. ती मरणाला तयार होती. तिला तिच्या आईला भेटायचे होते. तिला विलक्षण शांत वाटत होते.

तिने डॉक्टरांचे बोलणे ऐकले होते. तिचे बाळ वाचणार होते!

तेच तिच्यासाठी महत्त्वाचे होते.

एमी

ट्रेसीच्या मनात शेवटचा विचार जेफचा होता. खूप प्रेम करायची ती जेफवर. त्याला त्याच्या मुलीबद्दल कधी तरी कळेल का? तो येईल का तिचा सांभाळ करायला?

आता माझ्या हातातून सगळे निसटून चाललेय असे वाटतेय.

ब्लेक कार्टर त्या तरुण डॉक्टरच्या अक्षरशः कुशीत शिरून ढसाढसा रडू लागला.

"मी तुम्हाला एवढे कडवटपणे बोलायला नको होते," तो डॉक्टर म्हणाला. "मला माहीत आहे की यात तुमची चूक नाहीये."

"नाही नाही. मीच दोषी आहे डॉक्टर. मी तिला हॉस्पिटलमध्ये जबरदस्तीने घेऊन यायला हवे होते."

"ठीक आहे मिस्टर कार्टर. जाऊ देत. आता महत्त्वाचे हे आहे की तुम्ही तिला इथे घेऊन आलात आणि त्यामुळे तिचे प्राण वाचले."

ब्लेक कार्टर ट्रेसीकडे वळला. तिला रक्ताची बाटली लावली होती आणि टाकेही घातले होते. तिच्या बाळाला अतिदक्षता विभागामध्ये हलवण्यात आले होते. पण काळजीचे कारण नव्हते, असे डॉक्टरांनी ब्लेकला सांगितले.

"माझे बाळ." ट्रेसी क्षीणपणे पुटपुटली. तिची डोळे अजूनही बंदच होते.

"तुमचे बाळ खूप मस्त आहे मिसेस शिमट. काळजी करू नका," डॉक्टर म्हणाले. "तुम्ही थोडीशी विश्रांती घ्या."

"कुठे आहे ती?" ट्रेसीने विचारले. "मला पाहायचे आहे माझ्या मुलीला."

डॉक्टरांनी एकवार ब्लेक कार्टरकडे पाहिले व हसून म्हणाले, "तुम्ही सांगताय तिला का मी सांगू?"

"सांगा मला. लवकर सांगा." ट्रेसी एकदम अस्वस्थपणे उठून बसली.

"काय झाले? ती ठीक आहे ना? कुठे आहे माझी एमी?"

"तुम्हाला या नावाचा पुन्हा एकदा विचार करावा लागेल मिसेस शिमट." ब्लेक कार्टर हळूच हसला.

तेवढ्यात एक नर्स आतमध्ये आली. तिच्या हातात दुपट्यात गुंडाळलेले छोटेसे बाळ होते. तिने ते बाळ ट्रेसीच्या हातात दिले.

"अभिनंदन मिसेस शिमट. तुम्हाला मुलगा झाला आहे."

भाग २

८

पॅरिस
९ वर्षांनंतर

जमिनीवर एक तरुणी मरून पडली होती. इन्स्पेक्टर जीन रिझो तिच्या चेहऱ्याचे निरीक्षण करत होते.

तिचा चेहरा काळा पडला होता आणि त्यावर सूज होती. तिचा कुणी तरी गळा दाबला होता आणि त्यामुळे ती सूज असावी किंवा कदाचित अफू आणि अमली पदार्थांचादेखील तो अंमल असावा. तिच्या हातांवर सुई टोचल्याच्या लाल खुणा होत्या. तिचा स्कर्ट तिच्या नितंबाच्यावर ओढला गेला होता. तिची चड्डीदेखील काढलेली होती. तिचे पायदेखील ओढलेले होते.

"तिला मारल्यावर त्याने तिचे शरीर हलवले असणार."

खरं तर हा प्रश्न महत्त्वाचा नव्हता. इन्स्पेक्टर रिझोला त्या खुन्याने काय काय केले असावे याचा अंदाज आला होता. पण पॅथॉलॉजिस्टने मान हलवली.

"तिच्यावर बलात्कार झाला आहे का?"

"आत्ता तरी तसे काही नाही सांगता येणार. तिच्या योनीमार्गावर खूप जखमा आहेत."

ती मुलगी वेश्या होती. तिला नुसतीच 'ती मुलगी' म्हणणं थांबवलं पाहिजे. तिला एक नावही आहे. काय बरं ते? रिझो मनातल्या मनात म्हणाले. त्यांनी त्यांच्याकडे असलेली माहिती तपासली. एलिसा. तिचे नाव एलिसा आहे

तिच्या योनीच्या आसपास कुठेही वीर्याचा मागमूसही नाही. पॅथॉलॉजिस्टने मान

हलवली. ‘‘कुठेही काही तसली खूण नाही. कुठेही लाळ नाही किंवा केस नाहीत. काहीच नाही. तिची नखे उचकटलेली आहेत. आम्ही अजून काही सापडतंय का ते पाहतो, पण...’’

‘‘पण मला माहितीये आपल्याला तसले काही सापडणार नाही.’’

ही खुन्याची अजून एक खूण होती. ती म्हणजे त्याने खून करून तिची नखे कापली होती. कदाचित डीएनए रिपोर्टमध्ये काही सापडू नये म्हणून ही एक युक्ती असावी. पण अजूनही काही विशेष होते. तो खुनी विचित्र आणि विकृत असावा. त्याने तिला मुद्दामच अशा लाजिरवाण्या अर्धनग्न अवस्थेत ठेवले होते. तो मृत शरीराची नखे उचकटायचा, केस काढायचा, भादरायचा. त्याने खुनाच्या सगळ्या खुणा पुसून टाकण्याचा प्रयत्न करायचा. मृताच्या शेजारी तो नेहमी बायबल ठेवायचा.

या वेळी त्याने रोमनमधील काही ओळी लिहिल्या होत्या.

‘जे लोक स्वार्थासाठी धूर्तपणाने आणि क्रूरपणे सत्य गाडण्याचा प्रयत्न करतात, त्या दुष्ट आणि पापी लोकांवर स्वर्गातील देवाचा कोप होतो.’

दहा वेगवेगळ्या शहरांमध्ये नऊ वर्षांमध्ये अकरा खून. या नराधमाला जेरबंद करण्याकरता सहा देशांमधील पोलीस फोर्सचे अथक प्रयत्न चालू होते. आत्तापर्यंत कित्येक करोड डॉलर्स या कामावर खर्च झाले होते आणि हजारो माणसे या कामाला लावली होती. पण काय परिणाम? अजूनही त्याला पोलीस पकडू शकले नव्हते.

जीन रिझोने एलिसाच्या खिडकीबाहेर डोकावून पाहिले. एप्रिल महिना होता. पाऊस पडत होता. तिच्या स्टुडिओ अपार्टमेंटमध्ये आणि एकंदरच बाहेरील वातावरण एकदम उदास वाटत होते. एलिसा कोर्बेल इसोनेसच्या उपनगरामध्ये असलेल्या एका गृहप्रकल्पात राहत होती. या भागात राहणाऱ्या लोकांमध्ये बेरोजगारीचे प्रमाण जवळ जवळ पन्नास टक्क्यांपर्यंत होते. सगळीकडे व्यसनाधीनता होती. एलिसाच्या अपार्टमेंटखाली एक कचराकुंडी होती. एकंदर गलिच्छ वस्ती होती. इथले लोक स्वतःला आणि कुटुंबाला पोसण्यासाठी हातात चाकू-सुरे घेऊनच फिरायचे. एखाद्या श्रीमंत माणसाला चाकू-सुरीचा धाक दाखवायचा आणि त्याला लुटून स्वतःच्या कुटुंबाला पोसायचे, हाच यांचा धंदा होता.

जीनने एक मोठ्ठा श्वास घेतला. ‘‘मला वसंत ऋतूतील पॅरिसमधील हवा खूप आवडते.’’

त्या पॅथॉलॉजिस्टने आपले काम संपवले. गणवेशातील दोघांनी येऊन मृत शरीराला उचलले.

त्या प्रेताला उचलताना ते दोघे अतिशय अर्वाच्य शब्दामध्ये तिच्याविषयी बोलत होते, ते ऐकून रिझोना खूप संताप आला. "तुमची हिम्मत कशी होते रे, मेलेल्या माणसाबद्दल असं बोलायची? सन्मानानं वागवा तिला. तीही माणूस होती. कुणाची तरी ती बहीण आहे, कुणाची तरी मुलगी आहे."

"माफ करा साहेब."

असे म्हणून ते दोघे आपल्या कामाला निघून गेले. त्यांच्या भुवया उंचावल्या होत्या. गुन्ह्याच्या ठिकाणी अशा प्रकारचे छोटे विनोद इन्स्पेक्टर खपवून घेत असत. पण हा इन्स्पेक्टर कोण आहे. काय समजतो स्वतःला?

इंटरपोलची पॅरिसमधील मुख्य शाखा तशी लहानच होती. फारसे फर्निचर नव्हते; पण तरी सभोवताल एकदम रम्य होता. इन्स्पेक्टर जीनच्या तात्पुरत्या ऑफिसमधून आयफेल टॉवरचे मनोहारी दृश्य दिसायचे. आयफेल टॉवरबरोबरच आसपासचाही रम्य परिसर दिसायचा. एलिसा अर्मंडच्या उदासवाण्या घरापेक्षा हे खूपच छान आणि प्रसन्न होते.

जीन रिझोने आपले हात केसांवरून फिरवले. एलिसाची अवस्था पाहून ते सुन्न झाले होते. पण दुःखी व्हायचे नाही,असे त्यांनी स्वतःला बजावले. इन्स्पेक्टर रिझो चाळीस ते पंचेचाळीसच्या आसपास असावेत. त्यांची शरीरयष्टी मध्यम असली तरी व्यक्तिमत्त्व अतिशय देखणे होते. त्यांचे केस दाट लाटांप्रमाणे होते. त्यांच्या हिरव्या डोळ्यांमध्ये विलक्षण चमक होती. विशेष करून जेव्हा ते रागवायचे, तेव्हा त्यांचे डोळे जास्तच चमकदार होत असत. इंटरपोलमध्ये त्यांना विशेष मान होता. कामाला वाहून घेतलेला कष्टाळू आणि प्रामाणिक पोलीस ऑफिसर म्हणून त्यांची ख्याती होती. त्यांच्या महत्त्वाकांक्षा फारशा मोठ्या नव्हत्या. पण त्यांना चुकीच्या गोष्टींबद्दल, अन्यायाविषयी विलक्षण चीड होती. आणि अन्यायाविरुद्ध आणि दुष्ट प्रवृत्तींविरुद्ध लढण्यासाठी ते कायमच तत्पर होते.

जीनचे कौटुंबिक जीवन काही फारसे चांगले नव्हते. घरामध्ये सतत व्यसनी वातावरण होते; कारण त्यांचे आई-वडील दोघेही व्यसनी होते. त्यांची आई कोणत्या तरी आजाराने मरण पावली होती. पण जीनचा ठाम विश्वास होता की तिचा आजार दुसरे तिसरे काही नसून तिचे व्यसन होते. शहरातील एका उच्चभ्रू वस्तीत ते राहायचे. त्यांच्या आसपास राहणाऱ्या लोकांचेदेखील तसेच मत होते. जीनना अजूनही आठवतेय, की त्यांचे शेजारीपाजारी त्यांच्या आईला टाळत असत. त्यांची आई सेलेस्टी रिझो मूळची फ्रेंच कॅनेडिअन कुटुंबातून आलेली होती. तिच्या तरुणपणी ती अतिशय सुंदर दिसायची. पण तिच्या दारूच्या व्यसनापायी ती तिचे सौंदर्य गमावून बसली होती. सौंदर्य काय- सर्वस्वच गमावले होते तिने. तिच्या

शेवटच्या दिवसांमध्ये ती एकटीच पडली होती. कुणी तिच्याजवळ नव्हते.

जीनचे वडील व्यसनातून बाहेर आले; पण लवकरच म्हणजे वयाच्या पन्नासाव्या वर्षी त्यांनाही हृदयविकाराचा झटका आला आणि त्यामध्येच त्यांचा अंत झाला. पण त्यातल्या त्यात सुदैवाची गोष्ट म्हणजे- जीनचे वडील त्यांच्या मुलीची झालेली वाताहत पाहायला तरी जिवंत राहिले नाहीत. जीनची बहीण हेलेन तिच्या दुर्दैवी आयुष्याच्या शेवटी शेवटी वेश्या बनली होती. त्यामुळेच की काय, जीनला वेश्या या शब्दाची चीड होती. कारण या एका शब्दानेच स्त्रीचे आयुष्य, तिचे व्यक्तिमत्त्व, तिच्या आशा-आकांक्षा, मान-सन्मान या सर्व गोष्टींचा चुराडा होतो. हा एकच शब्द तिचे आयुष्य नरक करून टाकतो. त्यांची बहीण हेलेन खूप गोड मुलगी होती. आणि त्यामुळे इन्स्पेक्टर जीन यांना असेच वाटायचे की एलिसा किंवा त्या नराधमाने मारलेल्या बाकीच्या मुलीसुद्धा हेलेनप्रमाणेच खूप गोड असतील.

जीनचे वरिष्ठ त्यांच्यावर बायबल किलरची केस सोपवण्यास फारसे अनुकूल नव्हते. त्यांना ही केस इन्स्पेक्टर जीन यांना द्यायची नव्हती.

"हे सगळे तुम्ही खूप व्यक्तिगतपणे घ्याल. अलिप्त राहून ही केस सोडवणे तुम्हाला जमणार नाही. तुमच्या भावना यामध्ये येतील आणि मग ती तुम्ही चांगल्या प्रकारे हाताळू शकणार नाही." जीन यांचे वरिष्ठ हेन्री मार्स्यू त्यांना म्हणाले.

"मला खात्री आहे की मी ही केस सोडवताना अलिप्त राहीन आणि माझ्या व्यक्तिगत भावना यामध्ये येऊ देणार नाही." जीनने आग्रह केला. "आणि आधीच्या माणसापेक्षा मी नक्कीच चांगले काम करेन. अकरा अकरा खून होत आहेत आणि तरीही तो खुनी अजूनही मोकाट फिरतो आहे. आपण काहीच करू शकलेलो नाही."

हेन्री मार्स्यू यांनी इन्स्पेक्टर जीनकडे एकवार पाहिले. "त्याचे काय आहे नं जीन, ही केस एखाद्या अकरा दिवस उलटून गेलेल्या प्रेतासारखी थंड झाली आहे. आणि हे तुला माहीत आहे. तेव्हा ही केस हाताळणे हे तुझ्या आवाक्यातील नाही. आणि जरी तू ती सोडवलीस, तरी त्याविषयी कुणाला काहीही घेणे-देणे नाही. कारण या केसमधून तुझे करिअर काही फार बहरणार नाहीये."

जीन अस्वस्थपणे आपल्या सीटवर बसले. "मला हे आव्हान स्वीकारायचे आहे. मला असे काही तरी काम हवंय की ज्यामुळे माझे मन दुसरीकडे विचलित होईल."

"सिल्व्हीपासून, हो ना?"

जीनने मान हलवली. त्याच्या फ्रेंच बायकोने त्याला वर्षभरापूर्वी घटस्फोट दिला होता. अतिशय थंडपणे, लग्नाला दहा वर्षे झालेली असताना. त्यांना दोन मुले होती. ते दोघे एकमेकांवर अजूनही प्रेम करत होते; पण जीनचे काम २४ तास ३६५ दिवस चालायचे. सिल्व्ही एकटीच पडायची; त्यामुळे तिचा एकाकीपणा

तिला दिवसेन् दिवस असह्य होत होता.

जीनला घटस्फोट या प्रकाराविषयी अतिशय तिडीक होती. त्याला सिल्व्हीची आणि त्यांच्या मुलांची खूप आठवण येत होती. त्याला हे मान्य होते, की तो लग्नानंतर कामामुळे त्याच्या घराला पुरेसा वेळ नाही देऊ शकला. जेव्हा तो आपल्या मुलांना तिच्याकडे परत सोडायला गेला होता, तेव्हा सिल्व्ही त्याला म्हणाली, ''आपण घटस्फोट घेतला आहे हे कळायला तुला चार महिने लागले. डिक्री जानेवारीमध्ये आली आणि मेमध्ये तू मला त्याविषयी विचारलेस. मी विचारू शकते का याचे कारण?''

जीनने आपले खांदे उडवले आणि म्हणाला, ''मी त्या वेळी खूप कामात होतो. महत्त्वाच्या कामामध्ये अडकलो होतो.''

सिल्व्हीने जीनच्या गालाचे चुंबन घेतले. ''मला माहीत आहे डार्लिंग.''

''आपण पुन्हा लग्न करू शकतो का सिल्व्ही?''

''गुड नाईट जीन.''

बायबल किलर केस म्हणजे जीन रिझोची त्यांच्या या परिस्थितीवर मात करण्याची म्हणा किंवा स्वतःला शिक्षा देण्याची एक संधी होती. जर का तो त्या नराधमाला पकडू शकला आणि त्या सर्व बळी गेलेल्या गरीब मुलींना न्याय देऊ शकला आणि अजून बळी जाण्याचे थांबले, तर का कुणास ठाऊक; पण सर्व काही ठीक होईल असे त्याला उगाचच वाटत होते... म्हणजे त्याचा घटस्फोट, हेलेनचा मृत्यू... सगळ्याला काही तरी अर्थ मिळणार होता.

हं... त्यांनी आपले डोळे उघडले. आणि खुर्चीवर मागे रेलून बसले. अतिशय थकले होते ते.

अडचण ही होती की, अजूनही तो खुनी मिळाला नव्हता.

मी एलिसाला नाही वाचवू शकलो.

जसे हेलेनला नाही वाचवू शकलो तसेच एलिसालादेखील नाही वाचवू शकलो.

बाहेर पाऊस थांबला होता. वातावरण स्वच्छ झाले होते. पावसानंतर आलेल्या स्वच्छ उन्हात सगळे पॅरिस शहर एखाद्या रत्नाप्रमाणे चमकत होते आणि खूप सुंदर दिसत होते.

चार दिवसांनंतर त्याने आपली शपथ सोडली.

पोटामध्ये तीव्र वेदना होत असल्याने त्याची मुलगी क्लिमेन्स हॉस्पिटलमध्ये ॲडमिट होती. तिच्यावर उपचार चालू होते.

''ती आता बरी आहे.'' सिल्व्हीने त्याला विश्वास दिला. ''तुझी आठवण काढत

होती.''

जीन वाऱ्याच्या वेगाने गाडी सुसाट चालवत होता. आणि थोड्याच वेळात तो हॉस्पिटलमध्ये पोहोचला, तेव्हा सिल्व्ही तिच्या मुलीच्या बेडजवळच बसली होती. अतिशय थकलेली वाटत होती ती. ''ती आत्ताच उठली आहे.'' जीनच्या कानामध्ये ती पुटपुटली.

''डॅडी!''

सहा वर्षांची क्लिमेन्स म्हणजे आपल्या आईची हुबेहूब प्रतिकृती होती. तेच कुरळे सोनेरी केस आणि गहिरे निळे डोळे. त्यांचा धाकटा मुलगा ल्युक हादेखील थेट सिल्व्हीच्या कुटुंबीयांसारखाच दिसायचा. जीनला त्याचा फार राग येई. 'हे बरोबर नाही. म्हणजे जेनेटिकली मी झिरो आहे,' - तो सिल्व्हीकडे तक्रार करायचा. मग ती त्यावर खळखळून हसे आणि त्याला विचारे की मग मी काय करू यामध्ये.

''ममा म्हणाली की तू पॅरिसमध्येच होतास.''

''हो बाळा, ते खरंच होतं.''

''तू त्या घाणेरड्या माणसाला पकडलेस का?''

''नाही गं, अजून नाही पकडला गेला तो!''

''आणि तू मला पाहायला आला आहेस ना?''

''प्रश्नच नाही. तुला पाहण्यासाठी धावत आलो मी. तुझ्या अॅपेंडिक्सला पाहण्यासाठी.'' जीनने तिची थट्टा केली. ''त्यांनी तो तुला एखाद्या बाटलीत घालून दिला का?''

''शी... घाणेरडा.'' क्लिमेन्स फिदीफिदी हसली.

''मूर्ख आहेस का तू जीन. तिला हसायला लावू नकोस ना.'' सिल्व्हीने त्याला दटावले.

''अरे हो सॉरी! मी जेव्हा छोटा होतो ना, तेव्हा ते असा बाटलीमध्ये घालून द्यायचे.''

''कुठे? कॅनडामध्ये?''

''हं...''

''पूर्वीच्या काळी?''

सिल्व्ही म्हणाली, ''तुझ्या लक्षात आलंय का जीन, ती आजारातून लवकर बरी होतीये.''

थोड्या वेळाने एक नर्स आतमध्ये आली आणि त्या दोघांना बाहेर जाण्यास सांगितले, कारण पेशंटला विश्रांतीची गरज होती. ते उठले आणि बाहेरच्या कॉरिडॉरमध्ये गेले.

''जीन, थँक्स. इथे आल्याबद्दल.''

"मी येणारच. आणि त्याबद्दल थँक्स म्हणण्याची गरज नाहीये. कारण ती माझीदेखील मुलगी आहे आणि मी तिच्यावर वेड्यासारखे प्रेम करतो."

"मला माहीत आहे ते. माझ्या बोलण्याचा तसा अर्थ नव्हता. बरं ते जाऊ देत. तुझी केस कशी चाललीय?"

"अजून काही नाही गं! आणि पॅरिस भयंकर आहे. ती मेलेली मुलगी ज्या स्थितीत आणि वातावरणात राहत होती, ते तू बघायला हवं होतंस."

त्याचे हिरवे डोळे नकळत पाणावले. सिल्व्हीने आपला हात त्याच्या खांद्यावर ठेवला.

"तू काय करू शकणार आहेस. सर्वांना वाचवणे तर तुझ्या हातात नाहीये जीन." तिच्या बोलण्यात खूप आपुलकी आणि प्रेम होते.

"शेवटी मी त्यांच्यापैकी कुणालाच नाही वाचवू शकलो." जीनचा स्वर थोडासा कडवट झाला होता. "तू तिला घरी घेऊन जाशील तेव्हा मला कॉल कर."

● ● ●

इंटरपोल जनरल सेक्रेटरी ऑफिसपासून अगदी हाकेच्या अंतरावर जीनचे अपार्टमेंट होते. घरात जाऊन जीनने आपला कॉम्प्युटर सुरू केला. त्याने त्याचे युझरनेम आणि पासवर्ड टाकला आणि बायबल किलरच्या खूनसत्राची काही माहिती तपासू लागला.

खुनामध्ये बळी गेलेल्या प्रत्येक मृताला एक नंबर दिला होता. आणि त्या नंबराखाली पोलिसांनी पुरावे गोळा केले होते. इंटरपोलने प्रत्येक मुलीला बी के१, बी के२ असे कोड नंबर्स टाकले होते. जेव्हा जीन पॅरिसला पोचला तेव्हा बी के१० पर्यंत हे नंबर्स पोचले होते. दहावा नंबर होता इझिया मोरेनो या स्पॅनिश मुलीचा. आणि जीन रिझोला आता त्यामध्ये अकरावा नंबर घालायचा होता तो म्हणजे एलिसाचा. कारण तिचा समावेश आता मृतांमध्ये झाला होता.

या ऑफिसच्या फाइलव्यतिरिक्त जीनने स्वतःची एक वेगळी फाईल बनवली होती. त्यामध्ये मृतांची चित्रे होती. कारण जीनसाठी या स्त्रिया म्हणजे केवळ नंबर्स नव्हत्या. या फाइलमध्ये वेगवेगळ्या कल्पना होत्या, इन्क्वायरीज होत्या, साक्षीदार होते, फोरेन्सिक रिपोर्टची माहिती होती. हे सर्व अतिशय महत्त्वाचे आणि फार इंटरेस्टिंग होते.

स्वतःची पर्सनल फाईल उघडून जीनने ती बारकाईने पहिली. बराच वेळ तो ती फाईल पाहत होता.

नाही.. काहीच नाही मिळाले यातून आत्तापर्यंत.

कॉलेजमधील एका प्रोफेसरने म्हटलेली एक ओळ त्याला आठवली.

'पोलीस खात्यात आल्यावर तुम्ही काय करताय यापेक्षा तुम्हाला काय माहितीय, हे महत्त्वाचे आहे.'

वस्तुस्थिती ही होती, की अद्याप त्याला फारसे काही समजले नव्हते. पण काही तरी धागादोरा तर सापडेल. सापडायलाच पाहिजे. प्रत्येक वेळी तो माणूस स्मार्ट असू शकत नाही. त्यामुळे तो काही तरी पुरावा कधी तरी सोडेल. त्याने ठरवले की या केसचा तपास वेगळ्या दिशेने करायचा.

हे सगळे गुन्हे आणि त्यामधील घटना या अगदी स्पष्ट होत्या. पण अजूनही तो माणूस काही सापडत नव्हता. काही तरी वेगळे घडतेय. या खुनांचे काही वेगळे धागेदोरे होते. काही तर असे आहे, की जे अजूनही माझ्या नजरेस येत नाहीये. कोणती तरी महत्त्वाची गोष्ट माझ्या नजरेस अजून येत नाहीये. मला हे थोडे मोठे करून पाहावे लागेल.

असा विचार करून त्याने झूम करून पाहायचे ठरवले आणि त्याच्या नजरेसमोर गूगल नकाशा आला.

नकाशा. भूगोल.

त्याने खून झालेल्या जागा आपल्या कॉम्प्युटरवर शोधण्यास सुरुवात केली. माद्रिद, लिमा, लंडन, शिकागो, बुनॉस, हाँगकाँग, न्यू यॉर्क, मुंबई... असे जवळ जवळ २० मिनिटे त्याचे सर्व जगामध्ये व्हर्च्युअल भ्रमण चालले होते. त्या शहरांच्या शेजारी असलेल्या ठिपक्यांवरून त्याचे रेषा मारणे चालू होते. त्याला एक विशिष्ट रचना करायची होती.

जर कोणती जागा नसेल तर कदाचित...

पुढचे दोन तास जीन प्रत्येक खुनांच्या तारखा, दिवस आणि वेळ तपासत होता. त्या अंकांमध्ये काही रहस्य दडले होते काय? त्या अंकांमध्ये आणि प्रत्येक खुनाच्या जागी सापडलेल्या बायबलमधील ओळींमध्ये काही संबंध आहे का, हे शोधायचा तो प्रयत्न करत होता. म्हणजे फेब्रुवारी १८ आणि बायबलमधील प्रकरण २ अठरावी ओळ यामध्ये काही संबंध आहे काय, हे तो पुन्हा पुन्हा तपासून पाहत होता.

खरं तर काही संबंध नाहीये. त्याने आपले डोके खाजवले. माझे चित्त आता थाऱ्यावर नाहीये.

त्याला ड्रिंक घ्यायची तल्लफ आली आणि तो व्हिस्की मागवणार इतक्यात एक शेवटचा विचार त्याच्या मनामध्ये आला.

आपला हा खुनी कदाचित गणितामध्ये तितका चांगला नसावा. आणि त्यामुळे आपण जेवढा अवघड विचार करतोय तेवढे अवघड गणित नसेलही कदाचित.

असा विचार करून तो परत त्या डेटा बेसचे निरीक्षण करू लागला. काही अंक

तो प्रत्येक खुनाच्या तारखांशी जुळवून पाहत होता. असे करत त्याने जे जे अमानुष खून झाले होते ते परत एकदा वेगळ्या प्रकारे तपासून पाहिले.

पण तरीही त्यातून काही विशेष उत्पन्न झाले नाही.

जीनने आता आपल्या तपासाच्या विचारांची दिशा आणखीन रुंद केली. खून झाल्यानंतरच्या आठवड्यांचादेखील तो विचार करू लागला. पण डोके खाजवूनही त्याला त्या बायबलमधील ओळींचा किंवा खुनाच्या तारखांचा काही संबंध लागत नव्हता.

एकदम झटका यावा तसे त्याने डायलॉग बॉक्समधून व्हॉयलंट हा शब्द डिलीट केला. आणि आता त्याचे लक्ष फक्त गंभीर गुन्हा (सिरीयस क्राइम) या दोन शब्दांवर होते. आणि एकामागून एक गोष्टी स्क्रीनवर येऊ लागल्या.

माद्रिद : चोरी. अंदाजे दहा लाख डॉलर. फाइन आर्ट. अँटा आर्ट गॅलरी.

लिमा : चोरी अंदाजे वीस लाख डॉलरची. फाइन आर्ट. गॅलेरिया म्युन्सिपल द आर्ते पांचो फियेरो.

लंडन : चोरी अंदाजे ५ लाख डॉलर

न्यू यॉर्क : चोरी. फाइन आर्ट. पिसारो. प्रायव्हेट रेसिडेन्स (मॅकमेनेमी)

शिकागो : चोरी. १० लाखांपेक्षा जास्त. दागिने. कमर्शियल (नील लेन).

बुनॉस, हाँगकाँग, मुंबई.

चोरी चोरी चोरी.

जीन रिझोला वाटू लागले की आपले हृदय जोरजोराने धडधडत आहे. त्याने त्याचा फोन उचलला.

"बेन्जामिन?"

"रिझो?" बेन्जामिन जेमेट- पॅरिस इंटरपोलचा ब्यूरो चीफ.

"मला महत्त्वाचे काहीतरी सापडले आहे. ते म्हणजे चोरी. आर्ट, डायमंड, सगळ्या सातही आकड्यांमधून हेच दिसतंय. प्रत्येक खुनाच्या एक ते दोन दिवस आधी. या दोन दिवसांमध्ये पॅरिसमध्ये असं काही वेगळं घडलं आहे का?"

"तिच्या मायला..." बेन्जामिन जेमेट गुरगुरला. "तुला माहिती आहे का आत्ता किती वाजले आहेत?"

"अरे असू देत" जीनने त्याच्या शिवीकडे दुर्लक्ष केले. "कुठे काही विशेष घडले आहे का शहरात या दोन दिवसांत? एखाद्या आर्ट गॅलरीमध्ये किंवा अजून कुठे तरी?"

"खरं सांगायचं झालं तर काही तरी झालं होतं. जर्मन अँबेसडरच्या बायकोचे मिनिएचरचे अत्यंत मौल्यवान कलेक्शन चोरी झालं होतं."

"काय? काय किंमत असेल त्याची?"

"दहा लाख युरोच्याही पुढे."

"कधी?"

"बुधवार रात्री चोरी झाली." बेन्जामिन जेमेटने एक मोठ्ठा श्वास घेतला. "पण हे बघ जीन, याचा आणि तुझ्या त्या खुनांचा काही एक संबंध नाही. आम्ही या घटनेला एक कौटुंबिक घटना म्हणून सोडवतो आहोत. तमाम एम्बसी स्टाफला चौकशीला सामोरे जावे लागणार आहे. जीन... जीन... आहेस का तू लाइनवर?"

जीन रिझो दुसऱ्या दिवशी सकाळी नऊ वाजता कामाच्या ठिकाणी पोचला. कित्येक दिवस झोप झाली नसावी असा त्याचा चेहरा दिसत होता. त्याच्या या अवताराकडे पाहून त्याचे सहकारी त्याच्यावर विनोद करत होते. पण त्याने त्याकडे दुर्लक्ष केले. तो थेट त्याच्या केबिनमध्ये घुसला आणि दार लावून घेतले.

बरोबर पाच मिनिटांनंतर त्याची सेक्रेटरी मारीने सिंहाच्या गुहेत प्रवेश करावा तसे धाडस दाखवून त्याच्या केबिनमध्ये प्रवेश केला.

"कॉफी?"

"हो, दे. जरा जास्त दे."

"तुमच्या बायकोचा फोन होता. ती म्हणाली की तुमची मुलगी आज दवाखान्यातून घरी चालली आहे."

"ठीक आहे." जीन म्हणाला. त्याने वरही पाहिले नाही.

अकरा खून. आणि सर्व खुनांच्या वेळेस एकच धागा

अकरा मोठ्या चोऱ्या. त्याच शहरांमध्ये. मुलींच्या खुनाच्या आधी दोन दिवस.

आणि यामधील कोणत्याही खुनाचा अद्याप काहीही तपास लागलेला नाही. इतका योगायोग असणे शक्यच नाही.

पण हा धागा तितकासा सुस्पष्ट नव्हता. वरकरणी पाहता फाइन आर्टचा आणि वेश्यांच्या अमानुषपणे हत्या होण्याशी तसा काही संबंध दिसत नव्हता. शिवाय या सगळ्या चोऱ्यांमध्ये तीन चोऱ्या करण्यामागील संशयित स्त्री होती. अर्थात तसे सिद्ध करणारे डीएनए रिपोर्ट अजून यायचे होते. पण तरीही बायबल किलर ही कुणी स्त्री नसावी, हे मात्र निश्चित. कारण कुणीही स्त्री दुसऱ्या स्त्रीला लैंगिक जखमा करणार नाही.

तेवढ्यात कॉफी आली. जीनने चांगले दोन कप भरून कॉफी प्यायली. यशाची

तशी काही आशा नव्हती, तरीही तो आर्ट आणि दागिने चोरणाऱ्या चोरांचे रेकॉर्ड पाहू लागला. या सगळ्यांचे आंतरराष्ट्रीय स्तरावर जाळे होते. त्या एका यादीमध्ये जवळ जवळ चारशेच्या आसपास नावे होती.

यादी वाचत असताना तो स्त्री आणि पुरुष अशी विभागणी करून ते रेकॉर्ड पाहत होता. जवळ जवळ पाच फाइल्स स्क्रीनवर आल्या.

पाच

त्यातली एक मृत होती.

तिघी जणी तुरुंगात होत्या.

जीनने पाचवी फाइल उघडली. एका तरुणीचा चेहरा स्क्रीनवर अवतरला. अतिशय सुंदर तरुणी होती ती. हिरव्या रंगाच्या डोळ्यांची ही देखणी तरुणी विलक्षण हुशार वाटत होती. ती इतकी सुंदर होती की जीनची नजर काही केल्या तिच्यावरून हटत नव्हती.

'ट्रेसी व्हिटनी' तो स्वतःशीच पुटपुटला. 'तुला पाहून खरंच खूप आनंद झाला.'

९

"या. बसा ना मिसेस श्मिट, मिसेस कार्सन"

स्टीमबोट स्प्रिंग एलिमेंटरी स्कूलचे मुख्याध्यापक त्यांच्यासमोर बसलेल्या दोन आया आणि त्यांची दोन मुले यांच्याकडे पाहत म्हणाले.

ट्रेसी श्मिट सदतीस वर्षांची झाली होती. तिचे भुरे केस, हिरवे डोळे आणि तिची सडपातळ यष्टी यामुळे ती आहे त्या वयापेक्षा कितीतरी तरुण दिसत होती. सर्वांना ठाऊक होते की मिसेस श्मिट विधवा आहे आणि श्रीमंत आहे. पण ही ओळख त्यांच्यापुरतीच होती. तिच्या सौंदर्याबद्दल बऱ्याच चर्चा व्हायच्या आणि अफवादेखील पसरलेल्या होत्या. काही जण म्हणायचे की ट्रेसी आणि ब्लेक यांच्यात काही तरी आहे. मुख्याध्यापक जोन्स यांचा मात्र त्यावर विश्वास नव्हता. काही जण असेही म्हणायचे की ती समलिंगी आहे.

ट्रेसीचा मुलगा निकोलस तिच्याच बाजूला बसला होता. तो तिच्यापेक्षा थोडासा सावळा होता; पण तोही देखणा होता. तिसरीच्या वर्गातला व्रात्य कारटा म्हणून तो प्रसिद्ध होता.

मुख्याध्यापकांच्या टेबलाच्या दुसऱ्या बाजूला एमिलिनी कार्सन आणि तिचा मुलगा रियान बसले होते. रियान कार्सन हॉकी खूप छान खेळायचा. त्याच्यामध्ये ते कौशल्य होते. वर्गामध्ये तो चांगलाच प्रसिद्ध होता. वर्गातल्या मुलांवर सतत दादागिरी करायचा. त्याच्या चेहऱ्याचा आकार चौकोनी होता आणि डोळे जवळ

होते. त्यामुळे तो जरा मठ्ठ वाटायचा. रियानला सगळे त्याच्या टोपणनावाने ओळखायचे. त्याचे टोपणनाव होते रॉक. ते त्याला शोभेसे होते. तो त्याच्या आईसारखा म्हणजे एमिलिनी कार्सनसारखाच दिसत होता. त्याच्या चेहऱ्याची चौकोनी ठेवण आणि बाकी बऱ्याच गोष्टी एमिलिनीसारख्याच होत्या. एखाद्या लाटण्याने लाटून सपाट करावा, तसा दोघांचा चेहरा होता.

आज मुख्याध्यापकांनी दोघांना आणि त्यांच्या आयांना बोलावले होते; कारण मुलांनी काही तरी मारामारी केली होती. पण मुख्याध्यापक निकोलसला नाही, तर रियानला तंबी देणार होते.

''तुम्ही काय या वेळेस त्याला शाळेतून हाकलून देणार आहात का?'' मिसेस कार्सन तिच्या नेहमीच्या आवाजात म्हणाली. ''माझ्या रियानला माहिती आहे की त्याने काय पाहिले आणि काय घडले. हा मुलगाच खोटारडा आहे.''

''नाही आई. हे खरं नाही.'' निकोलसने ट्रेसीकडे नाटकीपणे पाहिले. निकोलस अतिशय मोहक होता आणि तितकाच चालूदेखील.

ट्रेसी मुख्याध्यापक जोन यांच्याकडे पाहून अतिशय गोड हसली. ''कदाचित तुम्हीच मला सांगू शकाल की नक्की काय घडले.''

''ही घटना मधल्या सुट्टीमध्ये घडली मिसेस शिमट... म्हणजे या घटनेला वर्गातील बरीच मुले साक्षीदार आहेत.'' निकोलस मिसेस वॅकलोक्सीच्या टेबलजवळ उद्याच्या गणिताच्या परीक्षेच्या उत्तरांचे फोटो घेताना पकडला गेला. तो ते वर्गातील सर्व मुलांना विकणार होता, रियानसकट.

''हो हो, बरोबर आहे. त्याला त्याच्यासाठी पैसे हवे होते. गणिताच्या काही फालतू उत्तरांसाठी मीसुद्धा त्याला पैसे देणार होतो.'' रियान मध्येच बोलला.

''पण तुला कशाला हवी होती ती उत्तरे रॉक... तू तर स्वतःला खूप हुशार समजतोस ना! आणि तुला तर सगळी उत्तरे येतातच. बरोबर आहे ना?'' निकोलसने त्याला उलट उत्तर दिले.

''हो खरं आहे.'' रियान बारीक डोळे करत म्हणाला. त्याला वाटले की प्रकरण त्याच्यावरती शेकते आहे. तो म्हणाला, ''पण मुद्दा हा आहे की तू खोटारडा आहेस.''

''मिसेस शिमट, हे खरं तर रियान आणि निकोलसमधील भांडण नाहीये. तर तिसरीचा सर्व वर्ग याचा साक्षीदार आहे.''

ट्रेसीने हलकेच आपली मान हलवली आणि आपल्या मुलाकडे पाहिले. तिचे विचारचक्र चालू होते की आपल्या मुलाला यातून कसे सोडवावे. इतक्यात तिने निकोलसच्या चेहऱ्यावर एक चमक पहिली.

''हवा तर माझा फोन तपासून पाहू शकता तुम्ही.''

निकोलसने आपला हात खिशात घालून खिशातून मोबाइल बाहेर काढला आणि तो मुख्याध्यापकांच्या टेबलावर ठेवला. ''हा पाहा. तपासून पाहा तुम्हाला यात कुठे तो फोटो दिसतोय का.''

''मला वाटतं त्याचा मोबाइल तपासणे ही चांगली कल्पना आहे मिस्टर जोन्स.'' ट्रेसी म्हणाली.

''ठीक आहे तर.''

मुख्याध्यापकांनी तो मोबाइल स्विच ऑन केला आणि ते तो तपासू लागले. त्यांना तो काही ऑपरेट करता येईना.

''यामध्ये फोटोज कसे पाहायचे?'' ते जरासे गोंधळले होते.

''मी दाखवतो.'' निकोलस म्हणाला.

''नाही नाही. तू नको दाखवूस. मी दाखवणार.'' असे म्हणून मिसेस कार्सनने आपला जाडजड हात पुढे करून तो मोबाइल जवळजवळ त्यांच्या हातातून हिसकावून घेतला. तिचे जाडजूड हात त्या मोबाइलच्या स्क्रीनवर फिरत होते. कदाचित या कार्ट्याने ते काढले असतील आणि नंतर डिलीट केले असणार.

''हो हो सापडली ती फाइल.'' तिने विजयाने फोनमधील मीडिया फाईल उघडली. पण तिचा आनंद तिच्या चेहऱ्यावर फार काळ टिकू शकला नाही. ''अरे हे काय?''

''मी पाहू शकते का तो फोटो?'' ट्रेसीने अतिशय गोड आवाजात विचारले. तिच्या हातातून तो मोबाइल घेऊन एमिलिनीने उघडलेल्या फोटोकडे पाहत ट्रेसी म्हणाली, ''मला तर या फोटोमध्ये गणिताच्या पेपरसारखे काहीच दिसत नाहीये.'' तिने तो फोटो मुख्याध्यापकांना दाखवला.

''त्याने तो डिलीट केला असणार. खोटारडा नुसता.'' कार्सन आता मात्र जाम भडकली होती. कारण जवळ जवळ अर्ध्याहून जास्त वर्गाने तो फोटो पाहिला आहे.

''एखादी फाईल जरी आपण डिलीट केली तरी ती फोनच्या मेमरीमधील डिलिटेड फोल्डरमध्ये एक तासापर्यंत राहते. आपले आय. टी. विभागाचे प्रमुख मिस्टर फार्ली हे तपासून पाहू शकतात.'' निकोलस म्हणाला. ''पण त्यांनाही तो फोटो मिळणार नाही, कारण मुळात मी असला फोटो काढलाच नव्हता. आणि हेच खरं आहे. मी अँग्री बर्ड खेळत होतो. कदाचित मी टीचरच्या टेबलापाशी होतो म्हणून रॉकला तसे वाटले असेल.''

ट्रेसी तिच्या खुर्चीवरून उठून म्हणाली, ''आता तरी सगळं स्पष्ट झालं ना मिस्टर जोन्स?''

तिच्या देखण्या शरीरयष्टीवर एकवार नजर टाकत ते म्हणाले, ''हो मला वाटतं की सर्व काही ठीक आहे. कदाचित काही गैरसमज झाले असावेत. आपण

वेळात वेळ काढून आलात त्याबद्दल धन्यवाद.''

कॉरिडॉरबाहेर आल्यावर निकोलसने आपल्या आईचा एक पापा घेतला आणि तिला गुडबाय केले.

''शाळा संपली की भेटू. त्या मूर्खांना आपण मस्त गुंडाळलं.''

''हो, शाळा सुटल्यावर बोलू निकी.''

''ठीक आहे.''

''आणि हो. ती दुसरी चिप तुझ्या बॅगमध्ये ठेवायला विसरू नकोस.''

''कुठली दुसरी चिप?''

ट्रेसीने डोळे बारीक केले आणि म्हणाली, ''तीच जिच्यामध्ये तू गणिताच्या पेपरचा फोटो काढला आहेस.''

निकोलसने पाहिले, जाता जाता त्याची आई हसत होती. आणि त्या क्षणी त्याला आपल्या आईविषयी अक्षरशः प्रेमाचे भरते आले होते.

स्टीमबोट स्प्रिंग रस्त्यावरून गाडी चालवत असताना रस्ताभर ट्रेसी नुसती हसत होती.

निकी जरी तिच्यासारखा दिसत असला तरी गुण मात्र आपल्या बापाचे घेतले होते. अगदी वडलांच्या वळणावर गेला होता तो. तसाच देखणा, विनोदी आणि लबाड. आठ वर्षांचा निकोलस हा सगळ्याच बाबतींत अगदी आपल्या वडलांची-जेफ स्टीवन्सची कार्बनकॉपी होता. पण त्याचे हे असे वागणे ट्रेसीला पटत होते असे मात्र अजिबात नव्हते. कारण काहीही झाले तरी ती त्याची आई होती. आणि ती त्याला घेऊन कोलोराडोला आली होती कारण तिला निकोलसला एकदम वेगळे वाढवायचे होते. ती आणि जेफ ज्या प्रकारचे आयुष्य जगत होते तसे निकोलसने बनू नये, असेच तिला वाटत होते. त्याने प्रामाणिकपणे आणि सचोटीने जगावे, असेच तिला वाटायचे. निकोलसला भूतकाळ समजू द्यायचा नाही असाच तिचा प्रयत्न होता. पण तरीही आज ट्रेसी आपल्या मुलाच्या व्रात्य खोड्यांसाठी त्याला रागावू शकली नाही, उलट तिला त्याचे कौतुकच वाटत होते.

'नाही. मला हे थांबवले पाहिजे. त्याने त्याची हुशारी चांगल्या कामासाठी वापरली पाहिजे.'

तिला आठवत होते- निकोलस जेव्हा तीन वर्षांचा होता तेव्हा त्याने वर्गातल्या एका मुलीकडून सलग पाच दिवस पैसे उकळले होते. तिचे आई-वडील तिला दुपारच्या जेवणासाठी पैसे द्यायचे, तेच पैसे निकोलस उकळत होता. ती मुलगी रोज

उपाशीच घरी जात असे, तेव्हा कुठे हा सगळा प्रकार तिच्या आई-वडलांच्या लक्षात आला.

"तू रोज रोज कसे तिच्याकडून पैसे घ्यायचास बाळा?" ट्रेसीने त्याला प्रेमाने विचारले.

"मी तिला सांगितले की मी तिच्यासाठी एक बनी आणणार आहे. एक खास बनी. आणि तो खास बनी कसा आणायचा हे फक्त मलाच माहिती आहे."

"बरं," ट्रेसीने पुढे विचारले, "पण मग तू असं का केलंस बाळा?"

निकोलसने एकवार आपल्या आईकडे पाहिले आणि शांत बसला.

"मी तुला विचारतीये, तू नोराला असं का सांगितलंस की तू तिच्यासाठी बनी आणणार आहेस. तुला माहिती होतं ना की तू तिला बनी नाही आणू शकणार आहेस ते."

ट्रेसीने थोडेसे दमात घेऊनच विचारले.

"कारण मला पैसे हवे होते." निकोलस म्हणाला.

"अरे, पण हे चांगलं नाही. असे फुकट पैसे घेऊ नयेत कुणाकडून." ट्रेसी अगदी संयम ठेवून त्याला समजावत होती. "ते नोराचे पैसे होते. तुझे नव्हते."

"हो पण आता नाहीयेत," निकोलस म्हणाला. "आणि नोरा दुष्ट आहे."

"का? का दुष्ट आहे नोरा?" ट्रेसीने विचारले.

"हो ती दृष्ट आहे कारण ती ज्युल्सला सारखी 'जाड्या जाड्या' म्हणून चिडवते. आणि त्याला असंही म्हणाली की त्याच्या जेवणाला घाण वास येतो. तसा थोडासा येतो खरा." तो हळूच म्हणाला, "पण ज्युल्स रडायला लागला. तिने त्याला रडवलं. मी त्या पैशातले अर्धे पैसे ज्युल्सला दिले."

"बरं," ट्रेसी मनात म्हणाली, म्हणजे आता या प्रकरणाला वेगळेच वळण लागलेय.

त्यानंतर जेव्हा तो पहिलीमध्ये होता, तेव्हा त्याने व्हॅनिला आणि चॉकलेट अशा नावाचे शाळेमध्ये पिंजऱ्यात असलेले दोन उंदीर एका शिक्षिकेच्या पर्समध्ये सोडले. त्याला काय होतेय याची गम्मत पाहायची होती. काय होणार? ती जोराने किंचाळ्या मारायला लागली आणि अख्खी शाळा तिने डोक्यावर घेतली.

मागच्याच वर्षीची गोष्ट आहे. निकोलस एकटाच कुणालाही न सांगता हॉकीची मॅच पाहण्यासाठी शाळेतून पळून गेला. तिथे सहा मुलांचे एक कुटुंब आले होते, त्यांच्यात जाऊन बसला. मॅच जवळ जवळ संपत आलेली असताना तिथल्या सुरक्षारक्षकाला समजले की याच्याबरोबर कुणी नाही आणि त्याने संबंधित अधिकाऱ्यांना तसे कळवले.

"तुला कळतंय का निकोलस, इथे सगळे जण किती काळजीत होते?" नंतर

ट्रेसी त्याच्यावर जाम भडकली होती. "शेवटी शाळेमध्ये पोलिसांना बोलावलं. सगळ्यांना वाटलं की तुला कुणी तरी पळवून नेलंय. मीसुद्धा कित्ती घाबरले होते!"

"आई, अगं मी हॉकीची मॅच पाहायला गेलो होतो. त्यात एवढे घाबरण्यासारखं काय होतं? हे जरा जास्तच होतंय."

"गप्प बस. तू त्या वेळेस शाळेत असायला हवा होतास निकोलस." ट्रेसी जोरात ओरडली.

"पण हॉकी म्हणजे पण शिक्षणच असतं की!"

"हॉकी म्हणजे शिक्षण कसं असतं निकोलस?" ट्रेसीने त्याला सात्त्विक संतापाने विचारले.

"हॉकी म्हणजे आमच्या अभ्यासक्रमातील एक भाग आहे."

"हो, पण खेळणं; बघायला जाणं नाही." ट्रेसी त्याला ओरडून म्हणाली. "आणि मुळात मुद्दा हा नाहीच आहे. मुद्दा हा आहे, की तू कुणालाही न सांगता एकटाच मॅच पाहायला गेलास. आणि ते पण शहराच्या बाहेर. तू आत्ता फक्त सात वर्षांचा आहेस. एकटं जाण्याइतका मोठा नाही ना झालेलास."

"मला माहितीये आई," निकोलस अतिशय लाघवी आणि गोड हसला. "तुला आपला या आठवड्यातील शब्द माहितीये ना? पुढाकार. तू तर माझं कौतुक करायला हवंस, की एवढ्या लहान वयात मी एवढा मोठा पुढाकार घेतला म्हणून."

निकीला वाढवणे म्हणजे पूर्ण वेळची नोकरीच होती. जसा जसा तो मोठा होत होता, तशा त्याच्या खोड्याही वाढत होत्या. ट्रेसी त्याला कशी सांभाळत होती परमेश्वर जाणे! पण काहीही असले तरी निकोलस म्हणजे तिचे आयुष्य होते. तिचा प्राण होता आणि त्यामुळेच त्याला सांभाळण्याचे काम ती कुणालाही द्यायला तयार नव्हती. निकोलस तिच्यासाठी सर्वस्व होता. तिचे जग होता तो. तिचा आनंद होता. तिची जगण्याची उमेद होता. आणि तीही त्याचे सर्वस्व आहे, हे तिला माहीत होते.

ट्रेसीच्या आयुष्यात जेफच्या नसण्याने जी पोकळी निर्माण झाली होती ती निकोलसमुळे भरून निघाली होती. खरे तर तिचे फसलेले लग्न, जेफ स्टीवन्सने तिची केलेली प्रतारणा आणि त्याचे दुःख ही जखम तर आयुष्यभर पूर्णपणे भरून निघणार नव्हती. जेफने दिलेल्या दुःखाबरोबरच तिच्या आईच्या मृत्यूचा आणि तिचा विनाकारण तुरुंगात जाण्याचा सलदेखील तिच्या मनात होताच. नऊ वर्षांनंतर तिची दाहकता कमी झालेली होती; पण व्रण मात्र तसाच होता.

आता आयुष्य बरे चालले आहे. तिने विचार केला. एप्रिल महिना चालू होता. निसर्गाने बर्फाची चादर अजूनही पूर्णपणे दूर केली नव्हती. पण हळूहळू बर्फ वितळत होते. आता काही दिवस चिखल. वसंत ऋतू तीन भागांत विभागलेला होता. त्यांतील पहिला भाग सुरू होता. पण तिला त्याचे काही वाटायचे नाही. कारण

तिला पर्वतराजी नेहमीच आकर्षित करत. कोणत्याही रूपातील पर्वतराजी तिला सुखावून टाकत असत.

मिसेस श्मिट म्हणून वावरताना तिला खूप बरे वाटत होते. ती फक्त एक भूमिका नव्हती, तर मिसेस श्मिट हीच खऱ्या आयुष्यातील तिची ओळख होती.

तिला हे गुंथरनेच शिकवले होते. चोऱ्या करायच्या तर पहिल्यांदा स्वतःची ओळख बदलली पाहिजे, हे ती त्याच्याकडूनच शिकली होती. तो तिला सांगायचा, की जेव्हा आपण एखादी ओळख घेतो तेव्हा पूर्णपणे त्या भूमिकेत शिरले पाहिजे. नाहीतर ती भूमिका करणे अतिशय अवघड आहे. कारण आपण तो माणूस नसताना तो असल्याची भूमिका वठवत असतो आणि हे करणे सगळ्यांनाच जमत नाही. खूप थोडे लोक आहेत की त्यांना अभिनय करायला जमतो आणि तू त्या थोड्या लोकांमधील एक आहेस ट्रेसी.

गुंथर— खरंच खूप आठवण येत होती ट्रेसीला त्याची.

ती जेव्हा लहान होती तेव्हा तिची आईसुद्धा तिचे खूप कौतुक करत असे. अर्थात ते वेगळ्या कारणाकरता.

'मला खरंच काही वेळा असं वाटतं ना बाळा,' डोरिस व्हिटनी म्हणत असे. 'मी तुला खऱ्या अर्थाने ओळखूच नाही शकलेली. तू म्हणजे विविध रंगांची उधळण आहेस ट्रेसी.'

सरड्यासारखे रंग बदलणे हे जितके उपयोगी असते, तितकेच ते घातकही असते. पण ट्रेसी तिच्या या व्यक्तिमत्त्वाबद्दल खूप समाधानी होती. रंग बदलण्याची क्षमता नसती तर ती इथपर्यंत पोहोचूच शकली नसती. आणि तिच्या लाडक्या निकोलसबरोबर तिचे आयुष्य असे सुखी आणि समाधानी झालेच नसते.

रात्रीचे जेवण झाले आणि ट्रेसी स्वयंपाकघरात आवराआवर करत होती, तेवढ्यात ब्लेक कार्टर आला.

"ब्लेक, रात्रीचे अकरा वाजलेत. तुम्ही अजून गेला नाहीत?"

"दुपारी आपली बरीच झाडे पडली. मी आपल्या सगळ्या आवारामध्ये फिरत होतो. आपल्या सगळ्या मुलांनी चांगले काम केले आहे."

"आत्ता एवढ्या रात्री करत आहेत काम?"

"नाही, जेव्हा सुरुवात केली तेव्हा अंधार नव्हता," ब्लेक म्हणाला. "आणि माझ्याबरोबर मी हा टॉर्च ठेवला होता ना." ब्लेकने आपला खिसा थोपटला.

"ते ठीक आहे. पण आता तुम्हाला घरी जाऊन विश्रांती घेतली पाहिजे." आपले ओले हात टॉवेलला पुसत ट्रेसी म्हणाली. ब्लेक तरीही तिथेच घुटमळत होता, हे पाहून तिने विचारले, "अजून काही हवं आहे का तुम्हाला?"

ब्लेकला जरा अवघडल्यासारखे वाटले. ''नाही. मला काही नको. पण मी ऐकलं की निकोलस शाळेत आज परत अडचणीत होता.''

ट्रेसीचा चेहरा जरा पडला.

ती ब्लेकवर नाराज झाली नाही. इतके वर्ष एकत्र राहिल्यामुळे ब्लेक आणि निकोलस यांच्यात एक घट्ट नाते निर्माण झाले होते. निकोलसच्या निकोप वाढीसाठी त्याला एखाद्या चांगल्या खंबीर पुरुषाचीदेखील गरज होती. आणि ब्लेकशिवाय दुसरे कुणीही चांगले नव्हते. पण याचा एक तोटा म्हणजे ती लहान गावामध्ये राहत होती त्यामुळे त्यांच्या संबंधांवर चर्चा- वावड्या तर होतच होत्या.

''काय झालं?'' ब्लेकने विचारले.

ट्रेसी म्हणाली, ''तुम्ही त्या दुसऱ्या मुलाच्या आईचे तोंड पाहायला पाहिजे होतं.'' आणि ती हसायला लागली. ''पाहण्यासारखं होतं. तिला काय बोलावं आणि कसं बोलावं हेच कळेनासं झालं होतं. ती अजिबात चांगली नाहीये.'' तिने एक चॉकलेट तोडले. आणि एक तुकडा ब्लेकला दिला.

''मग आपल्या निकीला काय अडचण आली?''

''त्याने त्याच्या परीक्षेमध्ये काही तरी फसवाफसवी करायचा प्रयत्न केला. आणि नंतर तो खोटे बोलला.''

''तुम्हाला असं नाही वाटत की यासाठी त्याला शिक्षा केली पाहिजे?'' ब्लेकच्या बोलण्यात ठामपणा होता.

''मला नाही... म्हणजे मला खरंच... जाऊ देत ना.'' ट्रेसी सारवासारव करून विषय संपवत होती.

ब्लेक कार्टरने आपल्या भुवया उंचावून तिच्याकडे पाहिले. त्याच्या त्या नजरेतूनच तो बरेच काही बोलत होता.

''जाऊ देत ना...'' ट्रेसी म्हणाली. ''त्यातून कुणाला काही त्रास तर झाला नाही ना. आणि तो रॉकदेखील काय गरीब मुलगा नाहीये. एक नंबरचा चालू आहे तोसुद्धा.''

''हा मुद्दाच नाहीये की रॉक कसा आहे,'' ब्लेक म्हणाला. ''आणि हे तुम्हालादेखील माहितीये. तुम्ही त्याच्या बाबतीत थोड्याशा नरमपणेच वागता. जर असेच वागत राहिलात आणि त्याच्या चुका पदरात घातल्यात तर तेरा-चौदा वर्षांचा झाल्यावर तर तो हाताबाहेर जाईल.''

ब्लेक गेल्यानंतर ट्रेसी हळूच निकोलसच्या खोलीमध्ये डोकावली.

निकोलस गाढ झोपलेला होता. त्याचे कुरळे केस उशीवर पसरले होते. आपले दोन्ही हात बेडवर लांब पसरून तो झोपला होता. तो खरेच एखाद्या छोट्याशा

देवदूतासारखा दिसत होता.

ट्रेसी विचार करू लागली. ब्लेक म्हणतात ते खरं आहे. मी त्याच्या बाबतीत थोडीशी मऊपणेच वागते. पण त्याच्याशी कडकपणाने वागणे मला जमतच नाही. तो म्हणजे...

तिने पक्के ठरवले की जेफ स्टीवन्सचा अजिबात विचार करायचा नाही. पण काही वेळा तिचे मन बंड करायचे. त्याचा विचार तिला अस्वस्थ करून सोडायचा. अजूनही जेफ कुणा दुसऱ्याबरोबर झोपत असेल का? तो कसा असेल? आनंदी असेल का? दुसऱ्या कुणाशी तरी आत्तापर्यंत लग्नही केले असेल. तो जिवंत असेल की कदाचित या जगातही नसेल?

तिने जर प्रयत्न केला असता तर कदाचित या प्रश्नांची तिला उत्तरं मिळाली असती. पण एवढ्या वर्षांनंतर तिने स्वतःला बजावले होते की ती असे काहीही करणार नाहीये. त्यांनी दोघांनी मिळून जे शेवटचे काम केले होते ते तिला आठवत होते. हॉलंडमध्ये एका हिऱ्याची चोरी त्या दोघांनी मिळून केली होती. आणि त्यानंतर त्यांचे लग्न झाले. तिला अचानक डॅनी कूपर आठवला. तो एक विमा एजंट होता आणि त्याने या दोघांना पकडण्यासाठी युरोपच्या बाहेरदेखील प्रयत्न केले. पण हे दोघे त्याला कधीच सापडू शकले नाहीत. जेव्हा ट्रेसीने ॲमस्टरडॅम सोडले तेव्हाही त्याने पाठलाग केला होता. तिने त्याला पाहिले होते. अतिशय उदास वाटला तो तिला. ट्रेसीला त्याचे खूप वाईट वाटले.

तो आता कुठे असेल?

तिच्या भूतकाळातील माणसे कुठे असतील आता? काय करत असतील?

ट्रेसी आणि जेफसाठी असल्या करामती म्हणजे खेळ झाला होता. पण डॅनी कूपरसाठी मात्र तो खेळ नव्हता. आपण लोकांना फसवून वाईट केले का? ट्रेसीला तिच्या भूतकाळातील गोष्टींविषयी कोणताही पश्चात्ताप वाटत नसे, खरे तर तिला तो वाटायला हवा होता. आज जेव्हा ती आपल्या झोपलेल्या बाळाकडे पाहत होती तेव्हा तिला जाणवत होते, की तिच्या स्वतःच्या नैतिकतेच्या भावना बोथट झाल्यासारख्या होत्या. ब्लेकच्या रूपाने तिला प्रामाणिकपणा, चांगुलपणा आणि उमदेपणा मिळाला होता आणि हा तिच्या मुलाच्या वाढीसाठी खूप गरजेचा होता. कारण हे गुण तिच्यामध्ये आणि तिच्या मुलामध्येही नव्हते.

मला चांगले काहीतरी केले पाहिजे.

मला निकोलससाठी एक चांगली आई झालेच पाहिजे.

ट्रेसीने निकोलसचा एक पापा घेतला आणि ती झोपायला गेली.

१०

लिसा लिमने एकवार त्या माणसाकडे बघितले. बेडच्या शेजारी उभं राहून त्याने आपली ट्राउजरची झिप वर ओढली. असल्या प्रकारच्या पुरुषांना ती आता चांगलीच सरावलेली होती. लिसा लिम म्हणजे एक उच्चभ्रू वेश्या होती. सिंगापूरमधील श्रीमंत पुरुष म्हणजे तिची गिऱ्हाइके होती. तिच्याकडे सर्व प्रकारची गिऱ्हाइके यायची. जाड-बारीक, तरुण-म्हातारे, काही वेळेला नॉर्मल तर काही वेळेला विचित्र प्रकारच्या लैंगिक सवयी असलेले, कधी विवाहित तर कधी अविवाहित, कधी अती कामातुर तर कधी थोडेसे लाजाळू, असे कित्येक प्रकारचे पुरुष तिच्याकडे आपली कामवासना शमवण्यासाठी येत असत. लिसाला त्याविषयी काही अडचण नव्हती. तासाला पाचशे डॉलर देणारा आणि कंडोम वापरण्याची तयारी असणारा कोणताही गिऱ्हाईक तिला चालत असे. ती तिचा व्यवसाय हा केवळ पैशासाठी करत असे. आणि एखादा पुरुष तिला आवडला तर त्याच्याबरोबर संभोग करताना तिला खूप मजा येत असे. थॉमस बॉवर्स या तिच्या आजच्या गिऱ्हाइकाबरोबरदेखील आज तिला खूप समाधान मिळाले होते.

"तू व्यवस्थित घरी जाऊ शकशील ना?" हॉटेलच्या पाकिटामध्ये तिचे पैसे आणि अजून थोडेसे जास्त पैसे टाकत त्याने तिला विचारले. तो मँडरीन ओरिएंटलला राहत होता. "तुझ्यासाठी कॅब मागवू का?"

"मी ठीक आहे. माझी स्वतःची गाडी आहे," तिने पैसे घेतले. "मी आजची

रात्र खरंच खूप एन्जॉय केली.''

''मीसुद्धा.''

थॉमस बॉवर्सने तिला जवळ ओढली आणि तिचे चुंबन घेतले. लिसाचे नाजूक शरीर त्याच्या राकट शरीराने आपल्या मिठीत घेतले होते. लिसाला त्याने लावलेल्या महागड्या परफ्यूमचा वास येत होता. त्याचे चुंबन खूप प्रेममय आणि उत्कट होते. त्यात एक हळुवारपणा आणि विश्वास होता. क्वचित जे काही थोडे फार चांगले पुरुष असतात, त्यातला थॉमस बॉवर हा एक होता.

''तुम्ही जोपर्यंत या शहरात आहात तोपर्यंत तुम्हाला जर मला पुन्हा भेटावंसं वाटलं तर मला नक्की कळवा. मी वेळ काढेन तुमच्यासाठी.''

''मलाही तुला पुन्हा भेटायला नक्की आवडेल, पण मी उद्याच हे शहर सोडत आहे.'' तिच्याबरोबर दरवाजापर्यंत जाता जाता तो म्हणाला. ''मी बँकॉकला जाणारी ओरिएंट एक्स्प्रेस घेणार आहे.''

''किती छान!'' लिसा मंद हसली. ''मी ऐकलंय की तो प्रवास खूपच छान आहे. संपूर्ण मलेशियन जंगलातून आहे तो प्रवास. असो, तुमची ट्रिप सहजच आहे की काही कामानिमित्त?''

''खरं तर दोन्हीही. मी एका मित्राला भेटायला जाणार आहे. पण मी माझ्या स्वतःच्या आनंदासाठी पण जात आहे, असं समजायला हरकत नाही.''

थॉमस बॉवर्स अर्थात जेफ स्टीवन्स सिंगापूरमध्ये जॉब करण्यासाठी आला होता, त्यामागे तीन कारणे होती.

पहिले कारण म्हणजे त्याचे आशिया खंडावर खूप प्रेम होते. इथले जेवण त्याला अतिशय आवडायचे. इथले वातावरणसुद्धा छान उबदार होते, आणि मुलीसुद्धा खूपच मादक होत्या. दुसरे म्हणजे युरोपमधील प्रसिद्ध ओरीएंट एक्स्प्रेससारखी सिंगापूर ते बँकॉकपर्यंतची 'ई अँड ओ' ही रेल्वेलाइन. जेफ म्हणायचा की तेथील जुन्या पद्धतीच्या रेल्वेतून प्रवास करणे एखाद्या आरामदायी जेटने प्रवास करण्यापेक्षाही आनंददायी होते. आणि तिसरे आणि सगळ्यात महत्त्वाचे कारण म्हणजे इथे जी वस्तू चोरण्यासाठी तो आला होता ती त्याच्या आयुष्यातील काही निवडक मौल्यवान आणि दुर्मिळ वस्तूंपैकी एक होती. आणि ती वस्तू म्हणजे एन्टेमेना राजाचा सुमेरियन पुतळा. हा पुतळा अजूनही अगदी चांगल्या अवस्थेत होता.

गुंथरने जेफला सांगितले होते की हा पुतळा सध्या जनरल ॲलन मॅकफीच्या ताब्यात आहे.

''अमेरिकन लढवय्या?''

''बरोब्बर. हा जनरल इस्टर्न अँड ओरीएंट एक्स्प्रेसमधून प्रवास करणार आहे

आणि २४ एप्रिलला तीन वाजता सिंगापूर सोडणार आहे. त्याचा बँकॉकमध्ये एक विक्रेता आह, त्याच्याकडे तो हा पुतळा अठ्ठावीस तारखेला ठेवणार आहे. तुझे काम आहे की हा पुतळा त्या विक्रेत्याकडे जाता कामा नये.''

जेफ चार दिवस आधीच सिंगापूरला आला होता. त्यामुळे तो थोडीशी विश्रांती घेऊ शकणार होता. त्याला थोडीशी मौजमस्तीसुद्धा करता येणार होती. खास करून त्याची लिसाबरोबरची रात्र. सध्या जेफ हा फक्त हाय क्लास वेश्यांसोबत झोपत असे. कारण त्या त्यांच्या कामामध्ये चोख असायच्या. जास्त काही त्रास द्यायच्या नाहीत. त्यांना फक्त पैसे हवे असायचे, बाकी काही नाही. सुरुवातीला त्याला ट्रेसीची खूपच आठवण यायची; पण त्या दुःखाची तीव्रता आता कमी झाली होती. एक गोष्ट मात्र खरी, की ट्रेसीवर केले तसे प्रेम तो पुन्हा कधीच कुणावरच करू शकणार नव्हता. लिसासारखी स्त्री त्याची शारीरिक आणि भावनिक गरज भागवत होती. सध्या जेफच्या मनामध्ये फक्त त्याच्या कामाचाच विचार असायचा. खास आणि दुर्मिळ वस्तू किंवा ज्या वस्तू त्याला आकर्षित करतील त्या चोरण्यात त्याचा हातखंडा होता.

''मला पैसे नको आहेत,'' तो गुंथरला म्हणाला. ''मी जर आता काही काम केलं तर ते फक्त माझ्या समाधानासाठी असेल, बाकी काही उद्देश नसेल.''

''पण मला हवेत बाळा.'' गुंथर म्हणाला.

''मला फक्त काम करण्यासाठी जबरदस्त प्रेरणा हवी आहे.''

सिंगापूरला मौज, मजा, मस्ती सर्व काही होते; पण प्रेरणादायक वातावरण नव्हते. तिथल्या रेस्टॉरंटमधील उंची दारू, मदिराक्षी सर्व काही जेफ अनुभवत होता. पण तरीसुद्धा ते संपूर्ण शहर त्याला फारसे आकर्षित करून नाही घेऊ शकले. त्याला खूप उदास आणि सुने सुने वाटत होते.

थॉमस बॉवर्स त्या रेल्वेमध्ये बसण्याच्या तयारीत होता.

चला आता कामगिरीला सुरुवात होऊ देत, असा विचार करतच तो ट्रेनमध्ये चढला.

ज्याप्रमाणे रंगमंचावरील कलाकार स्वगत बोलताना खड्या आवाजात प्रेक्षकांना ऐकू जाईल असे बोलतो, तसाच जनरल ॲलन मॅकफीचा आवाज आला.

'इराक हा अतिशय सुंदर देश आहे यात वादच नाही. तिथल्या लोकांना स्वातंत्र्य देण्यात माझा काही हातभार लागत असेल तर ही सौभाग्याचीच गोष्ट आहे. पण मला वाटत नाही की मी पुन्हा कधी परत जाईन. तिथे माझ्या बऱ्याच क्लेशदायक आठवणी आहेत.'

जनरलची आज ओरीएंट एक्स्प्रेसमधील दुसरी रात्र होती. जेफ त्याच्या अवतीभवती

असलेल्या लोकांचे बारीक निरीक्षण करत होता. त्यांच्यामध्ये दोन स्त्रिया होत्या आणि त्या जेफवर आणि त्याच्या रुबाबदार व्यक्तिमत्त्वावर भाळल्या होत्या. त्या आणि त्यांचे नवरे तिथे बसले होते. त्यांच्याबरोबर अजून दोन बायका बसल्या होत्या. त्यांतली एक फ्रेंच होती आणि दुसरी अमेरिकन होती. बदामी रंगाचे डोळे असलेल्या त्या सुंदरीचे लाल केस तिच्या कंबरेपर्यंत रुळत होते. तिचे नाव होते टिफनी जॉय. जेफने तिच्याशी आदल्या रात्रीच ओळख करून घेतली होती. इकडून तिकडून माहिती काढून त्याला समजले होते की ती जनरलची रखेल होती; पण या प्रवासात ती त्याची सेक्रेटरी म्हणून वावरत होती.

''आपला प्रवास एका खऱ्या हिरोसमवेत करणं, ही खरंच किती भाग्याची गोष्ट आहे ना, मि. बॉवर्स!''

''प्रश्नच नाही!''

मार्जोरी ग्रॅहम नावाच्या एका वृद्ध विधवेकडे पाहून जेफ हसला. मिसेस मार्जोरी साठीच्या घरात असावी. ती आपल्या बहिणीबरोबर प्रवास करत होती. 'ई अॅन्ड ओ'चे सर्व व्यवस्थापन आणि खास करून जर्मन शेफ हे सर्व जण आलेल्या प्रवाशांचे स्वागत करत होते. जेफने आदल्या रात्री एका स्वीडिश जोडप्याबरोबर जेवण घेतले होते. आज तो या भगिनींसमवेत जेवण घेणार होता, मार्जोरी ग्रॅहम आणि तिची बहीण ऑड्री- दोघी जणी अॅगाथा ख्रिस्तीच्या कादंबरीमधील पात्रांसारख्या भासत होत्या.

''आम्ही तर ऐकलं होतं की या ट्रिपला कुणी तरी सेलेब्रिटी येणार आहेत.'' मार्जोरी म्हणाली. ''कोणता तरी एखादा पॉप स्टार असेल असं वाटलं होतं; पण जनरल मॅकफी... जाऊ देत तो वेगळाच विषय आहे.''

''नाही. मला नाही असं वाटत.'' जेफ म्हणाला. ''तुम्हाला खरंच सांगतो- जनरलला इथं पाहून मी खरंच खूप उत्साहित झालो आहे.''

''का ते अमेरिकन आहेत म्हणून का?''

''प्रश्नच नाही.'' जेफने मान डोलावली. टिफनी जॉय तिच्या बाकावरून उठून विश्रामगृहात जायला निघाली. ती जशी जेफच्या जवळून गेली, तसा त्याने हळूच तिच्या खांद्याला निसटता स्पर्श केला. आणि ते दोघे एकमेकांकडे पाहून हळूच हसले. त्याने डोळ्याच्या कोपऱ्यातून जनरलकडे पाहिले तेव्हा त्याच्या चेहऱ्यावर असूया होती.

जेवणानंतर जेफ पियानो बारमध्ये गेला. तिथे जनरल होताच. जेफ जनरलच्या टेबलाशेजारून जात असताना ट्रेनच्या हिसक्याने त्याचा तोल गेला आणि तो थेट जॉयच्या अंगावर पडला.

''मला माफ करा. हा अरुंद रेल्वे ट्रॅक खरंच खूप त्रासदायक आहे.''

"हो खरंच. ठीक आहे. काही हरकत नाही." लाल केसवाली ती सुंदरी म्हणाली. "मीसुद्धा काल रात्री माझ्या बंकवर नाणे घरंगळावे तशी हलत होते. त्यामुळे मला दोन तीन ठिकाणी जखमा झाल्या.

"मी तुला माझी जखम दाखवेन; पण तुही तुझी जखम दाखवली पाहिजेस." जेफ म्हणाला.

"मला नाही वाटत की आपण यापूर्वी कधी भेटलेलो आहोत." त्याला मध्येच तोडत जनरल म्हणाला.

"हो. मलाही तसंच वाटतं." जेफ म्हणाला आणि त्याने आपला हात हस्तांदोलनासाठी पुढे केला.

"मी थॉमस बॉवर्स."

"मिस्टर बॉवर्स हे पुरातत्त्व विषयातील तज्ज्ञ आहेत." टिफनी म्हणाली.

"मी अगदी तज्ज्ञ वगैरे नाहीये; पण जुन्या आणि दुर्मिळ वस्तूंचा व्यापार करतो."

"अरे वा! छानच आहे की." जनरल पुढे म्हणाला, "ठीक आहे मिस्टर बॉवर्स, आपण आज सोबतच ड्रिंक घेऊ यात, माझ्या केबिनमध्ये. मला तुम्हाला एक गोष्ट दाखवायची आहे. कदाचित ती तुमच्या आवडीची असावी."

जेफने विस्फारलेल्या नजरेने एकवार टिफनीकडे पाहिले आणि म्हणाला, "नक्कीच जनरल. मला नक्कीच आवडेल."

"पण ती विक्रीची वस्तू नक्कीच नाहीये," जनरलने आपल्या धारदार आवाजात सांगितले. "तुम्हाला ती विकत घेणे अगदी परवडणार असले तरीसुद्धा. कारण ती अमूल्य आहे."

"बरं बरं. नक्कीच." जेफची नजर अजूनही टिफनीवर खिळलेली होती आणि तिची त्याच्यावर.

थॉमस बॉवर्स हा खरोखरच विलक्षण देखणा होता यात वादच नाही. टिफनीला माहीत होते की याला झुलवणे योग्य नाही. या प्रकारामुळे जनरल मात्र अस्वस्थ झाला होता. टिफनीसाठी जनरल ॲलन मॅकफी हा खरेच खूप चांगला माणूस होता- अतिशय उदात्त, शूर आणि तितकाच दिलदार मनाचा होता. आणि जेव्हा टिफनीने त्याला पहिल्यांदा पाहिले तेव्हा त्याच्या याच गुणांमुळे ती त्याच्याकडे आकृष्ट झालेली होती. आणि केवळ एक देखणा पुरुष तिला आपल्याकडे आकर्षून घेत आहे म्हणून ती ॲलनला कधीच दगा देऊ शकत नव्हती. तिला स्वतःचीच लाज वाटली आणि ती शरमली.

"तुमची जर हरकत नसेल तर मी तुम्हाला उद्या ड्रिंकसाठी घेऊन जाईन मिस्टर ॲलन," जेफ म्हणाला. "कारण आज मी जरा एका कामात गुंतलेलो आहे. मला

वाटते मी आगंतुकासारखा इथे आलो मिस जॉय. मला माफ करा.''

त्याने एकवार डौलदारपणे आपली मान हलवली.

टिफनी जॉय नकळत लाजली. ''मिस्टर बॉवर्स...''

'ठीक आहे' जेफने विचार केला आणि त्याने आपले दात विचकले. आपली पहिली पायरी तर यशस्वी झाली. आणि तो आपल्या केबिनमध्ये आला.

जेफची केबिन सुंदरच होती; पण अतिशय लहान होती. ट्रेसी एकदा एक डल्ला मारून अशीच ओरिएंट एक्स्प्रेसमधून प्रवास करत होती, तेव्हा तिची केबिन पण अशीच छोटीशी होती. ती त्याला कँडी बॉक्स म्हणायची.

ही केबिनसुद्धा तशीच लहानशी होती. तिथे एक आराम खुर्ची आणि एक छोटेसे टेबल होते, आणि फोल्ड करून ठेवता येईल असा एक बंक बेड होता. पण चेअर कारच्या बाबत जेफचा इंटरेस्ट केव्हाच निघून गेला होता. तो आपल्या बंक बेडवर पहुडला आणि गुंथरच्या फाईलचा पुन्हा काळजीपूर्वक अभ्यास करू लागला. त्या फाईलमध्ये ॲलन मॅकफीविषयी सगळी माहिती होती.

२००७ मध्ये जनरल अमेरिकेच्या कमांडो फोर्समध्ये होता. त्या वेळेस तो निप्पूर नावाच्या एका शहरात होता. हे शहर एक तीर्थक्षेत्राचे ठिकाण होते. बगदादपासून १६० किलोमीटरवर युफ्रेस आणि तिर्गिस या नद्यांच्या संगमावर हे शहर वसलेले होते. २००३ पासून मित्रराष्ट्रांचे सैन्य निप्पूर शहरातील पुरातन वस्तूंच्या संरक्षणाकरता कार्यरत होते. निप्पूर शहराबरोबर अक्कडीयन आणि जुन्या बॅबिलोनमधील काही प्राचीन मौल्यवान वस्तूंच्याही संरक्षणाची जबाबदारी या सैन्यावर होती. इसवी सन पूर्व २४०० वर्षांपूर्वी होऊन गेलेल्या मेसोपोटेमियाचा सम्राट एंटेमेनाचा पुतळा हा लुटारूंनी इराकच्या राष्ट्रीय संग्रहालयातून लुटलेल्या अनेक मौल्यवान वस्तूंपैकी एक होता. हा पुतळा संग्रहालयातून अचानक नाहीसा झाला. त्याच्या शोधासाठी स्थानिक पातळ्यांवर खूप प्रयत्न झाले होते; पण या पुतळ्याचा काहीच थांगपत्ता लागत नव्हता. आहील हफीझ नावाच्या एका स्थानिक माणसाने तो चोरल्याचे पुरावे मिळाले होते. त्याने काही माहिती देण्याआधीच त्याचे काही गुंडांकडून अपहरण झाले. आणि तो पुतळा मात्र पुन्हा कधीच दृष्टीस पडला नाही.

काही विश्वासू सूत्रांकडून असे समजले होते की जनरलचाच या चोरीमागे हात असावा. हा जनरल काही वर्षांपासून मौल्यवान आणि संग्रहित गोष्टींची लूट करणे तसेच युद्धामधील मोडक्या वस्तू यांचा

व्यापार करणे, असे उद्योग करत होता. पण त्याला मिळालेला हा पुतळा अतिशय मौल्यवान होता. हा पुतळा तो चाओ-ताकचाओ नावाच्या एका श्रीमंत व्यापाऱ्याला दोन दशलक्ष डॉलरला विकायला तयार झाला होता. हा चाओ म्हणजे एक नंबरचा बदमाश आणि हलकट माणूस होता. अपहरणाच्या आणि खुनाच्या कित्येक प्रकरणांमध्ये त्याचा हात होता. तो निरक्षर, अशिक्षित होता.

जनरल मुद्दाम बोटीने किंवा ट्रेनने प्रवास करत होता; कारण आशियाई विमानतळांवर कस्टमच्या कचाट्यात अडकण्याची भीती होती. अमेरिकेमध्ये आणि बाहेरील देशांमध्येदेखील त्याच्या प्रतिष्ठेमुळे त्याला मोठ्या प्रमाणात कायद्यातून संरक्षण मिळत होते. तो लष्करामधील हिरो होता. त्याच्या शौर्यासाठी आणि पराक्रमासाठी त्याचप्रमाणे सामाजिक कार्यासाठी त्याला मान होता.

जेफने विचार केला, की या माणसाची प्रतिमा लोकांमध्ये खूपच चांगली आहे. पण खरं तर हा माणूस एक नंबरचा लबाड आणि बदमाश आहे. आणि सगळ्यात वाईट म्हणजे तो एक खुनी आहे.

जेफने आपले डोळे बंद केले आणि त्या इराकी तरुणाच्या निर्घृण हत्येविषयी विचार करू लागला. त्याच्याच माणसांनी त्याला वधस्तंभाशी फरफटत आणले. एखाद्या जनावराला लटकवतात तसे त्याला लटकवले आणि निर्घृणपणे त्याची हत्या केली. आणि ही शिक्षा त्याला माहीत नसलेल्या गुन्ह्यासाठी होती. त्या वेळी जनरल ॲलन मॅकफी त्याला वाचवू शकला असता. पण त्याला वाचवले असते तर जनरलची कित्येक कृष्णकृत्ये उघडी पडणार होती. असा विचार करून या हलकट माणसाने त्या निष्पाप माणसाला भयंकर मृत्यू दिला.

जेफने आता ठरवले.

केवळ तो पुतळाच चोरायचा नाही,

तर या नालायक आणि हलकट माणसालाही धडा शिकवायचा.

टिफनी जॉयची पुढची भेट घेण्यासाठी थॉमस बॉवरला फारसे कष्ट घ्यावे लागले नाहीत. त्याने एक गोष्ट हेरली आणि ती म्हणजे जनरल त्याचा नाश्ता करण्यासाठी एकटाच जायचा आणि तेही त्याच्या सेक्रेटरीशिवाय. तो जेव्हा जायचा तेव्हा जॉय तिच्या केबिनमध्ये एकटीच असायची. तीही अंघोळ करून तयार होत होती. तिचा बॉस आला की ती त्याला जॉइन होणार होती. आणि हीच वेळ तिला भेटण्यासाठी अगदी योग्य होती.

"मिस जॉय, सकाळच्या प्रसन्न वेळी तुम्हीसुद्धा खूप प्रसन्न आणि सुंदर दिसत आहात. आता तुमची जखम कशी आहे?"

"अरे, मिस्टर बॉवर्स, तुम्ही?"

टिफनीला एकदम लाजल्यासारखे झाले. तिचे मन तिला सांगत होते की या माणसाला जास्त जवळ येऊ देऊ नकोस. पण ती स्वतःला आवरू शकत नव्हती. कारण मिस्टर बॉवर्स तरुण आणि विलक्षण देखणा होता. जनरल ॲलन त्याउलट म्हातारा होता.

"तुम्हाला कल्पना आहे का मिस जॉय, की तुम्ही हसलात ना की खूप सुंदर दिसता."

"हो का? आणि तुम्हाला माहिती आहे का की तुम्ही खूप फ्लर्ट आहात." टिफनी म्हणाली.

"खरं की काय?"

"हो" असे म्हणून टिफनी जोरात हसली. "तुम्हाला खरं सांगू, काल तुम्हाला पाहून जनरल ॲलन मॅकफी काही फारसे खूश नव्हते. ते म्हणाले की तुम्ही काल मुद्दाम माझ्या अंगावर पडलात."

"मग? बरोबरच आहे त्यांचे." जेफ तिच्या जवळ गेला. ट्रेनचा कॉरीडॉर खूपच अरुंद असल्याने, त्याचे आणि टिफनीचे नाक जवळ जवळ एकमेकांना चिकटले होते.

"मिसेस मॅकफी नाहीयेत का, जनरलच्या कामाग्नीला शमवण्याकरता?"

"नाही. मला नाही माहीत की जनरलचा कामाग्नी ती शमवते की नाही."

"आणि तुझ्या आत असणारा अग्नी? त्याचे काय?" त्याने तिच्या जवळ जाऊन तिला विचारले. त्याने तिच्या कमरेभोवती हात टाकला आणि हळू हळू त्याचा हात तिच्या नितंबावरून फिरू लागला.

"मिस्टर बॉवर्स..."

"अं... हं... फक्त थॉमस म्हण मला."

"थॉमस, मला पण आवडले असते पण आपण नाही असे काही करू शकत. जनरल हे माझे बॉस आहेत."

तेवढ्यात एक स्वीडिश जोडपे त्यांच्या केबिनमधून बाहेर पडले. दोघेही जाम कंटाळवाणे होते. नाखुशीनेच जेफने जनरलच्या सेक्रेटरीला सोडले. दोघे बाजूला झाले आणि त्या जोडप्याला जायला जागा दिली.

"तुझा बॉस काल रात्री खूप फुशारक्या मारत होता. त्याच्या केबिनमध्ये काही तरी खूप मौल्यवान आहे म्हणून." काहीसे बेफिकीरपणे जेफ म्हणाला. ते जोडपे गेल्यावर ते दोघे पुन्हा एकटे होते. "तो निश्चितच तुझ्याविषयी बोलत नव्हता,

हो ना?''

''नाही. पण त्यासंबंधी मी काहीही बोलू शकत नाही.'' टिफनी ठामपणे म्हणाली.

''का नाही?'' जेफ तिच्याजवळ आला आणि त्याने तिचे आवेगाने चुंबन घेतले.

''थॉमस!''

''कम ऑन... तो तसेही ते मला सांगणारच होता. मी नाही कोणाला सांगणार. त्याने काय कामोत्तेजित होण्यासाठी जगातील सर्वांत महागडी व्हियाग्रा आणली आहे का?''

''शी! काही तरी आचरटासारखे बोलू नकोस.''

''का अजून...''

''गप्प बस बरं का!'' टिफनी फिदीफिदी हसायला लागली. ''तो एक पुतळा आहे. पण हे तुझ्या आणि माझ्यातच ठेव बरं का? त्याला तो भेट म्हणून एका इराकी माणसाने दिला आहे, युद्ध संपल्यानंतर. तो खूप जुना आणि दुर्मिळ आहे.''

''म्हणजे ॲलनच्या घरासारखाच दुर्मिळ!'' सहजच जेफ म्हणाला. ''ऐक, आज दुपारी क्वाई नदीतून बोटीने प्रवास करायचाय.'' जेफ म्हणाला

''हो ना!'' टिफनीने एक निःश्वास टाकला. ''तुला माहितीये, जनरलचा दुसऱ्या महायुद्धाच्या इतिहासाचा अभ्यास खूप गाढा आहे. मी सिंगापूरच्या ट्रिपमध्ये सतत दुसऱ्या महायुद्धाच्या गोष्टी ऐकत आलीये. ते खरंच खूप विद्वान...''

''बाहेर पड या सगळ्यातून. आणि सांग की तुला आत्ता बरं वाटत नाहीये.''

''पण त्यांना माहितीये की मी...''

''काहीही कारण सांग ना टिफनी. मी तुला खात्री देतो की तुझा बॉस आणि मी, आम्ही दोघे वेगवेगळ्या बोटींमध्ये असू. मी थोडासा लवकर पोहोचेन आणि मग तू मला जनरलची मौल्यवान वस्तू दाखव.''

''तू त्या पुतळ्याविषयीच बोलतो आहेस ना?'' टिफनीने आपले केस मागे झटकले.

''मी कोणत्या मौल्यवान वस्तूविषयी बोलतो आहे हे दुपारी कळेलच तुला. सध्या तरी मस्तपैकी नाश्ता कर.'' जेफने डोळा मारला.

क्वाई नदीच्या आसपासचे वातावरण प्रचंड उष्ण आणि दमट झालेले होते. खाकी पँट आणि लिननचा शर्ट घातलेला जनरल घामाने डबडबला होता.

''जनरल, इतक्या उष्ण आणि दमट वातावरणाचीदेखील तुम्हाला सवय आहे. कमाल आहे बुवा. काय रहस्य आहे याचे?''

जनरल या वाक्यावर जाम भडकला. त्याला थॉमस बॉवर्सची अतिशय चीड येत होती. बॉवर्स खूपच स्मार्ट आणि देखणा होता; त्यामुळे तर त्याला अजूनच असूया वाटत होती. बॉवर्सने पांढरा शर्ट आणि शॉर्ट घातलेली होती. त्यात तो स्वच्छ, छान आणि एकदम टवटवीत दिसत होता. आणि त्याला जरी उन्हाचा त्रास होत असला तरी तो तसं दाखवत नव्हता.

नालायक. हलकट. मनातल्या मनात त्याला शिव्या हासडत जनरल म्हणाला, ''काही रहस्य वगैरे नाही मिस्टर बॉवर्स. फक्त तुमच्या मनाची तयारी असली पाहिजे.''

''मला खरंच कौतुक वाटतं तुमचं जनरल. काय हो, आज तुमची सेक्रेटरी नाहीये का तुमच्याबरोबर?''

''नाहीये. कारण तिला आज बरं वाटत नाहीये. मला वाटतं की ती तिच्या केबिनमध्ये विश्रांती घेत असावी.''

'ई अॅन्ड ओ'च्या प्रवाशांना नंतर दोन गटांमध्ये विभागले गेले आणि या दोन गटांना वेगवेगळ्या होड्यांमध्ये बसवण्यात आले. एशियन लोकांना जपानी बोलणाऱ्या गाईडबरोबर पाठवण्यात आले आणि युरोपियन लोकांना एक ऑस्ट्रेलियन गाईड देण्यात आला.

जेफ एशियन लोकांच्या राफ्टमध्ये बसला. ते पाहून ट्रेनचा प्रमुख अस्वस्थ झाला.

''नाही मिस्टर बॉवर्स, तुम्ही दुसऱ्या बोटीमध्ये बसलं पाहिजे.''

''नाही, मला त्यात बसायचे नाहीये. मला इथेच बसू द्यात.'' असे म्हणून जेफ आत जायला निघाला.

''आम्ही सगळ्या युरोपियन लोकांना वेगळी राफ्ट दिलेली आहे. त्यामुळे तुम्ही तिकडेच बसावं.''

''मला माहिती आहे की तुम्ही ही विभागणी केलेली आहे.'' जेफ म्हणाला. ''पण मला याच बोटीनं जायचं आहे.''

त्यांचे ते संभाषण चालू असतानाच जनरल अॅलन मॅकफी तिथे आला.

''काय चाललं आहे मिस्टर बॉवर्स?''

जेफ जनरलच्या कानात कुजबुजला, ''मी ऐकलंय की जपानी लोकांच्या बोटीवर ते खूप वेगळ्या प्रकारच्या सुविधा देतात. आणि मी असंही ऐकलंय की ते या बोटीवरच्या प्रवाशांना दुसऱ्या महायुद्धाविषयी जेव्हा सांगतात तेव्हा हे सांगतात की त्यांचे सैनिक कसे दिलदार होते. मित्रपक्षाच्या युद्ध कैद्यांनी त्यांच्याविषयी सगळ्या गोष्टी अतिरंजित आणि खोट्या सांगितल्या आहेत. मी पण दुसऱ्या महायुद्धाच्या गोष्टी जपानी लोकांच्या दृष्टिकोनातून ऐकायला उत्सुक आहे.''

"हे खोटे आहे. कुणी सांगितलं हे तुला?"

"हे मूळ जपानी भाषेत आहे; पण एका व्यक्तीनं ते मला इंग्रजीत भाषांतरित करून सांगितलं." असे म्हणत जेफने त्याच ओळीत बऱ्याच पुढे बसलेल्या एका जपानी स्त्रीकडे कटाक्ष टाकला.

"मग तर मीसुद्धा हीच राफ्ट घेणार आहे." जनरलने जाहीर करून टाकले.

"सर प्लीज... तुम्ही असं नाही करू शकत. आमचा हा नियम आहे." तो बिचारा मुख्य अधिकारी काही बोलेस्तोवर हे दोघे त्या राफ्टमध्ये शिरलेसुद्धा.

जसा नावेचा प्रवास सुरू झाला तसा जनरल जाम वैतागला. बॉवर्सचे म्हणणे बरोबर होते. जपानी लोकांना दिली जाणारी सुविधा एकदम वेगळी होती. त्याने त्याबद्दल व्यवस्थापनाकडे तक्रार करण्याचे ठरवले. ती जपानी दुभाषक जे काही बोलत होती त्याकडे त्याने पूर्ण लक्ष एकवटले. पण ती स्त्री एक तर खूप लहानखुरी होती. ती इतकी हळू आवाजात बोलत होती आणि त्यात त्या नावेच्या इंजिनाचा आवाज, त्यामुळे त्याला तिचे बोलणे काहीही ऐकू येत नव्हते. त्यात मोठे मोठे डास होते, त्यामुळे तो खूप वैतागला होता. एकंदरीत ती ट्रिप भयंकर होती. त्यात भरीत भर म्हणजे तिथली हवा. अतिशय दमट हवा होती ती. त्या हवेमुळे गुदमरल्यासारखे झाले होते. त्यामुळे जनरल हैराण झाला होता. त्याने खांद्यावरून आपली सॅक उतरवली. आपल्या शर्टाची बटणे काढली. जनरलचे लक्ष आता बॉवर्सवर होते. तो हे पाहत होता की बॉवर्सही असाच वैतागला आहे का.

ट्रेनमध्ये पोहोचल्यावर जनरल सरळ आपल्या केबिनकडे निघाला. त्याचे ते घामट कपडे बदलून तो थोडासा रीलॅक्स झाल्यावर व्यवस्थापनाविरुद्ध तक्रार करायला निघणार होता तोच, वाटेत त्याला कॉरीडॉरमध्ये ट्रेनच्या प्रमुखाने अडवले.

"मला खरंच माफ करा साहेब. मला खरंच कल्पना नव्हती की हे असं कसं घडलं. पण तुम्हाला मला एक सांगायचं की तुम्ही तुमच्या केबिनमध्ये आत्ता जाऊ नाही शकत."

"काय? केबिनमध्ये नाही जाऊ शकत? काय म्हणायचं काय तुम्हाला? मी काहीही करू शकतो."

"याचे कारण तिथे एक चोरी झालेली आहे." जनरलकडे पाहताना त्याचा चेहरा पांढराफटक पडला होता. "तुमच्या आणि मिस जॉयच्या केबिनमध्येच चोरी झालेली आहे. मिस जॉयच्या तोंडावर क्लोरोफॉर्म दाबून तिला बेशुद्ध केलं गेलं. पोलीस येतच आहेत."

त्यानंतर पुढे बराच वेळ जनरलची आणि त्याच्या देखण्या सेक्रेटरीची केबिन हा आख्ख्या ट्रेनमध्ये चर्चेचा विषय झाला होता. ट्रेनला सहा तास उशीर झाला होता, कारण पोलिसांची चौकशी चालू होती. जवळ जवळ सहा तासांनी मलेशियन पोलिसांनी ट्रेनला थायलंडची सीमा पार करण्याची परवानगी दिली. थोडे फार दागिने आणि त्यांचे काही सामान सोडले तर फारसे काही चोरीला गेले नव्हते.

टिफनी जेफवर त्या रात्री खूप चिडली होती.

''काय घडले हे? आणि तू कुठे होतास थॉमस?''

''मला माफ कर! पण तुझा बॉस ज्या नावेत अडकून पडला होता त्याच नावेत मीसुद्धा होतो.''

''कुणी तरी आलं होतं. कोण माहीत नाही; पण जे कुणी आलं असावं ते त्या पुतळ्याकरताच असावं.''

''मलाही तेच वाटतंय. पण तुझ्या बाबतीत असं व्हायला नको होतं. खूप घाबरली असशील ना तू?''

जेफने आपले बाहू तिच्या खांद्याभोवती गुंफले आणि टिफनीदेखील त्याच्या जवळ आली.

''मलासुद्धा काहीच कळलं नाही. मी माझ्या केबिनमध्ये होते. पोलिसांचे म्हणणे आहे की तो जो कुणी होता तो मला की-होल मधून न्याहाळत होता. मला आठवतंय, माझी खोली बॉम्ब पडल्यावर कशी अस्ताव्यस्त होईल तशी झाली होती. असो... पण एक गोष्ट चांगली की जे त्यांना हवे होते ते मात्र मिळाले नाही.''

''हो. मी पण ऐकले ते.'' जेफ म्हणाला. ''पण एवढ्या छोट्या जागेमध्ये तो पुतळा लपवणे त्याला कसे जमले, हे मात्र अजून कळत नाहीये.''

''मी तुला सांगितलं होतं,'' टिफनी ने आपले खांदे उडवले. ''जनरल हा अतिशय चाणाक्ष आणि हुशार आहे. तो दिसतो ना त्यापेक्षा कितीतरी स्मार्ट आहे.''

''हं... असलाच पाहिजे.'' जेफ म्हणाला.

त्या त्रासदायक प्रवासानंतर ते बँकॉकच्याा पेनिन्सुला या अलिशान हॉटेलमध्ये पोहोचले. तिथले जेवणही एकदम झकास होते. एकंदर तिथली सेवादेखील खूपच छान होती. रूममधील बेड खूप मऊ होते, त्यामुळे जनरलला आता आराम मिळू शकणार होता. या वेळेस सेक्रेटरीसाठी वेगळी खोली न घेता तिची व्यवस्था आपल्याच खोलीमध्ये करायचे त्याने ठरवले होते. तसेही त्याची बायको तो काय करतोय हे पाहायला येणार नव्हती. त्यामुळे निदान आशियामधील प्रवासाच्या शेवटच्या टप्प्यावर तरी तो आपल्या देखण्या तरुण सेक्रेटरीसमवेत वेळ घालवू शकणार होता. तिचे सुंदर नाजूक शरीर उपभोगू शकणार होता. आणि मिस्टर

बॉवर्सदेखील त्यांच्यामधील अडथळा ठरणार नव्हता. पेनिन्सुला हॉटेल खूपच सुंदर होते. तिथला स्विमिंग पूल खूपच छान होता. तिथे मिस जॉय बिकिनीमध्ये होती. ती अतिशय मादक दिसत होती.

'तिला आता सोडून जाणे अशक्य आहे.' जनरलने विचार केला. 'पण आज रात्रीच्या जेवणापर्यंत मी दोन दशलक्ष डॉलरने श्रीमंत होईन. आणि आपण हा आनंद तिच्याबरोबर साजरा करू शकू.'

''मला आज दिवसभर जरा काम आहे. ते मला संपवावे लागेल.'' जॉयच्या अंगावर थोडेसे झुकून त्याने तिच्या कपाळाचे चुंबन घेतले. ''पण रात्रीपर्यंत मी परत येईन.''

''ठीक आहे.'' टिफनी म्हणाली आणि लोळून आपल्या पोटावर पहुडली.

जनरल जात असताना तिने त्याच्या पाठमोऱ्या आकृतीकडे पाहिले आणि विचार केला, बरे झाले की आपण बॉवर्सच्या गोड गोड बोलण्याला भुललो नाही. यात काहीच शंका नाही की बॉवर्स देखणा होता. पण त्याच्यासारखे देखणे पुरुष काय किती तरी मिळतील. ॲलन मात्र एकदम वेगळा आहे. तो युद्धभूमीवर शौर्य गाजवलेला हिरो आहे. त्या माणसाकडे खरी बुद्धिमत्ता आहे. थोडासा आचरट आहे; पण मनाने मात्र उमदा आहे.

माझी निवड चुकली नाही म्हणायची!

''या इथे माणसं कशी काय राहू शकतात!''

जनरल ॲलन मॅकफीच्या आजूबाजूला गर्दी होती. ते सगळे घामट थाई लोक झुरळांप्रमाणे एकमेकांना चिकटून उभे होते.

बँग चॅकला जाण्यासाठी त्याने स्कायट्रेन घेतली होती. पण आता त्याला वाटत होते की कुठून या ट्रेनमध्ये आलो. त्यापेक्षा कॅब केली असती तर बरे झाले असते. ट्रेनमधून खाली उतरल्यावर त्याने पायी चालत बाजाराचा रस्ता धरला. त्याची मौल्यवान सॅक त्याच्या खांद्यावर होतीच. तो एका स्टॉलवरून दुसऱ्या स्टॉलकडे चालला होता. तिथे कापड, इलेक्ट्रोनिकच्या वस्तू, काही धार्मिक मूर्ती, चिन्हे अशा बऱ्याच गोष्टी विक्रीला होत्या.

तिथूनच पुढे काही भंगार विकणारी माणसे बसली होती. जिवंत प्रेतांप्रमाणे दिसत होती ती. पण जनरल ॲलन मॅकफीला त्यांच्याविषयी तसूभरदेखील सहानुभूती वाटली नाही. जनरलने चाओ-ताकच्या छळछावणीच्या बऱ्याच गोष्टी ऐकल्या होत्या. त्या खूपच हृदयद्रावक होत्या. पण त्याला त्याचे फारसे काही वाटत नव्हते. हे लोक स्वतःला योद्धे समजत होते; पण त्यांनी प्रत्यक्ष युद्धभूमीवर जाऊन एक दिवस तरी युद्ध करून दाखवावे. त्यांच्यापैकी काही जण तर निरक्षर होते. आणि

हा सुंदर पुतळा या अशा लोकांच्या हवाली करणे जनरलला जड झाले होते. पण काय करणार? शेवटी धंदा करायचा म्हटले की भावना बाजूला ठेवाव्या लागतात. त्याच्या निवृत्तीच्या काळामध्ये त्याला दोन लक्ष डॉलर्स मिळणार होते. एका बोळकांड्यातून एक पोऱ्या बाहेर आला आणि जनरलच्या बाजूला येऊन उभा राहिला.

"मॅकफी?"

जनरलने मान डोलावली.

"या इथून असे या."

चाओ ताकचे घर आले. ते आत आले तेव्हा जनरल घर न्याहाळत होता. घरात फारसे फर्निचर नव्हते. आणि असे काही खास आवडावे असे घर नव्हते ते. तिथले गालिचे, एकंदर रंगरंगोटी आणि घराचा अवतार पाहता असे वाटत होते की ते घर घेतल्यापासून तिथे काही स्वच्छता केली नसावी. अमली पदार्थांचा व्यापारी आणि या अशा घरात राहतो? जनरलचा विश्वास बसत नव्हता. कारण मेक्सिकोत असलेले या धंद्यातील व्यापारी तर एखाद्या राजासारखे राहतात. चाओ ताक कदाचित त्याचे पैसे दुसऱ्या कोणत्या तरी कामाला वापरत असावा.

"पुतळा आणलात ना?"

दुसऱ्या माणसाने त्याच्या हातात एक ब्रीफकेस दिली.

"मी पैसे मोजून घेऊ शकतो का?"

जनरलच्या बोलण्याकडे चाओ ताकचे लक्षच नव्हते. एखाद्या हावरट मुलाप्रमाणे त्याने जनरलच्या हातातून त्याची पिशवी जवळजवळ खेचून घेतली. त्याने घाई घाईने ती पिशवी उघडली आणि त्यातून बबल रॅप केलेला एंटेमेनाचा पुतळा बाहेर काढला.

"अरे ए बाबा! जरा काळजीपूर्वक उघड." जनरलला त्याचा धसमुसळेपणा सहनच झाला नाही. "त्या पिशवीमध्ये दोन हजार वर्षापेक्षाही जुना इतिहास आहे."

एखादे माकड शेंग आपल्या हातात घेऊन चाचपडून पाहते त्याप्रमाणे चाओ ताकने तो पुतळा आपल्या दोन्ही हातांत धरून पाहिला.

तेवढ्यात काहीतरी घडले. चाओ ताकचा चेहरा काळा ठिक्कर पडला. एखाद्या लहान बाळाने खुळखुळा हलवावा तसा त्याने तो पुतळा जोरजोरात हलवला आणि थाई भाषेमध्ये जोरजोराने काहीतरी बोलू लागला. तिथली दोन माणसे पटकन पुढे आली. त्यांनी दोघांनीही त्या पुतळ्याचा खालचा भाग तपासून पाहिला आणि ते जनरलकडे रागाने पाहू लागले.

"काय रे, आम्हाला फसवतोस होय!"

"वेड लागलंय का रे तुम्हाला? काहीतरी बरळू नका."

"आम्हाला वेड लागलंय? वेड तर तुला लागलंय. हा दोन हजार वर्षांपूर्वीचा पुतळा आहे? आम्हाला काय मूर्ख समजलास तू?" त्याच्या माणसाच्या हातातून तो पुतळा त्याने ओढून घेतला आणि जनरलच्या अंगावर भिरकावला आणि तो जनरलने पटकन झेलला.

"अरे थांबवा हे. काय चाललय तुमचं?"

"याच्या तळाशी पहा." चाओ ताक गरजला.

जनरलचा चेहरा पांढराफटक पडला.

"त्यावर सिरीयल नंबर आहे, दोन हजार वर्षे असा? की कुठे बार कोड आहे?"

"म... म... मला खरंच काही कळत नाहीये," जनरल पूर्णपणे गोंधळून गेला होता. "काही तरी चूक झाली आहे. कुणी तरी तो पुतळा बदलला आहे." आणि त्याला नुकताच ट्रेनमध्ये घडलेला चोरीचा प्रसंग एकदम आठवला. पण त्याचा काही संबंध नाही. म्हणजे असूच शकत नाही. क्वाई नदीतून प्रवास करत असतानासुद्धा तो पुतळा माझ्यासोबतच होता. तो चोरी झाली त्या ठिकाणी नव्हताच मुळी.

"हे बघा. मी काय भानगड आहे ते शोधून काढतो. तोपर्यंत तुमचे पैसे परत घ्या." त्याने ब्रीफकेस बंद केली आणि ती तिथल्या टेबलवर ठेवली. "मला खरंच कळत नाहीये की हे कसे घडले. पण..."

मागून चार बलदंड हातांनी त्याला घट्ट धरून ठेवले. आणि त्याने काही करण्याच्या आतच कुणी तरी धातूच्या काठीने त्याच्या गुडघ्याच्या मागच्या बाजूला जोरात मारले. तो जोरात किंचाळला आणि कळवळत जमिनीवर पडला.

"मला फसवायला निघाला होतास काय रे?"

हार्वडमधून उच्च शिक्षण घेतलेला हा शूर अमेरिकन योद्धा अमली पदार्थ विकणाऱ्या एका अडाणी थाई माणसाकडे केविलवाणा पाहत होता.

त्याच्या डोळ्यांमधून अश्रू वाहत होते.

त्याला कळून चुकले की इथे तो काहीच करू शकत नव्हता. बाहेर पडण्याचा त्याचा रस्ता बंद झाला होता.

जवळ जवळ चाळीस मिनिटे टिफनी जॉय जेवण्याच्या टेबलवर वाट पाहत बसली होती. तितक्यात शँपेनची एक बाटली आली आणि त्याबरोबर एक चिट्ठी आली.

तिच्या चेहऱ्यावर एक प्रसन्न हास्य आले. पण तिने जशी ती चिट्ठी वाचली तसे तिच्या चेहऱ्यावरील हसू एकदम नाहीसे झाले.

"जनरलचा मृत्यू झाला आहे. मी तुझे पैसे भरले आहेत. ताबडतोब बँकॉकच्या

बाहेर पड. नाही तर ते तुलाही जिवंत ठेवणार नाहीत. काहीही आवरत बसू नकोस. तुझा मित्र टी. बी.''

ऊर्फ

थॉमस बॉवर्स

टिफनी जॉय तशीच तिच्या खुर्चीवरून उठली आणि पळत सुटली.

जेफ बोर्डिंगच्या गेटवर होता. तो लंडनला जाणारे 'कांताज'चे फ्लाइट पकडण्याच्या बेतात होता. विमान दुबईमार्गे लंडनला जाणार होते. तेवढ्यात एका थाई पोलिसाने त्याला ओढले आणि एका बाजूला घेतले.

''काय? काही प्रोब्लेम आहे का?''

तो ऑफिसर काही बोलला नाही. जेफच्या खांद्यावरून त्याने त्याची बॅग ओढून घेतली. त्याची चेन उघडली आणि एक बबल रॅप केलेले पॅकेज उघडले.

जेफच्या हाताला घाम आला.

''हे काय आहे?''

''हा पुतळा आहे.'' जेफ म्हणाला. ''माझ्या एका मित्राने मला हा भेट दिला आहे.''

''खरं?'' त्या सुरक्षारक्षकाने त्याच्याकडे पाहिले. तेवढ्यात त्याचे आणखी दोन साथीदार आले. त्या प्रत्येकाकडे एक गन होती आणि बरोबर त्यांची कुत्री होती. ती जेफकडे पाहून जोरजोरात भुंकू लागली.

''पासपोर्ट!'' तो पहिला ऑफिसरदेखील त्या कुत्र्यांप्रमाणे त्याच्या अंगावर भुंकला.

जेफने त्यांना पासपोर्ट दिला. ''काय झालंय मला कळेल का काही?''

''तुम्हाला अमली पदार्थांच्या तस्करीविषयी काही माहिती आहे का, मिस्टर बॉवर्स?''

''हो. मला माहीत आहे.'' जेफ म्हणाला. त्या कुत्र्यांच्या भुंकण्यामुळे त्याला स्वतःचे बोलणेदेखील नीटसे ऐकू येत नव्हते. त्याने ऐकले होते की काही निरागस प्रवाशांच्या सामानामध्ये अमली पदार्थ असतात. आणि अशी त्याची तस्करी होत असते. त्यामुळे तो खूप काळजी घेत होता. आपली बॅग त्याने एका क्षणासाठीदेखील स्वतःपासून दूर केली नव्हती.

त्या पोलिसाने त्या पुतळ्यावरील वेष्टन फाडले. आणि तो पुतळा दोन्ही हातांनी वर धरला. ''कदाचित यामध्ये तुमच्या मित्राने दिलेली खरीखुरी भेट दडली नसेल कशावरून?''

जेफचे हृदय बंद पडण्याची वेळ आली होती. हा या पुतळ्याला तोडणार? दोन

हजार वर्षांपूर्वीचा पुतळा हा तोडणार? नाही.

त्याने एकदम त्या पुतळ्याला मिठी मारली, तशी तीन पिस्तुले त्याच्या डोक्यावर रोखली गेली. जेफने आपले डोळे मिटले आणि बंदुकीच्या आवाजाची वाट पाहू लागला. पण त्याऐवजी त्याला एका माणसाच्या किंचाळण्याचा आवाज आला, तसे त्याने आपले डोळे उघडले. त्या पोलिसांच्या कुत्र्यांपैकी एकाने त्या माणसाच्या अंगावर झेप घेतली. जेव्हा त्या माणसाच्या बॅगेची झडती घेतली गेली तेव्हा त्यात पांढरी पावडर सापडली.

त्या पोलिसाने तो पुतळा जेफच्या हवाली केला.

"माफ करा आम्हाला, साहेब. आमची चूक झाली. आम्ही आशा करतो की तुमचा थायलंडमधील प्रवास आणि ट्रिप ही व्यवस्थित झाली असेल."

वीस मिनिटांनी जेफ एअर बस ए३८० ने आकाशात झेपावला. आपल्या बरोबरच्या बॅगवर त्याने प्रेमाने हात फिरवला.

तो फ्रान्साईनचा विचार करू लागला. ती ई अॅन्ड ओ मधील एक फ्रेंच बाई होती. तीसुद्धा एन्टेमेनाचा पुतळा चोरण्याच्याच उद्देशाने आली होती. जेव्हा जेफ आणि जनरल क्वाई नदीच्या प्रवासात होत, तेव्हा तिनेदेखील तो पुतळा चोरण्याचा प्रयत्न केला होता. जेफ आणि ट्रेसी काही वर्षांपूर्वी जेव्हा पॅरिसला एका मोहिमेवर होते, तेव्हा ती तिथे होती त्यामुळे जेफने तिला ओळखले होते. त्याला चांगले कळले होते की ती या ट्रेनमध्ये तो पुतळा चोरण्यासाठीच आली होती. तिने फ्रान्समध्ये असताना एकदा त्या दोघांवर मातही केली होती. त्या वेळेस ती सफल झाली होती; पण या वेळेस तसे होऊ नये याची काळजी जेफने घेतली होती. जेफने सगळे व्यवस्थित आणि योजनाबद्ध काम केले होते. क्वाई नदीच्या नावेत बसताना त्याने त्याच्याबरोबर त्याची सॅक घेतली. त्यामध्ये त्याने एक नकली पण हुबेहूब एन्टेमेनाचा खरा पुतळा ठेवला गेला होता अगदी तसेच वेष्टन गुंडाळून तो नकली पुतळा त्याने ठेवला होता. नावेची सफर करताना शिताफीने त्याने जनरलचे लक्ष विचलित केले आणि त्याच्या सॅकमधून खरा पुतळा काढून त्याने आणलेला नकली पुतळा ठेवला. तशा प्रकारचे नकली पुतळे युरोपमध्ये कोणत्याही गिफ्ट शॉपमध्ये सहजपणे मिळतात.

त्यानंतर तो टिफनी जॉयचा विचार करू लागला की आपण तिला त्या चिट्ठीमधून दिलेला सल्ला तिने ऐकला आहे की नाही कुणास ठाऊक. चाओ ताक असा माणूस होता की जो कोणताही पुरावा मागे सोडणारच नाही. त्यामुळे जनरलला मारल्यानंतर जॉयच्याही जिवाला नक्कीच धोका होता. मिस जॉय ही खूप चांगली मुलगी होती आणि तिच्या बॉसमुळे तिचे आयुष्य निश्चितपणे पणाला लागले होते.

मग तो जनरलचा विचार करू लागला आणि त्याबरोबर आहिल हफीझचासुद्धा

विचार त्याच्या मनात आला. त्याचप्रमाणे स्वित्झर्लंडमधील कलेक्टरचादेखील विचार त्याच्या मनात आला. तो त्या पुतळ्याची आतुरतेने वाट पाहत होता.

विचार करता करता जेफ गाढ झोपेच्या अधीन झाला. कोणतेही स्वप्न नसलेली शांत, गाढ झोप.

११

"आई शप्पथ!... अरे, हा तर झाएन मलिक!"

निकोलसचे डोळे एकदम विस्फारले गेले. तो यापूर्वी कधीही लॉस एंजलिस किंवा त्यासारख्या मोठ्या शहरात आला नव्हता. फक्त एकदा डेनवरला काय तो गेला होता; पण ती दिवसाची ट्रिप होती. तो तेव्हा आपल्या आईबरोबर गेला होता. ट्रेसी त्याला सेक्कोनीला लंचसाठी घेऊन आली होती. सेक्कोनी म्हणजे स्टार आणि सेलेब्रिटीज लोकांचे नंदनवनच होते.

"झाएन मलिक? हा कोण?" ट्रेसीने विचारले.

निकोलसने ट्रेसीकडे पाहिले. त्याच्या नजरेत तिच्याविषयी अगदी कीव होती. जणू काही तो दर्शवत होता की तू किती बावळट आहेस.

जुलै महिना होता. बाहेर प्रचंड ऊन होते. ट्रेसी आणि निकोलस सकाळी रस्त्यावर फिरले. एकेक पर्यटन स्थळे पाहत पाहत ते हिंडत होते. मागच्याच वर्षी ट्रेसीने निकोलसला कोलोराडोला बीव्हर क्रीक नावाच्या एका समर कॅम्पला पाठवले होते. निकोलसने ती उन्हाळ्याची सुट्टी मस्तपैकी कॅम्पिंग, फिशिंग करण्यात घालवली. पण या वर्षी तिने ठरवले की त्याला जरा बाहेरचे जगदेखील दाखवायचे.

ब्लेक कार्टरला मात्र ही योजना तितकीशी पसंत नव्हती.

"मला हे कळत नाहीये की स्टीमबोटला काय नाहीये जे लॉस एंजलिसमध्ये आहे. एवढे अगदी जीव टाकण्यासारखे काय आहे तिथे?

ट्रेसीने आपल्या भुवया उंचावल्या. ''खूप काही वेगवेगळ्या गोष्टी.''

''व्हेनिस बीच. हो ना? तोच पाहायचा आहे.''

''ब्लेक. मला माहितीये की तुम्ही शहरापेक्षा गावामध्ये रमणारे आहात. पण तुम्हाला माहितीये ना की लॉस एंजलिस म्हणजे हॉलिवूड. सगळी सिने इंडस्ट्री तिथे आहे. तिथे संग्रहालये, थीम पार्क्सदेखील आहेत. मी त्याला युनिव्हर्सल स्टुडिओमध्ये घेऊन जाणार आहे आणि कदाचित लेकर्स गेम. तो इथे ना अतिसुरक्षित वातावरणात आहे. त्याने या छोट्याश्या जगातून बाहेर पडायला हवे आणि बाहेरचे जग पाहायला हवे.

''पण ट्रेसी छोट्या मुलांना असंच सुरक्षित वाताताररणात ठेवलं पाहिजे.'' ब्लेक म्हणाला. ''जर तो पंधरा-सोळा वर्षांचा असता तर गोष्ट वेगळी होती; पण तो अजून खूप लहान आहे. तू लिहून घे माझ्याकडून, की या प्रवासाने तो खूप कंटाळून जाणार आहे.''

पण निकोलस नादावला होता.

त्याने लॉस एंजलिसविषयी खूप ऐकले होते. आणि त्याने ज्या काही गोष्टी ऐकल्या होत्या, त्यामुळे तो भलताच उतावीळ झाला होता. तिथला व्हेनिसचा समुद्रकिनारा, रस्त्यावरून धावणाऱ्या फेरारी, तिथले जेवण, तिथले भविष्य सांगणारे आणि त्यांच्या टॅटूजच्या आत लपलेले चेहरे आणि खूप काही होते लॉस एंजलिसमध्ये.

लॉस एंजलिस शहर अप्रतिम आहे. निकोलस ट्रेसीला त्यांच्या हॉटेलमधील निवासाच्या वेळेस प्रत्येक वेळी पुन्हा पुन्हा सांगत होता. आता ते हॉटेलमध्ये बसून खात होते, तेव्हा ट्रेसीला निकोलस म्हणाला, ''आपण इथेच कायमचे राहायला यायचे का आई? प्लीज गं, येऊ की!''

तेवढ्यात निकोलसचे आईसक्रीम आले. त्याचे दुसरे आईसक्रीम होते ते. पहिले कधीच फस्त झाले होते. दुसऱ्यावरसुद्धा स्वारी तुटून पडली. ट्रेसी कॉफीचे घोट घेत बसली होती. त्याच्याकडे कौतुकाने पाहत होती. तेवढ्यात तिथे एक मोठ्ठा घोळका आला आणि तिचे लक्ष तिकडे वळले.

पहिली गोष्ट तिच्या नजरेस पडली ती म्हणजे हार. शेवटी जवाहिरांची चोरच ती! ...तिचे लक्ष बरोब्बर तिकडेच जाणार. एका मध्यमवयीन महिलेच्या गळ्यामध्ये असलेला आणि पाचूने मढलेला तो हार त्या बाईला अजिबात शोभून दिसत नव्हता. कारण ती बाई दिसायला अगदीच काही तरी होती. आणि तो हार अतिशय झगमगीत आणि अप्रतिम होता.

त्या बाईबरोबर तिचा नवरा होता. ट्रेसीने त्याला यापूर्वीही पाहिले होते; पण कुठे ते मात्र तिला एवढे नीटसे आठवत नव्हते. तेवढ्यात त्या बाईच्या मागे एक उंच बाई येऊन उभी राहिली. ती सडपातळ आणि खूपच आकर्षक होती.

कॉफीचा गरम घोट एकदम घशात गेला आणि तिचे तोंड आणि घसा पोळला. तिला ठसका लागला आणि तिच्या डोळ्यांतून पाणी येऊ लागले.

"आई, काय झालं? तुला बरं वाटतंय ना?"

"मी ठीक आहे बाळा." ट्रेसीने नॅपकीनला आपले डोळे पुसले आणि त्याबरोबर आपला चेहराही त्यात लपवला. "तुझे आईसक्रीम लवकर संपव."

जे त्याने पाहिले ते शक्य नव्हते.

पण ते ते तसेच होते.

ती दुसरी तिसरी कुणी नसून रीबेका मॉर्टिमरच होती. रीबेका, ब्रिटिश म्युझियममधील ती मुलगी- ट्रेसीच्या नवऱ्याबरोबर त्यांच्या बेडरूममध्ये प्रेमाचे चाळे करणारी. ती मुलगी जिने एकटीने ट्रेसीचे वैवाहिक जीवन उद्ध्वस्त केले तीच रीबेका. ती आज इतक्या वर्षांनंतर तिला लॉस एंजलिसमधील एका रेस्टॉरंटमध्ये पुन्हा भेटली होती आणि तिच्यापासून जवळच्याच टेबलवर ती बसली होती.

आता ती जरा वेगळी दिसत होती. साहजिकच होते; कारण जवळ जवळ बारा वर्षे झाली होती त्या घटनेला. त्या वेळेस असलेले लांब केस तिने कापले होते. त्या सोनेरी केसांचा तिने बॉयकट केला होता. पण तिच्या संपूर्ण शरीराच्या ठेवणीमध्ये कुठेही पुरुषीपणा नव्हता. तिच्यासोबत असणाऱ्या एका जाडजूड माणसाबरोबर तिचे काही तरी विनोद आणि हसणे चालू होते.

'मला माहितीये तो कोण आहे.' ट्रेसी मनात म्हणाली. ॲलन ब्रूकस्टीन. डायरेक्टर. म्हणजे ते हारातील हिरे प्रसिद्ध इराणी 'रुबी'च असणार. ट्रेसीला आत्ता काही आठवत नव्हते. पण एवढे आठवत होते की इराणच्या शहाची एक रखेल होती आणि तिच्याकडे असलेल्या या हारासाठी तिला खूप छळले होते. त्यानंतर हाच हार लीझ टेलरने तिच्या मृत्यूपूर्वी खरेदी करायचा प्रयत्न केला होता; पण त्यानंतर हा हार पुढे गायबच झाला होता. ब्रूकस्टीनने मागच्या वर्षी तोच हार त्याच्या बायकोसाठी गुपचूपपणे खरेदी केला होता. बहुतेक तो बेकायदा व्यवहार असावा. आणि आज तोच हार या बाईच्या गळ्यात रुळत होता आणि तेही एका साध्या जेवणाच्या वेळेस.

ट्रेसीने हॉटेलच्या प्रमुख वेटरला बोलावले आणि विचारले,

"काय हो, ते दोघे म्हणजे ॲलन ब्रूकस्टीन आणि त्यांची बायको आहे ना?"

"हो मॅडम, ते दोघे आमचे नेहमीचे गिऱ्हाईक आहेत."

"बरं बरं! आणि त्यांच्याबरोबर ती अजून एक बाई आहे, ती कोण आहे हे माहितीये तुम्हाला?"

खरं तर हॉटेलच्या प्रमुख वेटरला अशा प्रकारच्या गप्पा मारायची परवानगी नसते. एका गिऱ्हाइकाविषयी दुसऱ्या गिऱ्हाइकाकडे बोलणे हे व्यावसायिकतेला

धरून नाही. पण तरीही ट्रेसीसारखी कुणी गिऱ्हाईक असे विचारत असेल तर तिच्यासारख्या गिऱ्हाइकांना व्यावसायिकतेचे हे नियम जरा शिथिल असतात.

"माझ्या माहितीप्रमाणे तिचे नाव मिस लिझा कनिंघम असे आहे. मी तिला यापूर्वी शीला अर्थात मिसेस ब्रूकस्टीनबरोबर बऱ्याच वेळा पाहिले आहे. ती ब्रिटिश आहे आणि ती एक अभिनेत्री आहे."

"बरोबर आहे. खरं बोललास तू. ती अभिनेत्रीच आहे. चांगली मुरलेली अभिनेत्री."

ट्रेसी लिझाला न्याहाळत होती. ती त्या दोघांसमवेत बसली होती आणि तिचे त्यांना मस्त हरभऱ्याच्या झाडावर चढवणे चालू होते. त्यांच्यावर स्तुतिसुमने उधळणे सुरू होते बाईंचे. मागचे तिचे रूप वेगळेच होते. त्या वेळेस ती आर्किओलोजीची विद्यार्थिनी होती. एक निरागस मुलगी रीबेका. तो अभिनय तिने जो काही रंगवला होता, तो तर लाजवाबच होता. ट्रेसी विचार करत होती.

ती आज कुणी अभिनेत्री नाही आणि त्या वेळेसदेखील ती कुणी विद्यार्थिनी वगैरे अजिबात नव्हती, तर तीसुद्धा एक चोरटी होती- आपलीच जातवाली.

हे तर आता उघड होते. ट्रेसीला आश्चर्य वाटत होते, की हे त्या वेळेस आपल्या कसे लक्षात आले नाही. ती लंडनमध्ये होती तेव्हाही नाही आणि जेफचे आणि तिचे ते प्रकरण झाले तेव्हादेखील आपल्या हे लक्षात आले नाही.

ती एक सराईत चोर होती आणि तिचे आताचे लक्ष्य होते मिसेस ब्रूकस्टीनच्या गळ्यातील तो मौल्यवान पाचूचा हार.

"आई गं... ऐक ना, काय झालंय तुला? तुला बरं वाटतंय ना? अशी काय करतेस तू?"

"काही नाही रे बाळा, काही नाही झालं. मी ठीक आहे." ट्रेसी पूर्णपणे विसरून गेली होती की निकोलस तिच्याबरोबर आहे. तिचे गाल लाल झाले होते. डोळ्यांमध्ये एक प्रकारची चमक आली होती. आणि तिच्या हृदयाचे ठोके वाढत होते.

आता माझी वेळ आहे. आता मी तुला खेळवणार. तुझीच गेम तुझ्यावर उलटवते की नाही बघ.

त्या वेळेस तू जिंकलीस पण आता मी जिंकणार.

ट्रेसीने तिथल्या तिथे ठरवले की मिसेस ब्रूकस्टीनचा पाचूचा हार चोरायचाच.

त्यानंतरचा आठवडा ट्रेसीने एन्जॉय केला की निकोलसने, हे ठरवणे अवघड होते. ट्रेसीने त्याला लॉस एंजलिसमधील किती तरी ठिकाणे दाखवली. आपल्या आईबरोबर निकोलस खूश होता; कारण त्याला त्याचे आवडते शहर पाहता आले आणि खूप धमाल करता आली. ट्रेसी आपल्या कामावर लक्ष देत होती. हॉलिवूडच्या

फिल्म इंडस्ट्रीमधील सुप्रसिद्ध दिग्दर्शकाच्या बायकोच्या गळ्यातील जगातील सर्वांत मौल्यवान पाचूचा हार चोरणे, ही काही साधीसुधी गोष्ट नव्हती. शिवधनुष्य पेलण्याइतके ते कठीण काम होते. दिवसा ती आपल्या मुलासमवेत सगळे शहर हिंडायची आणि त्याबरोबर ती ॲलन ब्रूकस्टीन आणि त्याची बायको शीला यांच्याविषयी शक्य त्या सगळ्या सूत्रांकडून माहिती मिळवण्याचा प्रयत्न करत होती. त्यांच्याबरोबर तिने त्या इराणी पाचूच्या हिऱ्याची खडा न् खडा माहिती मिळवण्याचा सपाटा लावला होता.

दोन दिवसांतच तिने एक योजना आखली.

योजना खूप अवघड होती. आणि त्यामध्ये अतिशय धोकादेखील होता. आणि ती योजना अमलात आणण्यासाठी तिच्याकडे जास्तीत जास्त दहा दिवस होते.

ट्रेसी आणि निकोलस हॉलिवूडच्या त्या मोठ्या चिन्हाजवळ उभे होते, तेवढ्यात ट्रेसीचा फोन वाजला.

"हॅलो."

"अच्छा, खरंच तू आहेस!" पलीकडच्या माणसाचा कर्णकर्कश हसल्याचा आवाज आला. "मला खरंच विश्वास बसत नाहीये. मला वाटलं की तू या जगातच नाहीस."

"आभारी आहे बिली. मलाही तुझा आवाज ऐकून बरं वाटलं." ट्रेसी पण वरवरचे हसून त्याला म्हणाली. "मला सांग, तू अजूनही या सराफाच्या धंद्यामध्ये आहेस का?"

"हो. पण का गं?"

"काही नाही. मला बेल-एअरला येऊन भेटू शकशील?"

शीला आणि ॲलन ब्रूकस्टीनचे घर बेवर्ली हिल्समध्ये होते. त्यांचे घर खूपच भव्य होते; पण तरीही एकदम मनात भरावे असे मात्र नव्हते. घराच्या सभोवती खूप भडक आणि भपकेबाज फुले होती आणि त्यामधून जाणाऱ्या रस्त्याच्या दुतर्फा सुरक्षारक्षकांचे सिरॅमिकचे पुतळे होते.

"तुम्हाला आवडतात असे पुतळे? माझ्या बायकोला फार आवडतात, आणि आम्ही हे सगळे पुतळे वेगवेगळ्या देशांमधून मुद्दाम मागवले आहेत. जपान, फ्रान्स, रशिया, आणि इराकमधूनही काही पुतळे आणले आहेत. इराकी लोक बागेमधील सजावटीमध्ये तज्ज्ञ असतात. तुम्हाला एक सांगू मिस लेन..."

"प्लीज, मला तेरेसा म्हणा. फक्त तेरेसा."

"तेरेसा." ॲलन ब्रूकस्टीनने स्मितहास्य केले. "आम्ही एका मजेदार आणि

प्राचीन जगामध्ये राहतो.''

सोबत असलेल्या त्या सुंदर देखण्या विमा एजंटने आपली मान हलवून होकार दिला. ॲलन ब्रूकस्टीन अशा प्रकारच्या लोकांना सहसा भेटत नसे. घराचा विमा या गोष्टीत तर तो कधीच लक्ष घालायचा नाही. आपली सेक्रेटरी हेलेन हिच्यावर त्याने असल्या गोष्टी सोपवल्या होत्या. पण तेरेसा लेन या विलक्षण देखण्या सुंदरीला कालच तो भेटला होता. तिची सडपातळ देहयष्टी, विलक्षण बोलका चेहरा आणि त्या चेहऱ्यावर दिसणारी तिची विलक्षण बुद्धिमत्ता, तिचे बदामी रंगाचे केस आणि विलक्षण बोलके हिरवे डोळे त्यामुळे ॲलन ब्रूकस्टीनला वेड लागायची पाळी आली होती.

''तुमच्या बायकोची निवड एकदम अप्रतिम आहे हो! त्यांच्या गळ्यातील तो अप्रतिम हार... असा हार यापूर्वी मी कधीच पाहिला नाहीये.''

''नाही, ती काही माझ्या बायकोची निवड नाही, तर माझी निवड आहे.'' तेवढ्यात त्याने स्वतःचे तुणतुणे वाजवले. ''तो हार मीच तिच्यासाठी आणला. तुम्हाला तिजोरी पाहायचीय?''

''हो. मी त्याचसाठी तर आलेय.''

निकोलसला ट्रेसीने मालिबूला एक दिवसाच्या कॅम्पला पाठवले होते. आता त्याला आणायला जायची घाई नव्हती. पण तिचे इथले काम तिला शक्य तेवढे लवकर पूर्ण करायचे होते. कारण खरा विमा एजंट तेवढ्यात इथे येऊन टपकला तर तिच्या सगळ्या योजनेवर पाणी पडणार होते. खूप मोठा धोका होता. ट्रेसी स्वतःला बजावत होती की असे काही होऊ देता कामा नये.

''या बाजूने ये तेरेसा.''

ॲलन ब्रूकस्टीन तिला एकेका दालनामधून घेऊन चालला होता. प्रत्येक दालनामध्ये उंची गालिचे, सुंदर पेंटिंग्ज होती. ट्रेसी आणि ॲलन ब्रूकस्टीन जात असताना दोन सेविका त्यांच्या बाजूला अदबीने उभ्या राहिल्या. त्यांच्या चेहऱ्यावर भीती होती. तिने ऐकले होते की ॲलन ब्रूकस्टीन त्यांच्या कर्मचाऱ्यांशी अतिशय वाईट वर्तन करतात. त्यांची पिळवणूक करतात. आणि त्या सेविकांचा चेहराच सांगत होता की त्यांना किती त्रास होत होता.

ती तिजोरी किंवा तिजोऱ्या शीलाच्या ड्रेसिंग रूमच्याच मागे होत्या.

''तुमच्याकडे तीन तिजोऱ्या आहेत?''

''तीन नाही चार.'' सांगताना ॲलन ब्रूकस्टीनचा ऊर अभिमानाने भरून आला होता. पण ट्रेसीला तो एखाद्या किळसवाण्या बेडकासारखा वाटला. ''या तीन तिजोऱ्या आहेत त्या खोट्या आहेत. दिखाऊ आहेत. आणि यामध्ये मी कमी किमतीच्या हलक्या वस्तू ठेवतो. कुणी चोर आला तर त्याला आमिष दाखवण्यासाठी

या तिजोऱ्या आहेत. तिसऱ्या तिजोरीमध्ये इराणीयन हारासारखाच एक खोटा हार ठेवला आहे. खऱ्या भासतील अशा नकली पाचूंनी बनवलेला हार आहे तो, अगदी हुबेहूब खऱ्या हारासारखाच आहे तो. पाहायचाय?''

ती तिजोरी उघडून त्याने तो नकली हार बाहेर काढला. ट्रेसीने तसाच हार सेक्कोनीला पाहिला होता. त्यातील रत्ने आणि खडे जड होते आणि ते ट्रेसीच्या बोटांना जाणवत होते.

''हा नकली हार आहे?''

''हो. हा नकली आहे.''

''फारच सुंदर, अप्रतिम.''

''असू देत तेरेसा.'' ॲलन ब्रूकस्टीनची नजर ट्रेसीच्या उभार उरोजांवरून फिरत होती.

''तुमची बायको हा हार बाहेर घालते?''

''हो. कधी कधी.'' असे म्हणत ॲलन ब्रूकस्टीनने तो हार परत तिजोरीमध्ये ठेवला. ''ती दोन्ही हार घालते. कधी असली तर कधी नकली. जसा प्रसंग असेल तसा. काही महत्त्वाचा आणि मोठ्ठा कार्यक्रम असेल जसे शनिवारी रात्री होणारे ॲवॉर्ड फंक्शन... तुम्हाला माहितीच असेल की मला लाइफटाइम अचीव्हमेंट ॲवॉर्ड मिळाले आहे- हा कार्यक्रम आहे. त्या दिवशी ती तो खरा हार घालेल. स्वतःला मिळालेल्या ॲवॉर्डबद्दल ट्रेसीला आवर्जून सांगायला तो विसरला नाही.

''अरे वा! अभिनंदन. तुमच्या बायकोला खरंच खूप छान वाटत असेल ना?''

ॲलन ब्रूकस्टीनच्या कपाळाला आठ्या पडल्या. ''मला नाही माहिती. मला मिळालेल्या ॲवॉर्डपेक्षा तिला त्या कार्यक्रमात तो हार घालून मिरवायला मिळतंय आणि मैत्रिणींना जळवता येईल, याचा जास्त आनंद असेल. म्हणजे तुम्हाला कळलं असेल, मला काय म्हणायचंय. शीलाला खरं सांगायचं तर बाकी काही कळत नाही. फक्त चमकणारं असलं की तिला चालतं.''

ॲलन ब्रूकस्टीनच्या पाठोपाठ ट्रेसी ड्रेसिंगरूममधून पुढे गेली. भिंतीचा एक कोपरा उघडला गेला. आणि त्यामध्ये चौथी तिजोरी होती.

''या तिजोरीचा कोड नंबर दररोज बदलत असतो.''

''म्हणजे सगळ्या तिजोऱ्यांचा की फक्त या तिजोरीचा?''

''सगळ्यांचा.''

''आणि हा कोड कोण बदलतं?''

''मी. फक्त मी. आणि कुणालाही कळतदेखील नाही की मी रोज रोज काय नंबर ठेवतो ते. शीलालासुद्धा ते माहीत नसतं. मला वाटतं, की ही कोड पद्धत, आमचे सुरक्षारक्षक आणि अलार्म एवढ्या गोष्टी याच्या संरक्षणासाठी पुरेशा आहेत.''

ट्रेसीनं आपली मान डोलावली. "मी जरा इकडे तिकडे पाहू शकते का?"

"नक्कीच. तुम्ही आमच्या पाहुण्या आहात."

ट्रेसीने आपले शूज काढले आणि ती एका खोलीतून दुसऱ्या खोलीमध्ये फिरायला लागली. तिचे सगळीकडे निरीक्षण चालू होते. ती ॲलन ब्रूकस्टीनच्या कपाटाजवळ गेली. तिथले त्याचे कपडे, शूज आणि ड्रेसेस हळूहळू बाजूला करू लागली. आपल्या भल्या मोठ्या पर्समधून तिने एक इलेक्ट्रॉनिकचे उपकरण काढले आणि त्याला आरशाच्या कडेनं फिरवू लागली तेव्हा त्यातून विशिष्ट आवाज यायला लागला.

"ओके" ट्रेसीने आपले निरीक्षण पूर्ण केले आणि काही तरी झाले म्हणून ती एकदम मागे वळली आणि शिडीवरून खाली उडी मारून बाजूला झाली, कारण ज्या पायरीवर ती उभी होती तिथून काही अंतरावर उभ्या असणाऱ्या ॲलन ब्रूकस्टीनला अगदी सहज पणे तिची अंडरवेअर दिसत होती.

"काय झालं? काही प्रॉब्लेम?" ॲलन ब्रूकस्टीनने विचारले.

"काही नाही." ट्रेसी थोडीशी सावरली. कोणताही कॅमेरा नाही किंवा कुठले अन्य उपकरण नाही. पण तरीही तुम्ही अगदी सुरक्षित आहात. पण तरीही मला एक संशय आहे की तुमच्या सेवक वर्गापैकी कुणाला इथे प्रवेश असेल तर ते धोकादायक असेल. आपल्याकडे अशाही हुशार मोलकरणी असतात आणि त्या तिजोरीच्या जवळ कुठे तरी बटन कॅमेरे लावतात. आणि जेव्हा तिजोरी कोड टाकून उघडली जाईल, तेव्हा त्या कॅमेऱ्यातून तो कोड पाहून नंतर तो त्यांच्या मित्रांना सांगतात आणि मग त्यांचे मित्र येऊन चोरी करून जातात."

"असेल. पण आमचा नोकर वर्ग एवढा हुशार नाहीये." जोक झाल्यासारखा तो हसला. "सगळे जण मूर्ख आहेत. मला सांगा माकडांकडून तुम्ही अशा प्रकारच्या हुशारीची अपेक्षा कराल का? अहो हा नोकर वर्ग म्हणजे माकडे आहेत. त्यांना मेंदू नावाचा प्रकारच नाहीये."

तो जरी तिला असे म्हणाला, तरीसुद्धा मनातल्या मनात त्याने तिची तारीफ केली; कारण कोणत्याही विमा एजंटने त्याला यापूर्वी अशा प्रकारचा व्यावहारिक सल्ला कधीच दिला नव्हता.

"मला मान्यच करावे लागेल की तुम्ही खूप चलाख आहात. मला खरंच तुमची शंका आणि तुमचा सल्ला आवडला. तुम्हाला मला अजून काही सांगायचे आहे?"

ट्रेसी क्षणभर थांबली, थोडेसे हसली.

"खरं तर हो! मला काही टिप्स नक्की द्यायच्या आहेत."

एलिझाबेथ केनेडीकडे श्रीमंत आणि बेअक्कल स्त्रियांसाठी खरं तर वेळ नव्हता. पण तिचे कामच असे होते की तिला बऱ्याच बिनडोक श्रीमंत स्त्रियांसाठी वेळ द्यावा लागत होता. आणि त्यांच्यातील बऱ्याच जणी शीलासारख्याच मूर्ख होत्या.

"आता हे फार झालंय. मला झेपेनासं झालं आहे." एलिझाबेथ आपल्या सहकाऱ्याला म्हणाली. "ती बाई भयंकर आहे. तिला सहन करणं दिवसेंदिवस अवघड होत चाललं आहे."

"जाऊ देत ना. तू तिचा का विचार करते आहेस. तुझे ध्येय काय आहे?... पैसा. मग त्यावर लक्ष ठेव. तिला खड्ड्यात जाऊ देत. कशी का असे ना ती."

"तुझं बरोबर आहे. मी तोच प्रयत्न करतीय."

एलिझाबेथ तशी खूप व्यावसायिक होती. तिचा मतलब आपल्या कामाशी असायचा. त्यामुळे असल्या बऱ्याच लोकांना तिने व्यवस्थितपणे हाताळले होते. ती कायम एखाद्या गोष्टीची चांगली बाजू विचारात घ्यायची. या वेळी तिच्या दृष्टीने चांगली बाजू होती ती म्हणजे तो पाचूचा हार. आणि त्यामुळेच शीलासारख्या धनाढ्य पण बेअक्कल आणि बिनडोक बाईला ती सहन करत होती. एलिझाबेथ गरीब कुटुंबातून आली होती आणि तिला परत गरिबीमध्ये पडायचे नव्हते. एका ब्रिटिश नटीचा अभिनय करणे आणि शीलाची चांगली मैत्रीण होऊन तिला विश्वासात घेणे गरजेचे होते.

लिझा अर्थात एलिझाबेथपुढे शीलाने दोन महागड्या ब्रँडचे कपडे धरले. एक होता अलाया ब्रँड आणि दुसरा होता बॅलेनसियागा ब्रँड.

"लिझा, सांग ना कोणता घालू?अलायाचा का बॅलेनसियागाचा?"

लिझा शीलाच्या ड्रेसिंग रूममध्ये होती. आज तिच्या नवऱ्याचे अ‍ॅवॉर्ड फंक्शन होते. त्यासाठीच ती तयार होत होती. लिझा तिला तयार व्हायला मदत करत होती.

"मला विचाराल तर तुम्ही आज बॅलेनसियागाचा ड्रेस घालायला हवा." जेव्हा शीला तिचा काळ्या रंगाचा सिल्कचा ड्रेस घालत होती, तेव्हा एलिझाबेथने आपल्या सहकाऱ्याने दिलेला नकली हार पर्समधून बाहेर काढला. असली हाराच्या बदल्यात तो नकली हार बदलणे काही सेकंदाचे काम होते. असली हार अ‍ॅलनने तिजोरीतून बाहेर काढून तिला दिला होता.

"तो हार मी आणू का?"

"आणतेस का प्लीज. लिझा तू खरंच खूप गोड आहेस गं." शीला खूपच उत्साहात होती.

लिझाने पाचूचा तो देखणा हार शीलाच्या बारीक मानेभोवती घातला. लिझा क्षणभर चिंतातुर झाली. पण नंतर तिची ही चिंता कुठल्या कुठे पळून गेली. आणि

तिचे नेहमीचे खोटे खोटे हसू तिने चेहऱ्यावर आणले.

"कशी दिसतेय मी?" शीलाने विचारले.

'म्हातारी थेरडी. म्हणे मी कशी दिसतेय. घाल तो खोटा हार.'

"कशी दिसतेय म्हणून काय विचारताय? अप्रतिम! आज नजर लागेल तुम्हाला कुणाची तरी. सगळ्या जणी आज कशा जळतात बघा तुमच्यावर." लिझाने तिला चढवले.

शीलाला सजवण्यात लिझा मदत करत होती. बराच वेळ तिला सजवण्याचे काम चालू होते. लिझाने तिच्या पातळ केसांची हेअर स्टाईल केली. मेकअपमनला शीलाचा मेकअपसाठी ती मदत करत होती. तिच्या चेहऱ्यावर फाउंडेशनचे तीन चार थर दिले गेले की जेणे करून ती तरुण दिसेल. शीला खूश होती की ती आहे त्यापेक्षा तरुण दिसत होती. पण फाउंडेशनचा तो थर मातीचा लेप लावल्यासारखा जाड झाला होता. आणि मेकअप चालू असताना शीलाच्या तोंडाची टकळी अखंड चालू होती.

"तू भेटली नसतीस तर माझे काय झाले असते लिझा? तू खरंच माझ्या लहान बहिणीसारखी आहेस. ए... तुला असं नाही वाटत की आपल्या दोघींमध्ये खूप साम्य आहे? खरंच नवल आहे नाही! ॲलन माझं कधी ऐकत नाही. मला बावळट आणि वेडी समजतो. त्याला वाटतं की मला काही कळतच नाही."

बाप रे! केवढी बडबड करत होती ही थेरडी. पुन्हा हिला आयुष्यात कधी भेटणार नाही. सेंच्युरी सिटीच्या दिशेने जाता जाता लिझा विचार करत होती. तिच्या सहकाऱ्याला भेटायला ती निघाली होती. पर्समध्ये तो देखणा पाचूचा हार होता. त्यामुळे ती खुशीत होती. उद्या आत्ता या वेळेला मी कॅरिबियन बेटांवर एका यॉचमध्ये असेन.

गुड बाय शीला, गुड बाय लिझा कनिंघम!

आणि नको असलेल्या सगळ्या लोकांना माझा कायमचा निरोप.

"बावळट. बिनडोक मूर्ख... अक्कल आहे का तुला. तुझे मस्तपैकी माकड झालं आहे. तू फसवली गेली आहेस."

एलिझाबेथच्या चेहऱ्यावरील रंग अचानक उडाला. शरमेमुळे नाही तर भयंकर चीड आल्यामुळे. तिचा सहकारी तिला असे कसे बोलू शकतो. ब्रूकस्टीनच्या जवळ जाऊन तिचा विश्वास संपादन करण्यासाठी तिने कित्येक महिने घालवले होते. शीलासारख्या मूर्ख आणि मठ्ठ बाईला तिने सहन केले होते आणि तिने ॲलनशीदेखील खूप लगट करण्याचा प्रयत्न केला होता.

"माझे काम होते तो हार चोरून आणणे आणि मी केवढे धोके पत्करून निदान तो हार मिळवायचा प्रयत्न तरी केला आणि तू काय केलंस?"

"बिनडोक, तुझे काम होते तो खरा इराणी पाचूचा हार चोरून आणणे. आणि हे इराणी पाचू नाहीत." एलिझाबेथचा सहकारी त्या हाराकडे पाहत होता. "तुला कुणी तरी मस्तपणे गंडवलं आहे. अगं हा नकली हार आहे नकली. कळतंय का तुला?"

एलिझाबेथचे डोके गरगरू लागले. शीलासारखी बाई तर मुद्दाम तिला फसवणे शक्यच नव्हते. आणि तसे करण्याचे तिला काही कारणदेखील नव्हते. आणि जेवढी एलिझाबेथ तिला ओळखत होती त्यावरून तरी ती एवढी चलाख तर नक्कीच नव्हती. मग... कदाचित ॲलन ब्रूकस्टीनने मुद्दामच तिजोरीतून खोटा हार आणून बेड वर ठेवला असेल आणि हे त्याच्या बायकोला माहीतही नसेल. पण तो असं का करेल... ?

आणि एकदम तिच्या डोक्यात अतिशय वाईट विचार आला.

"की तो असली हार त्याच्याकडे कधी नव्हताच? किंवा कदाचित त्यालाही कुणी तरी फसवले नसेल कशावरून?"

"काही तरी मूर्खासारखे बोलू नकोस." तिचा सहकारी म्हणाला.

"का? अशीही शक्यता असू शकते ना?"

"नाही. खात्रीने असे काही नसेल. तुला माहीत नाही का की ही योजना बनवण्यापूर्वी मी सगळी माहिती काढली होती. मी तुझ्यासारखा नाहीये. एखादे काम करतो तेव्हा ते पूर्णपणे आणि व्यवस्थित योजनाबद्धपणे करतो. आणि तो हार त्याच्याकडे होता, हे नक्की. तू पुन्हा जा आणि तो घेऊन ये."

आता एलिझाबेथ जाण्यास तयार नव्हती. तिला आता कोणतीही आज्ञा ऐकायची नव्हती. पण नंतर तिने तो हार मिळवण्यासाठी प्रयत्नांची केलेली शर्थ तिला आठवली आणि आत्ता ब्रूकस्टीनचे आता असलेले रिकामे घर.

मला तो कोड मिळाला पाहिजे, बस.

एलिझाबेथचे विचारचक्र वेगाने पळत होते. तिचे मन एका विचारावरून दुसऱ्या विचारांवर भराभर सरकत होते. ती सर्व शक्यतांचा विचार करत होती. कोणती योजना बनवावी, त्यामध्ये संभाव्य धोके काय काय असू शकतील, अशा सर्व बाजूंनी तिचे विचार चालू होते. ज्या कार्यक्रमाला मिस्टर आणि मिसेस ब्रूकस्टीन गेले होते, तो अजून निदान दोन तास तरी संपणार नव्हता. म्हणजे तिच्याजवळ दोन तास तर होतेच. कारण ते काही एवढ्यात घरी नक्कीच येणार नव्हते. त्यांची कामवाली कोंचितासुद्धा एव्हाना तिच्या घरी गेली होती. त्यामुळे सगळे घर आत्ता रिकामे होते.

तिजोरीला अलार्म होता; पण त्याची काळजी करायचे कारण नव्हते. एलिझाबेथकडे किल्ली होती आणि तिला तो कोडदेखील मिळाला होता.

खरा प्रश्न होता तो सुरक्षारक्षकांचा. तिथे दोन सुरक्षारक्षक होते. एकाचे नाव होते एद्युर्डो आणि दुसरा होता निको. त्यांच्याकडे रात्रीची गस्त घालण्याचे काम होते. त्यांना दोघांनाही लिझा माहिती होती. त्यामुळे तिचे काम सरळ होणार होते. ती अगदी सरळपणे पुढच्या दाराने जाणार होती. आणि त्यांनी अडवलेच तर तिने सांगितले असते की काही तरी विसरले ते आणण्यासाठी मी आत जाते. पण त्यामध्ये धोका असा होता, की चोरी करून पळाल्यानंतर जेव्हा चोरी उघडकीला येईल, त्या वेळेस तिनेच चोरी केली हे उघडच होणार होते आणि कॅमेऱ्यामध्येसुद्धा ती दिसली असती. मग तिच्या मागे पोलीस हात धुऊन लागणार, हे निश्चित. त्यामुळे भरपूर गुंतागुंत निर्माण होणार होती. त्यामुळे तिने एक सोपा मार्ग शोधला आणि तो म्हणजे आपला चेहरा झाकून घ्यायचा आणि खिडकीमधून आत शिरायचे. अलार्म बंद करण्यासाठी तिला अवघे चाळीस सेकंद लागणार होते. त्यामुळे कुणाला काही कळण्याचा संबंधच नव्हता. एद्युर्डो आणि निकोचे लक्ष विचलित करायचे. जेव्हा ते दोघे एका बाजूला जाऊन एकमेकांशी बोलत बसतील तेव्हा पटकन आत शिरायचे, अशी तिने योजना आखली. एलिझाबेथने आपली गाडी बंगल्याच्या मागच्या बाजूच्या गल्लीत उभी केली. गाडीचे इंजिन आणि हेडलाइट बंद केले. तिच्या हृदयाचे ठोके वाढले होते. नकली हार घेऊन येणे, हे खरेच खूप वाईट होते; पण ठीक आहे. तिची चूक ती आता सुधारणार होती.

तिने आपला काळ्या रंगाचा रेशमाचा स्कार्फ चेहऱ्यावर ओढून आपला चेहरा झाकून घेतला. तो स्कार्फ म्हणजे तिच्या मुखवट्यासारखा होता. तो घालून ती सहजपणे चोऱ्या करू शकत होती. ती दार उघडण्याच्या बेतातच होती, एवढ्यात तिने काही तरी पहिले आणि ती थिजून गेली. मुख्य बेडरूमचे दार उघडे होते. एलिझाबेथने पाहिले की त्यातून एक दोरी बाहेर गेली आहे. थोडे वाकून पाहिल्यावर तिला दिसले, की एक अतिशय सडपातळ आणि नाजूक आकृती त्या दोरीच्या आधाराने भिंतीवरून खाली उतरली. ती आकृती एखाद्या बॅलेरीनाप्रमाणे सडपातळ होती. एलिझाबेथची नजरही तिच्यावरून ढळत नव्हती. भिंतीवरून खाली उतरल्यावर मांजरीसारखी दबकत दबकत जाऊन तिने बंगल्याच्या कंपाउंडवरून उडी मारली.

काय घडलंय हे जसे तिच्या लक्षात आले तसे तिच्या रागाचा पारा चढू लागला. त्या चोराच्या धाडसाचे तसेच अंधारातले काळ्या कपड्यातले ते देखणे शरीर पाहून क्षणभर तीसुद्धा संमोहित झाली होती. पण नंतर मात्र त्या कौतुकाची जागा भयंकर रागाने घेतली.

शक्यच नाही. माझा विश्वासच बसत नाहीये. अशा पद्धतीने कुणी मला कसे

मूर्ख बनवू शकेल. त्या बदमाशने माझा तो हार पळवला.

त्याच वेळी ती आकृती एलिझाबेथच्या गाडीजवळ पोहोचली. आपल्या बॅगेमधून लखलखणारा पाचूचा हार त्याने बाहेर काढला आणि हातात धरून एलिझाबेथच्या दिशेने नाचवला.

म्हणजे... हार...

एलिझाबेथने रिमोटने तिच्या गाडीचे हेडलाईट चालू केले. आणि त्या प्रकाशात ती आकृती कोण आहे याचा ती अंदाज घेऊ लागली. गाडीच्या प्रकाशात तो हार अजूनच लखलखत होता आणि तिला जणू काही वाकुल्या दाखवत होता. नंतर त्या काळा स्कार्फ घातलेल्या आकृतीने काळा स्कार्फ काढून टाकला आणि एलिझाबेथ अक्षरशः उडाली. एक बाई? हो. ती एक स्त्री होती. एलिझाबेथने जी स्त्री आपल्या आयुष्यात कधीच येणार नाही अशी खात्री बाळगली होती, तीच स्त्री तिच्या पुढे होती. तीच सडपातळ शरीरयष्टी, तेच भुरे केस आणि हिरवे डोळे.

आपल्या गाडीमध्ये बसून ट्रेसी व्हिटनीने आपल्या प्रतिस्पर्ध्याला एक फ्लाइंग किस दिला आणि तिची गाडी अंधारात दिसेनाशी झाली.

एलिझाबेथ पाच मिनिटे तिच्या गाडीत बसून राहिली आणि नंतर तिने फोन लावला.

''काय? काम झाले का?'' पलीकडून तिच्या सहकाऱ्याने तिला प्रश्न केला. तो आवाज थंड पण कडक आणि आज्ञा देणारा होता. गेले कित्येक वर्षे ती हा आवाज ऐकत आली होती आणि या आवाजाचा तिला तिरस्कार होता.

''नाही.'' तिच्या आवाजामध्ये कोणत्याही प्रकारची नरमाई किंवा चिंता नव्हती. ''मला खूप उशीर झाला.''

''काय म्हणायचं काय तुला? उशीर झाला म्हणजे काय? तो कार्यक्रम तर अजून संपलेला नाहीये.''

''हो माहितीये. पण मी इथे येण्याच्या अगोदरच तो हार चोरून नेलेला होता. आणि त्या व्यक्तीला मी तो हार नेताना आत्ताच पाहिले आहे.

पलीकडून काही वेळ काहीच आवाज आला नाही. थोडा वेळ शांतता होती.

मग एलिझाबेथ म्हणाली, ''तू कल्पनादेखील करू शकणार नाहीस ती व्यक्ती कोण आहे.''

पुन्हा एकदा शांतता. एलिझाबेथच्या सहकाऱ्याला अंदाज वगैरे करायला अजिबात आवडायचे नाही. आणि आत्ता अंदाज करण्याच्या मनःस्थितीमध्ये तोदेखील नव्हता.

''ट्रेसी व्हिटनी.''

तिच्या सहकाऱ्यासाठी हा एक मोठा धक्का होता.

"शक्यच नाही... केवळ अशक्य. ट्रेसी या धंद्यामधून कधीच नाहीशी झालीये. ती तर मेलेली आहे. तिला कुणीही पाहिलेलं नाहीये जवळजवळ... मला वाटतं..."

"जवळजवळ दहा वर्षे. मला माहिती आहे. मी होते तेव्हा. पण तरीही मी तुला सांगतेय की ती दुसरी तिसरी कुणी नसून, ट्रेसीच होती. मी तिला लगेच ओळखलं. आणि मला खात्री आहे की तिनेदेखील मला ओळखलं आहे."

ट्रेसीने हॉटेलमधील त्या पाळणाघरवाल्या बाईला तिचे पैसे दिले आणि तिला खूप छान टीपदेखील दिली. ती बाई एकदम खूश झाली.

"धन्यवाद बाईसाहेब. खूप छान वाटले. सिनेमा कसा होता?"

"मस्त! खूपच छान सिनेमा होता. अगदी पैसे वसूल. क्षणोक्षणी उत्कंठा वाढवणारा होता."

नंतर ती बाई निघून गेली. ट्रेसी निकोलसच्या खोलीत आली तेव्हा तो झोपला होता. तिने त्या रात्री भयंकर धोका पत्करला होता. तिला अजूनही रीबेका आठवत होती. तिचा विचार ट्रेसीच्या मनात सतत होता. तिचा चेहरा पाहण्यासारखा झाला होता. आज शेवटी मी जिंकले.

मला तिला दाखवून द्यायचे होते की मी तुझ्यापेक्षा जास्त स्मार्ट आहे आणि किती तरी सरस आहे. आणि आत्ताची बाजी मी जिंकलीये.

उद्या ती तो हा विकणार होती आणि लॉस एंजलिसमधून परत जाताना ती सातपट श्रीमंत होऊन जाणार होती. तिला पैसे मिळणार याचा फारसा आनंद नव्हता किंवा तिच्या प्रतिस्पर्ध्यावर मात करण्याचाही तो आनंद नव्हता; तर आनंद होता तो या गोष्टीचा की तिची गेलेली शक्ती आणि ऊर्जा परत आल्यासारखे तिला वाटत होते. उन्हाचा दाह होऊन जमीन ज्या वेळेस तापलेली असते आणि मृगाच्या पहिल्या सरींनी सगळ्या वातावरणामध्ये नवचैतन्य येते, किंवा बरीच वर्षे वनवास भोगल्यानंतर मिळणारा आनंद हा जसा अतुलनीय असतो, तसेच काही तरी ट्रेसीच्या बाबतीत झाले होते. एखादा कुशल सर्जन एखाद्या अपघातामुळे वर्षानुवर्षे निकामी झालेले त्याचे हात पुन्हा वापरायला लागला, तर त्याला किती आनंद होईल! तसाच आनंद ट्रेसी आज कित्येक वर्षांनंतर अनुभवत होती.

आज मी खरी ट्रेसी शिमट आहे. माझ्यातली खरी ट्रेसी आज पुन्हा जिवंत झालीय. तिला संजीवनी मिळाली आहे. ट्रेसी आत्मविश्वासाने स्वतःला सांगत होती.

सेंच्युरी सिटीमध्ये एलिझाबेथ केनेडीचा सहकारी फोनवर होता. त्याने फोन बंद केला आणि तो थरथरत होता.

ट्रेसी व्हिटनी?... जिवंत आहे?

हे खरेच शक्य आहे? एवढ्या वर्षांनंतर ती परत आलीय?

एलिझाबेथला पूर्ण खात्री पटली होती. कारण एवढी मोठी गोष्ट होती ही आणि अशा बाबतीत ती हलगर्जीपणा करणे शक्यच नव्हते. तिने दिलेली माहिती हीसुद्धा तर्कसंगत होती. आणि भावनांपेक्षा कायम तर्क हे बरोबर असतात. ट्रेसीच होती ती. तिनेच तो हार चोरला होता. ती मिसेस ब्रूकस्टीनला मूर्ख बनवण्याच्या फंदातच पडली नाही, तर तिने थेट आपल्यालाच मूर्ख बनवले. ट्रेसी विलक्षण बुद्धिमान होती. आणि चलाख होती आणि तिच्या कामात चोख होती. तिने एलिझाबेथच्या सहकाऱ्याला खूप काही शिकवले. जर ट्रेसी नसती तर कदाचित तो या धंद्यामध्ये पडलाच नसता. कधी कधी आयुष्य हे किती वेगळे अनुभव देत असते आपल्याला.

एलिझाबेथचा सहकारी आता त्या हाराबद्दल पूर्ण विसरून गेला होता. त्याला हार हातातून निसटल्याचे दुःख वाटतच नव्हते, तर त्याला आता एकाच गोष्टीने हैराण केले होते, आणि ती म्हणजे ट्रेसी आलीये. ती परत आलीये...

१२

सँड्रा व्हिटमोर हॉलिवूडमधील वेस्टर्न अँड फ्लॉरेन्सच्या कोपऱ्यावर उभी होती. आपला स्कर्ट सावरत ती रस्त्यातील रहदारीकडे पाहत होती.

आज रात्री सगळे कसे थंड वाटत होते. वेळ खूप हळूहळू जातोय असे वाटत होते. चांगल्या आणि वाईट अशा संमिश्र भावना तिच्या मनात होत्या. कमीत कमी आज ती मोनिकसारखी उतावीळ झालेली नव्हती.

सँड्राला मोनिकविषयी खूप वाईट वाटत होते. तिची खूप दया येत होती. ती काय किंवा मोनिक काय, त्या दोघीही त्या भयंकर व्यसनाच्या अधीन होऊन अक्षरशः रस्त्यावर आल्या होत्या. सँड्राने स्वतःला या व्यसनातून मुक्त केले होते. जवळजवळ गेले सोळा आठवडे ती या व्यसनापासून दूर होती. सँड्राने आपल्या मैत्रिणीकडे पाहिले. तिचे डोळे खूप खोल गेले होते आणि निस्तेज झाले होते. व्यसनाने तिचे शरीर पोखरून निघाले होते. तिच्या मनामध्ये दया आणि लाज यांचे संमिश्र भाव होते. तिला वाटणारी लाज ही तिच्या भूतकाळाविषयी होती आणि तिचा मुलगा टेलर याच्याविषयी.

फार जुन्या गोष्टी नव्हत्या त्या.

सँड्रा रात्रंदिवस काम करत होती; ड्रग्ज विकत घेण्यासाठी तिने अमाप पैसा खर्च केला होता. प्रसंगी खूप कर्जदेखील करून ठेवले होते. ते कर्ज फेडण्यासाठी तिचे कष्ट चालू होते. ती आता जे काम करत होती ते चांगल्या गोष्टींसाठी. तिला

मोनिक आणि बाकीच्या व्यसनाच्या खाईत पडलेल्या सगळ्यांचीच खूप दया येत होती. पण परत कधीही मागे वळून पाहायचे नाही, असे तिने ठरवले.

एक मित्सुबिशी शोगन त्यांच्या जवळ येऊन उभी राहिली.

'मी यात बसते' असे म्हणून एखाद्या छोट्या अवखळ मुलीप्रमाणे उड्या मारत ती गेली. जीभ जड झाली असल्याने बोलताना ती जिभेला तोंडात पुढे मागे करत होती. तिचे सगळे शरीर थरथरत होते.

"हो हो बस."

सँड्राने आपल्या मैत्रिणीला कारमध्ये बसलेले पाहिले. आतला माणूस धिप्पाड आणि रगेल वाटत होता. झोकांड्या खातच मोनिक कारचा दरवाजा उघडण्यासाठी धडपड करत होती, तेव्हादेखील तो तिला अजिबात मदत करत नव्हता. तिचे नाजूक हात एकदम गळून गेले होते. तिचे दोन्ही हात धरून गाडीचा दरवाजा उघडून तिला गाडीत बसायला तो नक्कीच मदत करू शकला असता. पण तो निर्विकार पणे आपल्या सीटवर बसला होता, जणू काही ती त्याला दिसतच नव्हती; किंवा ती कुणीच नव्हती.

मोनिक जेव्हा गाडीमध्ये बसली आणि ती कार निघून गेली, तेव्हा सँड्राच्या उभ्या शरीरातून भीतीने शिरशिरी उभी राहिली.

देव करो आणि ती नीट जावो.

त्यानंतर थोड्या वेळाने पांढऱ्या रंगाची लिंकन सेदान आली.

"लिफ्ट हवी आहे का?"

आतला तो पुरुष उमदा आणि रुबाबदार होता. सुटाबुटामधील त्या माणसाने एक प्रसन्न हास्य देत तिला विचारले.

जेव्हा सँड्राने होकार दिला, तेव्हा तो खाली वाकला, कारचे दार उघडले आणि तिला आत बसवले. कारमध्ये लेदर आणि फ्रेशनर यांचा संमिश्र वास येत होता. सँड्राने त्या सीटवर असलेले पुस्तक उचलले आणि ती बसली. तिने त्या पुस्तकाचे कव्हर पाहिले.

"तुम्ही ख्रिश्चन आहात का?"

"कधी कधी. नेहमीच नाही." मॅनिक्युर केलेला आपला हात त्याने तिच्या मांडीवर ठेवला आणि तिला म्हणाला. "मी त्या दिशेने प्रयत्न करतो आहे."

सँड्राला मोनिकची आठवण झाली. बिचारी. त्या दांडग्या माणसाबरोबर आपण हिला जाऊ दिले, याची तिला थोडी खंत वाटली. पण दुसऱ्या क्षणी तिने तो विचार मनातून झटकून टाकला.

जेव्हा तुम्ही वाईट मार्ग सोडून चांगल्या मार्गाला लागता तेव्हा आपोआप चांगल्या गोष्टी तुमच्या आयुष्यात घडायला लागतात. आणि त्याची सुरुवात या

अलिशान कारने झालीच आहे आणि अजून खूप काही याच्यापेक्षाही चांगले होणार आहे.

ती आणि तिचा मुलगा यापुढे एक चांगले आयुष्य जगणार होते.

१३

११००० विल्शायर बोलेव्हार्ड सुट १७०० या ठिकाणी एक कॉन्फरन्स आयोजित करण्यात आली होती. इथेच 'एफबीआय'चे लॉस एंजलिसमधील मुख्यालय होते. उपसंचालक जॉन मार्सडेन याच्या ऑफिसमध्ये ही कॉन्फरन्स होती. पण याची जबाबदारी एजंट मिल्टन बकवर होती. एजंट बक हा तिशीतला अत्यंत देखणा तरुण होता; तरीही फारसा आकर्षक वाटायचा नाही. आणि याचे कारण म्हणजे त्याला फारशी उंची नव्हती. पाच फूट सात इंच उंच बक तिथे जमलेल्या सर्वांमध्ये बुटका होता.

बाकीचे जे लोक होते त्यांच्यात उपसंचालक जॉन मार्सडेन, एफबीआयची एजंट सुझान ग्रीन, थॉमस बार्टन आणि इंटरपोलचा इन्स्पेक्टर जीन रिझो ही मंडळी होती.

एजंट बक म्हणाला, "खरं तर याचा काही संबंध नाहीये."

जीन रिझो वैतागला होता. बकसारखे किती जण त्याने इंटरपोलमध्ये पाहिले होते. महत्त्वाकांक्षी आणि स्वतःच्या करीअरशिवाय कुठलाही दुसरा विचार करायचा नाही, असे हे सगळे जण होते. त्यांना सगळ्यांनाच एकदम वरच्या पदावर जायचे होते.

"अहो, पण तुम्ही ही फाइल नीट वाचलेलीदेखील नाहीये."

"मला त्याची तशी गरज वाटत नाही, मिस्टर रिझो."

''इन्स्पेक्टर रिझो.'' इन्स्पेक्टर या शब्दावर जोर देत जीन म्हणाला.

''तेच ते. मी आणि माझी संपूर्ण टीम दागिन्यांची चोरी करणाऱ्या मोठ्या मोठ्या चोरांना शोधण्याचं काम करत आहोत. आणि तुम्ही, काही मेलेल्या फालतू वेश्यांवर आपला वेळ घालवत आहात.''

''बारा. एकंदर बारा जणींचे खून झालेले आहेत. ही गोष्ट फालतू नक्कीच नाहीये. तुम्ही ती फाइल नीट वाचलीच नाहीये.''

''मला तुमची ती फाइल वाचण्यात काडीचाही रस नाही. कारण मला माहीत आहे की आमच्या केसेसचा तुमच्या केसेसशी काहीही संबंध नाही.''

''तुम्ही चुकताय!'' असे म्हणून जीनने आपल्या ब्रीफकेसमधून काही फोटो बाहेर काढले. आणि तिथे असलेल्या सर्वांच्या हातात एकेक करून दिले. ''ट्रेसी व्हिटनी. हीच ती. हिचा या सर्व केसेसशी काहीतरी संबंध नक्कीच आहे.''

''ट्रेसी व्हिटनी?'' जॉन मार्सडेनचे कान एकदम टवकारले. मार्सडेन हा बकपेक्षा वीस वर्षांनी सिनियर होता. मार्सडेनविषयी रिझोच्या मनामध्ये आदर होता. त्याच्या मते तो समजूतदार आणि विचारी होता. ''मला या नावाशी काय करायचं रिझो?''

जीन रिझो काही बोलणार इतक्यात एजंट बकने त्याला मध्येच तोडले.

''ती आता जुनी केस आहे. मिस व्हिटनी आता मेलेली आहे. तिने काही वर्षांपूर्वी चोरी केली, म्हणून तुरुंगाची हवा खाल्ली होती.''

''पण तिने ती चोरी केलेलीच नव्हती.'' रिझोने एजंट बकचे बोलणे मध्येच खोडून काढले. ''तसे पुरावे नंतर मिळाले होते.''

''ती लवकर सुटली.'' बक पुढे म्हणाला. ''आणि त्यानंतर जगभर चाललेल्या कित्येक महत्त्वाच्या चोरीच्या गुन्ह्यांमध्ये तिचा हात होता. इंटरपोलने तिचे गुन्हे उघडकीस आणायचा प्रयत्न केला; पण तसे सबळ पुरावे हाती आले नाहीत. आणि मागील आठ-नऊ वर्षांपासून गुन्हेगारी जगतात तिचे कुठेच नाव नाहीये.''

''तुम्हाला माहिती आहे ते का नाहीये?'' उपसंचालक जॉन मार्सडेनने विचारले.

''त्या नंतर आम्ही बऱ्याच गुन्ह्यांमध्ये तिचा संबंध आहे का हे पाहण्याचा प्रयत्न केला; पण आम्हाला कुठलाही पुरावा मिळाला नाही.'' जीन रिझोकडे रोखून बघत एजंट बक म्हणाला. ''ट्रेसी व्हिटनी ही आता जुनी बातमी झालेली आहे.''

सुझान ग्रीन हीदेखील एजंट बकच्याच टीममध्ये होती. आता तीदेखील या संभाषणात सामील झाली. रिझोकडे पाहून ती म्हणाली, ''तुम्हाला असं वाटतं का इन्स्पेक्टर रिझो, की ट्रेसी व्हिटनीचा या मुलीच्या खुनाशी काही तरी संबंध असावा... काय नाव म्हणालात त्या मुलीचे?''

सुझान ग्रीनने रिझोने दिलेला तिचा तो एक फोटो हातात घेतला. तो फोटो

तिच्या मृत शरीराचा होता.

"तिचे नाव सँड्रा व्हीटमोर."

"ती वेडपट वेश्या" मिल्टन बक तुच्छतापूर्वक शब्दांत म्हणाला.

जीनला या बोलण्याचा विलक्षण संताप आला. त्याने मिल्टनकडे एक जळजळीत कटाक्ष टाकला.

"सँड्राने चार महिन्यांपासून हा धंदा सोडला होता. ती एक सिंगल आई होती. मुलगा आहे एक तिला, आणि ती कॉस्टकोला नोकरी करत होती."

"हो, पण ते दिवसा. रात्रीचे तिचे काय काम होते हे सगळ्यांना ठाऊक आहे." मिल्टन बक तुच्छतेने आणि कुत्सितपणे हसला.

"शीला ब्रूकस्टीनचा पाचूचा हार चोरीला गेला आणि त्यानंतर पुढच्या अठ्ठेचाळीस तासांत सँड्राचा खून झाला. आणि हा खूनसुद्धा त्याच खुन्याने केला ज्याने बाकीच्या मुलींची हत्या केली. या सगळ्या खुनांमध्ये एक समान गोष्ट आहे ती म्हणजे या प्रत्येक खुनाच्या आधी अतिशय योजनाबद्धपणे एखादी मोठी चोरी झालेली आहे. आणि तीही त्याच शहरामध्ये." रिझो प्रत्येक शब्दावर जोर देत बोलत होता. "खुनाच्या प्रत्येक केसमध्ये पोलिसांना एक गोष्ट लक्षात आलीये आणि ती म्हणजे या प्रत्येक खुनामध्ये कोणत्या तरी बाईचा हात आहे. आणि मला खात्री आहे की याची तुम्हा सर्वानादेखील कल्पना आहे. अशा प्रकारचे धोके पत्करून गुन्हा करणाऱ्या स्त्रियांची फारशी नोंद आपल्या रेकॉर्डला नाहीये."

उपसंचालक जॉन मार्सडेनने विचारले, "ट्रेसी व्हिटनी म्हणजे तीच ना जिने प्राडो म्युझियममध्ये डल्ला मारला होता? तिनेच गोयाचे पेंटिंगसुद्धा चोरलं होतं ना?"

जीन रिझो हसला. "बरोब्बर! अगदी खरं. बाकी तुमच्या स्मरणशक्तीची दाद द्यायला हवी. खूप धारदार स्मरणशक्ती आहे."

"आणि हो. तिचा एक साथीदारही होता."

"जेफ स्टीवन्स." रिझोने मान डोलावली.

मिल्टन बक जाम वैतागला होता, "हे पाहा, ते काहीही असले तरीही ट्रेसी व्हिटनी किंवा जेफ स्टीवन्सवरचा एकही गुन्हा आत्तापर्यंत सिद्ध झालेला नाही. आणि ते पेंटिंगसुद्धा चोरलं गेलं नव्हतं, तर एका खासगी व्यवहारामध्ये विकलं गेलं होतं."

"व्हिटनीनं पटवून दिलं होतं की ते पेंटिंग खोटं आहे. आणि त्या चोरीमधून तिनं बरेच कमावले होते."

"मुद्दा हा आहे की- या सर्व गोष्टी भूतकाळातील आहेत, की ज्याचा आता काही संबंध नाही. आणि ब्रूकस्टीनच्या पाचूच्या हाराच्या चोरीमध्ये तिचा काहीही हात

नाहीये.''

''मग, तुमच्या मते कुणी दुसरेच संशयित आहे?'' जीन रिझोने विचारले.

''खरं सांगायचं तर हो.''

''मग ती कुणी स्त्री आहे का?''

आता मात्र मिल्टन बक जरा गडबडला. त्याने ब्रूकस्टीनच्या हारचोरीच्या प्रकरणाच्या तपासाची फाइल आणण्यासाठी एका ज्युनियर एजंटला पाठवले.

थोड्या वेळाने त्याने एक फोटो जीनच्या हातात ठेवला.

''या फोटोमधील मुलगी पाहा, हिचे नाव एलिझाबेथ केनेडी. अर्थात हे तिचे खरे नाव नाहीये. तिच्या कित्येक नावांमधील एक नाव आहे. तिची अजून नावे म्हणजे लिझा कनिंगहम, रीबेका मॉर्टिमर आणि अशी किती तरी नावे आहेत. तीसुद्धा एक कुख्यात चोर आहे. आणि ती शीला ब्रूकस्टीनला चांगली ओळखते. याचे पुरावे पण आहेत आपल्याकडे, त्यामुळे तीदेखील या चोरीमधील संशयित गुन्हेगार आहे.''

जीनने फोटोमधील सोनेरी केस असलेल्या सुंदर मुलीकडे पाहिले. तिचा मादक चेहरा एखाद्या बाहुलीप्रमाणे होता. पण हे कळणे अवघड होते की तिचा सँड्रा व्हीटमोरच्या खुनाशी नक्की कोणत्या प्रकारचा संबंध होता. खून झालेल्या बाकीच्या स्त्रियांशीदेखील तिचा काय संबंध होता, हे कळणे मात्र अवघड होते. आणि हे ट्रेसी व्हिटनीच्या बाबतीतसुद्धा तसेच होते. तिचाही या खुनांशी काय संबंध असावा, हे कळायला मार्ग नव्हता. यामध्ये एक गोष्ट होती ती म्हणजे मिस केनेडी ही जिवंत संशयित होती, तर व्हिटनी जिवंत नव्हती. त्यामुळे जीनने मेलेल्या संशयितापेक्षा जिवंत संशयिताला लक्ष्य करणे जास्त पसंत केले. पण असे असले तरी ट्रेसी व्हिटनीकडे पूर्णपणे दुर्लक्ष करून चालणार नव्हते.

''तुम्हाला माहिती आहे का ही मिस केनेडी कुठे असेल?''

या प्रश्नावर बक थोडासा गडबडला. ''नाही, सध्या तरी काहीच सांगू शकत नाही. आमचा तोच शोध चालू आहे. मी सांगितल्याप्रमाणे तिची बरीच नावे आहेत...''

''मी तिचा हा फोटो माझ्याकडे ठेवला तर चालेल का?''

मिल्टनने एक सुस्कारा टाकला. ''तुम्हाला हवा असेल तर ठेवा. पण मला नाही वाटत तो फोटो ठेवल्याने तुमचा काही फायदा होईल. हे पाहा इन्स्पेक्टर रिझो, तुम्हालाही माहितीये आणि मलाही ठाऊक आहे, जगामध्ये अशा कितीतरी धंदा करणाऱ्या बायका रोजच्या रोज मरत असतात. आणि तुमचा जिच्यावर संशय आहे त्या मुलीचा आणि या हारचोरीचा काही संबंध नाहीये. तुम्ही तुमचा वेळ वाया घालवताय... असो- मी निघतो. बाकीची पण बरीच महत्त्वाची कामे आहेत.''

हॉलिवूडमधील आपल्या हॉटेलवर परतल्यावर जीन खूप थकला होता. आताशी कुठे दुपारच्या जेवणाची वेळ झाली होती; पण सकाळच्या त्या मीटिंगमुळे त्याला शारीरिक आणि मानसिक थकवा आला होता. त्याचे जगातील सर्वांत नावडते शहर म्हणजे न्यू यॉर्क होते; कारण या शहरात त्याचा जीव घुसमटत असे. त्याला घरची खूप आठवण येत असे. या मायानगरीच्या झगमगाटात आपण कुठे तरी एकटे आहोत, असे त्याला वाटे. या शहराच्या गजबजाटात त्याला गुदमरल्यासारखे होत असे.

जीनने फ्रान्समध्ये असलेल्या आपल्या मुलांना फोन लावला. त्यांचा आवाज ऐकण्यासाठी त्याचे कान आतुर झाले होते. क्लेमेन्स अजून झोपेतच होती. ल्युक टीव्हीवरील त्याची आवडती मालिका पाहत बसला होता आणि त्याला ती सोडून जीनशी बोलायला यायचे नव्हते.

''जाऊ देत रे. एवढं मनावर घेऊ नकोस.'' सिल्व्ही त्याची समजूत घालून म्हणाली. ''तो दमला आहे. बाकी काही नाही.''

''मला माहितीये. पण मला तुम्हा सगळ्यांची खूप आठवण येतीये...''

''जीन बास ना. मला ही दमल्यासारखं झालंय. खूप झोप येतीये.''

आणि थोडा वेळ कुणीच बोलले नाही.

घटस्फोटाने सगळी गणिते बदलली होती.

जीनने सॅंड्रा व्हीटमोरच्या छिन्नविछिन्न देहाचे फोटो घेतले आणि बेडवर पसरून ठेवले. मनाची विषण्णता घालवण्यासाठी कामात लक्ष घालण्याइतकी दुसरी चांगली गोष्ट नाही. आपले काम हे मनाच्या दुःखावर जालीम औषध आहे. त्याने हाच उपाय यापूर्वीही बऱ्याच वेळा केला होता.

सॅंड्रा व्हीटमोरचा ज्या खोलीमध्ये खून झाला होता, ती खोली अगदी स्वच्छ होती. तिथे एक बायबल होते. सॅंड्रा व्हीटमोरची नखे कापली होती आणि तिचे केसही विंचरले होते. तिचे दोन्ही पाय फाकवलेल्या अवस्थेत फोटो घेतला होता. जीनने त्याचे डोळे बंद केले आणि त्या खुन्याने तिचा खून कसा केला असावा याचा काल्पनिक देखावा त्याने आपल्या दृष्टीसमोर आणला. एखाद्या पुतळ्याला भोसकावे त्याप्रमाणे तिला भोसकले गेले होते. त्या विचाराने त्याला इतकी घृणा आली की आपल्याला उलटी होतीये असे त्याला वाटले.

एफबीआय त्याला मदत का करत नव्हती?

मिल्टन बक अशी शक्यतादेखील का विचारात घेत नाहीये की ट्रेसी व्हिटनी किंवा त्याची ती दुसरी मुलगी एलिझाबेथ केनेडी या दोघींपैकी एकीचा खुनांच्या या सत्रामागे हात आहे? त्याला हे का पटत नाहीये की या चोर मुली आणि वेश्या यांच्यामध्ये आपापसात काही ना काही तरी संबंध असावा. उपसंचालक जॉन

मार्सडेनने सांगितले होते, की व्हिटनीचा साथीदार बऱ्याच गुन्ह्यांमध्ये गुंतलेला आहे. जीनला त्याच्या नावाखेरीज या स्टीवन्सविषयी फारसे काही माहिती नव्हते. कदाचित आता तीही माहिती मुळापासून खणून काढण्याची वेळ आली होती.

पण एका वेळी एकच गोष्ट. सगळ्यात पहिल्यांदा या ट्रेसी व्हिटनीबद्दल शोधून काढायचे.

लॉस एंजलिसमध्ये त्याचे अवघे तीन दिवस उरले होते. त्यानंतर तो त्याच्या घरी जाणार होता. एफबीआयकडून मदत मिळण्याची आशादेखील खूप धूसर होती. त्याला मदत करायची त्यांची इच्छा नव्हती, हे तर स्पष्टच होते. त्याला आता जे काही शोधकार्य करायचे होते, ते स्वबळावर.

त्याने फोन उचलला.

पॅसिफिक कोस्ट हायवेवरील नोबू मालिबू हे ठिकाण खूपच रम्य होते. समुद्रकिनाऱ्यावर वसलेले हे ठिकाण हॉलिवूडच्या कित्येक तारकांचे आवडते जेवणाचे ठिकाण होते. ॲलन ब्रूकस्टीन आपली बायको शीलासोबत रात्रीच्या जेवणाकरता इथे आला होता. हार हरवल्याचे दुःख जरा विसरावे म्हणून तो या सुंदर ठिकाणी तिला घेऊन आला होता. शीलाचा हार चोरीला गेल्यापासून तिच्या चेहऱ्यावर भकासपणा आला होता. जणू काही दाताचा डॉक्टर हिच्या दाताची भूल न देताच सर्जरी करत आहे, असा चेहरा घेऊन ती सर्वत्र वावरायची.

तिच्याकडे आत्ता पाहून ॲलन ब्रुकस्टीन मनातल्या मनातच तिला शिव्या घालत होता. 'माझे तुझ्यावर अजिबात प्रेम नाहीये. तू मला अजिबात आवडत नाहीस. इतका सुंदर तो हार मी तुला द्यायलाच नको होता.'

''एक्स्क्यूज मी मिस्टर ब्रूकस्टीन, मिसेस ब्रूकस्टीन. मी बसलो तर चालेल का?''

खरं तर हा प्रश्न उगीचच विचारला होता. परवानगी वगैरे काहीही नको असताना. एक धिप्पाड, कॅनडीयन उच्चारामध्ये बोलणारा एक माणूस आला आणि त्यांच्या समोरची खुर्ची ओढून त्यावर बसला.

''मी काही तुमचा फार वेळ घेणार नाहीये. मी लॉस एंजलिसमध्ये घडलेल्या हत्याकांडाविषयी शोध घेत आहे. मागच्या रविवारी हॉलिवूडमध्ये एका तरुण मुलीचा खून झाला आणि त्यानंतर तुमच्या घरामध्ये हिऱ्याच्या हाराची चोरी झाली.'' बोलता बोलता जीन रिझोने आपले ओळखपत्र बाहेर काढले आणि त्यांच्या पुढे ठेवले.

''खून? अरे बाप रे! भयंकर आहे!'' शीला भेदरली होती. तो पोलीस खूपच देखणा होता. या खून प्रकरणाच्या निमित्ताने तिला तिच्या मैत्रिणींसोबत कुटाळक्या

करता येणार होत्या.

"आमच्या परिचयातील आहे का ही मुलगी?"

"माझ्या मते असावी. ती वेश्या व्यवसाय करायची."

शीलाच्या चेहऱ्यावर असलेले आनंदी भाव क्षणार्धात बदलले आणि आपल्या नवऱ्याकडे आरोपी असल्याप्रमाणे तिने कटाक्ष टाकला.

"ए बाई. माझ्याकडे संशयाने पाहू नकोस. मी कोणत्याही वेश्येला ओळखत नाही."

"या मुलीला तुम्ही ओळखता का साहेब?"

जीनने स्वतःजवळ असलेला ट्रेसीचा फोटो त्याला दाखवला.

"ही मुलगीसुद्धा वेश्या आहे?" शीलाचे लक्ष अजूनही तिच्या नवऱ्याकडे होते. आणि तो मात्र त्या फोटोकडे निरखून पाहत होता.

"नाही." जीन म्हणाला. "ती वेश्या नाहीये; पण तिचा या केसशी काहीतरी संबंध आहे. मिस्टर ब्रूकस्टीन तुम्ही या बाईला ओळखता का?"

"बहुतेक नाही."

"बहुतेकचा अर्थ काय मिस्टर ब्रूकस्टीन?" शीलाचा आवाज धारदार झाला होता. "एक तर तुम्ही तिला ओळखता आहात किंवा ओळखत नाही."

"ओहो शीला. तू जरा तुझे तोंड बंद ठेवशील का?" ब्रूकस्टीनने त्या फोटोकडे पुन्हा एकदा निरखून पहिले. "तिचे केस फोटोमध्ये वेगळे होते. या फोटोमध्ये आहे त्यापेक्षा ती मोठी होती. पण मला वाटते ही तीच बाई आहे जी विम्यासाठी माझ्याकडे आली होती."

"म्हणजे तुम्ही या बाईला भेटला आहात?" जीनने आपला आनंद आणि उत्साह लपवण्याचा प्रयत्न केला.

"हो."

"कधी? आत्ताच?"

"ती एका आठवड्यापूर्वी माझ्या घरी आली होती. आणि तिने मला छुप्या कॅमेऱ्यांविषयी बजावले. चोर चोरी करायच्या वेळेस ज्या काही क्लृप्त्या वापरतात, त्याविषयी ती मला सावध करून गेली. त्या वेळेस मी तिचे बोलणे जर मनावर घेतले असते, तर आज ही चोरी टाळता आली असती."

"धन्यवाद मिस्टर ब्रूकस्टीन. मला माहिती दिल्याबद्दल."

"या बाईचा चोरीमध्ये काही हात आहे का? आणि माझ्या हाराचे काय?" शीलाने उतावीळपणे विचारले.

पण जीन रिझो उत्तर द्यायला तिथे नव्हताच. तो केव्हाच तिथून निघून गेला होता.

दुसऱ्या दिवशी सकाळी जीन रिझो सहा वाजता आपल्या कारमध्ये होता. तिच्या इथल्या वास्तव्यात ती नक्कीच कोणत्या तरी चांगल्या आलिशान हॉटेलमध्ये राहिली असणार. तिचा फोटो बरोबर ठेवून जीन शहरातील सर्वांत अलिशान वस्तीमध्ये आला. दहा वाजेस्तोवर त्याच्या हातात सात हॉटेल्सपैकी पाच हॉटेल्सची नावे होती. द रिट्झ कार्लटन, द फोर सिझन्स, द पेनिन्सुला, द रुझवेल्ट आणि द एसएलएस. त्याला स्वतःचाच संशय येऊ लागला. आपण एवढे फिरतो आहोत; पण ती हॉटेलमध्ये न राहता एखादी बंगली भाड्याने घेऊन राहिली असेल तर? किंवा अशीही शक्यता आहे की, ती तिच्या मित्र किंवा मैत्रीण किंवा तिच्या प्रियकरासोबत राहिली असावी किंवा ॲलन ब्रूकस्टीनचा गैरसमज झाला असेल. ती लॉस एंजलिसला कधी आलीच नसावी. ट्रेसीचा पाठलाग करणारा जीन हा काही पहिलाच माणूस नव्हता.

सांता मोनिकामधील त्या हॉटेलचा तो मॅनेजर अतिशय विनयशील होता. पण तितकाच खंबीर वाटला.

''मी माझ्या सर्व गेस्टना ओळखतो. मी शंभर टक्के खात्री देता, की ही बाई आमच्या हॉटेलमध्ये कधीच आलेली नाही.''

जीन पुढे हॉटेल 'बेल एअर' मध्ये पोहोचला. त्याला खरं तर काही आशा नव्हती. त्याने तिथल्या हॉटेल मॅनेजरला ट्रेसीचा फोटो दाखवला.

''अरे, या तर मिसेस शिमट, सहा नंबरच्या बंगल्यात राहत होत्या, साधारण पणे चार दिवसांपूर्वी.''

''त्या होत्या इथे?'' जीनला खूप आनंद झाला. त्याने विचारले, ''त्यांचा काही पत्ता वगैरे आहे का तुमच्याजवळ?''

त्या मॅनेजरने त्याच्या कॉम्प्युटरवर काहीतरी टाइप केले. ''नाही. त्या पत्ता नाही देऊन गेल्या. पण त्यांनी क्रेडिट कार्डने बिल भरले. त्या क्रेडिट कार्डचा पत्ता आहे. तो तुम्हाला देऊ का?''

''हो प्लीज द्या.''

''खूप छान बाई होत्या,'' तिच्या पत्त्याची माहिती काढता काढता तो मॅनेजर म्हणाला. ''तसे आमचे सगळेच ग्राहक खूप छान आहेत. पण या बाई तर अगदी उमद्या स्वभावाच्या होत्या. जाताना खूप टीप वगैरे पण दिली.''

''बरं बरं!'' जीन म्हणाला.

''तिचा मुलगादेखील खूप गोंडस होता.''

मॅनेजरने जीनला तो पत्ता दिला.

''तिचा मुलगा?''

''हो. निकोलस. फारच गोड मुलगा होता. खूपच देखणा.'' मॅनेजर कुठल्याशा

विचारात राहून बोलत होता. आणि मग त्याला काय वाटले आणि तो एकदम घाबरला. ''त्या बाई कोणत्या संकटात तर नाहीत ना?''

''नाही नाही.'' जीन म्हणाला. ''असं काही नाहीये.''

आपल्या गाडीच्या बाहेर उभे राहून त्याने तो पत्ता काळजीपूर्वक वाचला.

स्टीमबोट स्प्रिंग, कोलोरेडो.

जीनला नेमके कळत नव्हते की ट्रेसी व्हिटनीचे आयुष्य नक्की कशा प्रकारचे आहे. त्याने गृहीत धरले होते की ती अजून जिवंत असली पाहिजे. पण त्याचे मन या गोष्टीवर विश्वास ठेवायला तयार नव्हते की ट्रेसीसारखी मुरलेली चोर आपला धंदा असा कायमचा बंद करून, सगळे सोडून एखाद्या छोट्या खेड्यामध्ये जाऊन एका आईचे शांत आयुष्य जगेल. क्षणभर त्याच्या डोक्यात आले की मिल्टन बकला फोन करून सांगावे, की त्याच्या हातात काय लागलंय. पण नंतर त्याने तो विचार झटकून टाकला. कारण बकला या केसमध्ये काहीही स्वारस्य नव्हते. त्याला फक्त चोरीच्या केसेस सोडवण्यात रस होता. पण जीनचे तसे नव्हते. त्याला त्या खुन्याला शोधून काढायचे होते.

जर एफबीआय मला मदत करत नाहीये तर मी कशाला त्यांना काही सांगायला जाऊ?

त्याचे फ्रान्सला जाणे लांबणीवर पडले. कारण त्याला आता पहिल्यांदा ट्रेसी व्हिटनीची भेट घ्यायची होती.

१४

"चेक"

"असा कसा चेक?" बुद्धिबळाच्या पटाकडे पाहत ट्रेसी निकोलसला म्हणाली. तिने डोळे बारीक करून निकोलसकडे रोखून पाहिले. "म्हणजे मी पिझ्झा ओव्हनमध्ये ठेवायला गेले, तेवढ्या वेळात तू माझा वजीर हलवलास, हो ना?"

"नाही गं आई. तू उगाचच संशय घेतेस. मी कशाला असे काही करेन?"

"तू केलेस की नाही?"

निकोलसने आपल्या चेहऱ्यावर अतिशय भाबडे आणि निरागस भाव आणले.

"आणि तुला बुद्धिबळाच्या खेळाचा नियम माहीत आहे ना, की जेव्हा तुम्ही खेळायला बसता तेव्हा तुमचे पूर्ण लक्ष हे बुद्धिबळाच्या पटावर असले पाहिजे. त्यामुळे तू मला हा प्रश्न विचारता कामा नयेस."

"निकोलस, तू कधी राजकारणात जायचा विचार केला आहेस का?" ट्रेसीला खूप गंमत वाटत होती. "तुला माहितीये की तू एक उत्तम राजकारणी होशील."

"धन्यवाद. चल... आता तुझी चाल खेळ."

ती तिच्या चाली खेळत होती; पण चार-पाच चालींमध्येच ती चेकमेट झाली.

एक नंबरचा बदमाश आहे. लोकांना फसवण्यात पटाईत आहे. निकोलस ब्लेक कार्टरला शोधण्यासाठी पटकन बाहेर पळाला. कार्टरने निकोलसची ही बनवाबनवी पाहिली असती तर त्याची चांगली खरडपट्टी काढली असती. पण निकोलस इतका गोड होता; निदान ट्रेसीसाठी तरी तो इतका गोड होता की ती त्याला रागावूच शकत नव्हती. ते लॉस एंजलिसवरून परत आल्यानंतर ट्रेसी निकोलसला थोडी जास्तच जपत होती. तो हार चोरणे आणि आपल्या मोठ्या शत्रूला मुद्दाम चिडवण्यासाठी आपला चेहरा दाखवणे, हा निव्वळ वेडेपणा होता. ती चूक ट्रेसीला उमगली; पण

आता त्याला उशीर झाला होता.

पिझ्झा ओव्हनमधून काढता काढता ती याच विचारात मग्न होती. तेवढ्यात दारावर बेल वाजली आणि तिची तंद्री भंगली. ब्लेक कार्टरचे नाक इतके तिखट आहे की लांबूनदेखील त्याला किचनमधील वास आला असणार, असा विचार करत हसतच ट्रेसी दारापाशी गेली आणि दार उघडले. तिच्यासमोर एक अत्यंत देखणा पण अनोळखी माणूस उभा होता.

"बोला."

धिप्पाड, थोडेसे काळे हिरवे डोळे आणि देखण्या चेहऱ्याचा तो माणूस तिच्याकडे विचित्रपणे पाहत होता. त्यानंतर त्याने फक्त तीन शब्द बोलले पण त्या शब्दांनी ट्रेसीला खूप धक्का बसला. कुणीतरी आपल्या कानात गरम शिसाचा रस ओतत असल्याचे तिला जाणवले.

"हॅलो, मिस व्हिटनी."

ट्रेसी तिथेच थिजून राहिली. तिला भानावर यायला काही क्षण जावे लागले. जीन रिझोला तिच्या चेहऱ्यावरील भीती स्पष्टपणे दिसत होती. तिचा चेहरा घामाने डबडबला होता. त्याच्या अपेक्षेपेक्षा ती कितीतरी सुंदर होती. खूप तरुण आणि नैसर्गिक सौंदर्याने परिपूर्ण.

"माफ करा. पण तुमचा काही तरी गैरसमज होतोय. तुम्हाला बहुतेक दुसरे कुणी हवंय."

ट्रेसी दार बंद करायला लागली, तेव्हा जीनने ते आपल्या हाताने ढकलले. त्याने आपले इंटरपोलचे ओळखपत्र तिच्यापुढे धरले.

"मी सांगतो तुम्हाला काय झालंय ते. आपण एक सौदा करू यात. तुम्ही माझा आणि मी तुमचा असा दोघांचाही वेळ आपण वाया घालवायला नको. मला माहिती आहे की ब्रूकस्टीनचा पाचूचा हार तुम्हीच चोरला आहे."

"खरं की काय? मला माहिती नव्हतं की..."

"हे पाहा, त्या हाराविषयी मला काही घेणं-देणं नाही."

ट्रेसी थोडा वेळ थांबली आणि नंतर म्हणाली, "काय? हाराचं काय?"

जीनने एक मोठा श्वास घेतला.

"मी तुम्हाला अटकबिटक करायला आलेलो नाही, मिस व्हिटनी. पण मी मनात आणले तर मी तुम्हाला अटक करू शकतो. मी इथे आलोय ती तुमची मदत घेण्यासाठी. मी आत येऊ का?"

ट्रेसीच्या मनात वेगवेगळ्या विचारांची गर्दी झाली. पहिला विचार तिच्या मनामध्ये आला तो निकोलसचा. आता तो ब्लेकबरोबर बाहेर आहे; पण तो

कोणत्याही क्षणी परत येऊ शकतो.

"ठीक आहे. पण काय बोलायचे आहे ते दहा मिनिटांत बोला." ट्रेसी म्हणाली.

तो तिच्या मागे तिच्या स्वयंपाकखोलीत गेला. गावाकडे असते तसे तिचे स्वयंपाकघर होते. खूप प्रशस्त नसले तरी त्यामध्ये एक घरपण जाणवत होते. बुद्धिबळाच्या सोंगट्या तसेच लहान मुलांची मासिके इतस्ततः पडली होती. लहान मुलाने काढलेली चित्रे सगळीकडे टांगलेली होती. त्याचप्रमाणे भिंतीवर एका लहान आणि अतिशय गोड मुलाचे प्रत्येक वयातील फोटो लावलेले होते. त्या मुलाचा चेहरादेखील ओळखीचा वाटत होता.

"तुमचा मुलगा आहे का हा?"

"तुम्हाला काय हवंय इन्स्पेक्टर रिझो?" ट्रेसीच्या आवाजात नाखुशी होती. तिला तो इथे नको होता.

"हे बघा मिस व्हिटनी, मी मघाशी म्हटलं त्याप्रमाणं मला पक्कं ठाऊक आहे की मागच्या आठवड्यात शीला ब्रूकस्टीनचा हार तुम्हीच चोरला आहे. आणि त्याबद्दल मी तुम्हाला आत्ताच्या आत्ता अटक करू शकतो. मग जे काही बोलायचं असेल ते पोलीस स्टेशनला बोलावं लागेल. तिथे तर आम्ही कबूल करून घेऊच. तुम्हाला तसं हवं असेल तर तसं करू."

"ठीक आहे." ट्रेसीने आपले हात पुढे केला. "करा मला अटक."

तिच्या या प्रतिक्रियेवर जीन थोडासा गडबडला, तशी ती जोराने हसली. "तो हार मीच चोरला याला तुमच्याकडे कोणताही पुरावा नाही इन्स्पेक्टर. आणि त्यातूनही तुम्हाला मला अटक करायची असेल तर करू शकता. तेव्हा मी तुम्हाला असा सल्ला देईन की तुम्ही आता माझ्या घरातून निघा."

जीनने आपला कोट काढला आणि एका टेबलवर बसला. "अरे वा, तुम्हाला स्वतःविषयी खूपच खात्री दिसतीये मिस व्हिटनी. तुम्हाला असं कसं वाटलं की मी पुरावा नसताना इथे आलोय?" ट्रेसीने जीनकडे रोखून पाहिले. बुद्धिबळाच्या या खेळामध्ये तिला आपले लक्ष पटावरून अजिबात विचलित होऊ द्यायचे नव्हते.

"कारण मुळात मी तो हार चोरलेलाच नाहीये."

आता जीनची हसण्याची पाळी आली.

"आणि हो. माझे नाव ट्रेसी शिमट असे आहे."

"आणि माझे नाव रिप व्हॅन विंकल आहे."

"अरेरे किती दुर्दैवी आहे हे, मिस्टर विंकल?" ट्रेसी आपले डोळे नाचवत म्हणाली.

"त्याला जबाबदार माझी आई आहे." जीनसुद्धा आता शाब्दिक खेळ खेळायला लागला.

"का बरं? हे तर नक्कीच तुमच्या वडिलांचे नाव असणार ना?"

"हो ते खरं आहे, पण माझ्या आईला रिप हे नाव आवडायचं नाही."

ट्रेसी खुदकन हसली.

"तुम्हाला एक विचारतो. जर मी तुम्हाला ट्रेसी म्हटले आणि तुम्ही मला फक्त जीन अशी हाक मारलीत तर कसं वाटेल?"

असे म्हणून त्याने आपला हात पुढे केला.

"ठीक आहे जीन" असे म्हणून ट्रेसीने आपला हात पुढे केला. पण तरीही तिचा पवित्रा सावधच होता; कारण काहीही झाले तरी हा माणूस पोलीस होता. तो काही तिचा मित्र नव्हता. "बोला, काय मदत करू मी तुम्हाला?"

"मी एका खूनसत्राचा शोध घेत आहे."

तिच्या चेहऱ्यावर आश्चर्याचे भाव होते. जीनने तिला त्या बायबल केसेस आणि त्या सिरीयल किलिंगविषयी सांगितले. ट्रेसी लक्षपूर्वक ऐकत होती. जीन तिला त्या खुनांबद्दल जे काही सांगत होता ते खरंच भयंकर होते. तिच्या अंगावर काटा येत होता. पण निकोलस येण्याच्या आधी तो तिला घरातून जायला हवा होता.

"शेवटचा खून झाला तो मागच्या आठवड्यात, हॉलिवूडमध्ये. जेव्हा शीलाचा हार तू चो... म्हणजे शीलाचा हार ज्या दिवशी चोरला गेला त्यानंतरच्या दिवशी. शेवटच्या खुनामध्ये बळी गेलेल्या मुलीचे नाव होते सँड्रा व्हिटमोर. तिला पण एक मुलगा आहे. तुझ्या मुलाच्याच बरोबरीचा असेल. आणि यातसुद्धा अजून गुंतागुंत आहे." जीन म्हणाला. "या सर्व केसेसचा अभ्यास करताना मला एक महत्त्वाची आणि समान गोष्ट लक्षात आली आहे. त्यामुळे या प्रत्येक केसची डिटेल्स मला तुला सांगायची आहेत. आणि यासाठी तुला मला वेळ द्यावा लागेल."

ट्रेसी उभी राहिली. निकोलस आणि ब्लेक कोणत्याही क्षणी येऊ शकणार होते.

"मला माफ कर. पण आत्ता माझ्याकडे तुला द्यायला वेळ नाहीये. तुला आता गेलं पाहिजे."

"मी तेव्हाच जाईन जेव्हा तुझ्याकडून मला माझ्या सगळ्या प्रश्नांची उत्तरे मिळतील."

जीन उठून खिडकीजवळ उभा राहिला व त्याने बाहेर पाहिले. एक छोटा मुलगा त्याला घराच्या दिशेने येताना दिसला. त्याच्याबरोबर एक मध्यवयीन गृहस्थ होता. दोघेही हातात हात घालून येत होते.

हॉटेल बेल एअरच्या त्या मॅनेजरने दिलेली माहिती बरोबर होती. तो मुलगा खरोखरच खूपच लोभस होता. जीनला या मुलाचा चेहरा परिचयाचा वाटला.

"तुझा मुलगा खूपच गोड आहे."

"थँक्स."

"त्याच्याबरोबर आहेत ते त्याचे वडील आहेत का?"

“नाही.” ट्रेसी म्हणाली.

तिने जीनच्या खांद्यावरून खिडकीतून त्यांना येताना पाहिले. ते दोघे जवळ येऊन पोचले होते. तिला खूप भीती वाटायला लागली. जर हा माणूस त्यांच्यासमोर काही बोलला- निकीसमोर काही बोलला तर...

“प्लीज, तुम्ही जा इथून.”

“त्याचे वडील कुठे आहेत?”

“त्याचे वडील या जगात नाहीत.”

“अरे वा. इंटरेस्टिंग. पण मी तर ऐकलंय की मिस्टर स्टीवन्स जिवंत आहेत. एफबीआयच्या माहितीनुसार ते आजकाल ऐतिहासिक ठेवा जपणाऱ्या कामामध्ये गुंतलेले आहेत.”

ट्रेसीला आपल्या पायाखालची जमीन सरकतीये असे वाटले. तिने एकदम जीनकडे पाहिले. मनातील भावनांचा आणि विचारांचा कल्लोळ तिला बाहेर काढता येत नव्हता की त्याला सांगताही येत नव्हते. याला जेफबद्दल कसे कळले? जीनसारख्या अनोळखी माणसाला आपल्या आयुष्याविषयी एवढे माहिती आहे, ही कल्पनाच तिला करवत नव्हती. ती कोण आहे हे त्याला माहिती होते आणि तो इथे खुनाविषयी बोलतोय, बलात्काराविषयी बोलतोय की ज्याविषयी तिला काहीही माहिती नव्हते.

“मला या खुनांच्या मागे कोण आहे, हे शोधून काढायला मदत कर.” जीन म्हणाला.

“मी नाही करू शकत, खरंच. आणि तुझी जी काही थिअरी आहे ना ती चुकीची आहे. माझा या कोणत्याही खुनाशी काडीमात्र संबंध नाही.”

“मला मदत कर, नाहीतर मी तुझ्या मुलाला सगळं काही खरं खरं सांगेन.”

किचनचे दार वाजले.

निकोलस आपल्या आईशी बोलत असलेल्या या अनोळखी माणसाकडे उत्सुकतेने पाहत होता.

“हाय”

“हाय.” जीन त्याच्याकडे पाहून हसला.

“तुम्ही कोण आहात?”

निकोलसला आश्चर्य वाटले की एक अनोळखी माणूस आपल्या आईबरोबर किचनमध्ये काय बोलत बसलाय. त्याच्याबरोबर असलेल्या गावरान ब्लेकपुढे हा माणूस एकदम वेगळाच वाटत होता. एखाद्या सिनेमातल्या हिरोसारखा होता. आईचा बॉयफ्रेंड आहे का?

ट्रेसीची वाचाच बंद झाली होती. ती थिजून गेली होती. तिने आधी दाखवलेला

सगळा आत्मविश्वास कुठल्या कुठे उडून गेला होता. तिला गळून गेल्यासारखे झाले. शेवटी तिच्या तोंडातून शब्द फुटले.

"हे... हे... ते..." ती बोलताना अडखळत होती.

"माझे नाव जीन आणि मी तुझ्या आईचा जुना मित्र आहे."

"युरोपमधले का?" निकोलसने विचारले. "म्हणजे माझा जन्म होण्याच्या आधीचे?"

जीनने एकवार ट्रेसीकडे एक कटाक्ष टाकला. ट्रेसीने नकळतपणे मान हलवली.

"बरोबर. आणि तुझ्या आईने आज रात्रीचे जेवण माझ्याबरोबर केले तर मला खूप आनंद होईल. त्या निमित्ताने आम्हाला जुन्या गप्पादेखील मारता येतील. मी इथेच खाली गावात राहतोय."

"तिला नाही जमणार. कारण आमचे काही वेगळे प्लॅन्स आहेत."

मागून ब्लेक कार्टरचा आवाज आला. त्या आवाजात जरब होती. चर्चमधील घंटेचा जसा नाद व्हाव, तसा धीरगंभीर आवाज होता तो.

"बरोबर आहे ना ट्रेसी?"

ब्लेक ट्रेसीच्या चेहऱ्याकडे पाहत होता. त्याला जाणवले की ती खूप भेदरलेली आहे. ट्रेसी खरं तर अशी घाबरणाऱ्यातली नव्हती.

"ठीक आहे तर. मग उद्या जमेल?"

त्या म्हाताऱ्या माणसाने ट्रेसीच्या खांद्यावर भक्कमपणे हात ठेवला. तो एखाद्या बापाच्या काळजीने होता की प्रियकराच्या ईर्ष्येने होता, हे त्याला समजले नाही.

जीनला त्या दोघांच्या नातेसंबंधांबद्दल उत्सुकता वाटली. काहीही संबंध असले तरीही या माणसाला ट्रेसीचा भूतकाळ माहीत असावा, असा त्याने अंदाज बांधला.

"ठीक आहे." ट्रेसी म्हणाली. "उद्या आपण रात्रीचे जेवण एकत्र घेऊ यात."

तिला जीन रिझोचे तोंड पुन्हा पाहायचे नव्हते. पण त्या क्षणी तिच्याजवळ दुसरा कोणताही पर्याय नव्हता.

बुद्धिबळाचा खेळ सुरू झाला होता आणि चाल खेळायची पाळी आता ट्रेसीची होती.

पर्वतराजींमध्ये वसलेले एक शांत आणि प्रसन्न हॉटेल म्हणून गीयानीज हॉटेल प्रसिद्ध होते. पर्वताच्या पायथ्याशी असलेले हे हॉटेल पर्यटकांचेही आवडते ठिकाण होते. जरी ट्रेसी बाहेर क्वचितच खात असली तरी तिथला सगळा स्टाफ तिला चेहऱ्यावरून ओळखत होता. आणि सगळ्यांना उत्सुकता होती की स्टीमबोटमधील सर्वांत श्रीमंत विधवेबरोबर हा देखणा आणि रुबाबदार पुरुष कोण आहे. पण कुणीही काही विचारले नाही.

जीन थेट मुद्द्यावरच आला. त्याने ट्रेसीसमोर काही फोटो टाकले. फोटोमधील त्या सगळ्या मुलींचे खून झालेले होते. त्यांच्या त्यांच्या खासगी आयुष्यामधील काही घटनांचे ते फोटो साक्षीदार होते. त्यात इझिया मोरेनो नावाच्या एका मुलीचा तिने हायस्कूलमध्ये असताना काढलेला फोटो होता. अलिसा नावाच्या एका मुलीचाही फोटो होता. ती तिच्या बहिणीसमवेत दिलखुलास हास्यविनोद करत असताना काढलेला, सँड्राचाही तिच्या बाळासोबतचा फोटो होता.

''या सगळ्या बायका वेश्या होत्या. आणि या नऊ वर्षांच्या काळात यांचे खून झाले आहेत. हे खून जगामधील वेगवेगळ्या शहरांमध्ये झालेले आहेत.''

''तुम्हाला असं वाटतंय का की या सगळ्या खुनांमागे एकच खुनी आहे?''

''हो, खुनी एकच असला पाहिजे.''

जीनने तिला खुन्याच्या सवयीविषयी सांगितले. ''तो अगदी व्यवस्थित टापटीप आहे आणि तो प्रत्येक ठिकाणी बायबलमधील ओळी लिहून ठेवतो. त्याला पोलीस तपास कशा पद्धतीने होतो, हेदेखील माहिती आहे. म्हणजे पोलीस 'डीएनए'चे पुरावे कसे गोळा करतात, हे त्याला चांगलेच ठाऊक आहे. आणि त्यामुळे पोलिसांच्या हाती काही लागू नये म्हणून, तो खून केल्यानंतर आसपासची जागा एकदम स्वच्छ करून ठेवतो. आणि त्याही पुढे जाऊन तो अजून एक गोष्ट करतो आणि ती म्हणजे तो प्रेताला व्यवस्थित, हवे तसे मांडून ठेवतो.''

ट्रेसी सगळे शांतपणे ऐकत होती. तिने दोघांसाठी जेवण मागवले. त्या हॉटेलची खासीयत असलेले पदार्थ मागवले.

''पण मला एक गोष्ट कळत नाहीये की या सगळ्यामध्ये मी कुठे येतीये?''

''सांगतो. यातल्या प्रत्येक खुनाच्या चोवीस ते अठ्ठेचाळीस तास आधी त्याच शहरामध्ये एक मोठ्ठा दरोडा पडलेला आहे. आणि त्यातील एकाही दरोड्याचा अद्याप शोध लागलेला नाहीये. हे सगळे दरोडे खूपच गुंतागुंतीचे होते आणि अगदी पद्धतशीर आणि योजनाबद्धपणे केले गेले होते. यांपैकी निम्म्यापेक्षा जास्त दरोड्यांमध्ये कोणत्या तरी स्त्रीचा संबंध होता. आणि तुमच्या धंद्यामध्ये फारशा कुणी बायका नाहीयेत हे तुला माहितीये.''

''कसला धंदा इन्स्पेक्टर?''

जीनने आपल्या भुवया उंचावल्या. ''कम ऑन मिस व्हिटनी. जसे काही तुम्हाला काही माहितीच नाहीये.''

''तुम्ही मला ट्रेसी म्हणा आणि आवाज थोडासा खाली करा.''

''ठीक आहे. मुद्दा असा आहे की, या धंद्यामध्ये फारशा बायका नाहीत. आपण ज्या धंद्याविषयी बोलतोय तो धंदा तुला माहितीये एकदम हाय क्लास आहे तो.''

''हो. पुढे बोला.''

"मी दरोड्यांची माहिती मिळवली आणि त्यामध्ये असलेल्या निवडक स्त्रियांची नावे शोधून काढली आणि इंटरपोलच्या डेटाबेसमध्ये तुझं नाव एकदम झळकलं. माझ्या एक गोष्ट लक्षात आली, ती म्हणजे तू लंडन सोडल्यावर नंतर कुणीही कधीही तुला पाहिलं नाही. मागील नऊ वर्षांपासून तुझा केसही लोकांच्या दृष्टीस पडला नाहीये."

"बरं मग?"

"मग काय. पहिली मुलगी कॅरेन हार्ले हिची बरोबर नऊ वर्षांपूर्वी हत्या झाली. त्याच दिवशी त्याच ठिकाणी म्हणजे लंडनमध्ये, ज्या वेळेस तू लंडनमधून नाहीशी झालीस. आणि त्यानंतर हे खुनाचे सत्र सुरू झाले."

जीनने मद्याचा घोट घेतला आणि ट्रेसीकडे पाहिले. तो तिच्या उत्तराची वाट पाहत होता.

ट्रेसीने त्याच्याकडे निरखून पाहिले. जर या माणसाने तिची जुनी ओळख निकोलससमोर उघड करायची धमकी दिली नसती ना, तर आज ही त्याच्या या तर्कावर जोरदार हसली असती.

"हाच... हाच तुझा संबंध. नऊ वर्षांपूर्वीचा लंडनमधील."

"पण याचा एकमेकांशी काहीही संबंध नाहीये. हा निव्वळ योगायोग आहे इन्स्पेक्टर. आणि मी काही नाहीशी झालेली नव्हते. मी लंडन सोडून निघाले होते. एका नव्या आयुष्याची सुरुवात करण्यासाठी. आणि ती मी केली."

"योगायोग?" जीन म्हणाला. "खरंच? खरंच हा योगायोग आहे? आपण एकदा पुन्हा उजळणी करू यात. तीन वर्षांपूर्वी, न्यू यॉर्क शहरात, पिसारोच्या पेंटिंगची चोरी. दिवसाढवळ्या झालेली चोरी, तीही एका बाईने केलेली. ही बाई मेट्रोपोलिटन आर्ट म्युझियममध्ये काम करत होती. तुला नाही वाटत की हे तुझ्या धंद्याशी संबंधित आहे?"

"हे जरा जास्तच होतंय असं नाही वाटत का तुम्हाला. तुम्ही ही जी चोरी म्हणताय ना त्या चोरीच्या वेळेस मी न्यू यॉर्कमध्ये नव्हतेच."

जीन पुढे म्हणाला.

"ठीक आहे. दुसरी घटना. शिकागोमध्ये घडलेली. नील लेन स्टोअरमधून हिऱ्याचे ब्रेसलेट आणि त्याच सेटमधील इयररिंग्ज यांची चोरी झाली. त्यामध्ये आधी अलार्म आणि कॅमेरे अगदी पद्धतशीरपणे बंद करण्यात आले. चोरीनंतर तीन आठवड्यांनी हे उघडकीस आलं कारण त्या सेटच्या जागी नकली सेट ठेवण्यात आला होता.

तिसरी घटना, मुंबईमधील, दोन वर्षांपूर्वीची. एका बांधकाम व्यावसायिकाला एका सुंदर अमेरिकन मुलीने अस्तित्वात नसलेली जमीन विकली आणि त्याला गंडा

घातला. या पोरीने त्याला आधी नादाला लावले आणि मग फसवले.

"बरं. बरं. तो माणूस विवाहित होता का?"

"हो. त्यावेळेस तो विवाहित होता. पण हे तू का विचारते आहेस?"

ट्रेसीने आपले खांदे उडवले आणि म्हणाली, "मग बरोबर आहे. तो त्याच लायकीचा होता. काय म्हणणं आहे तुमचं?"

"माझं काय म्हणणं आहे हे मी सांगेनच." जीन तिच्याकडे झुकून तिला म्हणाला. "मला एवढेच म्हणायचं की या सर्व ठिकाणी तुझे नाव सगळीकडे लिहिलेलं आहे."

"फक्त एकाच छोट्या ठिकाणी नाही. आणि ते म्हणजे या घटना झाल्या तेव्हा मी न्यू यॉर्कमध्येही नव्हते आणि शिकागोमध्येदेखील नव्हते. आणि मुंबईचे म्हणाल तर मी माझ्या उभ्या आयुष्यात कधीही भारतात गेलेली नाही. हाँगकाँग, लिमा आणि... ही सगळी शहरे..." तिने जीनने टेबलवर ठेवलेली ती फाइल जीनकडे ढकलली. मी गेली नऊ वर्षे झाली अमेरिका सोडलेली नाहीये. तुमचा विश्वास बसत नसला तर निकच्या शाळेतल्या मुलांच्या आयांनादेखील तुम्ही विचारू शकता. मी कित्येक वर्षे इथेच आहे स्टीमबोटमध्ये. हे ठिकाणच आता माझे विश्व आहे. आणि माझ्या या छोट्या विश्वात मी सुखी आहे."

ट्रेसीने तिच्या डिशला हातदेखील लावला नव्हता. वेट्रेस येऊन ती डिश तशीच घेऊन गेली. जीन रिझोने कॉफी मागवली.

ट्रेसी म्हणाली, "इन्स्पेक्टर मी तुम्हाला नक्की मदत करेन. त्या सर्व मुलींच्या बाबतीत जे झालं ते खरंच खूप भयंकर आणि क्रूर आहे. आणि माझी खात्री आहे की त्या क्रूरकर्म्याला तुम्ही नक्कीच पकडाल. तुम्ही इथे ज्या ट्रेसी व्हिटनीला शोधायला आला आहात ती कधीच मेली आहे. ती नऊ वर्षांपूर्वीच मेली."

"असं!" जीनने एक हुंकार दिला.

"याचा अर्थ काय इन्स्पेक्टर?"

"मला वाटतं की दहा दिवसांपूर्वीच तिने लॉस एंजलिसमध्ये एक खूपच छान काम केले आहे. ट्रेसी व्हिटनी एक हुशार स्त्री असली पाहिजे."

ट्रेसी दिलखुलास हसली. "हो बहुतेक."

"त्या पाचूंची किंमत काय असेल? दोन, तीन, दशलक्ष डॉलर? किंवा त्यापेक्षाही खूप जास्त?"

"मला नाही माहिती तुम्ही कशाबद्दल बोलत आहात." ट्रेसी खूप गोड हसली. "अरे ही पहा आपली कॉफी आली."

कॉफीचा घुटका घेत जीन तिच्याकडे पाहत होता की या सुंदरीसाठी एवढे पुरुष घायाळ आणि वेडे का होत असावेत. ती सुंदर होती यात वादच नाही; पण ती

त्याहीपेक्षा वेगळी होती. ती अतिशय हुशार होती आणि तिला कमालीची विनोदबुद्धी होती. आणि आपल्यामधील वैगुण्येदेखील ती खूप खेळीमेळीने घेत होती. अगदी शिताफीने तिने विषयाचा सूरच बदलला होता. त्यानेही विषय बदलायचे ठरवले.

"मग? तुझा मुलगा कसा आहे? त्याला तुझ्या भूतकाळाविषयी किंवा त्याच्या वडिलांविषयी काही माहिती नसावे."

ट्रेसीने कॉफीचा कप खाली ठेवला आणि तिची नजर त्याच्यावर स्थिरावली. त्या दोघांमध्ये आता कसलीही लपवाछपवी नव्हती. तिने त्याच्या नजरेला नजर मिळवली आणि त्याला म्हणाली,

"नाही, त्याला माहिती नाही आणि त्याला हे कधी कळणारदेखील नाही."

"आणि जेफ स्टीवन्सला माहितीये का की त्याला मुलगा आहे?"

"जेफ स्टीवन्सला कुणीही मुलगा नाही." ट्रेसी नकळतपणे दुखावली गेली. "असला तरी माझ्यापासून नाही. निकी माझा आहे. फक्त माझा. मी त्याला वाढवलाय. त्याच्या सगळ्या गरजा मी पूर्ण केल्या आहेत."

ट्रेसी भानावर आली आणि तिच्या लक्षात आले की आपला आवाज वाढला आहे. तशी ती थोडीशी शरमली. जीन रिझोदेखील आपल्या मुलांचा विचार करत होता. त्याला त्यांची खूप आठवण येत होती. त्यामुळे त्याला जेफची दया आली.

त्याच्या मनात काय चालले आहे याचा अंदाज घेण्याचा प्रयत्न करत ट्रेसी म्हणाली, "तुम्हाला कळत नाहीये इन्स्पेक्टर."

"जीन. मला एकेरी नावानेच हाक मार."

"बरं. जीन." ट्रेसीने स्वतःला दुरुस्त केले. "तुला जेफ कसा आहे हे माहिती नाहीये."

"तू त्याचा जितका तिरस्कार करतेस तेवढा मी करत नाही ट्रेसी."

"तिरस्कार?" ट्रेसी धक्का बसल्यासारखी म्हणाली. "मी असं म्हणतच नाहीये की मी त्याचा तिरस्कार करते. मी फक्त एवढेच सांगतेय की मी निकीवर खूप प्रेम करते. आणि या दोन्ही खूप वेगळ्या गोष्टी आहेत. तुला माझ्यावर विश्वास ठेवावा लागेल. जेफ खूप देखणा होता आणि कुणीही प्रेमात पडावे असाच होता. पण त्याच्यावर विश्वास ठेवावा असा नव्हता. त्याने मला तर दगा दिलाच आहे; निकीला पण दिला असता."

"तुमच्यामध्ये नक्की काय झालं होतं? म्हणजे तुझी हरकत नसेल तर मी विचारू शकतो का?"

खरं तर ट्रेसीची हरकत असायला हवी होती. कारण जीन रिझो हा तिला पूर्णपणे अनोळखी होता. आणि त्याहीपेक्षा वाईट गोष्ट म्हणजे तो एक पोलीस ऑफिसर होता. पण तरीही कुठे तरी तिला वाटले की त्याच्यासमोर मोकळे व्हावे.

मनात कित्येक वर्षे दाबून ठेवलेले दुःख त्याच्याजवळ मोकळे करावे. तिने त्याला सगळे सांगितले. आपले पहिले बाळ आपण कसे गमावले. त्यांचे वैवाहिक आयुष्य, जेफचे आणि रीबेकाचे असेलेले संबंध आणि त्याच रीबेकाला आठवड्यापूर्वी तिने लॉस एंजलिसला शीलासोबत जेवण घेताना बघितले, असे सगळे सांगितले.

"मी लॉस एंजलिसला माझ्या मुलासोबत सुट्टीसाठी गेले होते. आणि हेच सत्य आहे. माझा चोरी करण्याचा काहीही इरादा नव्हता..." ट्रेसी शब्दांची जुळवाजुळव करत होती. "मी हे सगळे सोडलं होतं. पण जेव्हा मी तिला पाहिलं तेव्हा मला कळलं की ती त्या हाराच्या मागे लागली आहे. तिने जे माझ्याबरोबर घाणेरडं कृत्य केलं होतं, त्याचीच मला परतफेड करायची होती. छोट्याशा स्वरूपात का होईना तिला धडा शिकवायचा होता आणि मी ते केलं."

"मला माहितीये."

"तुला कसं काय माहीत?"

"तुला एक बातमी द्यायचीय आणि ती म्हणजे तुझी मैत्रीण रीबेका एफबीआयची प्रमुख संशयित आहे. आणि तिचं खरं नाव आहे एलिझाबेथ केनेडी. जीनने मिल्टन बकने दिलेला फोटो त्याच्या बॅगमधून काढला आणि तिला दाखवला.

ट्रेसी त्याकडे डोळे विस्फारून पाहत होती.

"एलिझाबेथ!"

ट्रेसी त्यानंतर बराच वेळ शांत होती. सुन्न बसली होती. शेवटी जीन रिझो म्हणाला, "तिनं अजून दोन ठिकाणी दरोडे घातले आहेत- एक शिकागो आणि दुसरा न्यू यॉर्क इथे. आणि त्यासाठी पोलीस तिच्या मागावर आहेत."

"आणि बाकीच्या चोऱ्यांचे काय?" ट्रेसीने विचारले. "युरोप आणि आशियामधील चोऱ्या. आणि त्यानंतरचे ते खून?"

"बाकीच्यांना त्या दरोड्यांचा आणि खुनांचा काही संबंध आहे असे वाटत नाहीये." जीन थोडासा कडवटपणे म्हणाला. "तुला माहितीये, की याचा कसा संबंध आहे." असे म्हणून त्याने मिल्टन बक आणि बाकीच्या लोकांसोबत झालेल्या त्याच्या मीटिंगबद्दल तिला सांगितले.

"हो, पण तुला आता एलिझाबेथबद्दल समजलं आहे." ट्रेसी म्हणाली. "मला तर हे नाव तिच्यासाठी अजूनही बरोबर वाटत नाहीये. ते जाऊ देत. पण तुला एफबीआयकडून काही मदत नाही मिळाली तरी इंटरपोलकडून तर मिळेल ना?"

ती त्याच्या उत्तराची वाट पाहत होती. तिने आजपर्यंत बरेच पोलीस पाहिले होते की जे बोलायचे आधी आणि मग विचार करायचे. खूप आगावू, माजखोर. पण जीन रिझो एकदम वेगळा होता.

'मला आवडला हा.' तिने मनाशी कबूल करून टाकले.

जीनने बोलायला सुरुवात केली. त्याच्या बोलण्यातून जाणवत होते की त्याच्या मनामध्ये विचारांचे काहूर दाटले आहे.

"त्यात अडचण अशी आली होती की ती एलिझाबेथ आहे यावर माझा विश्वास नव्हता. मला ती तूच वाटत होतीस."

"तुला काय वाटलं की मी जगभर वेश्यांना मारत फिरत होते?"

"नाही गं. तसं नाही म्हणायचं मला. संशयित गुन्हेगार कुणी तरी पुरुषच आहे."

"नशीब."

"पण मला असं वाटत होतं की दरोडे आणि खून यामधील दुवा तू असावीस. आणि तेही या नऊ वर्षांमुळे."

"नऊ वर्षांमुळे?"

"हो. नऊ वर्षांमुळे. लंडनमुळे आणि तू एक स्त्री आहेस म्हणून. आणि सगळे दरोडे हे तुझ्या जुन्या योजनाबद्ध प्रकारातील होते."

"तू माझ्या जुन्या आठवणीना उजाळा देत आहेस."

"हो. कारण तू ते ब्रूकस्टीनचे कांड केलं आहेस हे विसरू नकोस. आणि अजून एक कारण म्हणजे तुला हा योगायोग वाटतोय. आणि दुसरा कुणी संशयित नव्हता ना?"

"हो, पण आत्तापर्यंत." ट्रेसी म्हणाली.

जीनने मान हलवली. "हो. माझा असा अंदाज आहे."

"म्हणजे काय? आता तू एलिझाबेथ केनेडीला संशयित मानतो आहेस, हो ना?"

"हो' जीनने तिच्याकडे पहिले आणि तिला म्हणाला, "पण मला अजूनही वाटते की तू दुवा असावीस."

ट्रेसीने आपले दोन्ही हात डोक्यावर धरले.

"बघ ना विचार कर. ती दोन्ही कांड तुझ्या पद्धतीनेच केली गेली होती."

"मान्य आहे जीन की वर वर पाहता त्यामध्ये साम्य आहे. पण मी तिथे कुठेही नव्हते जीन. विश्वास ठेव. आणि तुझा विश्वास बसत नसेल तर मी सिद्ध करून दाखवेन."

"असं असेल तर तो जो कुणी आहे त्याला तुझी काम करण्याची पद्धत माहिती असावी." ट्रेसी विचार करू लागली,

पण कुणालाच माहिती नाहीये की मी कशा प्रकारे काम करते. जेफ आणि गुंथर हे दोघे सोडून दुसऱ्या कुणालाही माझी काम करायची पद्धत माहिती नाही. पण गुंथरला तर मी जगभर या कामासाठी हिंडलेले पाहिले नाही.

तिने जीनला विचारले, "तुला असं वाटतंय का की कुणी तरी माझी स्टाइल

वापरून काम करतंय?''

''शक्यता आहे. तुला कुणी शत्रू आहेत का?'' त्याच्या या प्रश्नावर ट्रेसी खळाळून हसली. ''शेकडो शत्रू असतील माझे.''

''ट्रेसी मी सिरीयस आहे.''

''मीसुद्धा सिरीयसली सांगतेय तुला. विचार करू देत मला जरा. एक माणूस आहे मॅक्समिलियन पियरपॉन्ट. जो माझ्यावर बदला घ्यायला बसलाच असेल. त्यानंतर लुईस बेल्लामी, ग्रेगरी हालस्टन, अल्बर्टो फोर्नाती...'' अशी तिने तिच्या काही शत्रूंची यादी दिली. ''आणि यांपैकी बरेच जण याच समजुतीखाली आहेत की मी जिवंत नाहीये. तुझे एफबीआयचे मित्रदेखील हेच म्हणतात ना?''

''हे पहा. आपण शत्रू वगैरेचा विचार नाही करणार आत्ता.'' जीन म्हणाला. ''या खेळाचे बरेच उद्देश असू शकतील. कदाचित असंही असेल की हा जो कोण आहे त्याला तुझ्या कामाची पद्धत आवडली असेल; तो प्रभावित झाला असेल आणि म्हणून तो तुझं तंत्र वापरत असेल.''

''अच्छा. म्हणजे तो माझा फॅन आहे की मला श्रद्धांजली देतोय तो.''

''हे अशक्य आहे का?''

''हे बघ मला तर हे अशक्य वाटतंय. तुझी मुख्य संशयित आता एलिझाबेथ केनेडी आहे. ती एक बाई आहे. ती आत्तासुद्धा या धंद्यामध्ये आहे आणि ती या पातळीवर जाऊ शकते. ती कित्येक दिवसांपासून शीलासोबत काम करतेय. पण मी तुला सांगते की ही बाई माझी फॅनबिन असूच शकत नाही. तिने माझ्या नवऱ्याला नादाला लावले आणि माझे वैवाहिक आयुष्य बरबाद केले. आणि हे पैशासाठी नाही तर स्वतःच्या आनंदासाठी.'' ट्रेसीचा आवाज जड झाला. ''मी तिचा तिरस्कार करते आणि मला खात्री आहे की तीसुद्धा माझा तिरस्कार करत असणार.''

''पण या ठिकाणी तुला कळतंय का की तरीसुद्धा तुझा इथे संबंध येतोच आहे. एलिझाबेथ ही नवीन संशयित आहे. आणि ती आत्तापर्यंत इंटरपोलला माहीतदेखील नव्हती... आणि तीदेखील तुझ्याशी संबंधित आहे.''

''म्हणजे?''

''म्हणजे मला नाही माहीत.''

त्याच्या विचारांचा धागा तुटला.

''मला क्षणभर विसर.'' ट्रेसी म्हणाली. ''आपण असे गृहीत धरू की दरोडे आणि खून यांच्यात काही तरी संबंध आहे. आणि आपण हे पण गृहीत धरू, की एलिझाबेथचा या सगळ्या दरोड्यांमध्ये हात आहे. आणि मी इथे कुठेही नाही.''

''बरोबर.'' जीनने मान हलवली

''मग आता तुझी दुसरी स्टेप म्हणजे एलिझाबेथला पकडणं. तुला जे काही

प्रश्न पडले आहेत. त्या सर्वांची उत्तरे ही तिच्यापाशीच असतील.''

''तुझे म्हणणे बरोबर आहे. पण एलिझाबेथ केनेडीला शोधणं तितकंसं सोपं नाहीये. एफबीआयला दोन-तीन वेळा गंडवून ती पळून गेली आहे. ब्रूकस्टीनच्या हाराचं प्रकरण झाल्यावर ती इतकी भर्रकन गायब झाली की तिनं कुणाला काही पत्ताच लागू दिला नाही.''

''आणि अगदी यशस्वीपणे.'' ट्रेसी म्हणाली. ''पण मग तुला तिच्याविषयी काय काय माहिती आहे?''

''फारशी नाही. तिची जेवढी माहिती एफबीआयकडून कळली तेवढीच. तिचं लहानपण इंग्लंडमध्ये गेलं. लहानपणी ती वाया गेलेली होती. तिचं गुन्ह्यांचं रेकॉर्ड आहे. तिला बरीच नावं आहेत. तिचा एक साथीदार आहे. जसा जेफ तुझा साथीदार होता.''

''मला नाही वाटत.''

''का?'' जीनने आश्चर्याने विचारले.

''माझं आणि जेफचं वेगळं होतं.''

जीनने एक सुस्कारा टाकला.

''असो. माझ्याबरोबर रात्री आलीस, जेवलीस त्याबद्दल धन्यवाद.''

''मला दुसरा काहीच पर्याय ठेवला नव्हतास तू, हो ना?''

''हे बघ. तू मला आवडलीस.'' जीन म्हणाला. ''मी पाहिलंय की इथे येऊन तू नव्यानं आयुष्य जगते आहेस. मला तुला किंवा तुझ्या मुलाला कोणत्याही प्रकारे त्रास द्यायचा नाहीये.''

''मी पण जे मला माहिती होतं ते सगळं तुला सांगितलं आहे. आता तरी आम्हाला सोड, प्लीज.''

''नाही. मी आत्ताच नाही सोडू शकत.''

''नाही म्हणजे काय?''

जीनने आपले डोके हलवले. ''मला एक काम करायचंय ट्रेसी. या नराधमानं अजून कुणाला आपला बळी बनवण्याआधी मला त्याला पकडायचं आहे. जर का एफबीआयनं एलिझाबेथला दरोड्याच्या गुन्ह्याखाली पकडलं आणि तिला तुरुंगात टाकलं, तर आपण त्या माणसापर्यंत जाण्याचा आपला एक दुवा गमावून बसू. तू आत्ता जे म्हणत होतीस ते बरोबर आहे, आपल्याला एलिझाबेथला शोधलं पाहिजे.''

''मी 'आपण' म्हणाले नाही.'' ट्रेसी रागाने म्हणाली. ''तुला तिला पकडायचं आहे जीन.''

''आपल्याला तिला शोधायचं आहे आणि तिचा पाठलाग करायचा आहे. जोपर्यंत ती सापडत नाही तोपर्यंत. आणि मला तुझी मदत हवीय ट्रेसी.''

"मला खरंच माहीत नाही एलिझाबेथ कुठे आहे ते." ट्रेसीने काकुळतीने सांगितले. "मी तुला काय मदत करू? तुला मी सांगितलं की लॉस एंजलिसमध्ये मी तिला भेटले अगदी योगायोगाने. पण त्याआधी मी मागच्या नऊ वर्षांत तिला पाहिलंही नव्हतं. आणि आजपर्यंत तर मला तिचं नावही ठाऊक नव्हतं."

"पण मुद्दा असा आहे की, ती तुला ओळखते." जीन म्हणाला. "ती तुझ्यासारखा विचार करतेय, तुझ्या चाली खेळते आहे. तिच्या डोक्यात तू आहेस ट्रेसी, तुला नको असलं तरी. मिल्टन बकने तिला पकडण्याच्या आधी मला तिला पकडायचंय आणि या कामात तू मला मदत कर ट्रेसी, प्लीज."

"आणि जर मी नाही म्हणाले तर?" ट्रेसीच्या डोळ्यांत एक प्रकारची चमक होती.

"मी तुझं बिंग फोडेन. मी तुझ्या मुलाला तुझ्याबाबतचं सगळं सत्य सांगेन. मला माफ कर ट्रेसी." जीनने एक सुस्कारा टाकला. "पण माझ्याकडे दुसरा पर्यायच नाहीये."

थोडा वेळ शांतता होती. कुणीच बोलले नाही. मग ट्रेसी म्हणाली, "ती जेव्हा सापडेल तेव्हा तरी तू मला सोडशील का? त्यानंतर मात्र तू कधीही मला संपर्क करण्याचा प्रयत्नदेखील करायचा नाहीस. मान्य?"

"कबूल."

जीनने आपला हात तिच्या पुढे धरला. ट्रेसीनेही आपला हात त्याच्या हातात दिला आणि खंबीरपणे शेक हँड केला. त्याचा तळहात गरम होता. त्यामध्ये एक विश्वास होता.

ट्रेसीने विचार केला की मला याच्यावर विश्वास ठेवला पाहिजे.

देवा मला मदत कर.

जीनने बिल भरले आणि ते हॉटेलमधून बाहेर पडले. रात्रीचा मंद वारा दोघांनाही एक नवी उभारी देऊन गेला. ते जीनच्या कारपर्यंत चालत गेले.

"मग?" जीन म्हणाला. "तू एलिझाबेथ केनेडी आहेस आणि तू त्या हाराच्या मागे आहेस. तुझ्या शत्रूने तुझ्यावर मात केलेली आहे आणि तो पळून गेला आहे. आता तुझी पुढची चाल कोणती असेल?"

ट्रेसीने क्षणभर विचार केला.

"जेव्हा एखादं काम फसतं, तेव्हा तुम्ही स्वतःला थोडा वेळ दिला पाहिजे. काय चुका झाल्या याचा विचार करायचा आणि चुकांमधून शिकायचं."

"बरं. पण तिच्या जागी तू असतीस तर तू काय केलं असतेस?"

"तिच्या जागी मी असते तर?" ट्रेसी क्षणभर थांबली आणि मग हसून म्हणाली, "मी घरी गेले असते."

१५

लंडन
तीन महिन्यांनतर

एडविन ग्रीव्हज त्याच्या स्वयंपाकघरातील खिडकीच्या तावदानांवर पावसाचे झिरपणारे पाणी पाहत होता. तो विचार करत होता, मी इथे पुन्हा का आलो आहे? एडविन ग्रीव्हजचा फ्लॅट एकदम प्रशस्त ऐसपैस होता. तिथेच जवळ एक कमर्शियल टेनिस कोर्ट होते. पावसामुळे तेही वाहून गेले होते. त्यामुळे आता तिथे चिटपाखरूही नव्हते. टेनिस कोर्टाच्या बाजूला असलेल्या झाडांची पानेदेखील पावसामुळे गळाली होती. शिशिर ऋतू सुरू होता आणि त्यातल्या या पावसामुळे झाडांची पाने गळत होती.

'मी इथे टेनिस खेळायचो. आणि चार्ली मला नेहमी हरवत असे. खरं तर तो माझ्यापेक्षा लहान होता; पण तरीही मला हरवायचा.'

कुठे असेल हा चार्ली आता?

चार्ली ग्रीव्हज म्हणजे एडविन ग्रीव्हजचा मुलगा. दर मंगळवारी एडविनला त्याच्या किराणा मालाच्या खरेदीमध्ये आणि त्याचे इ-मेल हाताळण्यात त्याला मदत करायचा. एडविनची खरेदी हॅरॉड्‌जमध्येच असायची. एडविन नव्वद वर्षांचे झाले म्हणून काय झाले, प्रत्येकाने आपले एक स्टँडर्ड जपलेच पाहिजे.

आज चार्ली अजून कसा नाही आला? कदाचित आज मंगळवार नसावा.

"तुम्हाला चहा हवा का मिस्टर ग्रीव्हज?"

ड्राइंगरूममधून एका तरुण मुलीचा आवाज एडविनला ऐकू आला.

'चहा... का नाही? मी आता माझ्यासाठी आणि या तरुण गोड मुलीसाठी चहा बनवणार आहे.'

''नको नको; अगं मी बनवतो चहा आपल्या दोघांसाठी. तू आरामात बस तिथे. मी आलोच.''

ती मुलगी मंद हसली. एडविन आतमध्ये गेला. त्याने ट्रेमध्ये ठेवलेल्या चहाच्या किटलीमधून कपात चहा ओतला आणि चहाचा कप तिच्यापुढे धरला.

''थँक्स'' चहाचा घुटका घेत आणि त्याच्याकडे दुर्लक्ष करण्याचा आव आणत ती म्हणाली.

''मी सगळं पेपरवर्क करून ठेवलं आहे आणि सह्या केलेल्या आहेत. चेकसुद्धा सही करून त्याला जोडून ठेवला आहे; पण आपण तुमचा मुलगा येईपर्यंत वाट पाहावी, असं मला वाटतं.''

''का? ते काही त्याचं पेंटिंग नाहीये.''

''हो. पण तरीही...''

''तुला माहितीये की मी अजून जिवंत आहे.'' एडविन ग्रीव्हज खळाळून हसला. हसताना त्याच्या घशातून घोगरा आणि शीळ वाजवल्यासारखा आवाज येत असे. ''चार्लीच्या बायकोचे बोलणे ऐकले असशील तू, की माझ्यानंतर सगळे त्यांचेच आहे. हरामखोर साले!'' म्हाताऱ्या एडवर्डचा चेहरा एकदम काळवंडला. त्या तरुण बाईनं याआधी बऱ्याच म्हाताऱ्या लोकांशी व्यवहार केला होता आणि त्यांच्याशी कसं वागायचं, हे तिला पक्कं ठाऊक होतं. वादळी ढगांप्रमाणे या म्हाताऱ्या माणसांचे मूड्स सतत बदलत असतात.

''आणि तसेही ते खरे असते तर ठीक होते. पण हे तर नकली आहे, सर्वांना माहितीय की हे नकली आहे.''

''हो ते खरं आहे. पण तरीही त्यालाही काही किंमत आहे.'' ती स्त्री अगदी अदबीने आणि शांतपणे बोलत होती. ''ग्रेशम नाइट नकली गोष्टी बेमालूमपणे बनवणारा त्याच्या जमान्यातील सर्वांत हुशार माणूस होता. आणि म्हणूनच माझे गिऱ्हाईक चांगली किंमत देण्यासाठी नेहमीच तयार असतात.''

''मी ते पाहू का जरा?'' असे म्हणून एडविनने ते कागद आणि तो चेक डोळ्यांच्या अगदी जवळ धरले आणि वाचायला लागला. चेकवरील आकडा अगदी जवळून पाहू लागला. पन्नास हजार पौंड? त्याने त्या मुलीकडे आश्चर्याने पाहिले. ''हे खूप आहेत, मी मान्य नाही करू शकत.''

ती हसली. ''जसे मी म्हणाले की हे जरी खरे नसले तरीसुद्धा त्याला किंमत आहे. माझा तुम्हाला सल्ला आहे की तुम्ही हा सौदा करावा. अर्थात तुम्हाला तुमचा मुलगा येईपर्यंत वाट पाहायची असेल तर...''

''नाही, नाही,'' एडविन ग्रीव्हज थोडासा वैतागून म्हणाला. ''चार्ली तर पार मंगळवारी येणार आहे. आणि तसेही हे काही त्याचे पेंटिंग नाहीये.''

त्या तरुण मुलीने त्याला पेन दिले. आणि एडविन ग्रीव्हजने त्या पेपरांवर सह्या केल्या.

''आपण टेनिस खेळणार होतो; पण पावसाने घोटाळा केला.''

''हो ना. मी आता ते पेंटिंग घेऊ का?''

''चार्ली मंगळवारी येईल.''

तिने ते पेंटिंग एका कॅनव्हासच्या पिशवीत ठेवले.

''मी इथे या कॉफी टेबलवर चेक ठेवला आहे. तो दुसरीकडे कुठे ठेवायचा का मि.ग्रीव्हज?''

''चहा थंड झाला आहे.'' एडविनने थरथरत टेबलावर ठेवलेल्या त्या चहाच्या कपाकडे पाहिले. त्यांच्या चेहऱ्यावर गोंधळलेले भाव होते. ''चार्ली टेनिस खरंच खूप छान खेळायचा. तो मला कायम हरवायचा.'' म्हातारा एडविन स्वतःशीच काही तरी असंबद्ध पुटपुटत होता. त्या तरुण मुलीने त्याचा निरोप घेतला आणि ती निघून गेली.

एलिझाबेथ काळ्या कॅबमध्ये बसता बसता स्वतःशीच हसली. ती कॅब शहराच्या दिशेने धावू लागली.

येडपट म्हातारा.

आपल्याजवळील त्या बॅगेची चेन न काढताच ती मोठ्या खुशीने त्या पेंटिंगकडे पाहत होती. ते पेंटिंग एक उच्च अभिव्यक्तीचा उत्तम नमुना होते. त्यावर रम्य आणि सुंदर खेडे रेखाटले होते. एडविन ग्रीव्हजला तिने जे काही सांगितले होते ते सर्व काही खरे होते. ते काही असली पेंटिंग नव्हते, तर नकली होते; आणि ते खूप किमती होते. एलिझाबेथने त्यासाठी पन्नास हजार पौंड मोजले होते. पण प्रत्यक्षात त्याची किंमत त्याच्या दहापट जास्त होती. तिने एडविनला दिलेला चेक हाही खरा होता; पण त्या अकाउंटमधून तिला प्रत्यक्ष व्यवहार करता येत नव्हता. ग्रीव्हज मूर्ख होता. पण त्याला किंमत ही मिळायलाच पाहिजे होती. आणि ती किंमत किती तरी कमी होती. त्या पैशातून मुलाला एक टेनिसची रॅकेट घे म्हणावं.

लंडनमधील पावसाळा खूपच खराब असतो. खूप कुंद आणि उदास वातावरण असते. थेम्स नदीदेखील त्या पावसाने तट्ट फुगली होती. रेनकोट आणि छत्र्या असूनही पावसात अडकलेले कित्येक जण आडोशाला उभे होते. पावसाळी थंड हवेमुळे ते कुडकुडत होते. एलिझाबेथ मात्र तिच्या कॅबमध्ये छान उबदार वातावरणात बसली होती. तिने आज जो किमती ठेवा मिळवला होता, त्याला मांडीवर घेऊन ती

विजयी मुद्रेने निरखत होती. आज तिने केलेल्या या कामामुळे तिचा आत्मविश्वास द्विगुणीत झाला होता.

लॉस एंजलिसमधील अनुभव भयंकर होता. कित्येक महिन्यांपासून योजना बनवून एवढी फिल्डिंग लावूनही हाताला काही लागले नाही. त्या अपयशाचे आणि अपमानाचे दुःख कित्येक दिवस तिच्या मनात होते. आणि त्या दुःखाची तीव्रता जास्त होती; कारण तो अपमान दुसऱ्या तिसऱ्या कुणी नाही तर ट्रेसी व्हिटनीने केला होता. एलिझाबेथच्या मनामध्ये ट्रेसीविषयी अत्यंत तिरस्कार होता; कारण गुन्हेगारीच्या जगतामध्ये तिचे नाव कमालीच्या आदराने घेतले जाई. जणू काही चोऱ्या-दरोडे या धंद्यामधील ती देवताच होती आणि तिचे रेकॉर्ड आत्तापर्यंत कुणीही ब्रेक केलेले नव्हते. पण एलिझाबेथच्या मते ट्रेसीपेक्षा ती जास्त श्रेष्ठ होती. तिने तिच्यापेक्षा जास्त काम या क्षेत्रामध्ये केले होते आणि पैसाही तिने कितीतरी जास्त कमावला होता. एलिझाबेथच्या मनात ट्रेसीविषयी असलेली असूया ही व्यावसायिक नसून दुसरीच होती आणि ती म्हणजे ट्रेसी तिच्यापेक्षा सुंदर, हुशार होती आणि त्या जोरावर जेफसारख्या राजकुमाराला तिने पटवला होता.

तिला माहीत होते की जेफ ट्रेसीवर प्रेम करायचा.

आणि त्यासाठी एलिझाबेथ ट्रेसीला कधीच माफ करणार नव्हती.

'खरं तर त्या सटवीपेक्षा मी कितीतरी सुंदर आहे दिसायला. मी जास्त मादक आहे आणि पुरुषाला लैंगिक सुख कसे द्यायचे याची कला माझ्याकडे तिच्यापेक्षा जास्त असेल. मग मी इतकी सुंदर असताना जेफने तिला का निवडले?'

एलिझाबेथला सुरुवातीला जेफच्या प्रेमात पडायचे नव्हते. तसा तिचा प्लॅन नव्हता. पण जेव्हा तिने जेफला पाहिले तेव्हा तिला पहिल्यांदा जाणवले की जेफविषयी तिला शारीरिक आकर्षणाच्या पलीकडेही काही तरी जास्त वाटत होते. तिचे जेफ स्टीव्हन्सबरोबर खरं तर शारीरिक संबंध आलेले नव्हते. त्यांनी फक्त चुंबन घेतले होते. त्यापलीकडे त्यांच्यात काहीही घडले नव्हते. पण त्या चुंबनामध्ये खूप उत्कटता होती. जेफने तिच्या हृदयाचा ठाव घेतला होता. यापूर्वी अशी भावना तिला दुसऱ्या कोणत्याही पुरुषाविषयी वाटली नव्हती.

तो माझा आरसा आहे. माझ्याच शरीराचा एक भाग आहे. मी आणि तो एकच आहोत.

पुष्कळ वर्षे एलिझाबेथने जेफच्या आयुष्याविषयी बराच अभ्यास केला होता. हा अभ्यास करताना कुठे तरी तिला तिच्या आणि त्याच्या आयुष्यामध्ये कमालीचे साम्य जाणवले होते. त्या दोघांनाही लहानपणीच त्यांच्या आई-वडिलांनी सोडून दिले होते. दोघांनाही दत्तक घेतले गेले होते. आणि दोघेही त्यांचे हेच आपले आयुष्य मानून जगायला शिकली होती. आलेल्या अनुभवांमधून ते शिकत गेले, की आपल्या

सौंदर्याचा आणि इतर गुणांचा उपयोग करून गोष्टी कशा मिळवायच्या आणि स्वतःसाठी या जगामध्ये एक स्थान निर्माण करायचे. उत्तमाशी उत्तमपणे वागायचे आणि वाइटाला त्याच्याच भाषेत्त उत्तर द्यायचे, हा दोघांचाही स्वभाव होता. त्यामुळे एलिझाबेथला खात्री होती की ती आणि जेफ एकत्र यावेत, हीच नियतीची इच्छा आहे.

पण जेफ एलिझाबेथचा तिरस्कार करायचा. मागील बारा वर्षांमध्ये ते एक-दोन वेळा एकमेकांना भेटले होते. शेवटी ते दोघे एकाच धंद्यात होते त्यामुळे भेट होणारच होती.

तीन वर्षांपूर्वी ती आणि जेफ एकमेकांना हाँगकाँगमध्ये भेटले होते, तेव्हा जेफ तिच्याशी शेवटचं बोलला होता. त्या वेळेस एलिझाबेथ तिच्या करिअरच्या अगदी उच्च पदाला पोचलेली होती. हिऱ्याच्या चोरीसाठी ती तिथे आली होती. आणि जेफ पेरूमधील एका कलेक्टरला देण्यासाठी जुन्या दगडी चिनी गोळ्या चोरण्यासाठी तिथे आला होता. एका रात्री तो आपल्या हॉटेलवर परतला तेव्हा त्याला एलिझाबेथ नग्न अवस्थेत दिसली आणि ती त्याच्याच बेडवर त्याची वाट पाहत होती. ती मिठाईप्रमाणे तपकिरी रंगाचे आपले पाय पसरून बसली होती. तो आला तेव्हा ती त्याला म्हणाली, ''तुला मी हवीय आणि जितकी तुला मी हवीय तितकाच तूही मला हवा आहेस. तू कायमच मला हवा होतास.''

तिच्या त्या मादक शरीराच्या दर्शनाने जेफ तापला होता. पण तरीही त्याच्या चेहऱ्यावरील भाव काहीतरी वेगळेच होते.

''जगातील सर्व स्त्रिया संपल्या आणि तू एकटीच राहिलीस तरीही मी तुझ्यासोबत कधीच झोपणार नाही.''

''खरंच?'' एलिझाबेथने मादकपणे विचारले. ''आठवून बघ. तू लंडनमध्ये मला मिळवण्यासाठी किती उतावीळ झाला होतास. तेव्हाच नेमकी तुझी बायको तिथे टपकली आणि जमवून आलेल्या रंगाचा बेरंग केला तिने.''

''चालती हो इथून.''

त्याने एलिझाबेथचे कपडे गोळा केले, ते तिच्या अंगावर फेकले आणि खोलीचा दरवाजा उघडला.

''तुझ्यामुळे मी ज्या एकमेव मुलीवर खरंच मनापासून प्रेम केलं तिलाच कायमचं गमावून बसल- फक्त तुझ्यामुळे.'' जेफ तिच्यावर कडाडला.

जेफने या शब्दांत तिचा अपमान केला होता. काळाच्या ओघात त्या अपमानाचे दुःख कमी झाले होते. पण 'ज्या एकमेव मुलीवर प्रेम केलं' हे जेफचे शब्द ती अजूनही विसरू शकली नव्हती.

ट्रेसी व्हिटनी ही जेफ स्टीवन्सची सोलमेट कधीच नव्हती. त्याची सोलमेट

एलिझाबेथ केनेडी होती.

कधी तरी केव्हा तरी ती त्याचे डोळे उघडणार होती.

आम्ही दोघेच एकमेकांचे आहोत.

कॅब थांबली. ते कॅनरी व्हार्फला पोहोचले होते. एलिझाबेथने कॅबचे पैसे दिले आणि तिच्या बिल्डिंगमध्ये पळत पळत गेली. तिची इमारत काचेची होती आणि त्यातून लंडन शहराचे विस्तीर्ण आणि विहंगम दृश्य दिसायचे. तिचे अपार्टमेंटसुद्धा खूप अलिशान आणि सुंदर होते. पाच हजार स्क्वेअर फुटांचे प्रशस्त पेंट हाउस होते ते. त्यामध्ये फाइन आर्ट असलेली कित्येक पेंटिंग्ज होती. तिने एकदम उत्कृष्ट आणि आधुनिक फर्निचर घरात ठेवले होते. तिचे लहानपण एकदम लहानशा जागेमध्ये गेले; त्यामुळे प्रशस्त ऐसपैस घराचे स्वप्न ती तेव्हापासून उराशी बाळगत आली होती. आणि ते स्वप्न या अपार्टमेंटच्या रूपाने पूर्ण झाले होते. फर्निचर आणि एकंदरच डेकॉर तिने एशियन थीममध्ये सजवले होते. घराला भरपूर उंच सिलिंग होते, त्यामुळे घर अजून प्रशस्त वाटत होते. तिचा हॉल आणि बेडरूम यामध्ये बांबूचा एक पडदा होता. तिची बेडरूमही एखाद्या आर्ट गॅलरीप्रमाणे होती. तिने घरात प्रवेश केला, आपले शूज उडवले आणि ते पेंटिंग तिच्या डायनिंग टेबलवर काळजीपूर्वक ठेवले. एका ग्लासमध्ये थंड सरबत घेतले आणि आरामात सोफ्यावर जाऊन बसली.

टीव्ही पहायचा जाम कंटाळा आला होता म्हणून तिने आपला आय पॅड काढला आणि त्यावर तिची सुंदर नाजूक बोटे फिरू लागली. ग्युसेप वेर्दी या सुप्रसिद्ध इटालियन ओपेरा कम्पोझरची धून लावली आणि आपले डोळे मिटले. अतिशय सुंदर धून होती ती. ऐकता ऐकता तिचे मन नकळतपणे जेफचा विचार करू लागले.

जेफ. कुठे आहेस रे तू? कधी भेटशील?

जेफबद्दल एलिझाबेथने वावड्या ऐकल्या होत्या की तो म्हणे ख्रिसमसच्या सुमारास न्यू यॉर्कमध्ये एका मोठ्या मोहिमेवर जाणार आहे. तिला त्याविषयी नक्की काही कळले नव्हते. कोणते तरी जुने ताम्रपत्र किंवा एखादे पुरातन मातीचे भांडे असे काही तरी असू शकेल. एलिझाबेथला अशा जुन्यापुराण्या वस्तूंमध्ये रस नव्हता. आपले रिसेल मार्केट खाली का आणायचे. एलिझाबेथ कायम किमती वस्तूंच्या मागे असायची.

तिने आपली बोटे केसांतून फिरवली. लॉस एंजलिसला होते तेव्हापेक्षा बरेच वाढले होते केस तिचे. ती पुन्हा न्यू यार्कला जाण्याचा गंभीरपणे विचार करत होती. तिने जेफ स्टीवन्सला पूर्णपणे सोडलेले नव्हते. तिला अजूनही आशा होती की तो तिला मिळणार आहे. आपण जर न्यू यॉर्कला पोहोचलो तर जेफला पुन्हा भेटता

येईल. त्याला स्वतःच्या प्रेमाच्या जाळ्यात ओढता येईल आणि त्यासाठी ही मोठी संधी होती. या वेळी एकदम कोणताही डायरेक्ट स्टँड घ्यायचा नाही असे तिने ठरवले. या वेळेस ती त्याला पहिल्यांदा तिच्या कर्तृत्वाने आणि तिच्या कामाच्या कौशल्याने प्रभावित करणार होती. आणि त्याचा विश्वास संपादन करण्यासाठी ती काहीतरी भव्य दिव्य करणार होती. निदान त्याच्या मनात आपल्याविषयी आदर निर्माण झाला पाहिजे, असा प्रयत्न तिचा या वेळेस असणार होता. कारण तो आदर म्हणजे त्याचे प्रेम संपादन करण्याची पहिली पायरी होती.

यामध्ये तिला करायला लागणार होती ती पहिली गोष्ट म्हणजे तिच्या साथीदाराला पटवणे. एलिझाबेथने त्याला आपली योजना सांगण्यासाठी फोन केला, तेव्हा तो म्हणाला, ''आपण अमेरिकेत आत्ता फारसे काही नाही करू शकणार.''

किती विचित्र आहे हा.

इराणी पाचूच्या हाराच्या चोरीमध्ये तिला संपूर्ण अपयश आले होते त्यामुळे तिचा आत्मविश्वास डळमळीत झाला होता, आणि तिच्या साथीदाराचाही तोल पूर्णपणे गेला होता. तो मानसिकरीत्या पूर्णपणे कोलमडला होता.

''तुला कल्पना आहे का, की एफबीआय आपल्या मागावर आहे.''

''मला माहितीये,'' एलिझाबेथ म्हणाली ''पण म्हणून काय आपण असे बसून राहायचे का? आणि किती दिवस त्यांच्या भीतीने आपण नुसते बसणार आहोत. ते काही नाही. मी न्यू यॉर्कला जाणार.''

''नाही.''

''तिथे एक चॅरिटी शो आहे. आणि तो...''

''मी सांगितले ना, नाही म्हणून.''

तिथेच त्यांचे संभाषण संपले.

एलिझाबेथला आपला हा साथीदार दिवसागणीक डोक्यात जायला लागला होता. ते बरेच दिवस एकत्र काम करत होते; पण आताशा तो चमत्कारिकपणे वागायला लागला होता आणि त्याला झेलणे तिला आता असह्य व्हायला लागले होते. सुरुवातीला तिला त्याच्याबरोबर काम करताना काही वाटत नसे. ते दोघे मिळालेला फायदा निम्मा निम्मा वाटून घेत होते. पण आता प्रत्येक कामामध्ये तिला वाटायला लागले होते, की आपल्याला खरंच याची गरज आहे का? आधी त्यांची एक टीम होती आणि ते फायदा वाटून घेत असत; पण आता ती भागीदारीसुद्धा संपली होती.

कुणी सांगावे, जेफ मला न्यू यॉर्कमध्ये भेटेल आणि आमचे सूर जुळून येतील; आणि अशीही शक्यता आहे, की तो आणि मी एकत्र काम करू. न्यू यॉर्क शहरामध्ये कदाचित माझ्या आयुष्याचा नवा अध्याय सुरू होईल.

दारूचा एक घुटका घेत एलिझाबेथ स्वप्नामध्ये हरवून गेली.

ट्रेन पॅडिंग्टन स्टेशनला येऊन थडकली तशी जीन रिझोने एक मोठ्ठी जांभई दिली. आदल्या दिवशी रात्री तो अजिबात झोपू शकला नव्हता. उभे राहून प्रवास करावा लागला होता त्यामुळे त्याच्या पायांचे तुकडे पडायची वेळ आली होती. पण बसायला कुठे जागाच नव्हती. ती आख्खी गाडी खचाखच भरली होती. लोकांच्या घामाचे वास, त्यात काहींनी लावलेली डीओडरन्ट किंवा इतर परफ्यूम्स, शेव्हिंग क्रीम्स अशा सर्व प्रकारच्या वासांनी त्याला मळमळू लागले आणि पोटात ढवळून यायला लागले.

उद्या या वेळी मी युरोस्टारमधून माझ्या घराकडे जात असेन. त्याला त्याची मुले, घर आणि त्याचे तिथले आयुष्य या सगळ्यांचीच खूप आठवण येत होती. त्याला खूप उदास वाटत होते. दोन आठवड्यांपूर्वीच तो लंडनमध्ये आला होता तेव्हा त्याला खूप आशा वाटत होती आणि त्यामुळे तो खूप उत्साही होता. ट्रेसीने जे काही अंदाज व्यक्त केले होते, ते बरोबर होते. एलिझाबेथ तिच्या लॉस एंजलिसमधील अपयशी कामानंतर पुन्हा कोणती तरी योजना आखण्यासाठी लंडनला आली होती. जीन तिच्या प्रत्येक बारीक हालचालींवर लक्ष ठेवून होता. एलिझाबेथने एडविन ग्रीव्हज या अब्जाधीश माणसाला योजनाबद्धपणे कसे फसवले, याचीही माहिती त्याने काढली होती. ग्रीव्हज हा अब्जाधीश होता आणि तो जुन्या पुरातन वस्तूंचा शौकीन होता. तो एक दानशूर माणूस होता. पण आता तो खूप म्हातारा होता आणि अल्झायमरने त्याला ग्रासले होते. त्यामुळे एलिझाबेथला आयताच बकरा मिळाला होता. त्याच्या शारीरिक आणि मानसिक स्थितीचा फायदा घेऊन एलिझाबेथने अगदी हुशारीने त्याला गुंडाळले आणि कितीतरी मौल्यवान गोष्टी तिने त्याच्याकडून कवडीमोलाने विकत घेतल्या होत्या.

जीन रिझोने विचार केला, कशी बाई आहे ही! तिला कोणतीही नीतिमत्ता नाहीये. पैशासाठी उद्या ही बाई आपल्या पोटच्या पोराला विकायलादेखील कमी करणार नाही.

पण तो इथे एलिझाबेथला दरोडे किंवा चोऱ्या यासाठी पकडायला आलाच नव्हता किंवा तिने काय चोरले आहे याच्याशी त्याला काहीही घेणेदेणे नव्हते. तो इथे त्या खुन्याला शोधायला आला होता. सँड्रा व्हिटमोरनंतर अजून तरी कुणाचा खून झालेला नव्हता. एलिझाबेथ एडविनकडून ते पेंटिंग घेऊन निघाली तेव्हा जीन रिझोने तिला आपल्या नजरेपासून दूर जाऊ दिले नव्हते. पण ती कुणाला भेटली नव्हती किंवा तिने अजून दुसरे काही वेगळे असे केलेले नव्हते. आणि महत्त्वाचे म्हणजे, चोरीनंतर कोणताही खून झालेला नव्हता. चार दिवस उलटले होते आणि

बायबल किलर चोरीनंतर दोन दिवसांनी खून करायचा.

ट्रेसीने कोलोरेडोमधून फोन केला. ''मला अशी दाट शंका आहे जीन, की ती सध्या एकटीच काम करत असावी आणि तिला कुणी साथीदार नसावा.''

''कदाचित.''

''किंवा कदाचित असेही असेल की, एखाद्या मोठ्ठ्या दरोड्यानंतर खून होत असावेत. मिस्टर ग्रीव्हजच्या इथे दरोडा घालताना तो फारसा मोठ्ठा नव्हता, त्यामुळे खून झाला नाही.''

''कदाचित.''

ट्रेसी आपल्या शब्दाला पक्की होती आणि ती जीनला या गुन्ह्याचा शोध घेण्यासाठी तिच्याकडून सर्वतोपरी मदत करत होती. दरोडे आणि चोऱ्या करणारे लफंगे असतात; त्यांचा एकंदर दृष्टिकोन कसा असतो, याविषयीचे तिचे ज्ञान अफाट होते. जीन रिझोला सारखे वाटत होते की, आपण काहीतरी विसरतो आहे.

'कदाचित मी चुकीच्या दिशेने बाण मारतो आहे. कदाचित मिल्टन बकचे बरोबर असेल, खून आणि मोठे दरोडे यांचा एकमेकांशी खरंच काही संबंध नसेल. एलिझाबेथ काही खुनांच्या वेळेस त्या त्या शहरांमध्ये होती हे खरे; पण प्रत्येक वेळी तसे नव्हते. संबंध नसलेल्या गोष्टी तो एकमेकांशी जोडू पाहत होता का? ट्रेसी आणि एलिझाबेथ यांना शोधून काढून आपण खूप काही मिळवले याचा त्याला आनंद आणि अभिमान वाटत होता; पण तो खरंच खरा होता का? का ते मृगजळच होते? त्यांना शोधून त्याने खरंच काही साध्य केले होते का? त्यामुळे त्याचा उद्देश आणि त्याचे ध्येय सफल होणार होते का?'

'पॅडिंग्टन स्टेशनवर आपले स्वागत आहे. ऑक्सफर्ड, डीडकॉट, बर्मिंगहॅम, न्यू स्ट्रीट आणि रीडिंगला जाण्यासाठी इथून गाड्या मिळतील.'

स्टेशनवर नाजूक आणि हळुवार शब्दांमध्ये उद्घोषणा झाली.

जीन गुंथर हरटॉगला भेटायला इथे आला होता. गुंथर ट्रेसीचा या धंद्यातील गुरू आणि तिचा साथीदार होता. या भेटीमधून त्याने फारशी काही अपेक्षा ठेवलेली नव्हती, पण आत्ता त्याच्याकडे दुसरा काही मार्ग नव्हता. गुंथरचे खेडेगावातील घर म्हणजे पुरातन वस्तूंचा खजिना होता; अर्थात त्या सगळ्या वस्तू चोरीच्या होत्या.

''ते जगातले आठवे आश्चर्य आहे,'' ट्रेसी म्हणाली. ''आणि गुंथर हा वेगळाच माणूस आहे. तू त्याला भेटल्याशिवाय लंडन सोडूच शकत नाहीस.''

गुंथर हरटॉग त्याच्या दिवाणावर पहुडला होता. त्याच्या कृश देहावर एक काश्मिरी शाल पांघरलेली होती. त्याच्या बाजूलाच ऑक्सिजनची बाटली टांगलेली होती. ती ज्या फ्रेमवर टांगलेली होती, ती फ्रेम अतिशय घाणेरडी होती आणि त्या खोलीचे सगळे सौंदर्यच घालवत होती. जीन रिझोची टॅक्सी सतराव्या शतकातील

त्या जुन्या बंगलीच्या बाहेर येऊन थांबली. घराभोवती एक बाग होती. त्यामधील झाडांना एखाद्या पार्कमधील झाडांप्रमाणे काटछाट करून व्यवस्थित आकार दिला होता. जर घराच्या बाहेरचा परिसर एवढा सुंदर होता, तर आतमध्येसुद्धा घर खूपच छान असणार, अल्लाउद्दीनच्या खजिना असलेल्या गुहेप्रमाणे ते घर असणार, असे त्याला वाटून गेले. ओकच्या लाकडाच्या भिंतीवरील कोरीवकाम फारच उच्च प्रतीचे होते. आशियामधील सुंदर आणि भव्य राजवाड्यांप्रमाणे सुंदर आणि कोरीव फर्निचर होते. गुंथर अतिशय श्रीमंत माणूस होता आणि त्याचे सर्व घर म्हणजे राजेशाही थाट होता. त्याच्या घराची सजावट सांगत होती की श्रीमंतीबरोबरच तो उच्च अभिरुचीसंपन्नदेखील होता. आणि जीनच्या अनुभवावरून तरी त्याचे असे मत होते की श्रीमंती आणि उच्च अभिरुची, या दोन गोष्टी एकाच ठिकाणी क्वचितच सापडतात. आणि त्या गुंथरच्या घरात होत्या.

गुंथर त्याच्या आयुष्याच्या शेवटच्या घटिका मोजत होता. त्याचा देह एखाद्या सापळ्याप्रमाणे कृश झाला होता. डोळे खोल गेले होते. त्याचे पाय झाडाच्या बारीक फांदीसारखे दिसत होते आणि एखाद्या वाळलेल्या पानासारखी त्याची त्वचा रुक्ष दिसत होती. त्याने आपल्या नर्सला बाहेर जाण्यास सांगितले आणि जीनला आत बोलावले. जीन आत आला आणि त्याच्या बिछान्यापाशी बसला.

''थँक्यू. मला भेटल्याबद्दल.'' जीन म्हणाला.

''ठीक आहे, ठीक आहे इन्स्पेक्टर. तुमच्या पेशातील बऱ्याच लोकांशी माझे संबंध आहेत. अर्थात ते फार सलगीचे नाहीयेत. पण तुम्ही ट्रेसीचे नाव घेतलेत म्हणून तुम्हाला भेटायची आणि तुमच्याशी बोलायची खूप इच्छा झाली.'' गुंथरचा आवाज खोल गेला होता; पण त्याची स्मरणशक्ती मात्र अजूनही खूप तीक्ष्ण होती. त्या अवस्थेतसुद्धा त्याच्या डोळ्यांमध्ये धूर्तपणाची एक झलक होती.

''तुम्ही तिला भेटलात का इन्स्पेक्टर?''

''हो. मी भेटलोय तिला.''

''कशी आहे ती?''

''ती...'' जीनने थोडासा सावध पवित्रा घेतला होता. ''ती तुमची खूप आठवण काढते.''

गुंथरने एक सुस्कारा टाकला. ''मला वाटतं की ती कुठे आहे आणि सध्या ती काय करतेय, हे मला सांगायचे नाहीये तुम्हाला; हो ना?''

जीनने होकारार्थी मान डोलावली.

''अहो पण माझ्यापासून काय लपवून ठेवताय आता? मी आता मरणार आहे आणि तुम्ही सांगितलेलं गुपित हे माझ्याबरोबर माझ्या कबरीमध्ये दफन होणार आहे.''

“मला माफ करा.”

“अरे त्याची काही गरज नाही इन्स्पेक्टर. मी समजू शकतो की तुम्ही दोघांनी काहीतरी ठरवलं आहे. आणि मी हेही समजू शकतो की ती दूर राहिलीये याला नक्कीच काही तरी सबळ कारण असणार. काहीही असलं तरी मलादेखील तिची खूप आठवण येते.”

त्याचे निस्तेज डोळे पाहून जीनला अंदाज आला की तो त्याचा सुंदर भूतकाळ आठवत आहे. त्या वेळचे ते दिवस खरंच खूप रम्य होते. तो, ट्रेसी आणि जेफ तिघे जण त्यांच्या धंद्यात यशाचे एकेक शिखर गाठत होते. जगाच्या एका ठिकाणाहून दुसऱ्या ठिकाणी जात होते. एकमेकांना आपल्या धंद्यात यशस्वी होण्यासाठी मदत करत होते. ते व्यवसायातील भागीदार तर होतेच; पण त्याहीपेक्षा त्यांच्यामध्ये भावनिक बंध होते. भावनिक पातळीवर ते एकमेकांच्या खूप जवळ आले होते.

“ट्रेसी आत्ता तुम्हाला तुमच्या शोधकार्यामध्ये मदत करत आहे, हो ना?” गुंथर ने विचारले.

“हो. ती मदत करतेय मला.”

“आणि तुम्ही कसला शोध घेत आहात इन्स्पेक्टर?”

“खुनाचा.”

गुंथरच्या चेहऱ्यावर आत्तापर्यंत असलेले हास्य एकदम नाहीसे झाले.

“एक नाही दोन नाही तर पुरत्या बारा खुनांचे सत्र.”

इन्स्पेक्टर जीनने गुंथरला त्या सर्व खून सत्रांविषयी सांगितले आणि त्याच खुनांच्या आसपास घडलेल्या मोठ्या दरोड्यांबद्दलही सांगितले. या दोन्हीचा काही तरी संबंध आहे, असा त्याला संशय असल्याचेदेखील त्याने गुंथरला सांगितले. ट्रेसीपर्यंत तो कसा पोहोचला, हेदेखील जीनने सांगितले. आणि हे पण सांगितले की त्याला पहिल्यांदा यामध्ये ट्रेसीचा हात असल्याचा संशय आला होता. ट्रेसीने त्याला एलिझाबेथ केनेडीला शोधण्यासाठी मदत केली आहे, हे पण त्याने सांगितले.

एलिझाबेथचे नाव काढल्यावर गुंथर एकदम स्तब्ध झाला.

“नालायक बाई. अजून काम चालू आहे वाटतं तिचं. मला तर वाटलं होतं की आत्तापर्यंत ती तुरुंगाची हवा खात असेल.”

“तुम्हाला बरीच माहिती आहे वाटतं तिच्याबद्दल.”

“हो तशी बऱ्यापैकी. ती खूप चांगला अभिनय करते. खरं तर ती जे करते ते झोकून देऊन. पण ती एक टिपिकल नव्या जमान्यातील मुलगी आहे.”

“म्हणजे कशी?”

“म्हणजे?” गुंथरने जीनकडे पाहिले आणि म्हणाला, “म्हणजे हृदयशून्य.

एक नंबरची हावरट आणि लोभी बाई आहे ती. तिने सगळी तत्त्वं- मूल्यं बासनात गुंडाळून ठेवली आहेत. तिला उच्च प्रतीच्या गोष्टींशी काहीही घेणंदेणं नसतं.''

"म्हणजे?'' जीनने विचारले.

"आमचा धंदा काही साधासुधा नाही. त्याला कलाकारी लागते. आणि हो- ट्रेसी आणि जेफ हे दोघे चोर नव्हते. ते चांगले कलाकार आहेत. त्यांचे प्रत्येक काम म्हणजे एक कौशल्य होते. बॅलेचा प्रत्येक कार्यक्रम जसा वेगळा असतो आणि त्यामध्ये प्रत्येक वेळी वेगळ्या प्रकारचे कौशल्य दाखवावे लागते, तसेच या कामाचेदेखील आहे.''

जीनने विचार केला, हा याच्यासाठी खेळ आहे. खरं तर या सर्वांसाठी हा एक खेळच आहे. पण सँड्रा व्हिटमोर काय किंवा एलिसा अर्मांड काय? या बळी गेलेल्या कुणालाही यांनी या खेळाचे नियम कधी शिकवले नाहीत. त्या सगळ्या या शोमध्ये सापडल्या आणि त्यांना त्यांच्या जिवाची किंमत मोजावी लागली. त्यांच्या आयुष्यात या खेळामध्ये कधीच आनंद नव्हता.

गुंथर अजूनही बोलतच होता. "ट्रेसी आणि जेफने कधीही वाईट काम केले नाही. या धंद्यामध्येदेखील त्यांची काही मूल्ये होती, तत्त्वे होती आणि आपल्या तत्त्वांपासून ते कधीही दूर गेले नाहीत. त्यांनी कधीही म्हाताऱ्या माणसांचा किंवा दुर्बलांच्या असहायतेचा फायदा घेऊन पैसे कमावले नाहीत. आणि एलिझाबेथने मात्र कायम हेच केले. तिच्यासाठी पैसा म्हणजे सर्वस्व आहे. आणि तो मिळवण्यासाठी ती कोणत्याही थराला जाऊ शकते. तिने जेफ आणि ट्रेसीचे सुखी वैवाहिक जीवन उद्ध्वस्त केले. आणि माझ्या माहितीप्रमाणे हे करण्यासाठी तिला कुणी तरी पैसे दिले होते. ट्रेसी आणि जेफच्या वाईटावर उठलेल्या कुणी तरी एलिझाबेथचा उपयोग करून त्या दोघांवर सूड उगवला. या असल्या घाणेरड्या वागण्याची मी कल्पनाही करू शकत नाही, ते तिनं केलं.''

तो त्याच्या बिछान्यावर मागे टेकला. खूप बोलल्यामुळे त्याला धाप लागली.

गुंथर पुन्हा थोडासा नॉर्मलला आल्यावर जीनने विचारले, "तुम्हाला असं काही कळलंय का की एलिझाबेथ कुणाबरोबर तरी काम करत होती? तिचा कुणी साथीदार होता का? तुम्हाला काही माहितेय त्याविषयी?''

"काही वर्षांपूर्वी... हो. पण मी त्या बाईच्या व्यवसायाविषयी कधी फारसे जाणून घेण्याचा प्रयत्न नाही केला. पण का?''

जीनने आपले खांदे उडवले. "बायबल किलर हा माणूस आहे. मी ट्रेसी किंवा एलिझाबेथशी किंवा दोघींशी संबंधित माणूस शोधतो आहे की जो खुनी आहे.''

गुंथरला त्याच्या बोलण्याचा रोख लक्षात आला आणि तो एकदम दचकला.

"तुमचा जेफवर संशय आहे का?''

"जेफ या दोघींच्याही खूप जवळ होता. तो अजूनही या धंद्यामध्ये आहे. जगभर लूटमार करत फिरतो आहे."

"जेफ जे काही करतोय ना ती लूटमार नाहीये इन्स्पेक्टर." गुंथर म्हणाला.

"मुद्दा असा आहे की तो आत्ता कार्यरत आहे. वेगवेगळ्या नावांनी सगळीकडे संचार करतो. तो कोणत्याही शहरामध्ये अगदी सहज पोचू शकतो."

गुंथरने आपली डोके हलवले. "नाही नाही. शक्यच नाही. जेफचा या खुनांशी काहीही संबंध नाही. मी यासाठी माझ्या आयुष्याचीदेखील पैज लावायला तयार आहे."

"एफबीआयच्या माहितीनुसार, तो त्याच्या कामाकरता वेश्यांचा उपयोग करून घेतो. हे तुम्हाला माहिती आहे का?"

"नाही," गुंथरच्या बोलण्यात ठाम विश्वास होता. "मला नाही वाटत. मी जितका जेफला ओळखतो त्यावरून मी तुम्हाला ठामपणे सांगतो की जेफने कधीही साध्या माशीलासुद्धा मारलेलं नाही आणि बाईला मारणं?... छे छे ते शक्यच नाही."

"हो. पण माणसे काळाच्या ओघात बदलू शकतात," जीन म्हणाला. "कदाचित असंही असेल की ट्रेसीपासून दूर गेल्याचं दुःख एवढं असेल, की त्यामुळे त्याच्यामध्ये काही मानसिक रोग निर्माण झाला असेल. होऊ शकतं असं." गुंथरच्या चेहऱ्यावरील गोंधळ पाहून त्याने विचारले, "तुम्ही त्याला शेवटचे कधी भेटलात?"

"काही दिवसांपूर्वी," गुंथर म्हणाला. "मला आता नक्की आठवत नाहीये."

"किती महिने, वर्षे झाली?" जीनने आता माहिती काढल्याशिवाय राहणारच नाही असे ठरवून टाकले होते.

"बहुतेक वर्ष."

"तुम्हाला आता काही कल्पना आहे की तो सध्या कुठे असेल?"

"नाही," गुंथर म्हणाला. "आणि माहीत असेल तरी मी ते तुम्हाला सांगणार नाहीये."

त्याने एक जुन्या पद्धतीची घंटा वाजवली आणि नर्सला बोलावले. जीनबद्दल त्याचा दृष्टिकोन आता बदलला होता.

"तुम्ही यासाठीच माझ्याकडे आला होतात का इन्स्पेक्टर? मला माझ्या जुन्या मित्राचा विश्वासघात कर, असं सांगायला?"

"नाही नाही. तुमचा काहीतरी गैरसमज होतोय. मला ट्रेसीने सांगितले की तुम्हाला लंडनमधील सर्व कनेक्शन्स माहिती आहेत. आणि एलिझाबेथबद्दल काही वावड्या पसरल्या असतील तर त्यासंबंधीदेखील तुम्ही मला खरी माहिती देऊ शकाल, असं तिने सांगितलं."

''ठीक आहे.'' गुंथर थोडासा शांत झाला; पण तरीही अजूनही तो पुरता शांत झाला नव्हता. ''ट्रेसीला हे माहितीये का, की तुम्ही जेफवर संशय घेत आहात.''

''मी त्याच्यावर संशय घेत नाहीये.'' जीन म्हणाला. ''खरं तर मी आत्ता तरी कोणाचवर संशय घेत नाहीये. कारण माझ्याकडे काहीही पुरावे नाहीयेत. पण ट्रेसी काय किंवा तुम्ही काय, तुमच्या त्याच्याविषयीच्या भावना चांगल्या आहेत म्हणून मी जेफला सोडून देऊ शकत नाही. त्याला याविषयी काही माहिती असावी किंवा कदाचित नसावीही. मला नाही माहीत. मला फक्त एवढेच माहितीये, की मला त्याला भेटायचं आहे आणि त्याच्याशी बोलायचं आहे. माझा संबंध फक्त या खून सत्रामध्ये बळी गेलेल्या त्या निष्पाप मुलींशी आहे आणि भविष्यातदेखील कितीतरी मुलींच्या जिवाला धोका आहे. मला त्या माणसाला पकडलंच पाहिजे मिस्टर हरटॉग. आणि मला फक्त याच गोष्टींची काळजी आहे.''

नर्स आतमध्ये आली. ती नर्स म्हणजे एक छोटीशी नाजूकशी फिलिपिनी मुलगी होती. तिचे इंग्रजी बेताचेच होते. जेव्हा तिला तिच्या पेशंटचे भेटायला आलेल्या माणसाविषयीचे संतापाचे भाव लक्षात आले, तेव्हा ती त्या दोघांच्या मध्ये आली. हाताची घडी घालून ती उभी राहिली आणि त्याला म्हणाली,

''ते आत्ता खूप दमलेले आहेत; त्यांना त्रास होतोय. तुम्ही आता निघा.''

जीनने तिच्याकडे आणि गुंथरकडे पाहिले.

''जर तुम्हाला काही माहिती आहे... पण ते तुम्ही माझ्यापासून लपवत असाल... आणि त्यामुळे जर का अजून एखाद्या मुलीचा बळी गेला तर त्याला तुम्ही जबाबदार आहात. कारण हा खेळ नाहीये हे लक्षात ठेवा.''

तो तिथून बाहेर जायला निघाला तशी गुंथरने त्याला हाक मारली.

''मी न्यू यॉर्कबद्दल बरेच ऐकतोय. चोरांसाठी ते फारच छान शहर आहे. उत्कृष्ट कला, किमती दागिने, सुंदर कलादालने, सगळंच कसं मोहवून टाकणारं आहे आणि खास करून ख्रिसमसच्या वेळेस.'' त्याने एक सुस्कारा सोडला. ''नुसता विचार केला तरी मला पुन्हा तरुण झाल्यासारखं वाटतं.''

''न्यू यॉर्क?'' जीनने विचारले.

''न्यू यॉर्क. बोटॅनिकल गार्डनजवळील विंटर बॉल म्हणजे खरोखर जादुई आहे. मला खात्री आहे की ज्याला तिथे असायला पाहिजे, तो प्रत्येक माणूस तिथे असेल. आता तुम्ही जाऊ शकता, इन्स्पेक्टर.''

१६

तिने तो बॉक्स हळुवार उघडला. त्याला लावलेल्या रेशमाच्या रिबिनीचा मऊशार स्पर्श तिच्या हाताच्या बोटांना जाणवत होता.

"मी आशा करतो की हे तुला आवडलं असेल."

त्या बॉक्समध्ये हिऱ्यांनी मढवलेले प्लॅटिनमचे एक मनगटी घड्याळ होते. ते पाहून तिच्या आश्चर्याला पारावर उरला नाही. जेफ तिच्या चेहऱ्यावरील बदलणारे भाव टिपत होता. तिचे थोडेसे वर आलेले गाल, सुंदर आणि मादक ओठ, आणि बर्फासारखी शुभ्र आणि नितळ त्वचा यामुळे व्हेरोनिका धंदा करणाऱ्या वेश्येपेक्षा एखादी सुंदर राणी किंवा आकाशातील परी वाटत होती. आपले नाजूक हात जेफच्या मानेभोवती टाकत ती एकदम आनंदाने रडायला लागली.

"बाप रे बाप. हे काय आहे? माझा खरंच विश्वास बसत नाहीये. हे सगळे तू?... खरंच मला काही सुचतच नाहीये."

"हे काहीच नाही. तू यापेक्षा सुंदर आहेस." जेफ हसला. तिचा आनंद पाहून त्यालाही खूप समाधान वाटत होते. मेरी ख्रिसमस!

ते दोघे व्हेरोनिकाच्या वेस्ट व्हिलेजमधील अपार्टमेंटमध्ये होते. खूप भव्य दिव्य नसले तरी तिचे घर अतिशय आरामशीर आणि प्रसन्न होते.

व्हेरोनिका अत्यंत उच्च प्रतीच्या गिऱ्हाइकांसाठी काम करत होती. तिचा ग्राहक वर्ग कमी होता; पण जे होते ते सगळे उच्च होते. तिचे ग्राहक निवडण्याबाबत ती

खूप चोखंदळ होती. आणि तिचे ग्राहक ती स्वत: शोधायची. कोणत्याही दलालाची तिने कधीच मदत घेतली नव्हती. या धंद्यामध्ये येण्यापूर्वी ती एक मॉडेल होती आणि थोडा फार अभिनय पण करायची. पण या दोन्हीचा तिला कालांतराने कंटाळा यायला लागला. तिला जे आवडायचे ते ती करायची. तिला सेक्स आवडायचा. आणि तिला पैसे देऊन तिच्याबरोबर झोपणारे तिचे ग्राहक तिला खूप आनंद देत असत. ते सगळे जण त्यांच्या त्यांच्या क्षेत्रांमध्ये यशस्वी होते, खूप बुद्धिमान होते. आणि जेफ स्टीवन्ससारखे अजून पाच जण होते, की जे खूपच उमद्या मनाचे होते.

व्हेरोनिकाला माहीत होते की जेफ इथे त्याच्या कामासाठी आलेला आहे. पण त्याने त्याच्या कामाविषयी तिला कधीच काही सांगितले नव्हते. तो न्यू यॉर्कमध्ये वर्षातून साधारणपणे दोन वेळा येत असे आणि तिला भेटत असे. कदाचित हे विचित्र वाटेल; पण जेफ व्हेरोनिकाचा खूप चांगला मित्र होता.

''ऐक,'' ती म्हणाली. ''आता ख्रिसमस जवळ आलाय. तुझे ख्रिसमसचे काही प्लॅन्स असतीलच. पण तू जर का एकटाच असशील तर तू माझ्याबरोबर ख्रिसमस साजरा करू शकतोस. माझी बहीण पण तिच्या मित्राबरोबर येणार आहे. आपण सगळे मिळून साजरा करू यात.''

''मला विचारलंस त्याबद्दल खरंच खूप धन्यवाद.'' जेफ म्हणाला. ''पण माझे काही प्लॅन्स ठरलेले आहेत.''

असे म्हणून बेडवर असलेले आपले मनगटी घड्याळ त्याने घेतले. शर्टाची कॉलर व्यवस्थित केली आणि तो बाहेर पडला. पण त्याला आठवले की तो त्याचा टाय बाथरूममध्येच बेसिनच्या ओट्यावर विसरला आहे, म्हणून तो घेण्यासाठी तो बाथरूममध्ये गेला आणि तिथे व्हेरोनिकाला पाहून स्तंभित झाला. ती आतमध्ये बाथटबवर बसून ड्रग्ज घेत होती.

''मला माफ कर. तुला काही हवं आहे का?''

''नाही. नको. चल मी निघतो. मला गेलं पाहिजे. तुला नंतर कॉल करतो.''

''ठीक आहे जेफ. आणि तुझ्या भेटवस्तूसाठी तुला खूप खूप धन्यवाद.''

सगळ्या शहरातील वातावरण एखाद्या परीकथेमधील सुंदर गावासारखे भासत होते. रात्री जवळजवळ दोन फूट बर्फ पडला होता. सेन्ट्रल पार्कवर बर्फ पडलेला होता, त्यामुळे ते आयसिंग केलेल्या केकप्रमाणे दिसत होते. सर्व रस्ते पांढरेशुभ्र होऊन चमकत होते. रस्ते, रस्त्यावर उभ्या असलेल्या गाड्या, इमारती सर्व कशा चकाचक झाल्या होत्या. प्रत्येक दुकानामध्ये नाताळचे मधुर संगीत वाजत होते, त्यामुळे सर्व वातावरण मंत्रमुग्ध झाले होते. दुकानांच्या खिडक्या वेगवेगळ्या रंगांच्या दिव्यांनी उजळून निघाल्या होत्या. ते सगळे वातावरण पाहून जेफला पुन्हा

एकदा आठ वर्षांचा छोटा मुलगा व्हावे, असे वाटले.

जेफने आपल्या ओव्हरकोटची बटणे लावली.

व्हेरोनिकासारख्या सुंदर मुलीने नशा करून स्वतःचे आयुष्य का बरबाद करावे?

तिला सेक्स आवडायचा आणि त्यासाठी ती स्वतःला विकत होती याबद्दल त्याला काहीच घेणे-देणे नव्हते. कारण त्याच्या मते वेश्याव्यवसाय हासुद्धा एक प्रामाणिक धंदा आहे, की जिथे पुरुष आणि स्त्री सुखाच्या शोधासाठी एकत्र येतात. पण नशा? त्याने फक्त नाश होतो. नशा माणसाचे उभे आयुष्य कसे बरबाद करते हे त्याने स्वतःच्या डोळ्यांनी पाहिले होते. नशेच्या आहारी गेलेली माणसं नीती, मूल्यं सगळं हरवून बसतात.

खरंच भयंकर आणि विचित्र आहे हे सगळे.

ट्रेसी समोरही अशी कित्येक प्रलोभने होती. पण ती कधीही त्यांना बळी पडली नव्हती. वास्तविक पाहता, ती आणि जेफ ज्या जगामध्ये वावरत होते ते जग म्हणजे एक भुलभुलैया होते. प्रलोभने, मोह ही तर पावलोपावली असायची. पण जेफ आणि ट्रेसी या दोघांनाही कधीच नशा करायचा मोह झाला नाही. त्याने आपले डोळे बंद केले की आजही तिला ट्रेसीचे बोलणे आठवत असे.

'मला असला आनंद नकोच आहे मुळी. कारण माझा सर्वांत मोठ्ठा आनंद तर तू आहेस जेफ.'

जेफला ट्रेसीची खूप आठवण यायची. आणि ख्रिसमसच्या या अशा आनंददायक वातावरणात तर खूपच येत होती. तिच्यासोबत ख्रिसमस साजरा करावा, असे वाटत होते.

जाऊ देत. खूप झाले होते आता. आता स्वतःबद्दल दया दाखवणेही बरेच झाले होते. जेफला न्यू यॉर्क शहराला भेट देणे नेहमीच आवडायचे आणि खास करून त्याची ट्रिप जेव्हा काम आणि मौजमजा करणे अशा दोन्ही कारणांसाठी असेल, तर त्याला या शहरात यायला फार आवडायचे. तो ग्रामर्सी पार्क इथे रँडॉल ब्रुकमेयर या नावाने राहत होता. रँडॉल हे जे पात्र तो वठवत होता, तो माणूस म्हणजे त्याच्याच मनाच्या कुठल्या तरी कोपऱ्यात असलेला एक काल्पनिक माणूस होता. आणि कधी तरी आपण असे व्हावे, असे जेफला नेहमी वाटे. आणि आज त्याच्यामध्ये कुठेतरी दडलेल्या या माणसाचे पात्र तो रंगवत होता. हा रँडॉल बायकांना घायाळ करणारा पुरुष होता. आत्ता त्याचे लक्ष्य एक रशियन सुंदरी होती. तिचे नाव होते स्वेटलाना द्राखोवा. ही सुंदरी न्यू यॉर्कमधील बोटॅनिकल गार्डन इथे सुप्रसिद्ध विंटर बॉलमध्ये सामील होण्यासाठी तिच्या मित्रासोबत आली होती. स्वेटलानाचा बहुतांश वेळ बारमध्ये किंवा पार्ट्यांमध्ये जाई. सेक्स म्हणजे तिच्यासाठी अगदी सहज गोष्ट होती. सध्या ती ओलेग ग्रीन्स्की या माणसाची रखेल होती.

ओलेग रशियामधील प्रसिद्ध व्यापारी होता. त्याचे राजकीय वजन होते. त्याच्या लैंगिक सवयी फारच वेगळ्या होत्या आणि त्याला ॲनल सेक्स करण्यात खूप रस होता. ओलेगने स्वेटलानाला किमती नाणी दिली होती. ही नाणी सहाशेव्या शतकात झालेल्या सम्राट हेराक्लियसच्या काळातील होती. जेफ ऊर्फ रँडॉल याला पूर्ण कल्पना होती की स्वेटलाना कधीही ही नाणी वितळवून त्याचे दागिने बनवू शकते. स्वेटलाना जितकी वरून सुंदर होती, तितकीच ती मनातून खूप कुरूप होती. जेफला तिच्याबरोबर झोपण्यात अजिबात आनंद येत नव्हता आणि म्हणूनच आजचा त्याचा निवास व्हेरोनिकाच्या घरी होता. पण तरीही तिची ती नाणी लाटायचा तो बेत करत होता. आणि ती नाणी तो एका हौशी स्पॅनिश माणसाला देणार होता. त्यांच्यामध्ये तसा एक दशलक्ष डॉलरचा करारही झाला होता. यात महत्त्वाची गोष्ट अशी होती की, ती नाणी त्याला सुरक्षित ठिकाणी द्यायची होती. आजकाल जेफला पुरातन वस्तूंशी खूप जवळीक निर्माण झाली होती. माणसांपेक्षा त्यांच्या सहवासामध्ये त्याला जास्त समाधान मिळत असे. कारण माणसे दुःख देतात तशा निर्जीव वस्तू तुम्हाला दुःख नाही देत.

कॅबमधून उतरून जेफ त्याच्या हॉटेलबाहेर थांबला. तो कायम ग्रामर्सी हॉटेलमध्येच उतरत असे. कारण या हॉटेलचा थाट काही औरच होता. सर्व प्रकारच्या उच्च प्रतीच्या सोयी-सुविधांनी युक्त असे हे हॉटेल होते. तसे रिट्झ हॉटेलसुद्धा आलिशान होते; पण जेफला इथे उतरण्यात जास्त आनंद होत असे.

जेफच्या स्वभावाचे वैशिष्ट्य म्हणजे तो कपडे बदलावे इतक्या सहजतेने या पात्रामधून त्या पात्रामध्ये शिरत असे.

''गुड आफ्टरनून यंग लेडीज.'' असे म्हणून त्याने दोन स्त्रियांना हस्तांदोलनासाठी आपला हात पुढे केला. त्यांनी पायघोळ फरचा अंगरखा घातला होता. ''तुम्ही सगळे जण इथे विंटर बॉलसाठी आला आहात, हो ना?''

''हो'' त्यातल्या एका स्त्रीने आपल्यासमोर उभ्या असलेल्या त्या रुबाबदार देखण्या पुरुषाकडे मादक कटाक्ष टाकला. तिच्या गळ्यात हिऱ्यांचा हार होता. तो इतका चमकत होता की पाहणाऱ्याचे डोळे दिपून जातील. ''तुम्हाला कसे कळले?''

''काही नाही. फक्त एक अंदाज होता. मी पण इथे त्यासाठीच आलो आहे.''

रँडॉल ब्रुकमेयरला बोटॅनिकल गार्डनच्या वार्षिक समारंभाला आमंत्रित केले गेले होते. पण तो तिकडे जाणार नव्हता. कारण इथे या बॉलला स्वेटलाना द्राखोवा येणार होती आणि तेही तिच्या त्या किळसवाण्या घाणेरड्या बाप शोभेल अशा ओलेगबरोबर. जेफ आशेवर होता की जे त्याला करायचे होते ते तो करू शकणार होता. पण ते सोपे नव्हते; कारण मधमाश्या जशा पोळ्याला चिकटून असतात, तसे पोलिससुद्धा या बॉलच्या अवतीभवती पहारा देण्याकरता चिकटून होते. कारण

मागच्या वर्षी एक नाही तर दोन मोठ्या चोऱ्या इथे झाल्या होत्या. त्यांतली एक म्हणजे एका हॉलिवूड अभिनेत्रीचे एक खूप किमती ब्रेसलेट चोरीला गेले होते आणि मागच्या वर्षीच्या चोरीच्या घटनांमुळे या वर्षीदेखील अफवा पसरली होती की आत्तासुद्धा काहीतरी चोरीचा मोठा कट शिजत आहे. पाश्चिमात्य जगतातील प्रत्येक चोर इथे आपले नशीब आजमावायला येणार होता.

फक्त मी नाही. जेफने विचार केला. त्याने आपले हात त्या दोघींच्या कंबरेभोवती लपेटले आणि त्यांना जवळ ओढून घेतले.

''नाव रँडी.'' त्याने सूर लावला. ''रँडी ब्रुकमेयर. तुमच्यासाठी ड्रिंक्स आणू का?''

जीन रिझो त्या बेल्ट्सना काळजीपूर्वक न्याहाळत होता. त्याला आश्चर्य वाटत होते की या साध्या चामड्याच्या बेल्ट्ससाठी हजारो डॉलर्स कोण मोजेल? त्याला समजले की त्याचे लक्ष्य इथेच आहे. आता जायची वेळ आलीय.

जीन एलिझाबेथ केनेडीच्या मागावर होता. या वेळेस एलिझाबेथ नव्या नावाने वावरत होती आणि ते होते मार्था लँगबोर्न. तीन आठवड्यांपूर्वीच ती लंडनहून न्यू यॉर्कमध्ये आली होती. मिडटाउन येथील मोरगन्स हॉटेलमध्ये उतरली होती. जीन रिझोने तिचा पाठलाग केला होता. गुंथरला भेटल्यानंतर जेफची गाठ घेण्यासाठी तो मॅनहॅटन इथे आला होता. पण अजून तरी ट्रेसीच्या भूतकाळातील नवऱ्याचा त्याला काही शोध लागत नव्हता.

हे त्याच्यासाठी खूपच वाईट होते आणि भरीस भर म्हणून ती एलिझाबेथ. न्यू यॉर्कमध्ये आल्यापासून तिने स्वतःविषयी आपले मत आणि आपली अशी काही प्रतिमा उभी केली होती की, ती काही जणू बाकीच्या श्रीमंत पर्यटकांपैकी एक आहे. जीन तिचा अगदी अथकपणे सगळीकडे पाठलाग करत होता. डिनर पार्ट्यांमध्ये, महागड्या रेस्टॉरंट्समध्ये, आर्ट गॅलरीजमध्ये, म्युझियममध्ये, जी जी कोणती पर्यटन स्थळे आहेत तिथे, तो तिच्या मागावर होता.

लिओनला परतल्यावर जीनचा बॉस हेन्री मार्स्यू त्याला शेवटी वैतागून म्हणाला, ''अरे, आपण असे किती दिवस या बाईचा पाठलाग करणार आहोत. आपले बजेट नाहीये तेवढे.''

''एलिझाबेथ केनेडी ही या केससाठी खूप महत्त्वाची आहे.''

''कसली महत्त्वाची! मला तरी तुझ्या या बायबल किलरशी तिचा काही संबंध आहे असे वाटत नाही.''

''म्हणूनच मला इथे राहायचे आहे. कमीत कमी पुढचा पूर्ण आठवडा तरी. ती बोटॅनिकल गार्डनमध्ये विंटर बॉलच्या वेळेस काहीतरी कांड करण्याचा कट करत

आहे. मला खात्री आहे. ती तिच्या साथीदाराला संपर्क करण्याचा प्रयत्न करेल आणि तोच... तोच माणूस आपल्याला हवाय हेन्री.''

हेन्री जीन रिझोला कित्येक वर्षांपासून ओळखत होता. त्याला माहीत होते की जीन अतिशय हुशार हेर आहे. हुशारीबरोबर त्याची बुद्धीदेखील खूप तीक्ष्ण होती. पण या ठिकाणी त्याच्या बुद्धीपेक्षा त्याच्या भावनांचा तो जास्त उपयोग करत होता. मरणासन्न अवस्थेत मरणशय्येवर पडलेला कुणीतरी गुंथर त्याला सांगतो काय आणि त्याचे ऐकून हा जगभर एखाद्या सावलीच्या मागे धावतोय काय. आणि हे सगळे कशासाठी? मेलेल्या कोणत्या तरी फालतू वेश्यांकरता. यापेक्षादेखील कित्येक महत्त्वाच्या केसेस होत्या. ड्रग्जचा धंदा करणाऱ्यांना किंवा माणसांचा व्यापार करणाऱ्या जगभरातील टोळ्यांना पकडणे असे कितीतरी महत्त्वाचे गुन्हे होते, की ज्यामध्ये गुंतलेल्या गुन्हेगारांना शोधणे हे जास्त महत्त्वाचे होते.

''मला हे पटतच नाहीये जीन. मला माफ कर; पण उद्यापासून तू एकटा हे सगळे उद्योग कर. मी नाही यात तुला मदत करणार.''

सिल्व्ही, जीनची पूर्वीची प्रेयसी, तिलाही हे पटले नव्हते.

''अरे ख्रिसमस येतोय. तुला घरी गेलं पाहिजे. तुझ्या मुलांचे काय? ती पण वाट पाहत असतील ना तुझी?''

जीनला क्लेमेन्से आणि ल्यूकची खूप आठवण आली. पण जोपर्यंत त्याच्या कामामध्ये काही प्रगती होत नाही तोपर्यंत तो घरी जाऊ शकत नव्हता. जर अजून एखाद्या मुलीचा बळी गेला आणि तो काहीच करू शकला नाही, तर तो स्वतःला कधीच माफ करू शकणार नव्हता.

शेवटी काल काही तरी प्रगती घडतेय अशी परिस्थिती निर्माण झाली. म्हणजे एलिझाबेथ अजूनही तिच्या साथीदाराला भेटलीच नव्हती; पण तिने बियांका बर्कलीचा पाठलाग करायला सुरुवात केली होती.

बियांका एक सुप्रसिद्ध टेलीव्हिजन स्टार होती. बच बर्कली नावाच्या एका गडगंज अब्जाधीश बांधकाम व्यावसायिकाची ती पत्नी होती. दिसायला खूप सुंदर होती. अतिशय श्रीमंत पण तितकीच चमत्कारिक होती. तिने केलेल्या वेगवेगळ्या आणि चमत्कारिक गोष्टींमुळे गॉसिप स्तंभलेखकांची अतिशय आवडती होती. ती ऑक्सिजन हेल्मेटमध्ये झोपली काय होती किंवा ती स्वतःचेच मूत्र रोज प्यायची आणि तिचे रोजचे जेवण काय असावे हे ठरवण्यासाठी तिने एका ज्योतिष्याला नेमले होते. हे सगळे उद्योग ती रोगप्रतिकारशक्ती वाढवण्यासाठी करायची. बचने तिची निवड केली होती, कारण एकतर ती प्रचंड श्रीमंत होती, सुंदर होती आणि मुख्य म्हणजे बचने कोणत्याही बाईबरोबर शारीरिक संबंध ठेवले तरी तिला काही घेणेदेणे नव्हते. फक्त ती पैशाच्या आणि दागदागिन्यांच्या राशीत लोळली पाहिजे,

एवढेच तिच्यासाठी महत्त्वाचे होते.

हे दोघे पतीपत्नी विंटर बॉलला येणार, हे शंभर टक्के खरे. काल सकाळी लवकर नाश्ता करून मार्था लँगबोर्नने तिचे हॉटेल सोडले आणि बियांकाचा पाठलाग केला. पहिल्यांदा तिच्या क्लासमध्ये, नंतर तिच्या ऑफिसात आणि मग तिच्या कॉन्फरन्समध्ये. तिथे ती ल्युसिओ ट्रायव्होली या तिच्या मॅनेजरसोबत एक तास होती.

आज बियांका तिच्या स्टाफसाठी बूट खरेदी करण्यासाठी स्टोअरमध्ये आली होती. मार्था तिच्या बरोबर मागे उभी होती. त्यामुळे आता यात काहीच शंका नव्हती की एलिझाबेथचे आत्ताचे लक्ष्य बियांका होती.

त्या दोघी तिथून जाईपर्यंत जीन त्या दोघींना बघत होता. थोड्या वेळाने बियांका स्टोअरच्या बाहेर आली. तो तिच्या मागे जाणार एवढ्यात कुठल्या तरी अंतःप्रेरणेने तो तिथेच थांबला. त्याने अपेक्षित केल्याप्रमाणे एलिझाबेथ केनेडीला तिच्यामागे जाताना पहिले. पण या वेळेस त्याने तिच्यामागे दोन माणसे जात असताना हेरली. जीनला त्यांचे चेहरे दिसू शकत नव्हते. पण त्यांच्या एकंदर देहबोलीवरून, एकंदर लकबीवरून आणि ज्या पद्धतीने ते एकमेकांकडे त्यांची डोकी वळवत होते त्यावरून त्याने अंदाज बांधला की ते दोघे एकत्र काम करत असावेत.

याचा अर्थ एलिझाबेथला एक नाही तर दोन साथीदार आहेत? का ती कोणत्या तरी गँगबरोबर काम करतेय?

जीनने आपला सेलफोन काढला आणि त्यांचे फोटो घेण्यास सुरुवात केली. आणि ते फोटो घेत असताना त्याने असे नाटक केले की त्या स्टोअरमध्ये ख्रिसमससाठी ज्या काही गोष्टी ठेवल्या आहेत, त्यांचेच फोटो तो काढत आहे. पण नंतर त्या स्टोअरमध्ये गर्दी वाढली आणि ती पुढे पुढे सरकू लागली, तसे ते दोघं स्टोअरच्या बाहेर पडले.

जीनला माहीत नव्हते की त्यांचे चेहरे फोटोमध्ये आले आहेत की नाही. त्याच्या मनातील विचार धावू लागले. खूप लोक आहेत इथे.

असा विचार करून तो भराभर पुढे सरकू लागला. त्याने एका जाडजूड बाईला आणि तिच्या मुलाला अगदी निर्दयीपणे धक्का दिला आणि तळमजल्यावरील एका खिडकीच्या दिशेने तो जाऊ लागला. त्या खिडकीच्या काचेवर आपला चेहरा दाबून घेत तो पाहू लागला तेव्हा बियांका त्याच्या दृष्टीस पडली. ती तिच्या गाडीत बसली आणि गाडी भरगाव वेगाने निघून गेली. पण या नादात एलिझाबेथ किंवा ती दोन माणसे मात्र त्याला काही दिसली नाहीत.

"शी... काय हे!" तो जोरात ओरडला. ते पाहून त्याच्या जवळून जाणारा एक माणूस त्याच्या दिशेने वळून त्याच्याकडे पाहायला लागला. तो तिथून जाणार

एवढ्यात त्या दोन माणसांपैकी एक माणूस त्या खिडकीच्या पुढे आला. तो आता जीनच्या अगदी जवळ उभा होता. त्याने कोट घातला होता. तो बुटका होता आणि त्याचे केस काळे होते. पण अजूनही जीनकडे त्याची पाठच होती... ए मूर्खा वळ. इकडे वळ. तो मागच्या बाजूला झुकला. रस्त्यावरील कुणाला तरी तो हात हलवत होता. जीनला तो कुणाला हात करतोय हे काही कळत नव्हते. काही सेकंदांनंतर तिथे एक पिवळ्या रंगाची कॅब आली तसा तो त्यात बसला आणि निघून गेला.

बाहेर डिसेंबर महिन्यातील झोंबणारा वारा त्याच्या चेहऱ्यावर फटकारे मारतोय, असे त्याला वाटत होते. रस्त्यावर ख्रिसमसच्या खरेदीसाठी झुंबड उडाली होती. बाहेर रस्त्यावर पिवळ्या कॅब्जची मोठी रांगच्या रांग लागली होती. एक माणूस तर निसटला. जर दुसऱ्या माणसाला त्याने पाहिले असते तर त्याला कदाचित तो ओळखू शकला असता. त्याला आशा होती की एलिझाबेथच्या हॉटेलवर हे तिघे नक्की एकत्र येतील आणि अचानक ती त्याच्या दृष्टीस पडली. ती फूटपाथवरून चालत होती.

जीन रिझोने तिचा पाठलाग करायला सुरुवात केली. त्या दोन माणसांपैकी आता एकही जण कुठे आसपास दिसत नव्हता. पण एलिझाबेथला नजरेसमोरून जाऊ द्यायचे नाही, हे मात्र त्याने पक्के ठरवले होते. तिच्यामध्ये आणि स्वतःमध्ये एक सुरक्षित अंतर ठेवून तो तिचा पाठलाग करत होता. आणि चालता चालता तो मघाशी घेतलेले फोटो पाहत होता. ते फोटो पाहिल्यावर त्याच्या लक्षात आले, की ते खूपच लांबून घेतले होते. आणि तेही एवढ्या गर्दीमध्ये. कसे काय ओळखायचे यावरून?

एलिझाबेथ ट्रेनमधून खाली उतरली आणि आता एक पर्यटक असल्याप्रमाणे रमतगमत रस्त्यावरून चालत हॉटेलकडे येऊ लागली. जीन सुरक्षित अंतरावरून तिचा पाठलाग करतच होता. चार वाजले होते. हळूहळू अंधार पडण्यास सुरुवात झाली तशी गर्दीदेखील पांगायला लागली. बर्फ पडायला सुरुवात झाली होती. बर्फ आता खूप पडायला लागला. जीनचा चेहरा, त्याचा ओव्हरकोट यांवरदेखील बर्फ पडला होता. ही बया चाललीय तरी कुठे?

एलिझाबेथ एकदम थांबली. कुणी आपल्याला पाहत नाही ना याची खात्री करण्यासाठी तिने इकडे तिकडे पाहिले आणि मग तिथेच एका बाकड्यावर बसली. तिच्या कपड्यांवर पडलेले बर्फ ती हाताने झटकून टाकत होती. जीन चालतच राहिला. तो एका ठिकाणी येऊन थांबला. ती जागा टेहळणी करण्यासाठी एकदम योग्य होती. त्याला सगळे दिसू शकत होते; पण तो कुणाला दिसत नव्हता. जीनने आपला फोन बाहेर काढला आणि वाट पाहत बसला.

त्याला फार वेळ वाट पाहावी लागली नाही. काउ बॉयची कॅप घातलेला एक

माणूस इकडे तिकडे पाहत मुद्दाम त्या बाकड्याच्या दिशेने आला. तो जसा जवळ आला, तशी एलिझाबेथ उठून उभी राहिली आणि त्याच्याकडे पाहून हसली. त्याने तिचे बाहू पकडले. नंतर त्या माणसाने आपली कॅप काढली आणि जीनला आता त्याचा चेहरा अगदी स्पष्टपणे दिसू शकला. तो माणूस खूपच देखणा होता.

जीनने त्याचा मोबाइल घेतला आणि त्यांचे फोटो काढू लागला. क्लिक क्लिक क्लिक...

ट्रेसी शिडीच्या टोकाला उभी होती. आणि ख्रिसमसच्या देवदूताचे चित्र लावत होती, तेव्हा तिचा फोन वाजला.

''तो फोन देतोस का बाळा?'' तिने निकोलसला बोलावले. ब्लेक कार्टरदेखील त्यांना मदत करत होता. ट्रेसीला ख्रिसमस खूप आवडायचा. आणि हे घर अगदी खास ख्रिसमससाठीच बनवले आहे असेच तिला वाटायचे. त्याचे छप्पर खूप उंच होते. ट्रेसी दर वर्षीच ख्रिसमसच्या वेळेस घर इतके सुंदर सजवायची, की ब्लेकचे डोळे दिपून जात असत. ख्रिसमस कॅरोल गाणारी गोंडस कुत्री, एक मोठा प्लॅस्टिकचा सांता आणि त्याचे चकमक करणारे बूट आणि टोपी. त्याला कुठेही हात लावला तर तो 'हो हो हो' असा आवाज करायचा. घराची अशी मस्त सजावट पाहून निकोलस खूपच खूश होत असे आणि निकोलसला आनंदी पाहून ब्लेकच्या चेहऱ्यावर समाधान पसरायचे.

''अरे बोला, जीनकाका.'' ट्रेसीच्या वतीने निकोलसने विचारले. ''कसे आहात तुम्ही? आईशी बोलायचे आहे का? थांबा.'' असे म्हणून त्याने ट्रेसीकडे फोन दिला. ''आई तुझ्या मित्राचा फोन. घे.'' असे म्हणून तो कार्डबोर्डच्या बॉक्सपाशी गेला.

ट्रेसी किचनमध्ये गेली.

''मला वाटतं आपलं ठरलं होतं ना, की लॅंडलाइनवर फोन नाही करायचा.'' ट्रेसी हळूच आवाजात कुजबुजली. ''कमीत कमी तो जागा असताना तरी.''

''अगं हो; पण मला राहवलं नाही. मी आत्ताच जेफ स्टीवन्सला सेन्ट्रल पार्कमध्ये पाहिलं.''

ट्रेसीच्या पोटात खड्डा पडला.

तो एलिझाबेथ केनेडीला भेटला. ते दोघे खूप जवळ आहेत असे वाटत होते.

तिला खूप मोठा धक्का बसला. आपण कोलमडतो आहोत असे तिला वाटले आणि तिने आधार घेण्यासाठी टेबलाला धरले.

''मी तुला फोटो पाठवतो, फोनवर ते पाहा. ते दोघे जवळजवळ अर्धा तास बोलत होते आणि नंतर तिच्या हॉटेलवर गेले. एलिझाबेथ बियांका बर्कलीला लुटण्याचा कट करत आहे. आणि जेफदेखील तिच्या या कटामध्ये सामील असावा.

बघ मी पाठवले आहेत फोटो. ओपन होत आहेत का ते पाहा.''

शांतता...

''ट्रेसी? तू आहेस ना फोनवर?''

''हो. मी ऐकते आहे. बोल.'' ट्रेसी थंडपणे म्हणाली.

त्या दिवशी दुपारी काय काय घडले हे सर्व जीनने ट्रेसीला सांगितले. ती दोन माणसे. बियांकाला लक्ष्य करण्याचा त्यांचा डाव असल्याचा त्याचा संशय, गुंथरने अंदाज केल्याप्रमाणे विंटर बॉलच्या वेळेस डल्ला मारण्याचा त्यांचा डाव, आणि जेफबद्दल त्याचा बळावणारा संशय.

''ती जवळजवळ एक तास त्याच्या हॉटेलवर होती. आधी ती निघाली आणि मग तो. मी त्यांचा पाठलाग करत होतो.''

''तो कुठे गेला?'' ट्रेसीने शांतपणे विचारले.

''तो मीटपॅकिंग डिस्ट्रिक्टला गेला. तिथे एका धंदेवालीला घेतले.''

ट्रेसी हे ऐकून थिजून गेली. ती सर्व संवेदनांच्या पलीकडे गेली होती. तिचे निककडे लक्ष गेले. तो सजावट करण्यात मग्न होता. शेजारच्या खोलीत ख्रिसमस कॅरॉल लावलेली होती. आणि या वातावरणात जीनचा आवाज आणि जेफ हा कुठेच बसत नव्हता.

'मी इथे आले ते सगळे विसरण्यासाठी. त्याच्या विचारांपासून दूर जाण्यासाठी. मागचे आयुष्य विसरण्यासाठी.'

आता तिला राग येऊ लागला. संतापाने अंगाची लाहीलाही होत होती.

जेफ एलिझाबेथबरोबर काम करूच कसे शकतो. आणि तो वेश्यांसोबत कसा काय झोपू शकतो? एवढी वर्षे झाली तरी मला दुखवायची आणि मला अतोनात मानसिक यातना देण्याची अजूनही त्याच्यामध्ये ताकद कशी काय असू शकते?

''जीन तुला काय हवंय? तू मला का फोन केलास आत्ता?'' तिचा आवाज थंड होता.

''मला तू न्यू यॉर्कमध्ये यायला हवी आहेस ट्रेसी.''

ट्रेसी उपहासाने हसली. ''मूर्ख आहेस का तू? ख्रिसमस चालू आहे.''

''ट्रेसी मला तुझी गरज आहे. तू कुणाहीपेक्षा जास्त ओळखतेस जेफला.''

''नाही. आता नाही ओळखत मी त्याला.''

''तू माझे ऐकत नाहीयेस का?'' जीनच्या आवाजामध्ये वैफल्य होते. ''इथे काही तरी शिजतंय ट्रेसी. विंटर बॉल आता एक आठवड्याने सुरू होईल. एलिझाबेथ आणि जेफ दोघं मिळून काहीतरी कट करत आहेत. खूप मोठा कट शिजत आहे. आणि यामध्ये आणखी काही जणदेखील सामील असावीत. कदाचित एक मोठी

गँग असावी. मला माहीत नाही; पण जेफचे वेश्यांशी संबंध आहेत. तो खूपच उत्साही जाणवत आहे. आणि जर का आपण काही पावले नाही उचलली, तर अजून एखाद्या मुलीचा बळी जाईल.''

''एक मिनिट थांब. फोन होल्डवर ठेव.'' ट्रेसीने त्याला मध्येच थांबवले. ''तुला असं म्हणायचे आहे का की तुझा तो बायबल किलर म्हणजे जेफ आहे?''

''मला खूप दाट शक्यता वाटत आहे.''

ट्रेसीने तिचे डोके हलवले. आपल्याला काही वाईट स्वप्न तर पडलं नाहीये ना? हा संवाद खरंच होत आहे की हे स्वप्न आहे. मी थोड्या वेळाने उठून स्वप्न आहे म्हणून हसत तर बसणार नाहीये ना.

''तुझं डोकं फिरलं आहे जीन.''

''मग ये न्यू यॉर्कला आणि मला मदत कर, सिद्ध कर की माझा संशय खोटा आहे.''

''तू बहिरा आहेस का? तुला सांगितलं ना की मी नाही येऊ शकत तिकडे? आणि हा आपल्या कराराचा भाग नाहीये.''

''ट्रेसी, प्लीज ये.'' जीनचा आवाज आता ओरडल्यासारखा येत होता. ''तू ऐकते आहेस ना? तू इकडे ये म्हणजे मी तुला सगळं खरं सांगतो.''

ट्रेसीने फोन खाली आपटला आणि फोनची केबल काढून टाकली. तसा तिचा सेलफोन वाजू लागला.

जीनचे फोटो.

जेफ आणि एलिझाबेथ

एकत्र

ट्रेसीने फोन घेतला आणि तो बंद करून ठेवला. एखादा बॉम्ब निकामी करत असल्याप्रमाणे तिचा हात थरथरत होता.

''आई!'' पलीकडच्या खोलीतून निकोलसचा आवाज आला. ''तुझं झालं का? झालं असेल तर मला मदत कर.''

ट्रेसीच्या डोळ्यांतून अश्रू वाहत होते, ते पुसत ती म्हणाली. ''आलेच बाळा, थांब.''

मध्यरात्र होती, पण जीनला मात्र काही केल्या झोप येत नव्हती. त्याचा फोन वाजला तेव्हा तो टक्क जागा होता.

''तुला खरंच खात्री आहे का की जेफचा या खुनामध्ये हात आहे?'' ट्रेसीचा आवाज खूप थकल्यासारखा येत होता.

''मला नाही माहीत ट्रेसी. तुला खात्री आहे की तो नसणार म्हणून?''

ट्रेसी काहीच बोलली नाही. काय खरं आणि काय खोटं, हे तिला समजेनासे

झाले होते. कुणावर विश्वास ठेवावा, हेच तिला कळत नव्हते. तिला फक्त हे दुष्ट स्वप्न लवकर संपावे असे वाटत होते.

"उद्या इकडे येण्यासाठी फ्लाइट आहे. तू ती घे. अमेरिकन एअरलाइन्सवर तुला तिकीट मिळेल."

"तुला काय वाटतंय की मी तिकडे येईन का? तुला किती वेळा सांगितलं की मला इथे माझं आयुष्य आहे आणि मी न्यू यॉर्कला नाही येऊ शकत."

"बरं." जीन म्हणाला.

"अरे, ख्रिसमस आहे!"

"हो. सगळे मला हेच सांगत आहेत."

"पण मी खरंच सांगतेय की मी तुला फोन केला ते तुला 'नाही' सांगण्यासाठी. मी न्यू यॉर्कला येत नाहीये."

१७

"या मॅडम, न्यू यॉर्क शहरामध्ये तुमचे स्वागत असो."

न्यू यॉर्कमध्ये आलेल्या ट्रेसीचे जीनने हसून स्वागत केले.

"शेवटी तू इकडे यायचं ठरवलंस हे पाहून मला खूप आनंद झाला."

"मी नाही ठरवलं. तू मला यायला भाग पाडलंस, मला ब्लॅकमेल करून."

"ठीक आहे बाई. आता भांडणच करणार आहेस का?" जीनने हळूच मिस्कीलपणे तिला कोपराने ढोसले. "पण हे तू मान्य केलं पाहिजेस की मी तुला या निमित्ताने स्टीमबोटच्या बाहेर काढलं की नाही. नाही तर कसलं रटाळ आयुष्य जगात होतीस."

"अरे वा! म्हणजे आता तू ठरवायचंस का की मी कुठे बोअर होते आणि माझं अमुक एक आयुष्य रटाळ आहे." ट्रेसी उपहासाने म्हणाली.

त्यांनी एअरपोर्टच्या कॅफेमध्ये बसून कॉफी मागवली.

"आपण आता मुद्द्याचंच बोलू यात. काय?"

"खरं की काय?"

जीन दिलखुलास हसला. त्याला अजूनही विश्वास बसत नव्हता की ट्रेसी तिथे आली आहे.

"एक गोष्ट नीट ऐक. मी तुला जेफ स्टीवन्सला पकडण्यात काहीही मदत करणार नाहीये."

''याचा अर्थ काय?''

''तेच जे मी आत्ता सांगितलं. तू मला काल रात्री विचारत होतास ना की जेफचा या खुनांमध्ये हात असू शकतो का? काल रात्रभर मी विचार करत होते. आणि माझी खात्री पटली आहे की जेफचा या खुनांशी काडीमात्र संबंध नाही. तुला माहितीये की...''

''पण ट्रेसी...''

''आता पण नाही आणि बिण नाही. माझं बोलणं अजून संपलेलं नाहीये. मी तू पाठवलेले फोटो पाहिले. हे खरं असेल की जेफचा काहीतरी संबंध असू शकतो. पण म्हणून याचा अर्थ असा नाही की तो खुनी आहे.''

जीन रिझो थोडा वेळ शांत बसला. मग तो म्हणाला, ''ठीक आहे. मान्य करतो मी. पण हेही खरे आहे ना की मुलींना कुणी ना कुणी तरी मारते आहे.''

''हो. हे मान्य आहे मला.''

''प्रत्येक वेळी एलिझाबेथ काही ना काही तरी कांड करते.''

''हो.''

''आणि आत्तासुद्धा ती तेच करायचा प्रयत्न करणार आहे आणि तेही जेफच्या मदतीने.''

''शक्यता आहे.''

''आपल्याला त्यांना रेड हँड पकडावं लागेल.''

''हो तिला रेड हँड पकडावं लागेल, त्यांना नाही.'' ट्रेसीने 'तिला' या शब्दावर जोर दिला. ''आणि या कामामध्ये तुला काय लागेल ती मदत करायला मी तयार आहे. पण जेफला पकडून द्यायला मी मदत करणार नाही. आणि आपलं डील असंच आहे. हो ना? मान्य असेल तर पहा. आणि यामध्ये कोणताही बदल होणार नाही. जेफला या सगळ्यातून बाहेर काढ.''

जीन मनात म्हणाला. 'अजूनही ही प्रेम करतेय त्याच्यावर.'

''ठीक आहे,'' तो म्हणाला. आपण सध्या तरी एलिझाबेथवर लक्ष केंद्रित करू यात. सांग कुठून सुरुवात करू यात?''

''आपले जे लक्ष्य आहे तिथून.'' ट्रेसीने कॉफीचा शेवटचा घुटका घेतला आणि तिथून उठली. आत्ता तरी मी माझ्या हॉटेलमध्ये जात आहे. मला माझ्या मुलाला फोन करायचा आहे आणि मला फ्रेश व्हायचे आहे. बियांका बर्कली आणि त्या विंटर बॉलविषयी जी काही माहिती तुझ्याजवळ आहे, ती मला पाठव.''

''आपण दोघे एकत्र बसून चर्चा करू यात का? आपण दोघे मिळून त्या फाइलची डिटेल्स पाहू यात. आणि काही कल्पना सुचते आहे का ते पाहू. मला तुझ्या...''

"नाही." ट्रेसी म्हणाली. "मला एकटीनेच काम करायची सवय आहे. मला रात्री बरोबर आठ वाजता डिनरसाठी प्रिन्स स्ट्रीटवरील जोन कॅफेमध्ये येऊन भेट. मी तुझ्यासाठी एक योजना आखून ठेवते."

जोन हे शहरातील उत्कृष्ट रेस्टॉरंट्सपैकी एक होते. शहराच्या मध्यभागात हे रेस्टॉरंट होते. तिथले जेवणदेखील फारच रुचकर असायचे. मका, कुस्करलेले बटाटे, चीज यांचे सँडविच म्हणजे या हॉटेलची खासीयत होती. आणि या हॉटेलमध्ये ग्राहकांना दिली जाणारी उत्तम सेवा, हीदेखील वाखाणण्याजोगी होती.

ट्रेसीने टर्टल नेकचा स्वेटर आणि लोकरीची ट्राउझर घातली होती. बाहेर मरणाची थंडी असल्याने तिचे गाल लाल झाले होते. आणि तिच्या हिरव्या डोळ्यांमध्ये वेगळीच चमक जाणवत होती. ती जीनवर भडकलेलीच होती; पण थोडाच वेळ. जोपर्यंत एअरपोर्टवरून निघाली तोपर्यंतच. आता तिचा पारा जरा खाली आला होता. ती बोलत होती तेव्हा तिच्या प्रत्येक वाक्यातून विलक्षण ऊर्जा बाहेर पडतेय, असे वाटत होते.

"मला समजलंय एलिझाबेथ काय चोरणार आहे."

"खरंच?"

ट्रेसीने मान हलवली. "बियांका बर्कली बोटॅनिकल गार्डनला येताना तिचे कोणतेही दागिने घालून येणार नाहीये; तर ती हिरव्या पाचूचा गळेबंद हार घालून येणार आहे. आणि तिने तो हार टिफनीकडून आणलाय. त्याची किंमत अडीच दशलक्ष डॉलरच्या आसपास असावी. आणि त्याचा तीन दशलक्षाचा विमा काढला गेलाय."

जीनचे डोळे विस्फारले, "हे सगळे तुला कसं माहीत?"

"मी स्टोअरमध्ये गेले आणि माहिती काढली. तिथला क्लार्क माझ्यावर लट्टू झाला होता, असं मला वाटतं."

जीन मनातल्या मनात म्हणाला, 'वाटतं काय; मी पैज लावतो, झालाच असणार.'

"तो हार बॉलच्या दिवशी बरोबर तीन वाजता बर्कलीच्या घरी पोहोचेल." ट्रेसी पुढे म्हणाली, "आणि तो एका सुरक्षित व्हॅनमधून आणला जाणार आहे. गाडीमध्ये दोन सुरक्षा अधिकारी आणि एक ड्रायव्हर असेल. विमा कंपनीचे लोक तिथे घरी असतील ते कुणाकडून तरी पेपरवर सह्या घेतील. आणि तो हार दुसऱ्या दिवशी सकाळी दहा वाजता परत पोचवला जाईल. तो नेण्यासाठी तीच व्हॅन येईल."

जीन शांतपणे मान हलवत होता.

"दुपारी तीन ते संध्याकाळी सहा या सुमारास जेव्हा बर्कलीचा ड्रायव्हर

ब्रुकलीनला निघेल, त्या वेळेस घरात काहीतरी कांड होण्याची शक्यता आहे. बियांकाचा हेअर ड्रेसर, तिचा सेक्रेटरी, मेकअपमन ही मंडळीदेखील तिथे असतील. आणि हो. तिची धर्मगुरूदेखील असेल तिथे.''

''म्हणजे कोण?''

''तिची धर्मगुरू. बच चर्चला सढळ हाताने देणग्या देत असतो. तुला नाही माहीत?''

''नाही. हे नाही मला माहीत.''

''कसं काय. तुला तर या गोष्टी माहीत पाहिजेत. मी आत्ता जे जे काही तुला सांगत आहे, त्यावर विश्वास ठेव. या सगळ्या गोष्टी एलिझाबेथला आधीच माहिती आहेत. सगळे... आतले बाहेरचे... सगळे काही तिला माहिती आहे. ही मार्था अर्थात एलिझाबेथच ती धर्मगुरू असणार आहे.''

जीनच्या तोंडाचा आश्चर्याने आ वासला होता.

''तिच्या पासपोर्टवर धर्माच्या रकान्यात तिचा सायन्टॉलॉजी हा धर्म लिहिलेला आहे.'' ट्रेसीने माहिती दिली. ''असो... त्यातला मुख्य मुद्दा असा आहे, की तो गळेसर एका खोलीतून दुसऱ्या खोलीत आणि या हातातून त्या हातात खूप वेळा जाणार आहे. आणि तीच एक मोठ्ठी संधी आहे. खास करून जेव्हा मार्था एक धर्मगुरू म्हणून असेल आणि ती तिथे असेल तर हे अगदीच शक्य आहे.''

''म्हणजे तुला असं म्हणायचंय, की एलिझाबेथ बर्कलेच्या घरातून तो किमती पाचूचा हार पळवला जाणार आहे. आणि तोही तीन ते सहा या वेळात?''

''नाही,'' ट्रेसीने वेटरला हात केला आणि त्याला एक ग्लास वाइनची ऑर्डर दिली. ''मी असं म्हणाले की ही एक संधी आहे. कदाचित दुसऱ्या मार्गानेसुद्धा चोरी होऊ शकेल.''

''जसं?''

''त्या स्टोअरमधून, तिथल्या बोळामधून किंवा बॉलमधूनसुद्धा चोर चोरी करू शकेल.''

''असं आहे तर...'' जीन विचार करता करता म्हणाला. ''तू जर त्या जागी असतीस तर तू ही चोरी कशी केली असतीस?''

''बोळामधून.''

''का?''

''कारण ते खूपच सोपे आहे. पण अर्थात त्यासाठी काही लोकांची मदत लागेल. तुमची टीम पाहिजे. म्हणजे ते सोपे होईल.''

''तिची टीम आहे. आहेत तिचे अजून साथीदार.''

''हो.'' वाइनचा एक घुटका घेत ट्रेसी म्हणाली.

“मला वाटतंय की तिचे साथीदार आहेत.”

ट्रेसी हसली.

जीन विचार करू लागला. ती या सगळ्याचा आनंद लुटतीये. तिला आवडतंय सगळं. ती मान्य नाही करत पण हे असलं धाडस करणं तिला मनापासून आवडतंय.

“जर तुम्हाला एक यशस्वी चोर व्हायचं असेल तर तुमच्याकडे थोडेसं डोकं चालवण्याची कला पाहिजे.” ट्रेसी पुढे म्हणाली, “सगळ्यात मोठ्ठी दागिन्यांची चोरी कधी झाली माहितीये? काही वर्षांपूर्वी कान्स महोत्सवात. एका रात्रीत ऐंशी दशलक्ष किमतीचे हिरे चोरीला गेले. तारे-तारकांची गर्दी जमली होती, त्याचा फायदा घेऊन एका चोराने ते लुटले.”

“मला त्याविषयी वाचल्याचं आठवतंय.” जीन म्हणाला. “पण त्यानं हे कसं केलं असेल?”

“सांगते.” ट्रेसी म्हणाली. “हा हुशार चोर दिवसाच एका उघड्या खिडकीतून आत शिरला. स्पोर्ट्स बॅगमध्ये शक्य होतील तेवढी रत्ने त्याने भरली. आणि त्या खिडकीतून बाहेर उडी मारली आणि पळाला. आणि पळताना त्याने जवळजवळ वीस दश लक्ष डॉलरची रत्ने खाली पाडली.”

“पण याच्याशी एलिझाबेथ केनेडीचा काय संबंध आहे?”

“तेच सांगतीये की हे मी कसं करेन याचा प्रश्नच येत नाहीये. ती कसं करेल हे महत्त्वाचे आहे. ती हे अशा प्रकारे करेल.” ट्रेसी म्हणाली. “एलिझाबेथ खूप चतुर आणि चलाख मुलगी आहे. आणि ती जर सांगितलेल्या सगळ्या कामांमध्ये सामील असेल, म्हणजे खून होण्याच्या आधीचे दरोडे... तर ती बॉलचा फायदा न घेता तिच्या हुशारीचा फायदा घेईल.” ती तिच्या खुर्चीवर बसली. तिच्या चेहऱ्यावर आत्मविश्वास दिसत होता. “मला वाटतं ती हेच बॉलच्या वेळेस करणार आहे. मला वाटते की ती तो हार रात्री हजारो पाहुण्यांच्या गर्दीत चोरण्याची दाट शक्यता आहे. आणि तिथे किती पोलीस असतील कुणास ठाऊक! पण ती तिथून सुटेल.”

तिचा विश्वास वाखाणण्याजोगा होता.

जीन रिझोने तिला एक अगदी सहज प्रश्न विचारला. “पण ती हे सगळे नक्की कसं करेल? म्हणजे एकदम बियांका बर्कलीच्या गळ्यातून तो हार काढून घ्यायचा?”

ट्रेसी हसली. “नाहीच करणार. मी असेच एक काम काही वर्षांपूर्वी केलं होतं. प्राडो माद्रिदमध्ये असताना. ते अगदी सोपं होतं.”

जीनने त्याच्या भुवया उंचावून तिच्याकडे पाहिले.

“बियांकाच एलिझाबेथला तो हार देईल.”

न्यू यॉर्कमधील बोटॅनिकल गार्डनमध्ये रंगणारा तो विंटर बॉल म्हणजे एक मोठ्ठा

वार्षिक समारंभच असे. तो संपूर्ण समारंभ इतका भव्य असायचा की तमाम श्रीमंत वर्गाचे तो मुख्य आकर्षण ठरला होता. जगभरातील अब्जाधीश त्या समारंभाला आपली हजेरी लावत असत. तो ज्या बिल्डिंगमध्ये होत असे, ती बिल्डिंग काचेची आणि स्टीलची होती. त्याला एक सुंदर घुमट होता. बिल्डिंगच्या बाहेर पांढऱ्या शुभ्र बर्फाचे आच्छादन होते. ती बिल्डिंग आज तारे-तारका आणि कोट्यधीश लोकांनी भरून गेली होती. स्त्रिया त्यांचे उंची गाउन आणि मौल्यवान दागिने घालून प्रवेश करत होत्या. हॉलिवूडदेखील आज तिथे अवतरले होते. इटलीमधील जगप्रसिद्ध फॅशन डिझायनर गीयामबतीस्ता वॅल्ली याने खास डिझाइन केलेला ड्रेस परिधान करून शॅरॉन स्टोन अवतरली. फॅनिंग भगिनीदेखील त्यांच्या उंची आणि स्टायलिश कपड्यामध्ये अवतरल्या. तिथे कित्येक सुपर मॉडेल्स आल्या होत्या, अब्जाधीश आले होते. प्रसिद्ध डिझायनर्स, लेखक, कलाकार सर्व बडी बडी मंडळी जमली होती. या बॉलचा मुख्य हेतू होत, की यातून आलेले पैसे हे न्यू यॉर्कमधील गरीब मुलांसाठी, त्यांच्या चांगल्या आयुष्यासाठी खर्च केले जाणार होते. थंड हवा वाहत होती आणि त्याबरोबर तिथे वेगवेगळ्या परफ्यूम्सचा वासही दरवळत होता. त्यात मध्येच खाण्याच्या पदार्थांचादेखील वास येत होता. पण या सगळ्यांमध्ये मुख्य गंध होता तो म्हणजे पैशाचा.

जेन रिझोला श्वास घेणेही जड झाले होते. गर्दीतून वाट काढत काढत त्याने शॅम्पेनचा ग्लास घेतला आणि एक घुटका घेतला. बियांका आणि तिचा नवरा बच तिथे आधीच येऊन पोहोचले होते. त्यांच्याभोवती संभावित आणि संधिसाधू लोकांचीही बरीच गर्दी होती. बच वॉरन गँड्झसोबत मोठमोठ्या आवाजात बोलत होता. वॉरन गँड्झ हे वॉल स्ट्रीटवरील एक श्रीमंत आणि बडे प्रस्थ होते. रिझो हसला. वॉरन गँड्झसारखी माणसे ही सत्यात कधी वावरतच नसतात.

बियांका आपल्या नवऱ्यापासून काही अंतरावर त्याच्या मागेच उभी होती. तिच्या मागे तिच्या दिमतीला दोघी जणी होत्या. बियांकाच्या सुंदर नाजूक गळ्यामध्ये तो पाचूचा हार होता. हा तिला शोभून दिसत नाही, जीनच्या मनात विचार आला. महागडा दागिनासुद्धा इतका वाईट दिसू शकतो.

ती तो हार प्रत्येक समारंभाला घालत असे. एलिझाबेथने जे काही योजले होते ते आज घडणार होते.

बियांकाने आपले केस मागे घट्ट बांधले होते. आणि तिने काळ्या रंगाचा साधा ड्रेस परिधान केला होता. त्याच्या मागे कारण होते आणि ते म्हणजे ड्रेस साधा असला तरच लोकांचे त्या पाचूच्या हाराकडे लक्ष जाईल. पण तरीही तिला डौलदारपणे वावरता येत नव्हते. ती त्या सगळ्या पेहरावात दुकानामध्ये ठेवलेल्या एका पुतळ्याप्रमाणे दिसत होती.

एलिझाबेथ मात्र कुठेही दिसत नव्हती. जीनने त्या गार्डनला तीन फेऱ्या मारल्या. पण त्याला कुठेही एलिझाबेथ काय किंवा जेफ काय दोघेही दिसत नव्हते. जेफचा अवतार रँडॉल ब्रूकमेयर अजून तिथे यायचा होता. तो येणार हे मात्र पक्के होते.

जीन ट्रेसीबरोबरच्या डिनरच्या वेळी थोडासा साशंक होता. 'समजा, बियांकाचा पाचूचा हार हे जर लक्ष्य नसेल तर?' त्याला वाटत होते की एलिझाबेथला त्याच्या अस्तित्वाविषयी काही कल्पना नसावी. पण शेवटी तीसुद्धा धंदेवाईक आणि मुरलेली होती. एलिझाबेथ काय किंवा जेफ काय किंवा ट्रेसी काय, तिघेही शेवटी एकाच धंद्यातील होते. ट्रेसी आत्ता कितीही म्हणत असली की तिने तिचे चोऱ्या-माऱ्यांचे आयुष्य तिच्या मुलासाठी सोडून दिले आहे, तरीही ती शेवटी एक चोर होती. आणि जीन तिला असा किती ओळखत होता. या बाईने स्वतःच्या अस्तित्वासाठी खोटे धंदे खूप केले होते.

जीनला त्याच्या बॉसचे शब्द आठवले.

'एलिझाबेथ ही मुख्य नाहीये. आणि तू तिच्यामागे कुणाच्या सांगण्यावरून लागला आहेस तर. जे पूर्वी चोर आणि लुटारू होते त्यांनी सांगितले म्हणून तुला एलिझाबेथला पकडायचे आहे. तू चुकतो आहेस. चुकीच्या दिशेने बाण मारतो आहेस. अजूनही सोड हे आणि घरी जा.'

जीनने आपली शँपेन संपवून दुसरा ग्लास घेतला. त्याच्या अनुभवी डोळ्यांनी हेरले होते की तिथे आजूबाजूला सर्व निमंत्रकांमध्ये पोलिस, फेडेरलची माणसे आणि सुरक्षारक्षकही हिंडत होते. कदाचित त्यामुळे एलिझाबेथला असे वाटले असावे की इथे कोणतेही पाऊल उचलणे धोकादायक आहे आणि शेवटच्या क्षणी तिने योजना बदलली असावी.

आता मात्र जीन अस्वस्थ होऊ लागला होता.

च्यायला... ही सटवी कुठे गेली असेल?

एफबीआयच्या एजंटने आपल्या चंदेरी चमचमत्या गाउनवरील स्ट्रॅप व्यवस्थित केला. ही सर्व पार्टी खूपच ग्लॅमरस होती. त्यामुळे एरवीची परिस्थिती असती तर तिने आपले केस छानपैकी मोकळे सोडले असते. पण या रात्री ती तसे करणार नव्हती; कारण आत्ता ती काही नटायला मुरडायला आली नव्हती, तर कामासाठी आली होती.

बियांका बर्कली हे तिचे आजचे लक्ष्य होते. खरं तर ती नाही तर तिचा तो चकमक करणारा गळ्यातील पाचूंचा हार, हे तिचे लक्ष्य होते. बियांकाला मात्र याची तसूभरदेखील कल्पना नव्हती. या एजंटने आपले डोके हलवले. कारण या एजंटवर

तिचा आंधळा विश्वास होता. खरे तर असा आंधळा विश्वास ठेवणे बरे नाही

तिने घातलेला काळ्या रंगाचा टोप तिला अस्वस्थ करत होता. तिला त्यातून सारखी खाज सुटत होती. तिला तो घालायचा नव्हता; पण तो घातला नसता तर तिला कुणीतरी ओळखण्याची शक्यता होती. तिथे आसपास गर्दीत मिसळलेले पोलीस आणि एजंट यांच्यापैकी बऱ्याच जणांना ती ओळखत होती. इंटरपोलचा एक माणूस तिला दिसला. पण त्याला कुणीही गंभीरपणे घेत नव्हते. त्याचे दोन सहकारी तर कधीच त्याला एकटे टाकून फ्रान्सला गेले होते.

तिला आता लवकर बियांकाच्या जवळ जाऊन तिच्याशी बोलणे गरजेचे वाटत होते.

स्वेटलाना द्रखोवा ओलेग ग्रीन्स्कीने केलेल्या विनोदावर पोट दुखेस्तोवर हसली.

बावळट. येडपट आणि गलिच्छ माणूस. मी काही तुझी बायको नाहीये. जा आणि तुझ्या या फालतू गोष्टी दुसऱ्या कोणाला तरी सांगत बस.

स्वेटलाना आज अतिशय बेकार मूडमध्ये होती. तिने तिच्या आयुष्याचे सहा महिने या माणसासाठी, ओलेग ग्रीन्स्कीसाठी वाया घालवले होते. मागच्याच आठवड्यात तिचा बाविसावा वाढदिवस होता. आणि या डुकराने काय दिले तर म्हणे ती कुठलीतर छपरी जुनी नाणी. तिला वाटले होते की आपल्याला एखादा मौल्यवान दागिना मिळेल त्याच्याकडून. पण त्याने तिच्याकरता काहीही घेतले नव्हते.

या न्यू यॉर्कच्या ट्रिपमध्ये एक काय ती चांगली गोष्ट होती आणि ती म्हणजे रँडीसारख्या देखण्या आणि रुबाबदार माणसाचा सहवास मिळाला होता आणि तिची शारीरिक भूक भागवायला त्याच्यासारखा रुबाबदार माणूस तिला भेटला. जे ओलेग ग्रीन्स्कीकडे नव्हते ते सगळे रँडॉल ब्रूकमेयरकडे होते. रुबाबदार, दिलदार आणि मुख्य म्हणजे प्रणयक्रीडेमध्ये चतुर असा होता रँडॉल ब्रूकमेयर. त्याने स्वेटलानाला डायमंड रिंग्स देण्याचाही शब्द दिला होता. आता फक्त प्रश्न हा होता, की ग्रीन्स्कीला न दुखावता त्याच्यापासून सुटका कशी करून घ्यायची; कारण तो भयंकर माणूस होता. त्याच्या मनात जर सुडाची भावना जागृत झाली, तर तो काहीही करू शकतो. त्याने त्याच्या मागच्या रखेलीच्या चेहऱ्यावर ॲसिड टाकून तिला मारले होते.

रँडॉल ब्रूकमेयर आजच्या रात्री इथे येणे अपेक्षित होते. स्वेटलानाने रँडॉलला खूश करण्यासाठी तिचा अतिशय घट्ट आणि मादक ड्रेस घातला होता आणि पण तो विंटर बॉलमध्ये कुठेच दिसत नाही हे पाहून तिचा हिरमोड झाला होता.

"अगं थांब तू काय करते आहेस?"

काळ्या केसांच्या एक वेंधळ्या बाईने तिला मागून येऊन धडक दिली. आणि तिचा ग्लास तिच्या हातातून निसटला आणि तिच्या पुढे असलेल्या एका माणसाच्या अंगावर तो हिंदकळून पडला.

ती काळ्या केसांची बाई पुढे गेली. स्वेटलानाने आपल्या पर्समधून रुमाल बाहेर काढला आणि त्या माणसाच्या कपड्यावर पडलेले डाग पुसू लागली.

त्याने तिला झटकले आणि वैतागून तो म्हणाला, ''ठीक आहे. मी बाथरूममध्ये जाऊन धुऊन येतो.''

''काय झालं?'' बियांका बर्कलीने तिथे येऊन विचारले. तो डाग पडलेला माणूस तिच्याच गोटातील होता.

त्याने स्वेटलानाकडे पाहून खूण केली. ''या बाईने माझ्या अंगावर लाल दारूचा ग्लास सांडला.''

''किती माजखोर आहे हा! मी काही मुद्दाम केलं नाही.''

आणि मग आवाज वाढत गेला. बच बर्कलीदेखील या संवादामध्ये सामील झाला. पहिल्या त्या धर्मगुरूला मागे ढकलून दुसरी पुढे आली आणि ती स्वेटलानाशी जोरजोरात वाद घालू लागली.

जीन रिझोची एकदम ट्यूब पेटली. काहीतरी चाललंय तिकडे. तो त्या सगळ्यांजवळ आला. पण ओलेगी ग्रीन्स्की त्याच्या पुढे आला आणि त्याने स्वेटलानाच्या कंबरेभोवती हात ठेवला. त्यामुळे जीनला थोडा वेळ काही दिसत नव्हते.

जेव्हा तो जवळ गेला तेव्हा त्याला बियांका कोठेही दिसली नाही. ती अचानक गायब झाली.

हे सगळे इतके वेगाने घडले की प्रथम बियांकाला वाटले की तिने काहीतरी चुकीचे ऐकले असावे. पण त्या काळ्या केसांची बाई तिच्या कानात कुजबुजली.

''मी एफबीआय एजंट आहे. तुमचा जीव धोक्यात आहे मिस बर्कली. कृपा करून माझ्यासोबत या.''

बियांकाच्या सगळ्या शरीरावर भीतीने शहारा आला. बच कायम तिची थट्टा करायचा, पण तिचा असा विश्वास होता की बाहेर काही दुष्ट शक्तींचा प्रभाव असतो आणि ते तिला त्रास देण्याचा प्रयत्न करत आहेत. आणि आत्ता तसेच घडत होते.

ती त्या बाईच्या मागे गेली. त्या दोघी एका खोलीत गेल्या आणि दार बंद करून घेतले.

जीन रिझो पळत पळत पायऱ्यांजवळ आला.

कुठेही काहीच खूण दिसली नाही.

त्याच्या हृदयाचे ठोके वाढत होते. हे आत्ता घडत होते. काहीतरी घडत होते की जे अजूनही त्याला सापडत नव्हते. केनेडी आणि स्टीवन्सने कदाचित त्याच्यावर कुरघोडी केली होती. पण ते तर दोघे इथे नव्हते.

त्याने एका वेटरला पकडले. ''बियांका बर्कली कुठे आहेत. सांगा मला. तुम्ही पाहिलेत त्यांना?''

''नाही साहेब. मी नाही बघितले.''

''त्यांनी काळ्या रंगाचा एक पायघोळ ड्रेस घातला होता. आणि तिचे केसवर बांधले होते.''

''माफ करा साहेब. पण काळ्या रंगाचा ड्रेस इथे कितीतरी जणींनी घातलेला आहे.''

''तिच्या गळ्यात एक मोठा पाचूंचा हार होता.''

''हो, हो, त्या!'' त्या माणसाचा चेहरा एकदम खुलला. ''मी ओळखतो त्या बाईंना. त्या आत्ताच त्यांच्या मैत्रिणीबरोबर इथून गेल्या.''

जीनचे हृदय जोरात धडधडू लागले.

''मला वाटते त्या तिकडच्या खोलीमध्ये गेल्या आहेत.''

जीन तिथून पळाला

''कळलं का तुम्हाला मिस बर्कली?''

बियांकाने मान हलवली. तिचे डोळे भीतीने भेदरले होते. चेहऱ्यावरील उत्साह पार मावळून गेला होता. हे काही कथा कादंबऱ्या किंवा सिनेमातले दृश्य नव्हते तर खरोखर घडत होते.

''माझे साथीदार आहेत. तुम्ही घाबरू नका. तुमच्याजवळ वेळ आहे.''

''अरे देवा!'' बियांका रडू लागली.

त्या एफबीआय एजंटने तिचा हात धरला आणि तो दाबला. ''तुम्हाला मदत मिळेल थोड्याच वेळात. घाबरू नका. शांत राहण्याचा प्रयत्न करा. मला आता गेलं पाहिजे. ठीक आहे ना?''

''हो नक्कीच. तुम्ही जाऊ शकता.''

जीन रिझोने बंद दार वाजवायला सुरुवात केली.

''मिसेस बर्कली... मिसेस बर्कली... तुम्ही आत आहात का?''

आतून आवाज येत होते. ''त्या अजून इथेच आहेत का?''

''कोण आहे तिथे?''

"अम्ब्युलन्स?"

"मॅडम, घाबरू नका. मी पोलीस आहे. प्लीज दार उघडा."

"नाही, मी नाही उघडणार. मला रोग आहे आणि त्याची तुम्हालादेखील लागण होईल."

जीनने एक मोठा श्वास घेतला. त्याला माहीत होते की बियांका जरा चमत्कारिक आहे.

"दार उघडा प्लीज."

हळूहळू दार उघडले. बियांकाने एकदम जीनला मिठी मारली आणि वेड लागल्यासारखी ती रडायला लागली. "कुठे आहेत ते?" ती ओरडली. "ती म्हणाली की ते इथेच आहेत आणि माझ्याजवळ वेळ कमी आहे."

तिने आपला गळा धरला. गळ्यात तो पाचूचा हार नव्हता.

एलिझाबेथ बिल्डिंगमधून हळूहळू अंदाज घेत जात होती. तिच्या काळ्या केसांच्या टोपामुळे तिला प्रचंड खाज सुटत होती. पण त्याची तिला पर्वा नव्हती. ती आपली पर्स हलवत चालली होती. आतमध्ये असलेल्या त्या पाचूच्या हाराचे वजन तिला जाणवत होते. ती हसत होती.

जेफ म्हणाला होता की मला ते शक्य नाही, पण मी करून दाखवले.

आता तरी त्याला कबूल करावे लागेल की मी सगळ्यांत श्रेष्ठ आहे.

थोड्याच अंतरावर असेलेले मेट्रो-नॉर्थ स्टेशन आता तिला दिसू लागले होते.

बियांका बर्कलीला फेफरे येत होते. हवी असलेली माहिती घेण्यात जीनचा काही वेळ तिथे गेला. चंदेरी ड्रेस आणि काळे केस आणि एक हिरव्या रंगाची पर्स, ज्यातच तिने तिचे ते मशिन ठेवले होते. रेडीएशन स्कॅनर. हे रशियन कौशल्य आहे. त्यांनी हे तंत्र यापूर्वी वापरले आहे. यामुळे गोष्टी शोधता येत नाहीत.

जीन रस्त्यावर पळाला.

मेट्रो नॉर्थ स्टेशन बंद झाले होते.

एलिझाबेथने बाहेर असलेल्या एका पोलिसाला ट्रेनविषयी विचारले.

"एवढ्या रात्री मेट्रो बंद झाल्या आहेत. तुम्ही एखादी कॅब घ्या."

त्याने अखेर तिला पाहिले. तिच्या चमचम करणाऱ्या चंदेरी ड्रेसने त्याचे लक्ष वेधले. स्टेशनच्या समोर ती रस्ता ओलांडत होती आणि कॅबच्या शोधात होती.

कुणीही ड्रायव्हर किंवा तिचा कुणीही साथीदार तिला भेटायला आलेले

नव्हते. ती जगाची पर्वा नसल्यासारखी बिनधास्तपणे वावरत होती.

ट्रेसी म्हणत होती ते बरोबर होते. खूप धाडसी होती ती.

आपले डोके खाली करून जीन भराभर चालत होता. एलिझाबेथपासून तो थोड्याच अंतरावर होता.

हळूहळू तो तिच्याजवळ येत होता.

आणि तेवढ्यात एक पिवळी कॅब आली. ती ड्रायव्हरशी बोलण्याकरता झुकली आणि जीन पुढे धावत आला. आणि त्याच वेळेस एक दुसरा पुरुष त्या कॅबजवळ आला. त्याने ओव्हरकोट घातला होता.

एलिझाबेथ कॅबचा दरवाजा उघडून त्यात बसणार एवढ्यात जीनने तिचे मनगट पकडले.

"काय करताय? मला जाऊ द्यात."

त्याच वेळेस कॅबचे दुसरे दार उघडले.

आणि इंटरपोलचा पोलीस जीन रिझो आणि एफबीआयचा एजंट मिल्टन बक या दोघांनी एकमेकांकडे पाहिले.

आणि दोघेही एकदम म्हणाले,

"यू आर अंडर अ‍ॅरेस्ट."

१८

इंटरव्ह्यू चालू होता. २१ डिसेंबर दुपारी सव्वा चार वाजता. ''मिसेस बर्कलींनी असे स्टेटमेंट दिले आहे की, तुम्ही त्यांना एफबीआय एजंट आहात असं सांगितलंत. हे खरं आहे का?''

एलिझाबेथने मिल्टन बककडे एक तुच्छतेचा कटाक्ष टाकला; पण ती बोलली काहीच नाही. शांत बसली. ती गेले पाच तास बकच्या कोणत्याही प्रश्नांना उत्तरे देत नव्हती.

''तुम्ही त्यांना सांगितलंत की त्यांच्या गळ्यातील हारामधले पाचू लोकांच्या नजरेत येत आहेत. आणि तुम्ही त्यांना असेही पटवून दिले की त्या पाचूंमुळे त्यांच्या जिवाला धोका संभवू शकतो. त्यांना फसवण्यासाठी तुम्ही यासारखी कित्येक कुभांडं रचलीत.''

मिल्टन बकने अंडाकृती आकाराची एक बशी टेबलावर ठेवली. तिला एक बॅटरी बसवलेली होती आणि तिच्या मागे जे बटण होते ते दाबले की ती करकर आवाज होऊन लाल रंगाने एकदम चमकायची.

एलिझाबेथ नुसतीच हसत होती.

''मला सांगा मिस केनेडी हे खरं आहे ना?''

तरीही एलिझाबेथ गप्प होती.

''तुमच्या सामानात त्या पाचूच्या हाराबरोबरच ही वस्तू पण सापडली. या

सगळ्या गोष्टी तुमच्या सामानात सापडल्या. याबद्दल तुम्हाला काही स्पष्टीकरण द्यायचं आहे?''

एलिझाबेथने एक जांभई दिली आणि दुसरीकडे मान फिरवली.

आता मात्र बकच्या रागाचा पार चढला. त्याने टेबलवर जोरात मूठ आपटली.

''तुम्हाला अंदाज आहे का की तुम्ही कित्ती मोठे गुन्हे केलेले आहेत. काल रात्री केलेल्या गुन्ह्याबद्दलच तुम्हाला बारा वर्षांची सक्तमजुरी होऊ शकते, मिस केनेडी. कळतंय का तुम्हाला?''

तरीही ती काहीही बोलली नाही.

''अमेरिकेमध्ये बनावट पासपोर्ट बनवून प्रवेश करणे, क्रेडिट कार्डचा दुरुपयोग करणे, आपली खोटी ओळख निर्माण करणे, फेडेरल संस्थेचीच एजंट असल्याचे खोटे सांगणे... खूप कांडं केलेली आहेत तू आणि तुझ्या साथीदारांनी. मला खरं काय ते प्रामाणिकपणे सांग. मी तुला मदत करेन. पण जर का काहीच सांगितले नाहीस तर मग मीच तुला आयुष्यभरासाठी तुरुंगात खडी फोडायला लावायची व्यवस्था करेन. समजलं?''

एलिझाबेथने त्याच्याकडे अजिबात लक्षही दिले नाही. ती आपल्या मेनिक्युअर केलेल्या हाताला समोर ठेवून त्याच्याकडे पाहत होती. मिल्टन बकने दहा आकडे मोजायला सुरुवात केली.

''अमेरिकेमध्ये तू कमीत कमी तीन तरी मोठे दरोडे घातलेले आहेस, हे आम्हाला माहीत आहे. आणि आम्हाला हेदेखील माहितीये की तू तुझ्या साथीदारासमवेत हे गुन्हे करतेस.''

''बरीच माहिती दिसतीये तुम्हाला मिल्टन बक.''

ती एवढ्या वेळात पहिल्यांदा बोलली आणि बकला आश्चर्य वाटले.

''खूपच हुशार दिसत आहात तुम्ही. मला आश्चर्य वाटतंय की तुम्हाला मला प्रश्न विचारायची एवढी गरज आहे.''

तिच्या आवाजामध्ये उपहास होता.

''मला तुमच्या साथीदाराचे नाव हवं आहे, मिस केनेडी.''

''कोण साथीदार मिस्टर बक?''

''त्याचं नाव जेफ स्टीवन्स आहे काय?''

एलिझाबेथने आपली मान जोरात झटकली आणि ती जोरजोराने हसू लागली. तसा बकच्या संतापाला पारावार उरला नाही.

''प्रिय बक.'' हसता हसता डोळ्यांत आलेले पाणी पुसत एलिझाबेथ म्हणाली, ''तुम्ही हेच करणार आहात का? असंच करणार असाल तर मला माझा आधीचा एक्सरसाइज चालू ठेवायला हवा, म्हणजे मौनव्रताचा.''

मिल्टन बक रागाने ताडकन उठला.

"संपवा सगळे."

तो ओरडला.

मिल्टन बाहेर कॉरीडॉरमध्ये आला. त्याने स्वतःला थोडेसे सावरले.

हे जे काही चालले होते ते त्याच्या योजनेनुसार नव्हते. त्याच्या करीअरमधील हा टर्निंग पॉइंट होता. पण सगळ्याचा बोऱ्या वाजला होता

आणि या सगळ्याला जबाबदार होता तो फक्त जीन रिझो.

तो छोटासा कॅनेडीयन पोलीस जेव्हापासून त्याला लॉस एंजलिसमध्ये भेटला तेव्हापासून तो मिल्टनच्या मार्गातला एक काटा होता. त्याचे वेश्यांच्या खुनांविषयीचे किंवा ट्रेसी व्हिटनीविषयीचे विचित्र सिद्धान्त यामुळे तो वैतागला होता. आणि आता एलिझाबेथ केनेडीला पकडण्यासाठी गेले महिनाभर खपत असताना अचानक हा रिझो परत उपटला आणि त्याने एलिझाबेथच्या अटकेचा जो काही विनोद केला तो अजूनच चीड आणणारा होता. स्वतःच्या मर्यादा हा मान्य करायला तयार नव्हता आणि मिल्टन बकचे अधिकारदेखील त्याने झुगारून दिले होते. बक आणि रिझो यांनी कॅबमध्ये तिच्यासमोर एकमेकांशी वाद घातले होते. रिझो हट्टच धरून बसला की त्याला एलिझाबेथबरोबर बोलायचे आहे. आणि बक काही त्याला तिच्याबरोबर बोलू द्यायला तयार नव्हता.

"तुम्ही वाद घालू नका." एफबीआयच्या फेडेरल प्लाझामधील तेविसाव्या मजल्यावरच्या ऑफिसमध्ये मशिनची कॉफी घेत मिल्टन बक म्हणाला. "तुम्ही बोलू शकता तिच्याशी; पण आत्ता नाही. माझे सगळे बोलणे झाल्यावर तुम्हाला काय बोलायचं आहे ते बोला. त्याआधी एक मिनिटदेखील नाही."

"आणि तुझं बोलणं किती वेळ चालणार आहे?"

"सांगू शकत नाही. चालेल तितका वेळ चालेल. कदाचित काही दिवसदेखील लागू शकतात. तोपर्यंत तुम्ही तुमच्या घरी जाऊन थोडे दिवस विश्रांती घ्या."

"मी कुठेही जाणार नाहीये."

जीन रिझो हा त्याच्या बोलण्याप्रमाणेच अगदी सरळ होता. मिल्टन बकने आपल्या चश्म्याच्या काचेतून दिसणाऱ्या वेटिंग रूमकडे पाहिले तेव्हा जीन काही एजंटच्या घोळक्यात डॉमिनो पिझ्झा खात होता.

"काय बक? काय झालं? तुमचा चेहरा असा का उतरला आहे?"

फील्ड ऑफिसचा मुख्य आणि खास एजंट बॅरी सोल्टनने विचारले. बॅरी सोल्टन मिल्टनपेक्षा थोडासाच मोठा असेल.

"ती पोरगी काहीही बोलत नाहीये."

"तो इंटरपोलचा माणूस अजून इथेच आहे."

"रिझो ना? हो. मी त्यांना खरं तर जायला सांगितलं आहे. पण..."

"दोघं जण माझ्या ऑफिसमध्ये चला."

"त्याची खरंच काही गरज नाहीये सर. इंटरपोलचा कोणताही कायदेशीर अधिकार नाही यात आणि आपणही कधी त्यांना बोलावलेलं नाही..." बकने विरोध दर्शविला.

"एजंट बक," बॅरी सोल्टन मध्येच म्हणाला. "तू आत्ताच मला सांगितलंस की तुझा साक्षीदार बोलत नाहीये. आता तुला गरज नसली तरी मला झोपेची गरज आहे. चला... इन्स्पेक्टर रिझोला काय म्हणायचंय हे तरी ऐकून घेऊ यात."

जीन रिझोला एजंट बकच्या रागाविषयी बरेच काही सांगायचे होते. बॅरी सोल्टनने त्याचे ऐकून घेतले आणि नंतर त्याने एलिझाबेथशी बोलण्यासाठी त्याला पुरते वीस मिनिटे दिली.

"माझ्या एक गोष्ट लक्षात आलीय ती म्हणजे तुम्हाला दोघांना एकाच गोष्ट हवी आहे ती म्हणजे त्या बाईकडून तिच्या साथीदाराचे नाव वदवून घ्यायचे."

एजंट बकने अतिशय चीड येऊन मान हलवली.

"तेव्हा मला असं वाटतं की इन्स्पेक्टर रिझोला तिच्याशी बोलून तिच्या मनात काय आहे हे सांगण्याची संधी द्यायला काही हरकत नसावी."

जीन रिझो म्हणाला, "जर का ती काही बोलली नाही तर अजून एखाद्या बाईचा बळी जाणार हे खरं. कारण एलिझाबेथने एखादी मोठ्ठी चोरी केली की त्यानंतर दोन दिवसांनी हा माणूस खून करतो."

"फक्त यावेळेस तिची चोरी यशस्वी झाली नाहीये." बॅरी सोल्टनने स्पष्ट केले. "आणि आता ती पकडली गेली आहे."

"आपल्या सगळ्यांनाच माहितीये की ती पकडली गेलीये हे कळल्यावर तो बेभान होईल."

"आणि असंही असू शकेल की या दोन्ही केसेसमध्ये कदाचित काही संबंध नसेलही." एजंट बक आता पुरता वैतागला होता. "मग त्या केसमध्ये इन्स्पेक्टर रिझो हे सर्वांचा वेळ वाया घालवत आहेत."

"बास झाले एजंट बक." बॅरी सोल्टनने आपला आवाज वाढवला. "त्यांना बोलू देत."

मिल्टन बकला काळजी करण्याचे कारण नव्हते.

जीन रिझोदेखील एलिझाबेथला बोलते करण्यात अयशस्वी झाला. अर्ध्या तासाने बॅरी सोल्टनने काही सिनियर एजंट लोकांना बक, रिझोबरोबर कॉन्फरन्समध्ये बोलावले.

"माझ्या डोक्यात एक कल्पना आहे." जीन रिझो सगळ्यांना म्हणाला. "आपण असं केलं तर? आपण ट्रेसी व्हिटनीला इथे बोलावले तर? कदाचित ती एलिझाबेथकडून काही वदवून घेण्यात यशस्वी होऊ शकेल."

मिल्टन बकने वैफल्यग्रस्त होऊन आपला हात वर झटकला. "अरे देवा, ट्रेसी व्हिटनी? तुम्ही अजूनही त्याच मुद्द्यावर आहात का?"

"एजंट बक, आपण बोललो होतो. तुम्हाला आठवतंय की नाही, मला माहिती नाही. तुम्ही अगदी खात्रीने सांगत होतात की ट्रेसी व्हिटनी ही एक तर मृत आहे नाहीतर ती परागंदा झालेली आहे. आणि आता तुम्हाला माहीत आहे का की मी त्यानंतर अवघ्या अठ्ठेचाळीस तासांमध्ये तिला शोधून काढली.

मिल्टन बक गुरगुरला. "मग काय झालं? तिचा तर या सगळ्याशी काडीमात्र संबंध नाही."

जीनच्या अगदी तोंडावर आले होते की या आगाऊ बकला सांगावे, ब्रूकस्टीनचा हार चोरणारी दुसरी तिसरी कुणी नव्हती तर ट्रेसीच होती. तिचा संबंध होता की काय हा प्रश्नच उद्‌भवत नाही. ती म्हणजे आख्खी केसच आहे. पण त्याने ट्रेसीसाठी आणि स्वतःसाठी आपली जीभ आवरली. बकला काहीही बोलू देत.

बॅरी सोल्टनने आपला हात वर केला.

"ऐका जरा. आपण आत्ता ट्रेसी व्हिटनी या चोरीच्या धंद्यात असणाऱ्या बाईविषयी बोलत नाहीये."

"ती कोलोरेडोमध्ये गेले बारा वर्षे एक शांत आयुष्य जगत होती. तिने मला माझ्या या शोधकार्यात खूप मदत केली आहे. आणि म्हणून मीही तिला कायद्याने तिच्या गुन्ह्यातून मुक्त करण्यासाठी मदत करेन, असं आश्वासन दिले आहे."

"अरे देवा!" मिल्टन गरजला. "काय हा आगाऊपणा! इंटरपोलचा कुणीही माणूस ही असली आश्वासने कशी काय देऊ शकतो!"

"मिस्टर मिल्टन, शांत व्हा. मिस व्हिटनीच या कामामध्ये आपल्याला मदत करेल असं वाटतंय तुम्हाला इन्स्पेक्टर रिझो?"

"कन्सल्टंट म्हणून ती खरोखर खूपच उपयोगी आहे. या अशा धंद्यात मुरलेल्या चोरांची मानसिकता ओळखण्यात ती तरबेज आहे. आणि मुख्य म्हणजे एलिझाबेथ केनेडीशी तिचे बऱ्याच वर्षांपासून या ना त्या कारणांनी वैयक्तिक पातळीवर संबंध आलेले आहेत. त्या दोघीही जेफ या एकाच माणसाशी जोडल्या गेलेल्या आहेत."

''व्हिटनी हीदेखील तुमची संशयित आहे का मिस्टर बक?'' बॅरी सोल्टनने विचारले तेव्हा बकच्या चेहऱ्यावर संताप होता.

जीन रिझोनेच त्याच्या वतीने उत्तर दिले. ''मिस्टर स्टीवन्स हा तपासाच्या दृष्टीने माझ्यासाठी आणि बक यांच्यासाठीदेखील महत्त्वाचा आहे. पण ट्रेसीने या गोष्टीचा विश्वास दिला आहे की जेफचा या कोणत्याही खुनांशी संबंध नाही. पण तो आत्ता इथे न्यू यॉर्कमध्ये आहे आणि तो एलिझाबेथ केनेडीच्या संपर्कातदेखील आहे.''

थोडा वेळ शांतता पसरली.

''ती अजूनही तशीच उन्मादक आहे का? जशी पूर्वी होती?'' त्यांच्यापैकी एका वयस्कर एजंटने विचारले. ''म्हणजे ट्रेसी व्हिटनी म्हणतोय मी.''

''हो ती सुंदर आहे. आकर्षक आहे.''

''आणि सिंगल आहे का?''

बॅरी सोल्टन चिडला. ''फ्रँक... आपले डेटिंगचे सेवा केंद्र नाहीये.'' मग जीनकडे वळून त्याने विचारले, ''पण मिस व्हिटनी आत्ता कुठे आहे?''

''इथेच. न्यू यॉर्कमध्ये.''

''म्हणजे नक्की कुठे?''

''एका सुरक्षित ठिकाणी.''

बॅरी सोल्टनने विचारले, ''तुम्ही तिला इथे घेऊन येऊ शकाल का?''

''मी प्रयत्न करेन. पण तुम्ही मला वचन दिले पाहिजेत की तुम्ही तिला अटक करणार नाही.''

''तसं कोणत्याही प्रकारचं वचन देता येणार नाही.'' मिल्टन बक गुरगुरला.

''आम्ही नक्की वचन देतो की आम्ही तिला अटक करणार नाही.'' मिल्टनच्या बोलण्याकडे दुर्लक्ष करून बॅरी सोल्टनने आश्वासन दिले.

''महत्त्वाची ही गोष्ट आहे की, मिस केनेडीने सगळं खरं खरं सांगितलं पाहिजे.''

ट्रेसी जेव्हा तिथे इंटरव्ह्यू रूमपाशी आली, तेव्हा तिच्या हृदयात धडधडत होते. हॉटेलमधून बाहेर पडताना तिने अतिशय काळजीपूर्वक कपडे परिधान केले होते. घट्ट आणि थोडी तंग गडद हिरव्या रंगाची पँट आणि काळ्या रंगाचा काश्मिरी टर्टल नेक स्वेटर घातला होता. या पेहराव्यामुळे तिचा आत्मविश्वास उठून दिसेल आणि ती तणावरहित बेधडक व्यक्ती वाटेल, याची तिने काळजी घेतली होती. पण बिल्डिंगमध्ये पाऊल ठेवले तेव्हा ती थोडीशी तणावाखाली होती.

मला एवढे कसले टेन्शन आले आहे काय माहीत! जेलमध्ये ती जाणार आहे; मी नाही. माझ्या हातात आत्ता सगळे पत्ते आहेत.

मागच्या वेळेस ट्रेसीने एलिझाबेथला समोरासमोर लॉस एंजलिसला ब्रूकस्टीनच्या घराच्या गल्लीतून पाहिले होते. तो क्षण खरोखर खूप मस्त होता. कारण ट्रेसीने तिच्यावर मात केलेली होती आणि त्या विजयाचा उन्माद तिच्या चेहऱ्यावर होता. त्या वेळेस आपण तिला हरवले; मग आत्ताच आपल्या हाताला एवढा घाम का येत आहे!

कदाचित या जागेमुळे असेल. एफबीआयचे न्यू यॉर्कमधले हे मुख्य कार्यालय होते आणि त्यामुळे ही जागा तिच्यासाठी कधी आनंदी असूच शकत नव्हती.

"ट्रेसी, काळजी करू नकोस. तू इथे अगदी सुरक्षित आहेस." जीन रिझो म्हणाला. "मी या काचेच्या पलीकडे एजंट बक आणि बॅरी सोल्टनबरोबर बसलेलो आहे."

"तुम्हा सर्वांबरोबर असल्याने मला काळजीचं काही कारण नाही." ट्रेसी म्हणाली. "मला माझा वकील बोलवावा लागेल का जीन?"

"नाही, त्याची गरज नाही."

बॅरी सोल्टनने ट्रेसीचे स्वागत केले. "आम्ही सगळे तुमचे खूप आभारी आहोत की तुम्ही इथे आम्हाला मदत करण्यासाठी आलात, मिस व्हिटनी. केनेडीकडून सत्य बाहेर काढून घेण्यासाठी तुम्ही काहीही बोलू शकता. तुम्हाला संपूर्ण संरक्षण आहे. त्यामुळे घाबरण्याचं काहीही कारण नाही."

जीनच्या बाजूला असलेल्या या खास अधिकाऱ्याकडे ट्रेसीने पाहिले आणि ती मंद हसली.

जीनने तिच्या खांद्यावर थोपटले. "जा ट्रेसी, गुड लक."

दार उघडले तसे एलिझाबेथने वर दाराकडे पाहिले. तिच्या चेहऱ्यावर स्पष्ट दिसत होते की ती जाम कंटाळलेली आणि वैतागलेली आहे. तिने कोण येतंय हे बघितले आणि ती हसली.

ट्रेसी! आपल्या खुर्चीवरून थोडेसे झुकून तिने पाहिले. तिला पाहून जरी एलिझाबेथ नर्व्हस झाली होती तरी चेहऱ्यावर दाखवायचे नाही असे तिने ठरवले. "अरे वा ट्रेसी! आता दुसऱ्या टीमबरोबर आलीस वाटतं? मला खरंच नवल वाटतंय बरं का तुला पाहून, खास करून आपल्या शेवटच्या भेटीमुळे. एक उत्सुकता म्हणून विचारते, किती पैसे मिळाले तुला शीलाचा हार चोरून?"

"१.७ दशलक्ष." ट्रेसी अत्यंत थंडपणे म्हणाली. "खूप गोड वाटलं तू विचारलंस म्हणून."

काचेच्या पलीकडून त्यांचे संभाषण ऐकणाऱ्या मिल्टन बकने आपल्या मुठी जोरात आपटल्या.

"ट्रेसी व्हिटनीने तो हार चोरला होय."

"शुऽऽ क. गप्प बसा." असे म्हणून परत बॅरी सोल्टनने आपले लक्ष त्या दोघींच्या संवादाकडे नेले.

ट्रेसी बोलत होती. "हो आणि अजून एक माहिती देते की त्यातून मिळालेले पैसे मी एका चॅरिटीला दान केले."

"हो नक्कीच, तू असेच काही तरी करणार गं." आपला वरचा ओठ वाकडा करत एलिझाबेथ उपहासाने म्हणाली, "कारण तू महान संत आहेस ना!"

"ते मला माहीत नाही." ट्रेसी म्हणाली.

मिल्टन बक जीनच्या कानात फिस्कारला,

"तुम्हाला माहीत होतं याविषयी. तुम्हाला माहीत होतं ना की ट्रेसीने ब्रुकस्टीनचा हार चोरलेला आहे. मग त्याविषयी तुम्ही काही बोलला का नाहीत?"

"का? मी का बोलावं? म्हणजे परत तुम्ही माझ्या कामामध्ये अडथळा आणला असतात. आणि तुम्हाला हेही आठवत असेल की तुम्ही माझ्या कामामध्ये मला काही मदत तर करत नव्हताच; पण त्यामध्ये विघ्नच जास्त आणत होतात."

"तुम्ही दोघंही गप्प बसता का जरा?" बॅरी सोल्टन म्हणाला.

ट्रेसी आता तिथे एलिझाबेथच्या समोर बसली होती.

"तुझे दिवस संपले आता एलिझाबेथ." ती चिडवण्याच्या सुरात तिला म्हणाली. "सर्वांत पहिलं म्हणजे तुला ब्रुकस्टीनच्या हाराची चोरी करण्यात सपशेल अपयश आलं आहे. आणि आता तर काय? तू या एजंटकडून पकडली गेली आहेस. बिच्चारा! तुला वाटलं की मर्कटचेष्टा करून बियांकाला गंडवलेस तर तू फार मोठी झालीस का?"

"मी माझे काम चोख केलं होतं. ऐन वेळेस बियांकानं घोळ घातला."

"हो म्हणूनच आज तू इथे आहेस माय डियर."

ट्रेसी आता चांगलीच आत्मविश्वासाने बोलत होती. तिला या सगळ्याची मजा येत होती. एलिझाबेथ पूर्वीसारखीच होती. थंड. ती सुंदर रेखीव होती पण एखाद्या संगमरवरी पुतळ्यासाखी थंड आणि निष्प्राण दिसत होती. तिच्या सडपातळ शरीरावरून खाली वर नजर फिरवत ट्रेसी म्हणाली, "तुला आता या तुरुंगामध्ये खूप छान वागणूक मिळेल. विश्वास ठेव माझ्यावर."

एलिझाबेथने उत्सुकतेने बघण्याचा आव करत तिला विचारले,

"पण हे सगळे तू पर्सनली का घेत आहेस?"

"कारण मी पर्सन आहे. कळलं? पर्सन... माणूस... तुझ्यासारखं माझं मन म्हणजे यंत्र नाहीये."

"यंत्र..." एलिझाबेथ हसली. "जाऊ देत ना ट्रेसी. तुलाही माहीत आहे आणि

मलाही माहीत आहे की आपण दोघी सारख्या आहोत. तू आणि मी...''

ट्रेसीने आपले डोळे बारीक केले आणि तिच्याकडे रोखून पाहिले, ''सारख्या?... नाही गं... मला नाही वाटत तसं.''

''का नाही? तू ही चोर आणि मीही चोर.''

''पण मी फक्त हावरट लोकांना लुटते की ज्यांची तीच लायकी असते.''

''अस्सं. बरं, बरं! पण कुणाची काय लायकी आहे हे ठरवणारी तू कोण गं?'' एलिझाबेथच्या आवाजात तिरस्कार आणि चीड होती. ''तुला कुणी न्यायाधीश बनवलंय वाटतं?''

बाहेर मिल्टन बक या बोलण्यावर एकदम खूश झाला. ''बरोब्बर''

''कारण तू गरीब, लाचार आणि असहाय लोकांना लुटतेस एलिझाबेथ. मी असला घाणेरडेपणा कधीच नाही करत.''

एलिझाबेथने बेफिकीरपणे आपले खांदे उडवले. ''कधी कधी हे म्हातारे आणि असहाय लोकसुद्धा हावरट असतात ट्रेसी.''

''हो, पण शेवटी तुझा मतलब पैशाशीच असतो ना?''

''मुळीच नाही. माझा मतलब जेफशी होता. आणि तोही माझ्यासारखाच आहे. आणि हेच आमच्यामध्ये सारखं आहे.''

ट्रेसीने शॉक लागल्याप्रमाणे खुर्चीत उडी मारली. तिला जबरदस्त धक्का बसला.

''का गं? आता कुठं गेलं तुझं संतपण?'' एलिझाबेथने टोमणा मारला.

''मी मान्य करते की सुरुवातीला हा फक्त एक धंद्याचा भाग होता. मी जेफला पहिल्यांदा फूस लावत होते तो माझ्या धंद्याचा एक भाग म्हणून. पण नंतर मला त्याच्याविषयी आकर्षण वाटायला लागलं. हे आता फक्त धंद्यापुरतं राहिलं नव्हतं. मी त्याच्यात गुंतले आणि तोदेखील गुंतला.'' ती बोलत होती तेव्हा तिचा प्रत्येक शब्द न् शब्द ट्रेसीला विंचवाने डसल्याप्रमाणे भासत होता. तिने आपल्या हाताच्या मुठी आवळून घेतल्या होत्या.

नाही नाही ट्रेसी. भावुक होऊ नकोस. तिच्यासमोर भावुक होऊ नकोस. कणखर राहा... प्लीज.

''मग या तुझ्या धंद्याचं स्वरूप तरी काय होतं?'' ट्रेसीने अत्यंत थंड आणि शांत आवाजात तिला विचारले. ''मला जाणून घ्यायची उत्सुकता आहे.''

''तुम्हा दोघांना वेगळे करण्यासाठी मला पैसे दिले गेले होते.''

''पण का? आणि कुणी दिले होते तुला पैसे?''

एलिझाबेथ हसली. ''त्याने काय फरक पडतोय ट्रेसी? यामध्ये मुद्दा असा आहे की, तू जसं समजतेस तसे सगळेच जण तुला काही महान समजत नाहीत. शेवटी

तूही बदमाश आहेस. आणि त्यामुळे बऱ्याच लोकांची तू दुश्मनी ओढून घेतली असशील. तुला माहिती आहे का हे ट्रेसी?''

ट्रेसी अजूनही खूप शांत होती. ''तुला या कामाबद्दल किती पैसे देण्यात आले होते?''

''दोन लाख पन्नास हजार.'' एलिझाबेथ म्हणाली. ''हे बारा वर्षांपूर्वी घडलंय. आणि मला एकच करायचं होतं ते म्हणजे जेफबरोबर झोपायचं. आणि अवघड नव्हतं ते.''

जीन रिझोने डोळा मारला. त्याला कल्पना होती की आत्ता या सगळ्याचा ट्रेसीला किती मानसिक त्रास होत असावा. पण तो मनातल्या मनात प्रार्थना करत होता की तिने खंबीर व्हावे आणि एलिझाबेथच्या बोलण्याने आपला संयम सोडू नये. एलिझाबेथ आता खूपच भावुक झालेली होती. आता ट्रेसीने बरोबर तिची नस पकडली आहे. आता फक्त एक कळ दाबणे बाकी होते.

ट्रेसीने पुढे विचारले, ''तुला माहितीये का, की या सगळ्यांना असं वाटतंय की या सगळ्यामध्ये जेफचा हात आहे.''

''हो माहितीये.'' असे म्हणून एलिझाबेथ हसली. ''एजंट बकला वाटतंय की मी जे जे काही करतीये त्यामागचा सूत्रधार जेफ आहे आणि त्या कनेडियन एजंटला वाटतंय की जेफ वेश्यांना हाताशी धरतो.''

''पण मग तू जेफबरोबर काम नाही करत, बरोबर?'' ट्रेसीने तिला पुन्हा विचारले.

मस्त... खूप हुशार पोरगी आहे ट्रेसी. रिझोने मनातल्या मनात ट्रेसीला शाबासकी दिली.

''नाही. आणि मलाही या खुनांबद्दल जास्त काही माहिती नाही. आणि मी तर हे काही करू शकत नाही. कारण खून वगैरे करण्याचं धाडस माझ्यात नाही.''

''जर तू जेफबरोबर काम करत नाहीस, तर मागच्या आठवड्यात तू त्याच्याबरोबर त्याच्या हॉटेलमध्ये काय करत होतीस? तुम्ही दोघं एका पार्कमध्ये एकत्र भेटलात आणि नंतर हॉटेलमध्येही एकत्र गेलात.''

''हो. तुला माहितीये वाटतं.'' एलिझाबेथ छद्मीपणे हसली.

''काय करत होतात तुम्ही?'' ट्रेसीने पुन्हा विचारले.

''तुला काय वाटतं आम्ही काय करत असू? तत्त्वज्ञानावर गप्पा मारत असू का? बिच्चारी. किती गं भोळी आहेस तू ट्रेसी?'' एलिझाबेथ हसली. ''मी काही चर्चमधील नन नाहीये आणि तोही काही कुणी साधू महात्मा नाहीये. आम्ही दोघं मस्त मजा करत होतो. काही वर्षांपूर्वी तू मध्येच येऊन आमच्या रंगाचा बेरंग केलास, त्यामुळे आम्ही ती कसर आत्ता भरून काढली. मी काही त्याच्याबरोबर

धंद्याच्या गप्पा मारत नव्हते. आमचे नातेसंबंध म्हणजे केवळ मजा मारण्यापुरते आहेत.''

ट्रेसीच्या मनाला यातना होत होत्या. जेफ याबाबतीत अनभिज्ञ असेल पण परमेश्वराला माहीत होते की जेफ आणि या नालायक बाईच्या संबंधांमुळे ती आतून किती पोखरली जात होती. जेफने आपल्याशी प्रतारणा केल्यामुळे निकोलसच्या आयुष्यात केवढी पोकळी निर्माण झाली होती. आणि तिनेही जेफबरोबरचे तिचे संबंध त्यांच्यातील प्रणय, उत्कट प्रेम हे सगळे सगळे गमावले होते. ट्रेसी हे विसरूच शकत नव्हती आणि त्याबद्दल ती ऐलिझाबेथ आणि जेफ या दोघांना माफ करणार नव्हती. एलिझाबेथने तिच्या आयुष्यातून तिचा सर्वांत मोठ्ठा आनंद हिरावून घेतला होता. आणि त्यामुळे आज ती स्वतःला विजयी मानत होती. एलिझाबेथ तुरुंगात जाईलही; पण ट्रेसी हीच खऱ्या अर्थाने जन्मठेप भोगत होती आणि तेही तिचा काहीही दोष नसताना.

तिने मोठ्या प्रयत्नांनी तिच्या भावनांवर संयम ठेवला.

''तू म्हणतेस की तुला जेफची काळजी आहे. जर हे खरं आहे तर तू त्याला या खुनाच्या आरोपातून मुक्त होण्यास मदत केली पाहिजेस.''

''मी नाही कुणाबरोबर काम करत.''

''प्रत्येकाला माहिती आहे की तुझा कुणीतरी साथीदार आहे.''

''प्रत्येक जण म्हणजे कोण?''

''म्हणजे मी, जिच्यासोबत तू आत्ता बोलत आहेस.'' ट्रेसी म्हणाली. ''तू जी जी कामे केलीस त्यातली निदान तीन कामे तरी अशी आहेत की ज्यामध्ये तुझ्यासोबत अजून कुणीतरी होते. मला माहितीये.''

''बरं. पण ती कोणती तीन कामे?'' एलिझाबेथ म्हणाली. ''तुझा काचेपलीकडे बसलेला तो मित्र आहे ना, त्याने काल मला फक्त एकाच चोरीसाठी पकडलं आहे.'' एलिझाबेथने उपहासाने हसत त्या काचेकडे पाहिले. ''ढोंग करून उगाच एकमेकांच्या हुशारीचा अपमान नको करू यात.''

ट्रेसीने थंडपणे सांगितले. ''हाँगकाँग, शिकागो आणि लिमा.''

एलिझाबेथने फक्त मान हलवली.

''तुझा साथीदार हे खून करत आहे, हे जर रिझोचं म्हणणं असेल आणि ते खरं असेल तर?''

''नाही. हे खरं नाही.''

''तुला खात्री आहे? कारण कुणीतरी यांना मारत आहे. आणि तेही तुझ्या प्रत्येक मोठ्या दरोड्यानंतर. आणि आम्हाला असं वाटतंय की तो कदाचित आत्ता पुन्हा बाहेर पडला असेल, नवीन बळी शोधायला.''

एलिझाबेथ विचारात पडली. थोडा वेळ शांतता होती. जीन रिझोने आपला श्वास रोखून धरला.

मग एलिझाबेथ म्हणाली. ''आपण गृहीत धरू यात की मला आहे एक साथीदार. आणि असेही मानू की मी तुम्हाला त्याचे नाव सांगेन. पण मग बदल्यात तुम्ही मला काय देणार?''

''काही मिळणार नाही.'' ट्रेसी म्हणाली. ''फक्त जेफ या सगळ्या संशयातून बाहेर पडेल आणि असं केल्याने पुढचे बळी तरी थांबतील.''

एलिझाबेथने आपली मान हलवली. ''नाही, हे मला मान्य नाही. मला हा सौदा करण्यासाठी माझा वकील इथे हवा आहे. कालच्या चोरीबद्दल मला काही वर्षांपेक्षा जास्त शिक्षा तर नक्कीच होणार नाही. आणि ती पण चोरी केली नाही, तर चोरीचा प्रयत्न केला होता...'' एलिझाबेथने काचेपलीकडे असलेल्या लोकांपुढे नतमस्तक वगैरे होण्याचे नाटक केले. ''बाकी कोणत्याही गुन्ह्याबद्दल तुमच्याजवळ पुरावे नाहीत.''

ट्रेसी जोरात हसली. ''तुझं डोकं फिरलंय. कुणीही तुझं म्हणणं मान्य करणार नाही.''

''ठीक आहे मग मी नाही त्यांना नाव सांगणार.''

दार उघडले. जीन रिझोने ट्रेसीला बाहेर येण्यास सांगितले.

ट्रेसीने सगळ्या एजंट्सना सांगितले, ''तुम्ही ऐकलंत ती काय म्हणतीये. तिच्याशी सौदा केल्याशिवाय ती नाव सांगणार नाही.''

मिल्टनने त्याच्या बॉसकडे पाहिले, ''मला वाटतं करावा सौदा तिच्यासोबत.''

ट्रेसीने डोळे विस्फारले. ''काय? तुमचं डोकं फिरलंय का? तुम्ही तिला जाऊन देणार इथून?''

''ती माकड आहे. आम्हाला मदारी हवाय ट्रेसी.''

''मला मान्य आहे.'' जीनचा आवाज हळू होता; पण त्यामध्ये ठामपणा होता. ''मला वाटतं ट्रेसी, बक बरोबर बोलत आहेत. एलिझाबेथ केनेडीने कुणालाही मारलेले नाहीये. आपल्याला तिचा साथीदार हवा आहे.''

ट्रेसीने बॅरी सोल्टनकडे पाहिले, ''तुम्ही तिच्यावर थोडा दबाव आणला तर ती तुम्हाला त्याचे नाव नक्की सांगेल. पण तुम्ही तिच्यावरील सगळे चार्जेस काढून टाकणार? नाही नाही. ती तुम्हाला खेळवत आहे. आपण अजून थोडे थांबू यात.''

''नाही ट्रेसी. आपल्याकडे आता थांबायला जास्त वेळ नाहीये.'' जीन म्हणाला. ''तो जर आत्ता न्यू यॉर्कमध्ये असेल आणि त्याने परत कुणाचा तरी खून केला तर ते किती महागात जाईल.''

बॅरी सोल्टनने हुकूम सोडला, ''तिच्या वकिलाला बोलवा लवकर.''

त्यानंतर सगळे एकदम भराभर घडत गेले. ट्रेसीला वाटत होते की आपण स्वप्नात आहोत. एलिझाबेथचा वकील पुढच्या पंधरा मिनिटांमध्ये हजर झाला आणि लगेचच सौद्यावर सह्या झाल्या.

''आता सांग त्याचे नाव.'' एजंट बक म्हणाला.

एलिझाबेथ आणि तिच्या वकिलासमोर बक बसला होता. जीन रिझो मागच्या बाजूला ट्रेसीपासून काही अंतरावर उभा होता. ट्रेसीचा चेहरा उतरला होता. ती जीनकडे पाहायलादेखील तयार नव्हती.

त्याने मला वचन दिले होते की एलिझाबेथ तुरुंगात जाईल. वचन दिले होते. जर मी त्याला मदत केली तर तिला धडा शिकवणार असे त्याने मला कबूल केले होते. मी त्याच्यावर विश्वास ठेवला पण तो खोटे बोलला माझ्याशी.

मिल्टन बक म्हणाला, ''मला तुझ्याकडून त्याच्याविषयीची सगळी माहिती हवी आहे. अगदी तारीख वारानिशी. प्रत्येक कामाची. आणि मला हीसुद्धा माहिती हवीये की तो आत्ता कुठे आहे.''

''मी त्याला गेल्या तीन वर्षांमध्ये समोरासमोर पाहिलं नाहीये.''

''तू खोटं बोलत आहेस.''

एलिझाबेथ म्हणाली. ''आपण सगळेच गरज पडेल तेव्हा खोटे बोलतो एजंट बक. पण हे अगदी खरे आहे. आम्ही इ मेल्स किंवा फोनवर एकमेकांच्या संपर्कात असतो. आमच्यात फक्त व्यावसायिक संबंध आहेत. आम्ही काही एकमेकांचे मित्र नाही. जर असतो तर मी एवढेसुद्धा बोलले नसते तुमच्याशी. मी प्रामाणिक राहू शकते. जरी व्हिटनीला तसं वाटत नसलं तरी.''

ट्रेसीने मान फिरवली.

''ठीक आहे. मग तू आमच्याशी प्रामाणिक राहा आणि आम्हाला त्याचे नाव सांग.''

एलिझाबेथने त्याला न्याहाळले.

''माझा साथीदार ट्रेसीचाही जुना संबंधित आहे. बघा ना आमचे आयुष्य कसं आणि कुठून कुठून एकमेकींशी बांधलं गेलं आहे. हो ना?''

ट्रेसीने वर पाहिले.

''त्याचे नाव...'' एलिझाबेथ थोडीशी थांबली आणि म्हणाली, ''डॅनियल कूपर.''

भाग ३

१९

सीटबेल्टसाठीचा कॅप्टनचा संदेश बंद होण्याची डॅनियल कूपर शांतपणे वाट पाहत होता. मग त्याने आपली सीट शक्य तितक्या मागच्या बाजूला ढकलली आणि नंतर आरामात जवळ असलेले चॉकलेटचे रॅपर काढले आणि डोळे बंद करून त्याचा आस्वाद घेत बसला. तो खूप आनंदात होता.

अर्थात त्याचा हा आनंद असुरी होता. गेल्या कित्येक वर्षांपासून आपल्या घाणेरड्या आणि असुरी इच्छांना त्याने मुरड घातली होती. मी म्हणजे न्याय. आणि मीच देवाचा सच्चा आणि पवित्र दूत आहे. खरे तर त्याला माहिती होते की ते खरे नाहीये. तो जेव्हा खऱ्या अर्थाने पवित्र आणि लायक होईल, त्या वेळेस देव त्याला त्याच्या कर्माचे फळ देणार होता आणि ते फळ म्हणजे दुसरे तिसरे काही नव्हते तर ट्रेसी व्हिटनी होती. त्याला खात्री होती की तो दिवस जवळ येत चालला होता. ट्रेसी, त्याची ट्रेसी. त्याची जन्मोजन्मीची सखी शेवटी त्याच्याकडे येणार होती. तो एवढी वर्षे असेच समजून होता की ती जिवंत नाही आणि जरी असली तरी ती परागंदा झालेली आहे आणि त्यामुळे त्याने मनाला समजावले की त्याने तिला कायमचे गमावले आहे; पण ते खरे नव्हते. परमेश्वराने त्याला दुसरी संधी दिली होती आणि ती संधी डॅनियलला आता गमवायची नव्हती. तो त्या संधीचा पुरेपूर फायदा करून घेणार होता.

विमानामधील आपल्या ब्लँकेटच्या खालच्या आच्छादानावर त्याने हात फिरवला.

देवाने डॅनियल कूपरला कायद्याचे उल्लंघन करणाऱ्यांना वेचून वेचून ठार मारण्याची आणि अशा रीतीने समाजामध्ये न्याय प्रस्थापित करण्याची जणू काही आज्ञा केलेली होती. पण समाजाचे कायदेकानून वेगळे होते. डॅनियलने न्यू यॉर्क पोलीस दलामध्ये भरती होण्यासाठी प्रयत्न केले होते; पण त्यामध्ये त्याची निवड झाली नाही. खूप बुटका आहे या कारणाकरता त्याला नाकारण्यात आले होते. पण वैयक्तिकपणे त्याला स्वतःला असे वाटत होते की निवड समितीवरील लोकांना तो नको होता. त्यांना तो असा प्रसन्न आणि छान वाटला नाही. एफबीआयमध्येही तेच घडले. तिथेही तो नाकारला गेला आणि त्याच्यापेक्षा कमी असणाऱ्या व्यक्तीची निवड करण्यात आली. आपण नाकारले गेलो आहोत, या कल्पनेने त्याचे मानसिक संतुलन ढासळले होते. तो विलक्षण हुशार आणि तितकाच बदमाश होता.

या वाटा त्याच्यासाठी बंद झाल्यावर त्याने काही दिवस खासगी गुप्तहेराचे काम केले. त्यानंतर तो एका विमा कंपनीमध्ये कामाला लागला. जे करबुडवे लोक आहेत, त्यांना शोधून काढायचे काम त्याच्याकडे होते. त्याच सुमारास त्याची ट्रेसी व्हिटनीशी प्रथम ओळख झाली.

डॅनियल कूपरला विश्वास होता की तो ट्रेसीला वाचवू शकतो. तसे त्याला देवाने स्वप्नात येऊन कित्येक वेळा सांगितले होते. कधी कधी ट्रेसीचा सुंदर देह पाहून त्याच्यातला राक्षस जागा होत असे. त्या सुंदर देहाला मनसोक्त भोगावे असा राक्षसी विचार त्याला झपाटून टाकत असे. डॅनियलने आपल्या आयुष्याचे ध्येय हेच ठरवले होते की ट्रेसीला मिळवून तिचा न्यायनिवाडा करायचा. तिच्या एवढ्या वर्षांच्या चोरीच्या धंद्यामध्ये ट्रेसी कित्येक वेळा त्याच्या हातातून निसटली होती. एकदा स्वतःहून निसटली आणि एकदा जेफ स्टीवन्सच्या मदतीने निसटली होती. तिच्यावर कित्येक पुरुष डोळा ठेवून होते, त्या सगळ्यांच्या हातावर ती तुरी द्यायची आणि नंतर त्यांची थट्टा करायची. सर्व जगभरातील पोलीस दलाचे ट्रेसीकडे लक्ष नव्हते; कारण त्यांना ती तितकीशी महत्त्वाची वाटली नाही. डॅनियलने त्यांना कित्येक वेळा चेतावणी दिलेली होती; पण त्यांनी त्याकडे सपशेल कानाडोळा केला होता. त्यामुळे अशा पापी लोकांना प्रोत्साहन मिळाले.

आणि ॲमस्टरडॅममधील प्रसंगानंतर मात्र सर्व काही एकाएकी बदलून गेले.

ट्रेसी आणि जेफने मिळून लुक्कुलन हिऱ्याची चोरी केली आणि शहराच्या बाहेर तो पाठवून दिला. तो हिरा मिळवण्याकरता डॅनियल कित्येक दिवस योजना आखत होता. त्याच्या प्रयत्नांवर या दोघांनी पाणी ओतले होते. त्या वेळेस ड्युरेन नावाच्या एक इन्स्पेक्टरमुळे ट्रेसी कूपरच्या जाळ्यातून निसटली होती. ट्रेसी स्कीफोल एअरपोर्टच्या बोर्डिंग गेटपाशी होती. तिने मागे वळून पाहिले आणि त्याला हात केला. तिने हात दाखवला, त्याला! तिने त्याच्या डोळ्यांत त्याचे गुपित वाचले.

आणि त्याच क्षणी ट्रेसी नावाची मादक सुंदरी त्याच्या काळजाला घाव घालून गेली. तो दिवस आणि ते क्षण डॅनियल कधीच विसरू शकणार नव्हता.

त्याने त्या वेळी तिच्या डोळ्यांत पाहिले तेव्हा तिच्या डोळ्यांत त्याला त्याच्याविषयी दया दिसली. आणि तिची ती नजर तो कधीच विसरू शकणार नव्हता आणि त्याबद्दल तो तिला माफदेखील करणार नव्हता. ट्रेसी व्हिटनी, चोरांची आणि बदमाशांची राणी. वेश्या, स्वतःला समजते तरी कोण. मला... या डॅनियलला दया दाखवण्याची तिची हिम्मतच कशी होते?

हे सहन करण्याच्या पलीकडचे होते.

देवाने त्याला त्या वेळेस संदेश दिला की अजूनही त्याला खूप मोठी परीक्षा द्यावी लागणार होती. खूप किंमत मोजावी लागणार होती. ट्रेसी त्याला मिळणार आणि तोदेखील तिला मिळणार होता; पण अजून त्यासाठी त्याला वाट पाहावी लागणार होती. स्वतःला लायक बनवायचे होते. अजून खूप काम करायचे होते त्याला, तिला मिळवण्यासाठी.

दुसऱ्याच दिवशी डॅनियल कूपरने विमा कंपनीतून राजीनामा दिला. आता तो पोलीस अधिकाऱ्यांना आणि संपूर्ण पोलीस खात्याला धडा शिकवणार होता, कारण त्यांनी तिला कित्येक वेळा सुटून जाण्यास मदत केली होती. त्याला कायद्याला कसे गुंडाळायचे हे चांगलेच समजले होते. ट्रेसीला शोधण्याचा त्याने खूप प्रयत्न केला होता. इंटरपोल ही सगळी संस्था म्हणजे त्याच्या मते एक विनोद होती आणि इंटरपोलसारखीच एफबीआयदेखील तशीच होती. डॅनियलला त्यांच्यावर मात करण्यात फार मजा येत होती. आणि ट्रेसीदेखील तेच करत आली होती. फक्त फरक एवढाच होता, की ट्रेसी करत होती त्यापेक्षा कितीतरी मोठ्या गोष्टी डॅनियल करत होता. आणि त्या गोष्टी करण्यासाठीच्या त्याच्या ज्या योजना होत्या, त्यासुद्धा ट्रेसीपेक्षा किती तरी पटींनी मोठ्या होत्या.

ट्रेसी व्हिटनी आणि जेफ स्टीवन्स या दोघांनीही त्याला हे दाखवून दिले होते की बनवाबनवी करण्यासाठी, घोटाळे करण्यासाठी एका स्त्रीचा उपयोग आमिष म्हणून कसा केला जाऊ शकतो. आणि म्हणूनच आपल्या कामासाठी डॅनियल कूपरदेखील एका सुंदर आणि योग्य स्त्री साथीदाराच्या शोधात होता.

अगदी योगायोगाने त्याची ओळख एलिझाबेथ केनेडी हिच्याबरोबर झाली. त्याच्याच माहितीतील कुणाकडून तरी ते दोघे एकमेकांना लंडनमध्ये भेटले. त्या वेळेस ती एकोणीस वर्षांची होती. एकदम तरुण, मादक, पुरुषांना घायाळ करेल अशी आणि मुख्य म्हणजे नीतिमत्ता वगैरे असल्या गोष्टींशी काहीही घेणे-देणे नसणारी अशी ही एलिझाबेथ होती.

शोरडीचच्या एका कॅफेमध्ये डॅनियल कूपरने तिला पहिल्यांदा पाहिले. तेव्हा

त्याला समजले की या पोरीमध्ये भावभावना किंवा स्त्रीमध्ये असलेला भावनिक हळुवारपणा अजिबात नव्हता. क्रेडिट कार्डमध्ये अफरातफर केल्याच्या प्रकरणावरून तिला तुरुंगात टाकण्यात आले होते. तिथून ती नुकतीच बाहेर पडली होती. कूपरच्या मते त्या केसमध्ये ती अडकली ते दुर्दैवामुळे. त्याच्या मते एलिझाबेथ अत्यंत हुशार आणि प्रगल्भ होती, आणि आपल्या कामामध्ये चोख होती. आपला उद्देश काय हे तिला व्यवस्थित माहिती होते. कूपरने जेव्हा तिला आश्वासन दिले की तो तिला सतत काम देत राहील आणि प्रत्येक कामाचे तो तिला पन्नास टक्के देईल, तेव्हा ती त्याच्याबरोबर काम करायला तयार झाली.

पहिली दोन वर्षे त्यांच्यातील भागीदारीचा हा धंदा छान चालला होता. दोघे मिळून योजना आखायचे आणि त्या अमलात आणायचे. आणि अशा पद्धतीने त्यांनी सगळ्या जगामध्ये कितीतरी दागिने आणि मौल्यवान पुरातन वस्तूंच्या चोरीचे सत्र सुरू ठेवले. हे करताना त्यांनी कायम ट्रेसी आणि जेफच्या काम करण्याच्या पद्धतीचे अनुकरण केले होते, कारण ट्रेसी या धंद्यातील एक आदर्श होती. त्यांची ध्येये खूप मोठी होती आणि त्यासाठी त्यांनी खूप कष्ट घेतले. दोघांनी मिळून या धंद्यामध्ये खूप पैसा कमावला. हे खरोखरच नवल होते की अगदी थोड्याशा कालावधीत ते खूप श्रीमंत झाले.

एलिझाबेथने स्वतःसाठी कित्येक हिरे जमवले, उंची आणि अलिशान गाड्यांची घरासमोर रांग उभी केली आणि कित्येक करोडो डॉलर्स बांधकाम क्षेत्रामध्ये गुंतवले. डॅनियल कूपरनेदेखील पै पै वाचवली आणि ते पैसे स्विस बँकेत सुरक्षित ठेवले होते. त्याला कोणत्याही भौतिक गोष्टींची आवड नव्हती. त्याला साधे राहणे आवडत असे. त्याने ठरवले होते की मिळवलेला पैसा हा त्याच्यासाठी आणि ट्रेसीसाठी आहे. एकदा का देवाने सांगितलेली कार्ये पूर्ण झाली की तो एक पवित्र आत्मा होईल आणि मग त्याला ट्रेसी मिळून तो तिच्यासोबत लग्न करून तिला कायमची आपली बनवेल. त्याचे स्वप्न होते की ट्रेसीला अतिशय सुखात ठेवायचे. तिला एखाद्या राणीसारखे ठेवायचे आणि तीदेखील त्याच्यावर प्रेम करेल, त्याची पूजा करेल आणि त्याला खूश ठेवण्यासाठीच आपले सारे जीवन जगेल. दररोज ती त्याला ही जाणीव करून देईल की तो त्या मूर्ख आणि नालायक जेफपेक्षा कसा आदर्श प्रेमी आहे.

जेफ स्टीवन्सबद्दल त्याच्या मनामध्ये कमालीची चीड आणि तिरस्कार होता. आणि या तिरस्कारातूनच त्याने पहिली चूक केली आणि ती म्हणजे एलिझाबेथच्या मदतीने त्याने जेफ आणि ट्रेसीचे वैवाहिक जीवन उद्ध्वस्त केले. ती योजना यशस्वी झाली होती. खरे तर डॅनियल कूपरच्या प्रत्येक योजना यशस्वीच होत असत. खूप हुशार होता तो. पण त्याला यशाची किंमत मोजावी लागत होती. आणि ती किंमत

म्हणजे त्यांचे वैवाहिक जीवन संपल्यानंतर ट्रेसी जी गायब झाली ती त्यानंतर कधी कुणाला दिसलीच नाही. डॅनियल कूपरदेखील तिला शोधण्यात अयशस्वी झाला. त्यानंतर नऊ वर्षांचा मोठा कालखंड गेला. ट्रेसीविषयीच्या विचारांनी तो अस्वस्थ होत असे.

आणि दुसरा परिणाम असा झाला की त्याचीच साथीदार एलिझाबेथ जिला ट्रेसी आणि जेफला तोडण्याकरता त्याने वापरले होते, ती एलिझाबेथ नंतर जेफच्या प्रेमात पडली होती. ती त्याची काळजी करायला लागली. जसे ट्रेसीने केले तसेच हिने केले; जेफवर प्रेम. त्यानंतर एलिझाबेथ आणि कूपर दोघे मिळून आख्ख्या जगभर चोऱ्यामाऱ्या करत फिरत राहिले. जेफ आणि ट्रेसीच्या प्रकरणानंतर त्या दोघांमधले व्यावसायिक नाते तसे राहिले नाही. एलिझाबेथ हळूहळू अस्वस्थ होत गेली. तिच्या या साथीदाराच्या वाढत्या मागण्यांनी हैराण झाली आणि त्यामुळे तिची पतही घसरू लागली.

मागच्या वर्षीच्या उन्हाळ्यात लॉस एंजलिसमध्ये सगळ्या गोष्टी हाताबाहेर गेल्या. एलिझाबेथ आणि त्याने ब्रुकस्टीनचा हार चोरण्याची योजना केली आणि ती फसली, तेव्हा कूपरने विचार केला की ही देवाची इच्छा असावी. कारण याच हाराच्या प्रकरणामुळे त्याला ट्रेसी परत भेटली होती.

पुन्हा एकदा देवाने डॅनियलसाठी संदेश पाठवला होता आणि त्याने ट्रेसी व्हिटनीला संदेशदूत म्हणूनच जणू काही पाठवले होते.

'मी तुझ्यावर प्रसन्न आहे माझ्या बाळा...' देव म्हणत होता. 'तू माझ्यासाठी जे काही केलेस त्यामुळे तू तुझ्या पापातून मुक्त झाला आहेस. आणि त्यामुळे आता मी तुला तुझी इच्छित वधू देत आहे. तिचा तू स्वीकार कर आणि सुखी राहा.'

एलिझाबेथ केनेडीला अटक झाली, हे ऐकून डॅनियल कूपरला खूप आश्चर्य वाटत होते. पण ठीक आहे, त्याने काही बिघडत नव्हते. त्याच्यासाठी ती आता तशीही काही कामाची राहिलेली नव्हती. देवाच्या त्याच्यासाठीच्या योजना आता शेवटच्या टप्प्यावर येऊन पोचल्या होत्या.

आता फक्त ट्रेसीचा विचार.

डॅनियल कूपर आता शेवटच्या पायरीवर आला होता. वेदनेची एक तीव्र कळ त्याच्या मनात आली आणि त्या वेदनेचे अश्रू डोळ्यांतून वाहायला लागले. त्याला त्याने कसेबसे थोपवले. आपल्या भावनांना त्याने आवर घातला.

मला माफ कर देवा. मला माफ कर.

विमान एव्हाना आकाशात झेपावले होते.

ते हॉटेल आगळेवेगळे होते. तिथे एकदम युरोपियन वातावरणाचा भास होत होता.

तिथल्या टेबलांवर कॉटनचे प्लेन टेबलक्लॉथ पसरले होते. जुन्या धाटणीच्या खुर्च्या होत्या. त्यावर फुलाफुलांच्या उश्या होत्या. मागे मंद आवाजामध्ये नाताळच्या गाण्यांची धून वाजत होती.

एलिझाबेथ केनेडीला अटक होऊन आणि पर्यायाने जीन रिझोच्या केसला एकदम वेगळी कलाटणी मिळून आता तीन दिवस उलटून गेले होते. या तीन दिवसांमध्ये कूपरची इत्थंभूत माहिती काढण्यासाठी वेगवेगळ्या प्रकारांनी चौकशी चालू होती. या दिवसांमध्ये बायबल किलरने अजून तरी कुणाचा बळी घेतला नव्हता. निदान त्याच्या आधीच्या खुनांप्रमाणे एका विशिष्ट आणि अपेक्षित वेळेमध्ये तरी त्याने या वेळेस कुणाला मारले नव्हते. कूपरने बहुधा एलिझाबेथच्या अटकेमुळे त्याच्या योजना बदलल्या असाव्यात. मिल्टन बकने ट्रेसी आणि जीनला वेड्यात काढले होते. त्याच्या मते कूपर दीडदमडीच्या वेश्यांचे खून करण्यासारखा कुणी फालतू गुन्हेगार नव्हता. गुन्हेगारीमध्येही तो एवढ्या वरच्या पातळीवर होता की हे असले खून करण्यापेक्षा त्याने दुसरे बरेच धंदे केले असते. त्यामुळे बकच्या मते, एलिझाबेथच्या चोरीचा आणि वेश्यांच्या खुनांशी काही संबंध असावा हा जीन रिझोचा फुटकळ सिद्धान्त त्याला अजिबात मान्य नव्हता. त्याच्या मते जीन हा कुठल्या तरी कल्पनाविश्वात रमतो आहे किंवा फुकट हवेमध्ये इमले बांधत आहे.

जीनने बोरडुक्स वाइनची बाटली मागवली होती, ती ग्लासमध्ये ओतून तो ग्लास ट्रेसीच्या पुढे केला.

ट्रेसी म्हणाली, "जीन मला अजूनही तुझा खूप राग आलेला आहे. आणि हे तुला माहितीये."

"हो, मला माहिती आहे ते."

"तू मला वचन दिलं होतंस की तू एलिझाबेथला आत टाकशील."

"आणि ती नक्की जाईल. पण आपल्याला पाहिजे तेव्हा नाही."

"तुला कळत कसं नाहीये जीन. तुम्ही एलिझाबेथला वापरत आहात; कशासाठी? तर कूपरला शोधण्यासाठी? हा शोध निरर्थक आहे. तुला वाटतंय की कूपर असा सापडेल? तुम्ही सावलीच्या मागे लागला आहात!"

जीनने वाइनचा एक घुटका घेतला आणि तो म्हणाला, "ट्रेसी, तो सापडेल. सापडलाच पाहिजे."

असे तो म्हणत होता; पण त्या म्हणण्यात आत्मविश्वास नव्हता, हे त्यालाही कळत होते.

ट्रेसीचे गहिरे हिरवे डोळे त्याच्यावर स्थिरावले. त्याच्या मुळात काळ्याभोर केसांमधून रूपेरी बटा डोकावत होत्या. ट्रेसीला तो खूप थकलेला आहे असे जाणवले. जरी तिने कधीच कबूल केले नसते; पण तो तिला आवडायला लागला

होता. तिला त्याच्या या कामाच्या यशाबद्दल खूप काळजी वाटू लागली होती. त्याचबरोबर तिला त्या मेलेल्या मुलींनादेखील न्याय मिळाला पाहिजे, असे मनोमन वाटत होते. आणि त्यासाठी कूपर सापडायलाच हवा होता. खोलवर कुठे तरी मनामध्ये ती अजूनही तिला काही वर्षांपूर्वी भेटलेला डॅनियल कूपर आणि निर्घृणपणे हत्या करणारा माथेफिरू हे दोघे एकच आहेत या गोष्टीवर विश्वास ठेवणे जड जात होते.

"तू त्याला ओळखत होतीस." जीन म्हणाला. तोपर्यंत त्यांचा आवडता मेनू सीझर सलाड आले. त्याच्या आणि ट्रेसीच्या आवडीनिवडीत विलक्षण साम्य होते. "आपण गेले काही दिवस एलिझाबेथच्या मागे हात धुऊन लागलेलो आहोत. तिला पुरतं भंडावून सोडलंय; पण तरी मी तुला विचारतो, तुझा काय अंदाज आहे?"

ट्रेसीने आपले डोळे चोळले. तीसुद्धा खूप थकलेली होती. "खरं सांगायचं तर मीदेखील त्याला फारशी ओळखत नाही. तो माझ्या मागावर असायचा. आमच्याच धंद्यातला होता; पण आमच्यापेक्षा एखादी पायरी मागे होता. मला वाटतं, म्हणजे माझा असा अंदाज आहे..."

"काय?"

ती शब्दांची जुळवाजुळव करत होती. "म्हणजे मला नक्की सांगता येणार नाही; पण तो फार हुशार आणि चलाख होता. आणि जेफ मला म्हणायचा, की तो बहुतेक तुझ्या प्रेमात पडला आहे." असे म्हणून ट्रेसी जोरात हसली.

"पण मग खरंच तो प्रेमात पडला होता का तुझ्या?"

"नाही, असा विचार करण्याचं खरंतर कोणतंही सबळ कारण नाही. उलट मला तुरुंगात पाठवण्यासाठी त्यानं जंगजंग पछाडलं. मला नाही वाटत तसं. पण जेफ म्हणायचा की तो खूप धोकादायक माणूस आहे."

"पण तुला नाही असं वाटत, हो ना?"

"तसं नाही म्हणता येणार. पण त्याचा तिरस्कार करण्यासाठी माझ्याजवळ दुसरीही बरीच कारणं होती. त्यामुळे याचा मी नाही कधी विचार केला. जेफला होती त्यापेक्षा जास्त मला त्याच्याविषयी चीड होती."

रिझोने आपल्या भुवया उंचावल्या. "कशी?"

"डॅनियल कूपरला माहीत होतं की ज्या कारणासाठी मला काही वर्षांपूर्वी तुरुंगवास भोगावा लागला होता, तो गुन्हा मी केलेला नाही. मी निष्पाप होते याची त्याला कल्पना होती. आणि तो मला लुसियानामधील त्या तुरुंगामध्ये भेटायलादेखील आला होता."

"तो तिथे आला होता?"

ट्रेसीने मानेनेच होकार दिला. तिच्या अंगावर शहारा आला. तिला त्या

आठवणी नको वाटायच्या. तो काळ तिच्या आयुष्यातील सर्वांत वाईट काळ होता. त्यामुळे त्याविषयी ती कुणाशीही बोलत नसे. तिने तुरुंगामध्ये जी मारहाण, अपमान, निराशा सहन केली, त्या वेदनेचे दुःख आज बारा वर्षांनतरदेखील तिला त्रास देत असे.

"त्याला विमा कंपनीनं पाठवलं होतं. तो माझ्याजवळ बसला आणि मला म्हणाला की मी सिद्ध करेन की तू कोणत्याही प्रकारची फसवाफसवी आणि अफरातफर केलेली नाहीस. पण मग जेव्हा मी त्याला मदत मागितली तेव्हा ती मात्र करायला त्यानं साफ नकार दिला. त्यानं मला त्या गलिच्छ तुरुंगामध्ये तसंच सडून जाण्यासाठी सोडून दिलं."

जीनने ती माहिती काळजीपूर्वक ऐकली. "तुला काय वाटतं तो असं का वागला असेल?"

ट्रेसी म्हणाली, "मला नाही माहीत. हे म्हणजे असं होतं..." तिला आपल्या भावना शब्दांत व्यक्त करता येत नव्हत्या. "मला इतकं जरूर वाटतं की त्यामागे काही वैयक्तिक कारण नसावं. तो एखाद्या यंत्रासारखा होता आणि त्या बाबतीत तो आणि एलिझाबेथ दोघांमध्ये कमालीचं साम्य आहे. म्हणजे त्याला आपण मदत केली नाही याचं काही वाटत नसेल."

"हे सगळं तुझ्यासाठी खूप कठीण असेल ना ट्रेसी?"

ट्रेसीने आपले खांदे उडवले. "हो. पण तू मला त्याच्याविषयी विचारलंस आणि त्याच्याशी संबंधित माझ्या या काही आठवणी होत्या, त्या मी तुला सांगितल्या. मी जेव्हा तुरुंगाबाहेर आले, त्या वेळेस मला ज्यांच्यावर सूड उगवायचा आहे अशा लोकांची एक मोठी यादीच माझ्याजवळ होती. त्यामध्ये ज्यो रोमानो, अँथनी ओर्साट्टी, पेरी पोप आणि लॉरेन्स नावाचा एक हलकट न्यायाधीश हे सगळे होते. सगळे खूप हलकट, पोचलेले आणि लाचखोर होते साले. आणि त्यांना वाटत होतं की कुणीही आपलं काहीही वाकडं करू शकणार नाही. ट्रेसीच्या हिरव्या डोळ्यांमध्ये अंगार फुलले होते. जीन रिझोला पहिल्यांदा जाणीव झाली की ही अशी रागावल्यावर आणि तशीही एकंदरीतच किती देखणी आणि सुंदर आहे!

"डॅनियल कूपर काही फार चांगला नव्हता; पण तो लाचखोर तरी नव्हता. उलट त्याच्यामध्ये एक वेगळीच चुणूक होती..."

"आणि तरी त्यानं इतकी वर्षं चोरी करण्यात आणि दरोडे घालण्यात घालवली." जीन म्हणाला. "तुला नाही वाटत, की हादेखील एक प्रकारचा लाचखाऊपणाचाच प्रकार आहे?"

"तुम्ही हे कसं घेता त्यावर ते अवलंबून आहे." ट्रेसी म्हणाली. "आणि मला वाटतं तो त्या दृष्टीनं लाचखोर असेल."

“आणि तो खुनी आहे हे ऐकून तुला नवल नाही वाटत?”

“अगदी खरं सांगायचं तर मागील दहा वर्षांमध्ये मी या डॅनियल कूपरला पाहिलंदेखील नाहीये; ना त्याचा कधी विचार माझ्या मनामध्ये आला.”

“मग तुला असं वाटतंय का, की त्या मुलींचे खून त्यानं केले असतील?”

तो प्रश्न इतका थेट विचारला गेला की ट्रेसीला आश्चर्य वाटले.

“मला नाही माहीत.”

तिचे हे उत्तर ऐकून जीनचा चेहरा एकदम हवा काढून घेतलेल्या फुग्यासारखा झाला.

“मला माहितीये, की तुला माझ्याकडून हे उत्तर अपेक्षित नाहीये. तुला काहीतरी असं उत्तर हवंय, की ज्यामुळे कुठेतरी काहीतरी आशेचा किरण तुला मिळेल. पण वस्तुस्थिती ही आहे, की मला खरंच नाही माहीत की तो हे खून करतोय का नाही. माझं म्हणशील तर मला त्याचं वाईट वाटतं. खरं तर त्याच्या पूर्वायुष्यातील घटना. मलासुद्धा तुम्हा लोकांकडून समजल्या की तो लहान असताना त्याच्या आईचा खून झाला होता आणि त्यानं त्याच्या आईचं खून झालेलं ते प्रेत शोधलं...” ती म्हणाली, “मला नाही माहीत... कदाचित तो खूप वाईट, दुःखी आणि क्लेशकारक आयुष्य जगला असेल.”

“हो, त्याच्यासारखे बरेच खुनी असंच आयुष्य जगतात.” जीन थंडपणे म्हणाला.

तेवढ्यात त्याचा फोन वाजला. ट्रेसी तो बोलत असताना त्याला निरखत होती. त्याला बोलताना अक्षरशः घाम फुटला होता. काहीतरी भयंकर कळले असणार, याचा ट्रेसीला अंदाज आला.

“शेवटी जी भीती होती तेच घडले. हो ना? त्याने अजून एकीचा खून केला.”

जीनने हताश नजरेने तिच्याकडे पाहिले. “चल, निघू यात आपण.”

त्यानंतर आठ तासांनी ट्रेसी हॉटेलमध्ये सामानाची आवराआवर करत होती तेव्हाच जीन रिझोने दार वाजवले.

तो त्या खुनाच्या जागी रात्रभर होता. त्याच्या अंगावरील शर्टसुद्धा काल घातलेलाच होता. त्याचे डोळे एकदम भरून आले होते. कोणत्याही क्षणी रडू कोसळेल असे वाटत होते.

“तुला झोपेची गरज आहे जीन,” ट्रेसी म्हणाली.

जीन मटकन खुर्चीमध्ये बसला. “या वेळेस बळी गेलाय त्या मुलीचे नाव लोरी हॅनसेन. आणि ही मुलगी मागील तीस तासांपासून मेलेल्या अवस्थेतच पडली होती. तिच्यावर बलात्कार झाला आणि तिच्यावर अतोनात अत्याचार केले गेले आणि

नंतर तिचा गळा आवळून खून करण्यात आला. ते अपार्टमेंट एकदम स्वच्छ आणि नीटनेटकं करून ठेवलं होतं आणि ते शवसुद्धा. आणि ते बायबल...''

ट्रेसीने त्याच्या खांद्यावर आपला हात ठेवला. ''यामध्ये तुझी काय चूक आहे? तू इथे काही करू शकला नसतास.''

''नाही कसं? मीच जबाबदार आहे याला.'' जीन एकदम उसळून म्हणाला, ''मी त्याला अडवू शकलो असतो गं. मी जर वेळेत त्याला शोधून ताब्यात घेतलं असतं, तर ट्रेसी हा अनर्थ टाळता आला असता. हा डॅनियल कूपरच आहे. तोच असला पाहिजे. एलिझाबेथनं बकला सांगितलं होतं की हा माणूस तिच्याजवळ कायम धर्मासंबंधी बोलायचा.''

''मला मान्य आहे की या गोष्टी एकमेकींशी खूप मिळत्या जुळत्या आहेत.'' ट्रेसी आपल्या बॅगची चेन लावता लावता म्हणाली.

''तिनं हेसुद्धा कबूल केलंय की डॅनियल कूपर तुझ्या बाबतीत आणि जेफच्या बाबतीत फारच आग्रही होता. आणि म्हणून तो त्याच्या योजना तुमचं तंत्र वापरूनच अमलात आणायचा, की जेणे करून जेफ त्यामध्ये अडकला जावा. आणि कूपरनंच तिला तुमच्या दोघांना वेगळे करण्याकरता पैसे दिले होते.''

ट्रेसीने आपल्या बॅगेतून निकोलसचा फोटो काढला. निकोलस म्हणजे तिच्यासाठी शांती, निरागसता आणि पावित्र्य यांचा स्रोत होता. ती घरी जाण्यासाठी आतुर झाली होती. तिला तिच्या लाडक्या निकोलसला जवळ घेऊन त्याचे खूप लाड करायचे होते. तिचा ऊर्जास्रोत होता तो. तिला खूप आठवण येत होती त्याची. तिला आता कुणाबद्दल काही ऐकायचे नव्हते- ना एलिझाबेथ, ना कूपर, ना जेफ. कुणी नको होते. तिला फक्त तिचे बाळ, तिचा गोड बछडा निकोलस हवा होता. तिने आजच पेपरमध्ये एका चोरीविषयी बातमी वाचली होती. बेझन्टाइन नाण्यांची चोरी झाली होती. एका रशियन मुलीकडे असलेली ही नाणी एका बॉलमध्ये चोरली गेली होती. या सगळ्यामागे जेफचाच हात असणार, याची ट्रेसीला पक्की खात्री होती. तिला एका क्षणी त्याच्याविषयी प्रेम दाटून आले. पण फक्त क्षणभरच, नंतर तिचा संताप झाला. तिला इथून बाहेर पडायचे होते. या शहरात तिला आता राहायचेच नव्हते. जेफपासून आणि ती जे काही आत्ता करत होती त्या सगळ्यापासून.

''मला वाटतं, जेफ स्टीवन्सचंच बरोबर असावं. मला असं वाटतं की डॅनियल कूपर तुझ्या प्रेमात पडला असावा.''

ट्रेसीने आपले सामान उचलले.

''मला वाटतं तो अजूनही तुझ्या प्रेमात असावा.''

''शी... हा निव्वळ मूर्खपणा आहे.''

ट्रेसी दाराच्या दिशेने गेली. पण जीनने आपल्या हाताने तिला थांबवले.

"नाही ट्रेसी, हा मूर्खपणा नाहीये. मला कल्पना होती की या सगळ्याच्या मुळाशी तूच आहेस. मला माहीत होतं आणि माझं बरोबर आहे. तो तुझ्यासाठी येत आहे."

"मला गेलं पाहिजे जीन."

"जायचंय? शक्यच नाही ते. तू नाही जाऊ शकत ट्रेसी." जीन तिला म्हणाला. "आता तर तुला इथे थांबलंच पाहिजे. तुझी गरज आहे आत्ता ट्रेसी. आपण खूप जवळ आलो आहोत ट्रेसी. आणि आता अशा मोक्याच्या क्षणी तू जाऊ नकोस. निदान अजून काही दिवस तरी. कूपर आपल्या आता खूप जवळ आलेला आहे."

"तो या ग्रहावर कुठेही असू शकतो."

"ट्रेसी प्लीज तुझी मदत झाली तर आम्ही..."

"जीन," ट्रेसीचा आवाज शांत पण खंबीर होता. "मी आता इथे एक दिवस काय, एक मिनिट देखील थांबणार नाहीये. अगदी तू निकोलसला सगळे सांगायची धमकी दिलीस तरी मी नाही थांबणार. कारण सणासुदीचे दिवस आहेत. ख्रिसमस आहे आणि मला माझ्या मुलाबरोबर आत्ता राहायचं आहे." त्याला ढकलून तिने दार उघडले. "तुला गरज लागली तर तुझ्याकडे माझा नंबर आहेच."

जीन रिझो उभा राहिला आणि तिला निघून जाताना पाहत राहिला. त्याला नैराश्य आल्यासारखे झाले होते. केवळ या केसमुळेच नाही तर ट्रेसीला जाताना पाहून. ट्रेसी जवळ होती तेव्हा त्याला आशादायी वाटत होते. ती गेली आणि त्याला रितेपण जाणवू लागले. तिच्यासारख्या बाईला जेफने आपल्या आयुष्यातून कसे जाऊ दिले? खरंच मूर्ख आहे जेफ.

"तुला घरी जायचं नाहीये का?" ट्रेसी दाराशीच थांबली. "तुझीही बायको-मुले वाट पाहत असतील."

जीनला ल्युक आणि क्लेमेंसचा विचार आला. त्याच्या लक्षात आले की गेल्या काही दिवसांत त्याने त्या दोघांना फोन केला नाहीये.

"मी फोन करते तुला." ट्रेसी म्हणाली.

ती निघून गेली.

ब्लेक कार्टरने हळूहळू डिशेस पुसून ठेवल्या. ते सगळी कामे अशीच करत असत. त्यांच्या वडिलांनी त्याला अशाच पद्धतीने कामे करायला शिकवले होते. त्यांचे वडील म्हणायचे, देव सगळे काम सावकाश करतो, माणसालाच सगळ्याची घाई असते. विल्यम कार्टर हे एक भले गृहस्थ होते. ते नीतिमत्तापूर्ण आयुष्याबाबत आग्रही असणाऱ्या जगात वाढले होते. काय चांगले काय वाईट याबाबतची त्यांची मते ठाम आणि आग्रही होती. ट्रेसीबद्दल त्यांनी काय विचार केला असता याचाच

विचार कार्टर करत होते. त्यांच्या वडिलांना त्यांच्या ट्रेसीविषयीच्या प्रेमाविषयी कळले असते का? तिचा कनवाळू आणि प्रेमळ स्वभाव आणि तिचे अद्‌भुत सौंदर्य यामागे काहीतरी रहस्य होते, एक खिन्नता होती; यातना होत्या का? कदाचित नसाव्यात. ब्लेकना आपल्या या मालकिणीविषयी काही माहिती नव्हती; पण ते तिच्यावर मूक आणि उत्कट प्रेम करू लागले होते. त्यांना कल्पना होती की त्यांना भेटण्यापूर्वी ट्रेसी ज्या जगात वावरत होती, ते जग काही खूप चांगले नव्हते. ट्रेसीच्या बाबतीत कोणतीही गोष्ट पूर्ण वाईट किंवा पूर्ण चांगली नव्हती.

जीन रिझो तिच्या आयुष्यात अचानक एका वाईट जगातून आला. जेव्हापासून ट्रेसी आणि निकोलस लॉस एंजलिसवरून परत आले, तेव्हापासून ट्रेसीचा काळा भूतकाळ तिच्या मानगुटीवर बसू पाहत होता. पण जेव्हा रिझो पहिल्यांदा या घराच्या चौकटीमध्ये आला, तेव्हापासून गोष्टी वाईट होत गेल्या. तेव्हापासून ट्रेसीमध्ये झालेला फरक ब्लेक पाहत होता. ती आजकाल खूप तणावाखाली दिसत असे. तिच्या मनात कसली तरी भीती होती. प्रत्येक वेळेस फोन वाजला की हातातले काम टाकून फोनवर अक्षरशः झडप घालत असे. ती तिच्या न्यू यॉर्कमधील ख्रिसमस शॉपिंग वरून परत आल्यापासून खूपच थकलेली आणि अशक्त वाटत होती. आणि त्यात नवलाची गोष्ट म्हणजे ती काहीच खरेदी न करता आली होती. ब्लेकला कळून चुकले होते की आता त्याला तिच्याशी बोलावेच लागेल.

ख्रिसमसच्या दिवशी रात्री नऊ वाजता ट्रेसी निकोलसबरोबर हॉलमध्ये बसली होती. निकोलस 'द पोलर एक्स्प्रेस' पाहत होता. हजार वेळा तरी त्याने पाहिले असेल ते. ब्लेकला समजत होते की ट्रेसी खूप खंबीर आणि व्यवहारी आहे. भावनांच्या आहारी जाणाऱ्यातली नाही. पण त्याला हीदेखील कल्पना होती की ती तितकीच हळुवार आहे. ब्लेक कार्टरची स्वतःची आई तो लहान असतानाच वारली. कदाचित ते एक कारण असावे की त्याने कधीही लग्न केले नाही आणि तो एकट्यानेच आयुष्य जगायला शिकला.

ब्लेक याअगोदर कधीही कुणाच्या प्रेमात पडला नव्हता. तो अनुभव त्याला नव्हता.

ट्रेसीचे त्याच्याकडे लक्ष गेले तेव्हा तो तिच्याकडे टक लावून पाहत होता. "बरं वाटतंय ना तुम्हाला?"

"हो, मी बरा आहे."

निकोलसला एका फरच्या ब्लँकेटमध्ये गुंडाळून ट्रेसी किचनमध्ये ब्लेकला मदत करण्याकरता आली. "तुम्हाला हे करायची गरज नाहीये."

"हो, पण तरीही मी करणार." ब्लेक हसला. "कारण हे सगळे तू एकटं नाही करू शकणार."

"राहू देत ना मग. उद्या लिंडा येईल, ती करेल." ट्रेसी म्हणाली.

"नको. उद्यावर काही टाकू नये. आजचे काम उद्यावर ढकलू नये." ब्लेक म्हणाला. "ते दार बंद कर. करतेस?"

त्याने शेवटची डिश पुसून ठेवली. ट्रेसीने हॉलचे दार बंद केले आणि चॉकलेटचा डबा उघडला.

"हवंय का?"

"नको नको. ट्रेसी मी काय सांगतो ते ऐक. आज मला तुला काही तरी सांगायचंय."

ट्रेसीच्या लक्षात आले की ब्लेकचे हात थरथरत आहेत. खरं तर तो नेहमी शांत असायचा. तिला थोडेसे अस्वस्थ वाटू लागले.

"तू आजारी आहेस का?"

"आजारी?" ब्लेक थोडासा आश्चर्याने म्हणाला. "नाही गं. मी आजारी वगैरे नाहीये. चांगला धडधाकट आहे. खरं सांगायचं तर मी तुझ्या प्रेमात पडलेलो आहे."

ट्रेसीने मागे वळून त्याच्याकडे आ वासून पाहिले.

"मला तुला बायको करून घ्यायला आवडेल."

ट्रेसी बराच वेळ काहीच बोलली नाही. तिला क्षणभर काहीच सुचले नाही आणि मग ती आश्चर्याने उद्‌गारली, "मी? वा!..."

"मला माहितीये ट्रेसी की मी तुझ्यापेक्षा वयाने खूप मोठा आहे." ब्लेक शांतपणे आणि हळुवारपणे म्हणाला. "पण मला खात्री आहे की आपण इथे सुखाने राहू. तुझ्या मुलावरसुद्धा मी स्वतःच्या मुलासारखेच प्रेम करतो."

ट्रेसी म्हणाली, "हो मला माहितीये ते. निकीलासुद्धा तू आवडतोस आणि मलासुद्धा. पण मी तुझी बायको नाही होऊ शकत."

त्या वयस्क शेतकऱ्याने एक दीर्घ श्वास घेऊन विचारले, "तुझ्या मनात दुसरं कुणी आहे का?"

ती थोडीशी अडखळली आणि म्हणाली, "तू म्हणतोस त्या अर्थानं नसलं तरी माझ्या मनात आहे."

"कोण? निकचे वडील का?"

त्याक्षणी ती अतिशय दुःखी झाली; कारण ब्लेकच्या प्रश्नाचे उत्तर हो असले तरी ती ते मान्य करू शकत नव्हती.

तिने जीन रिझोला सांगितले होते की 'मला न्यू यॉर्क मध्ये नाही थांबायचे, मला माझ्या मुलाकडे परत जायचे आहे.' पण दुसरीही एक गरज होती. एक असे सबळ कारण होते की त्यामुळे तिला त्या शहरात एक मिनिट थांबायचे नव्हते, मिळेल त्या विमानाने परत जायचे होते आणि पुन्हा कधीही मागे वळून पाहायचे नव्हते. न्यू

यॉर्कमधील तिचे वास्तव्य, एलिझाबेथबरोबरचा तिचा संवाद आणि बेझन्टाइन नाण्यांच्या चोरीबद्दल वाचणे, या सगळ्यामुळे ट्रेसीला सत्याला सामोरे जावेच लागले. ती अजूनही जेफ स्टीवन्सवर प्रेम करत होती. ती कधीच त्याच्यावर प्रेम करणे थांबवू शकणार नव्हती. आणि त्याबद्दल तिला स्वतःचा राग येत होता. ती कित्येक वेळा रडली, भेकली आणि किंचाळली होती; पण जेफबद्दलच्या तिच्या मनातील प्रेमाच्या भावना खूप गहिऱ्या होत्या. खूप वर्षांपूर्वी ब्राझीलच्या चर्चमध्ये तिने जेव्हा त्याच्याशी लग्न केले त्या वेळेस ज्या उत्कटपणे ती त्याच्यावर प्रेम करत होती, तीच उत्कटता आजही होती.

ब्लेकने तिच्या डोळ्यांत कमालीची वेदना पाहिली आणि त्याला तिच्याविषयी वाटणारी आपुलकी निराशेमध्ये बदलली. त्याने ट्रेसीचा हात हातात घेतला.

"निकचे वडील जिवंत आहेत. हो ना?"

"नाही."

"तू माझ्याशी मनमोकळे बोलू शकतेस ट्रेसी. मला माहितीये की तू जशी दाखवतेस, तशी तू नाहीस. तुला तुझा काहीतरी भूतकाळ आहे. मी काही मूर्ख नाहीये ट्रेसी."

"मी कधी विचार केला नाही की तू..." ट्रेसी कडवटपणे म्हणाली.

"तो रिझोच आहे ना?" ब्लेकच्या आवाजामध्ये एवढा कडवटपणा होता की जो तिने यापूर्वी कधीच ऐकला नव्हता. "जो भूतकाळ विसरण्यासाठी तू इथे आली होतीस, त्याच भूतकाळाची तुला आठवण पुन्हा करून देणारा तोच आहे."

"जीन रिझो हा खरंच एक भला माणूस आहे." ट्रेसी म्हणाली. "तो फक्त एक निमित्त झाला. त्यानं जे करणं अपेक्षित आहे तेच तो करतोय."

"पण मग तुझं काय?" ब्लेकने विचारले. "तू काय करायचं ठरवलं आहेस?त्या माणसाबरोबर तू एवढी बांधली का गेली आहेस?"

ट्रेसी काहीच बोलली नाही. त्या दोघांपैकी कुणीही काही बोलले नाही. दोघेही शांत होते.

मग त्याने पुन्हा शब्दांची जुळणी केली. ट्रेसीच्या डोळ्यांत शांतपणे पाहत तो म्हणाला, "तू पूर्वी कोण होतीस हे मला जाणून घ्यायचे नाहीये ट्रेसी. आणि तुला सांगायचे नसेल तर तू नको सांगूस. तू आत्ता जशी आहेस तशीच मला आवडतेस. मी ट्रेसी शिमटवर प्रेम करतो आणि तीच पूर्वीची ट्रेसी शिमट मला हवीय."

"मलासुद्धा..." असे म्हणून ट्रेसी रडू लागली.

तिचे गरम अश्रू तिच्या गालावरून ओघळून त्या चॉकलेटच्या डब्यावर पडले.

"पण ते इतके सोपे नाहीये ब्लेक."

"का नाही. माझ्याशी लग्न कर. मागचे विसरून आपल्या या नवीन आयुष्याची

निवड कर. या पर्वतराजींमध्ये तू माझ्याबरोबर आणि निकोलसबरोबर सुखी आहेस.

ट्रेसीने विचार केला की हा बरोबर म्हणतोय. मी इथे खरंच सुखात आहे; निदान होते तरी. मी परत सुखी होऊ शकेन का?

ब्लेक म्हणाला, "नाही म्हणू नकोस. यावर थोडा विचार कर. जरा विचार कर की तुला तुझं उरलेलं आणि तुझ्या मुलाचं आयुष्य कसं जगायचं आहे." असे म्हणून ब्लेक निघून गेला.

सिनेमा संपला आणि निकोलस झोपायला गेला. ट्रेसी पण झोपायला गेली; पण तिला काही केल्या झोप येईना.

ती सगळ्यांचा विचार करत होती, जेफ स्टीवन्स, डॅनियल कूपर, जीन रिझो आणि ब्लेक कार्टर. सर्वांचे विचार तिच्या मनात येत होते. ते चौघेही जण तिच्या भोवती पिंगा घालत होते. जसजशी ती विचार करत गेली, तसंतशी ती त्या विचारांमध्ये जास्तच गुंतत चालली होती.

२०

प्रोफेसर डोमिन्गोने आपल्या हातातील बेझन्टाईन साम्राज्यातील ते प्राचीन नाणे खाली-वर करून पाहिले. काल परवा झळाळी दिल्याप्रमाणे ते सोन्याचे नाणे चकाकत होते. त्यावरील कलाकुसर अप्रतिम होती.

"सुंदर, अप्रतिम." जेफकडे पाहून हसून तो म्हणाला. "खरंच सुंदर आहे. तुझे आभार कसे मानावेत हेच कळत नाहीये."

"आभार वगैरे मानण्याची खरंच गरज नाहीये सर. खरं तर आत्ता त्या नाण्यांनी जिथे असायला पाहिजे आहे तिथेच ती आली आहेत." असे म्हणत जेफने वाइनचा ग्लास उंचावत डोमिन्गोंना अभिवादन केले. "आणि तसेही त्याचे पाच लाख मिळणार आहेत."

"हो. पण ते तुझ्या कष्टांचे आहेत. तू मिळवले आहेस."

मार्च महिना उजाडला होता. जेफला न्यू यॉर्क सोडूनदेखील आता तीन महिने उलटले होते. त्याने ही नाणी सुरक्षितपणे आणि व्यवस्थितरीत्या वेष्टनात गुंडाळली होती, आणि आपल्या सामानामध्ये ठेवली होती. तो एक महिना इंग्लंडमध्ये गुंथरबरोबर घालवणार होता. कारण गुंथर मरणशय्येवर होता. त्याची अवस्था बघवत नव्हती. त्याची तीक्ष्ण बुद्धी मात्र अजूनही जो विचार करत होती, ते हृदय पिळवटून टाकणारे होते. आणि खास करून त्याच्या कल्पनाविश्वामध्ये ट्रेसी ही कोणत्या तरी पर्वतराजींमध्ये राहून एफबीआयसोबत काम करत होती. जेफ हे सगळे

हसण्यावारी घेत होता.

"जेफ तिला शोधून काढावं लागेल तुला." गुंथर पुटपुटत होता. "तिने कायम तुझ्यावरच प्रेम केलं."

गुंथरचा प्रत्येक शब्द कट्यारीप्रमाणे हृदयात घुसून त्याला घायाळ करत होता. त्याने खूप वेळा विषय बदलण्याचादेखील प्रयत्न केला. गुंथरला जेफ न्यू यॉर्कमध्ये घडलेल्या अनेक गमतीदार गोष्टी सांगत होता. त्याने विंटर बॉलमध्ये रशियन महिलेकडून ती मौल्यवान नाणी कशी चोरली, हे त्याला सांगत होता.

"स्वेटलानाविषयी काही तरी सांग ना. रँडी ब्रूकमेयरला स्वेटलानाला प्रेमाच्या जाळ्यात ओढायला शेवटी किती दिवस लागले?"

गुंथरच्या दृष्टीने सगळी मजा होती. एक मोठा खेळ होता. जेफने विचार केला की मलादेखील असा विचार करता आला असता तर!

त्याने ठरवले होते की गुंथरला एलिझाबेथ केनेडी भेटल्याचे सांगायचे नाही. कारण ते ऐकून तो परत ट्रेसीच्या विषयाकडे वळेल. आणि ट्रेसीचे नाव निघाले की जेफला विलक्षण अस्वस्थता येत होती.

एलिझाबेथला कळले होते की जेफ या शहरातच आहे आणि त्याला भेटायला ती त्याच्या हॉटेलमध्ये गेली. त्याच्या मनात तिच्याविषयी असलेली अढी दूर व्हावी हा तिचा उद्देश होता. तिच्याकडे एका मोठ्या चोरीची योजना होती आणि ती तिला जेफसोबत पार पाडायची होती. तिला पुन्हा भेटणे जेफला कसेतरीच वाटत होते. तिच्याविषयीचा जेफचा जुना राग पुन्हा उफाळून येणार, हे खरे तर अपेक्षित होते. पण प्रत्यक्षात तसे काहीच झाले नाही. तिच्याविषयी त्याच्या मनात कोणत्याच भावना नव्हत्या. एलिझाबेथने त्याला कितीही मोहात पाडण्याचा प्रयत्न केला तरी त्याला काहीच वाटत नव्हते. जेव्हा त्याने न्यू यॉर्क सोडले, तेव्हा त्याने एलिझाबेथला चोरीबद्दल अटक झाल्याचे ऐकले आणि त्याने मनोमन देवाचे आभार मानले की तो या चोरीमध्ये तिच्याबरोबर नव्हता.

जेफला गुंथरपासून दूर दूर जायचे होते, पण हे कबूल करणे त्याला अपराध केल्यासारखे वाटत होते.

प्रोफेसर डोमिन्गो म्युनोझ हा जेफचा एक क्लायंट होता. त्यानेच जेफला ती बेझन्टाईनची नाणी चोरण्याकरता कमिशन दिले होते. तो एक चांगला मित्र होता आणि त्याला पुरातन काळातील वस्तूंचे खूप आकर्षण होते. डोमिन्गोनी जेफला स्पेनमधील त्याच्या कासा नावाच्या फार्महाउसवर राहायला बोलावले होते. हे फार्महाउस सेव्हिलेपासून साधारणपणे वीस मैलांच्या अंतरावर होते. तिथून सिएरा मोरेना या छोट्याशा निसर्गरम्य गावाचे मनोहारी दृश्य दिसायचे. ओकच्या वृक्षाराजींनी नटलेल्या टेकड्या आणि गहू व ऑलिव्हची शेते होती. एवढे निसर्गरम्य ठिकाण

आणि त्यात डोमिन्गोने दाखवलेले आदरातिथ्य आणि त्याच्या या जागेमध्ये असलेल्या कितीतरी जुन्या पुरातन वस्तूंचा खजिना या सगळ्यामुळे जेफ अगदी भारावून गेला होता. त्याला तिथून हलावेसेदेखील वाटत नव्हते.

ते दोघे बाहेरच्या बाजूला एकत्र जेवण घेत बसले होते. आकाशात पश्चिमेला मावळतीला आलेला लाल रंगाचा सूर्य खूपच सुंदर दिसत होता.

जेफ म्हणाला, ''मला आता इथून गेलं पाहिजे. तुम्हाला पण निवांतपणा हवा ना.''

''मूर्ख आहेस का, येडपट कुठला! तुला जितके दिवस राहायचं तितके दिवस तू राहू शकतोस जेफ. आत्म्याला शांती हवी असेल ना तर स्पेनला राहावं.''

''हो, पण पोटाला बरं नाही'' आपल्या आतून गुरगुरणाऱ्या पोटावरून हात फिरवत जेफ म्हणाला. ''अजून जर थोडे खाल्ले तर ना आता मला नवीन धंद्यात शिरावे लागेल. म्हणजे ओपेरा सिंगर वगैरे व्हावे लागेल. कारण जाड झालो तर या जाड्या चोराला कुणीही चोरीचे काम देणार नाही.''

''तू काही चोर नाहीस,'' डोमिन्गोने दोघांचे ग्लास पुन्हा भरत त्याच्याकडे पाहून म्हटले. ''तू एक कलाकार आहेस जेफ.''

''हो आणि एक चोरसुद्धा.''

''एक चांगला आणि भला चोर. तू म्हणालास ना की त्या नाण्यांसाठी योग्य जागा जिथे होती तिथेच ती आली. तू इतक्या मौल्यवान नाण्यांना त्या मूर्ख बाईच्या हातातून आणलंस, हे खूप मोठं काम आहे. तिला तर या नाण्यांची काही किंमत नव्हती. आणि तू भला नसतास तर तू हे काम केलंच नसतंस.''

जेफने कबूल केले.

''आता पुढे काय?'' डोम्निगोने त्याला विचारले. त्याची बोटे दारूच्या ग्लासावरून हळुवार फिरत होती.

''म्हणजे असं नाहीये की मला आता तुला कटवायचं आहे.''

''मला खरंच माहिती नाही पुढे काय ते.'' जेफ त्याच्या खुर्चीवर बसत म्हणाला. ''आयुष्यात पहिल्यांदा असं होत आहे की माझ्याकडे आता काम नाहीये. मला वाटतं, मी जरा ब्रेक घ्यावा. थोडे दिवस काहीच करू नये असं मला वाटू लागलं आहे. युरोपमध्ये वेगवेगळ्या ठिकाणी जाऊन भेट द्यावी, माझी आवडती म्युझियम्स पुन्हा एकदा पाहून यावीत.''

''तू सेव्हिलेमधील श्राउड बघितलं आहेस का?''

सेव्हिलेमधील पुरातन वस्तू संग्रहालयात 'होली श्राउड ऑफ तुरीन' प्रदर्शनाकरता ठेवण्यात आला होता. श्राउड म्हणजे पुरातन पवित्र वस्त्र. हे पुरातन संग्रहालय शहराच्या मध्यभागी होते. बारा आठवड्यांसाठी हे प्रदर्शन भरवण्यात आले होते.

पहिल्यांदाच श्राउड ऑफ तुरीन इटलीच्या बाहेर नेण्याची परवानगी देण्यात आली होती. कॅथलिक पंथीय लोकांची श्रद्धा होती की येशूला क्रुसावरून खाली काढले तेव्हा त्याचा निष्प्राण देह याच कापडामध्ये गुंडाळला होता. आणि काही इतिहास तज्ज्ञांच्या मते या सगळ्या भाकड कथा होत्या आणि ते कापड नकली होते. एवढे मात्र खरे की होली श्राउड म्हणजे जगातील सर्वांत पूजनीय अशी पुरातन आणि मौल्यवान धार्मिक वस्तू होती. जेफ आणि इतर काही जणांच्या मते माणसाच्या चेहऱ्यावरील पावित्र्य त्या कपड्यावर जिवंतपणे साकारलेले होते. तो चेहरा येशू ख्रिस्ताचा होता की नाही याविषयी जेफला काहीही घेणेदेणे नव्हते. हे श्राउड म्हणजे एक नितांत सुंदर गोष्ट होती, एक जादू होती. मानवी यातनांचा तो एक साक्षात्कार होता. आणि धर्माच्या उदात्तपणाचे ते एक प्रतीक होते. तिथे जाऊन ते पाहायचे या कल्पनेनेच जेफ मोहरून निघाला होता. जसा छोटा मुलगा सांताच्या दुकानात जाईल तेव्हा त्याला जशी उत्सुकता असेल, तशी त्याला होती.

''आत्ता नको.'' जेफ म्हणाला.

''ठीक आहे. जास्त वेळ वाट पाहू नकोस.'' प्रोफेसरने आपला ग्लास संपवला आणि स्वतःसाठी परत दुसरा ग्लास भरून घेतला. सगळीकडे अशी अफवा पसरलेली आहे की कुणीतरी तो श्राउड चोरायचा प्रयत्न करत आहे.

जेफ जोरात हसला. ''शुद्ध मूर्खपणा आहे हा.''

''का बरं?''

''कारण ते अशक्य आणि अर्थहीन आहे.''

''माझ्यावर विश्वास ठेव. मला माहिती आहे.''

''कुणाला ते कापड का चोरावंसं वाटेल. ते काही तुम्हाला विकतादेखील येणार नाही. कारण विकण्यासाठी ती वस्तू सर्वांना परिचित हवी. ते काय मोनालिसाचं चित्र आहे का?''

डोमिन्गोने आपले खांदे उडवले. ''मी फक्त तुला माहिती दिली. पण निरनिराळ्या ठिकाणांहून ही गोष्ट माझ्या कानावर आलेली आहे. शिवाय तू नेहमी म्हणतोस की कोणतीही गोष्ट अशक्य नाही.'' त्याच्या ओठांवर स्मितहास्य आले.

''मी असंच काही तरी बोलतो.'' जेफ हसला पण त्याला त्यामध्ये काही नवल वाटले नाही. ''कुणाकडून कळलं?''

डोमिन्गोने त्याच्याकडे पाहिले आणि म्हणाला, ''तुला माहितीये की मी याचं उत्तर नाही देऊ शकत.''

''तू नक्की काय ऐकलंस?''

''नक्की काही नाही. फक्त अफवा. आणि त्यातल्या काही तर गोंधळात घालणाऱ्या आहेत. पण या सगळ्यांमधील एक समान धागा म्हणजे की इराणी

मूलतत्त्ववादी जो एवढा श्रीमंत आहे तू कल्पना करू शकणार नाही आणि त्याला ते श्राउड हवं आहे. तो ते नाहीसं करू शकतो. ते कापड म्हणजे आपला जुना अमूल्य ठेवा आहे आणि आपला हा ठेवा तो जाळू पण शकतो. आणि मला खात्री आहे, की तुला हे माहितीये.

जेफ भीतीने कापू लागला आणि त्याला आपण आजारी असल्यासारखे वाटले. डोमिन्गो पुढे म्हणाला, ''ते जाऊ देत. जर या आयातुल्लाने एखाद्या हुशार अमेरिकन माणसाला ते कापड चोरण्यासाठी भाड्यानं घेतलं, तर मला वाटतं की तो त्याला बक्कळ पैसा देईल.''

''भरपूर पैसे म्हणजे नेमके किती?''

''माझ्या माहितीप्रमाणे ती किंमत दहा दशलक्ष युरो एवढी असेल?''

''काय? तुला पण त्या स्पर्धेत उतरायचं आहे काय?''

''तो श्राउड शंभर दशलक्ष युरो दिले तरी मी चोरणार नाही. आणि त्याला जाळण्यासाठी तर नाहीच नाही. हे खरंच त्रासदायक आहे. या अशा प्रकारची गलिच्छ आणि घाणेरडी अमानवी कामं करणाऱ्याला गोळी घातली पाहिजे.''

''अरे हो बाबा, शांत हो. मी फक्त मजा करतोय.''

''यासंबंधी कुणा संबंधित अधिकाऱ्यांना माहिती आहे का?''

''म्हणजे पोलिसांना बोलवायचं, असं म्हणायचंय का तुला? नक्कीच नाही. या सगळ्या अफवा आहेत रे. दुसरं काही नाही. तुला माहितीये आपल्या गुन्हेगारीच्या जगतामध्ये अशा वावड्या उठवणं लोकांना आवडतं. ही नुसती हवा आहे. शेवटी तो श्राउड चोरणं अशक्य आहे.''

''हो ना. खरं आहे. ठीक आहे, त्याबद्दल आपण अजून एक पेग मारू.'' जेफने पेग घेतला पण तरीही त्याच्या मनावरील ताण कमी झाला नाही.

दाढीवाल्या आणि उंची कपडे घातलेल्या एका इराण्याची छबी त्याच्या डोळ्यांपुढे तरळली. तो कल्पना करत होता की तो पवित्र श्राउड पळवत आहे. शेवटी त्याने डोमिन्गोंना विचारले, ''तुम्ही त्याचं नाव ऐकलंत का? कुणाला माहितीये का की तो हुशार अमेरिकन कोण असू शकेल.''

''खरं तर हो. पण त्यानं काय फरक पडतोय?'' त्याने जेफच्या डोळ्यांत पाहून त्याला निरागसपणे विचारले, ''तू डॅनियल कूपर हे नाव ऐकलंस का?''

''तू डॅनियल कूपर हे नाव ऐकलेस का?'' त्या वेळेस जेफनेही तेच विचारले होते. तो जेवणाच्या टेबलाजवळ बसला होता. चौदा वर्षांपूर्वी असाच स्पेनमध्येच.

माद्रिदमध्ये असताना ट्रेसी आणि जेफ दोघे जण तिथे गोया या सुप्रसिद्ध स्पॅनिश पेंटरच्या पेंटिंगची चोरी करण्याकरता आले होते. जेफने एका अलिशान

हॉटेलमध्ये एक टेबल बुक केले होते. ट्रेसी तिथे त्याला भेटणार होती. ती त्याच्या समोर बसली होती, नेहमीप्रमाणे सुंदर आणि उठून दिसत होती. जेफला आता आठवत नव्हते की तिने त्या वेळेस काय कपडे घातले होते. पण तिच्या हिरव्या डोळ्यांमध्ये एक आव्हान होते. ते दोघे एकमेकांशी स्पर्धा करत होते. जेफने विचार केला की आपण हिच्या प्रेमात पडलो आहे. मी तिला या स्पर्धेत हरवणार आणि मग तिच्याशी लग्न करणार.

"कोण?" ट्रेसीने विचारले.

"डॅनियल कूपर. तो खूप हुशार विमा एजंट आहे."

"बरं. मग त्याचं काय?"

"काळजी घे. तो खूप धोकादायक आहे. आणि तुझ्याबाबतीत मला काही घडायला नकोय."

"ठीक आहे. काळजी करू नकोस."

जेफने आपला हात तिच्या हातावर ठेवला.

"पण मला काळजी वाटते. कारण तू माझ्यासाठी खास आहेस. तुझ्याबरोबर माझं आयुष्य खूप सुंदर होईल."

माद्रिद हे ठिकाण म्हणजे त्यांच्या प्रेमाची सुरुवात होती. जेफ आणि ट्रेसी तिथेच प्रेमात पडले. आणि त्यावेळेस डॅनियल कूपर त्यांच्यामागे सावलीसारखा होता. सेगोव्हियाच्या ट्रिपच्या वेळेस तो त्यांचा पाठलाग करत होता. त्या रात्री जेफ ट्रेसीला एका डान्स शोमध्ये घेऊन गेला. तिथे त्यांनी फ्लॅमेंको डान्सर्सचा डान्स पाहिला. त्यांचा तो डान्स, ती मस्ती आणि तो जोश पाहून ट्रेसी आणि जेफ या दोघांनादेखील आपल्या भावना आवरणे कठीण झाले होते.

तिथेदेखील कूपर त्यांच्या मागावर होता.

जेफने ट्रेसीवर मात केली. तिने मेहनत घेऊनही पेंटिंग शेवटी जेफच्या हाती पडले. बिच्चारा! त्यानंतर कित्येक दिवसांनी तिने मला माफ केलं.

पण ट्रेसी एकटीच नव्हती की जिच्यावर त्याने मात केली. माद्रिदनंतर कूपरने त्या दोघांचा युरोपमध्येदेखील पाठलाग केला. जेफला ते काहीतरी भयानक वाटायला लागले होते, पण ट्रेसीने काही ते मनावर घेतले नव्हते.

जेफने विचार केला. आमच्या नात्यामध्ये कूपर हा तिसरा माणूस होता. तो ट्रेसीच्या मागे सावलीप्रमाणे होता.

"जेफ..." डोमिन्गोच्या हाक मारण्याने जेफ एकदम भानावर आला. "काय रे, बरा आहेस ना?"

"हो. मी बरा आहे."

"कसला विचार करत होतास? मी विचारतोय की तुला डॅनियल कूपर माहिती आहे का?"

"हो." जेफ म्हणाला. "पण ज्या वेळेस मी त्याला ओळखत होतो, त्या वेळेस तो गुन्हेगार नव्हता. तो आत्ता सेव्हिलेमध्ये जसा आहे त्याच्या बरोबर विरुद्ध होता."

"मी पण ऐकलंय."

जेफ एकदम पांढराफटक पडला होता.

डोमिन्गो म्हणाला, "तू काळजीत दिसतो आहेस. तुला वाटतंय की कूपर असं काही कांड करू शकेल?"

"मला नाही माहिती की तो आता काय काय करू शकेल." जेफ म्हणाला.

"तुला वाटतंय की तो यामध्ये यशस्वी होईल?"

जेफने थोडा वेळ विचार केला.

"नाही. हे अशक्य आहे. डॅनियल कूपर खूप चलाख आहे. पण तो श्राउड नाही चोरणार. मला नाही वाटत."

त्या रात्री झोपताना जेफने एक ठरवले.

"मी उद्या सेव्हिलेला जाणार. तिथे काही दिवस राहतो आणि ते पुरातन वस्तूंचे संग्रहालय पाहतो, खात्री करून घेण्यासाठी."

त्याचा डोमिन्गोच्या अफवांवर विश्वास नव्हता. पण तरीही जर का यदाकदाचित तो श्राउड कुणी चोरला आणि नष्ट केला तर तो काही करू शकणार नव्हता आणि त्याबद्दल त्याने स्वतःला कधीच माफ केले नसते.

२१

सेव्हिलेच्या मेट्रो प्लाझा द ला एनकार्नाशियॉनमधील अत्याधुनिक मेट्रोपोल पॅरसॉल प्रकल्पामध्ये असेलेले पुरातन वस्तुसंग्रहालय म्हणजे रोमन इतिहासाची एक साक्ष होती. रोमनमधील पहिल्या शतकापासूनच्या कितीतरी पुरातन वस्तूंचा संग्रह तिथे होता. जेफ त्या ठिकाणी तिकीट घेण्यासाठी रांगेमध्ये उभा होता, त्या वेळेस तो त्या प्राचीन हवेलीच्या भव्य पुरातन स्तंभांकडे डोळे विस्फारून पाहत होता. तो सबाना सांताचे प्रदर्शन पाहण्याकरता तिथे आला होता. पवित्र श्राउडला स्पॅनिश भाषेमध्ये सबाना सांता असे म्हणतात.

तिथे खूप गर्दी असेल आणि त्यामुळे खूप रांगा असतील, असे जेफला वाटत होते. आणि ते साहजिकच होते. कारण पन्नास वर्षांमध्ये पहिल्यांदाच ते पवित्र श्राउड तुरीनमधील सेंट जॉन बॅप्टिस्ट कॅथेड्रलमधून बाहेर काढून इथे आणले होते. तुरीन म्हणजे इटलीमधील एक औद्योगिक शहर होते. गेल्या पन्नास वर्षांपासून ते पवित्र श्राउड नियंत्रित तापमानामध्ये चर्चमधीलच एका खोलीत ठेवले गेले होते. त्यामुळे गर्दी असणार हे त्याने गृहीत धरले होते. पण तिथे फारशी गर्दी नव्हती; कारण मार्च महिना होता आणि तो सहलीचा मोसम नव्हता. त्यामुळे अगदी हाताच्या बोटांवर मोजण्याइतकेच लोक आले होते. त्यांनीदेखील ऐकले असेल, की त्या कापडावर असलेले चित्र हे येशू ख्रिस्ताचे होते, किंवा कदाचित नसेलही. ती खात्री नव्हती.

"तुम्हाला ऑडिओ टूर हवी आहे काय?" तिकीटखिडकीतील मुलीने सफाईदार

इंग्लिशमध्ये त्याला हसून विचारले.

"हो."

जेफने हेडफोन घातला आणि त्या हवेलीतील पहिल्या दालनामध्ये गेला. त्याला पवित्र श्राउडबद्दलचा जवळजवळ सर्व इतिहास माहिती होता. आणि त्याचबरोबर त्याच्याशी संबंधित शास्त्रीय आणि धार्मिक वादसुद्धा त्याला माहिती होते. पण ते परत ऐकायला त्याला छान वाटत होते आणि इअरफोन घातल्यामुळे त्याला त्या संग्रहालयातून शांत आणि रमतगमत फिरता येत होते. तेथील सुरक्षा व्यवस्था, अलार्म, आगीपासून संरक्षण करण्यासाठी असलेली व्यवस्था यांची तो काळजीपूर्वक माहिती घेत होता. त्याच्या लक्षात आले, की संग्रहालयाच्या दाराशी अतिरिक्त सुरक्षा व्यवस्था केलेली आहे. प्रदर्शनाच्या जागी सर्वत्र पोलिसांचा कडक पहारा होता. ते पवित्र श्राउड अर्थात पवित्र वस्त्र प्रदर्शनाच्या शेवटच्या दालनात होते. पण सर्वत्र सुरक्षा व्यवस्था इतकी चोख होती, की संग्रहालयातील कोणतीही गोष्ट चोरली जाणे फारच अवघड होते. कुणीही तसा प्रयत्न केला असता तरी तो निश्चितच फसला असता.

एका खोलीतून दुसऱ्या खोलीत जात असताना जेफचे आजूबाजूला लक्षच नव्हते. त्याचे लक्ष इअरफोनमधून ऐकू येणाऱ्या माहितीकडे होते. खूप छान माहिती होती ती.

या कापडावरील प्रतिमा आहे ती एखाद्या फोटोच्या निगेटिव्हसारखी आहे. त्यावर दाखवलेला माणूस क्रुसावर चढवून विलक्षण छळ केल्यामुळे प्रचंड शारीरिक यातना भोगत आहे. जरी या कापडाचे मूळ तेराव्या-चौदाव्या शतकामधील असले तरी काही शास्त्रीय संशोधकांनी हे नाकारले आहे. या कापडाच्या काही रासायनिक चाचण्या केल्या गेल्या, त्यात असे आढळले आहे की हे कापड त्याहीपेक्षा जुने असावे.

जेफ एका खोलीतून दुसऱ्या खोलीत चालत होता. ती ऑडिओ सर्व शास्त्रीय दाखले समजावून देत होती. पवित्र श्राउडच्या कधी न पाहिलेल्या प्रतिमा नासाने घेतल्या होत्या. वेगवेगळ्या चाचण्यांमुळे पवित्र श्राउडविषयी वेगवेगळे मतप्रवाह तयार होत होते. सत्तरीच्या दशकात आणि नंतर १९८८ मध्ये झालेल्या चाचण्यांमुळे तज्ज्ञ गोंधळून गेले होते की या कापडावरील ते चित्र कोणत्या प्रकारचे असावे आणि ते त्या कापडावर नक्की कसे काढले असावे. कारण त्यामध्ये कोणताही रंग वापरला गेला नव्हता. डीएनएच्या चाचणीत त्यावर मानवी रक्त सापडले. पण तरीही त्या निगेटिव्हसारख्या दिसणाऱ्या चित्राच्या रहस्याची काही उकल होत नव्हती. काही मतप्रवाह असेही होते की मध्ययुगीन काळामध्ये कोणत्या तरी गरीब माणसाचा छळ करून त्याला क्रुसावर चढवून मारण्यात आले असावे आणि एक नकली येशू त्या

कापडावर काढला असावा. पण तरीही हे अजून स्पष्ट झालेले नव्हते की ती प्रतिमा त्या कापडावर कशी आली किंवा कशी काढली गेली.

चालत चालत जेफ त्या शेवटच्या दालनात आला. तिथे उभा राहून त्या पवित्र श्राउडकडे पाहत राहिला. त्याच्या निर्मितीच्या रहस्यामुळे तो अक्षरशः भारावून गेला होता. आणि तो काही क्षण आपण कोण आहोत आणि इथे कशासाठी आलो आहोत हेच विसरून गेला. तो इतिहासातील त्या चेहऱ्याकडे पाहत होता आणि त्याच्या भावना दाटून आल्या. हे खूप भयंकर होते.

तो चेहरा म्हणजे यातना सहन करण्याची परिसीमा होती आणि तरीही मेल्यावर तोच चेहरा किती शांत भासत होता. शरीरावर केलेले घाव हे भयंकर होते. शरीरावरील नखे, मनगट, हाडे मारहाण आणि विलक्षण शारीरिक छळ झाल्यामुळे गळून गेली होती. शिरावर विविध ठिकाणी खिळ्यांनी ठोकले होते. घावावर घाव, घावावर घाव. ही क्रौर्याची परिसीमा होती. हे माणूस किंवा परमेश्वर यांच्याविषयी नाहीये, जेफ विचार करत होता. हे क्रौर्य आणि क्षमा, जीवन आणि मरण याविषयी होते, हे मानवतेबाबत होते. हे सौंदर्य आणि कुरूपता यांच्याविषयी होते.

त्याच क्षणी त्याला जाणीव झाली की या पवित्र श्राउडचे, या पवित्र वस्त्राचे, या ऐतिहासिक वारशाचे प्राणाची बाजी लावून संरक्षण करायला हवे.

जर कूपर सेव्हिलेला असेल तर, जर या वेड्या इराण्याने कुणाला तरी पैसे देऊन हे कापड चोरले आणि नंतर ते नष्ट केले तर?... नाही नाही. असे होता कामा नये. हे आपण होऊ द्यायचे नाही.

जेफ स्टीवन्सला हे सगळे थांबवायलाच हवे होते.

एका साध्या वेशातील पोलिसाने जेफ स्टीवन्सला संग्रहालय सोडताना पाहिले. त्या पोलिसाचा चेहरा रोमन धाटणीचा आणि केस काळे होते. पुढच्या डेस्कवरील मुलीने त्याचे ओळखपत्र तपासताना ते पाहिले. तिला वाटले की तो इटालियन किंवा लॅटिन बोलू शकेल.

पण उलट त्याने तिला अस्खलित स्पॅनिशमध्ये विचारले, "आत्ता जो माणूस इथून बाहेर पडला, त्याने तिकिटाचे पैसे रोख भरले की क्रेडिट कार्डने भरले?"

"रोख."

"जेव्हा तो आतमध्ये आला तेव्हा तुम्हाला त्याच्यामध्ये काही वेगळं जाणवलं का?"

"नाही. मला काही तसं जाणवलं नाही. तो छान हसत होता आणि खूप आनंदी आणि एकदम तणावमुक्त वाटला मला."

हिरवे जाकीट घातलेला तो माणूस हे उत्तर ऐकून निघून गेला.

अल्फोन्सो हॉटेल म्हणजे त्या शहरातील सगळ्यात भव्य हॉटेल होते. १९२९ मध्ये बांधलेले हे हॉटेल म्हणजे एकदम राजेशाही थाटाचे हॉटेल होते. दिवाणखान्यासारख्या असलेल्या पुढच्या बाजूच्या दालनामध्ये संगमरवरी खांब होते आणि फरशा होत्या. खूप सुंदर कलाकुसर करून ते हॉटेल एखाद्या राजवाड्यासारखे सजवलेले होते. त्याच्या छपरावर आणि भिंतींवरदेखील नाजूक कलाकुसर केलेली होती तिथे. किती तरी सुबक कलाकुसर असलेले दिवे होते. ते दिवे म्हणजे अगदी अल्लाउद्दिनच्या दिव्यांप्रमाणे भासत होते.

जेफ ज्या खोलीत राहत होता, तीसुद्धा खूप प्रशस्त होती. तिथे आरामात चार ते पाच लोकांचे कुटुंब राहू शकेल एवढी मोठी खोली होती ती. जसे समाधान त्याला प्रोफेसर डोमिन्गोच्या फार्मवर असताना जसे वाटले, तसेच त्याला इथे पण वाटत होते. अल्फोन्सो खरंच खूपच अलिशान हॉटेल होते.

जेव्हा जेफ खालच्या बाजूला बारमध्ये गेला, तेव्हा तिथे त्याला पर्यटकांची बरीच गर्दी दिसली.

आपण कुठेतरी दुसरीकडे बसलो असतो तर बरे झाले असते. तिथे त्या खोलीत इकडे तिकडे पाहत जेफ म्हणाला. जेफ आणि त्याच्याबरोबरचा खबऱ्या असे दोघे जण कोपऱ्यातील एका टेबलवर बसले होते. ''मला प्राणिसंग्रहालयातील माकडांप्रमाणे वाटत आहे.''

''खरं तर असं का वाटतंय हे कळत नाहीये. इथे बसलेल्या लोकांपैकी कुणी आपल्याला पाहत नाहीये. ते त्यांच्या त्यांच्या नादामध्ये आहेत. सुट्टीची मजा करत आहेत सगळे.''

त्या गर्दीत अमेरिकन व्यापारी लोकांचा एक ग्रुप आला होता. ते बारमध्ये बसून जोरजोरात हसत होते. त्यांच्यामध्ये काहीतरी विनोद चालले होते.

''बरं. तुम्ही काय आणलं आहे?''

त्या माणसाने त्याच्या कोटाच्या खिशामधून काही फोटो काढले आणि ते टेबलावर पसरले. त्यातले पहिले दोन फोटो होते ते एका माणसाचे. त्याचे नाक रोमन धाटणीचे होते आणि त्याचे केस काळेकुरळे होते. तो माणूस पारंपरिक वेशात असलेल्या एका अरब माणसाशी बोलत होता. ते दोघे हॉटेलच्या लॉबीमध्ये होते. त्यात मागच्या बाजूला बरेच अरब होते. ते हॉटेल म्हणजे दुबईमधील एखाद्या हॉटेलसारखे दिसत होते.

त्या माणसाने जेफला विचारले, ''तुम्हाला माहितीये ते कोण आहेत?''

''नाही. पण त्या अरब पोशाखातील तो माणूस डोमिन्गोने सांगितल्याप्रमाणे इराणीयन आहे असे मला वाटते. हो ना?''

“शरीफ इब्राहीम राहबर. जगातील सहावी श्रीमंत व्यक्ती. अतिशय क्रूर आणि निर्दयी व्यक्ती. एकदम रंगेल माणूस आहे. बाई, बाटली आणि ऐषआरामात राहायचे आणि चैन करायची. त्याला बायकांचा राग आहे.”

“बायकांचा राग?” जेफने उत्सुकतेने विचारले.

“अर्थात मला नाही तसं वाटत. कारण कतारमध्ये त्याच्या कमीत कमी दहा-बारा तरी रखेल्या आहेत. असो. हाच तो ना जो तुम्हाला हवाय.”

“हो,” जेफ म्हणाला. “पण मला नाही वाटत की याचा मला तसा काही विशेष उपयोग होईल.” फोटोमधील त्या माणसाला न्याहाळत जेफ म्हणाला. “हा माणूस नक्कीच डॅनियल कूपर नाहीये. डोमिन्गोचा गैरसमज झाला असावा.”

“असेलही कदाचित. पण तुम्हाला सांगतो की हा जो कुणी आहे त्याला होली श्राउडमध्ये विलक्षण रस आहे. आणि त्याला तुझ्यामध्येदेखील रस आहे.”

जेफ आता दुसरे फोटो पाहू लागला. त्यामध्ये तोच माणूस होता पण तो सेव्हिलेमध्ये होता. काही फोटोमध्ये तो सेव्हिलेच्या संग्रहालयात जात असताना दिसत होता. काही फोटोमध्ये तो जवळच कुठे तरी चालत होता, तर काही फोटोमध्ये तो फोटो घेताना आणि फोनवर कुणाशी तरी बोलताना दिसत होता. खूप फोटोंमध्ये त्याने हिरव्या रंगाचे जाकीट घातलेले होते.

“मागील पाच दिवसांमध्ये त्याने जवळजवळ चौदा वेळा त्या संग्रहालयाला भेट दिलेली आहे. तो आपण क्युअरपो नॅशनल डी पॉलिसिया सीएनपीचा गुप्तहेर असल्याचे सांगतो. स्वतःचे नाव तो लुईस कोलोमर असे सांगतो.”

जेफने मान डोलावली. सीएनपी म्हणजे स्पेनचे पोलीस खाते होते.

“पण प्रश्न असा आहे की त्याच्याविषयी कुणालाही फारसे माहिती नाही. सेव्हिले काय की माद्रिद काय किंवा अजून कुठेही माझ्या माहितीप्रमाणे कुणीही याला ओळखत नाही.”

“म्हणजे स्पेनच्या इंटेलिजन्स खात्याचा हेर का?”

“असू शकेल. किंवा आणखी दुसरीसुद्धा खाती असू शकतील. त्याचे स्पॅनिश मात्र एकदम अस्खलित आहे. पण त्याच्यासारखी कितीतरी अमेरिकन लोक अस्खलित स्पॅनिश बोलतात. कदाचित असंही असू शकतं की तो पवित्र श्राउड चोरण्यासाठी आला असेल. आणि तो कूपरसमवेत काम करत असेल.”

“मला शंका येतीये,” जेफ म्हणाला. “कारण कूपर हा टीमने काम करणाऱ्यातला नाहीये. पण मग हे काम कुणाच्या मदतीशिवाय तर शक्यच नाहीये. आणि तो मागून काम करत असेल तर त्याने हा माणूस कदाचित पुढे केला असेल.”

“शक्यता आहे. असो. अजून एक सांगायचं आहे आणि ते म्हणजे तो आज प्रदर्शनाला आला होता आणि तुमचा पाठलाग करत होता. तुम्ही बाहेर पडल्यानंतर

त्याने तुमच्याबद्दल बरेच प्रश्न विचारले. कदाचित असं वाटत असावं की तुम्ही तो श्राउड चोरण्यासाठी आलेला आहात.''

जेफने आपली मान हलवली. ''का? त्याला असं का वाटलं असावं?''

''कारण कुणीतरी ते वस्त्र चोरायचा प्रयत्न करत आहे. आणि मिस्टर जेफ, तुम्ही म्हणजे पुरातन वस्तूंची चोरी करण्यात अगदी खूप जुने आणि कुशल आहात. आणि तुम्ही आता इथे या शहरामध्ये आहात, प्रदर्शनात फिरत आहात.''

''मला नाही वाटत की हा गुप्तहेर खात्याचा माणूस असावा.'' ते फोटो एकामागून एक बारकाईने पाहत जेफ म्हणाला. ''मला वाटतं की हा माणूस चोर असला पाहिजे. मला कुठेतरी वेगळेच पाणी मुरतंय असं वाटतंय. तो या शरीफ राहबरसाठी काम करतोय, कदाचित कूपरबरोबर.''

जेफचा साथीदार म्हणाला. ''हो मलाही असंच वाटतंय. पण मग आता पुढे काय?''

जेफने विचार केला आणि म्हणाला, ''जर या माणसाच्या मागे राहबरचा पैसा आणि कूपरचे डोके असेल तर मग मात्र हे खूपच भयानक आणि धोकादायक आहे. त्या परिस्थितीत ते वस्त्र चोरण्यात आणि ते नष्ट करण्यात ते यशस्वी होऊ शकतात.''

जेफने आपल्या खिशातून नोटांचे बंडल काढले आणि त्या माणसाच्या हातावर ठेवले. त्याने ते त्वरित आपल्या कोटाच्या खिशामध्ये टाकले. जेफ म्हणाला, ''तुझे खरंच खूप आभार मानतो मी. खूप महत्त्वाची माहिती दिलीस.''

''आता तुम्ही काय करणार आहात?'' त्या माणसाने विचारले.

''मला वाटतं की मी आता माझ्या आयुष्यात जे कधी केलं नाही ते करणार. म्हणजे मी पोलिसांना कळवणार.''

कोमिसारियो आलेसंद्रो दिमित्री, पोलीस ऑफिसर, आपल्या ऑफिसमध्ये बसला होता तेव्हा त्याचा फोन खणखणला. त्याचे आडनाव आणि त्याचे उंच नाक यामुळे तो ग्रीक असल्यासारखा वाटे. दिमित्री म्हणजे एक लहानखुरा आणि जरा आगाऊ आणि मिजासखोर माणूस होता.

काय त्रास आहे! चरफडतच त्याने रिसिव्हर उचलला.

''इथे एक मोठी चोरी होणार आहे. पवित्र श्राउड चोरी होणार आहे. कुणीतरी ही चोरी करण्याची योजना करत आहे.''

दिमित्री मोठ्यांदा हसला. ''खरं की काय?''

''खरं. जर का हे थांबवण्याचा प्रयत्न नाही झाला तर थोड्याच दिवसांत ही चोरी होणार आहे. हे थांबवण्यासाठी तुम्ही ठोस पावले उचला.''

पलीकडचा आवाज एका अमेरिकन पुरुषाचा असावा. आवाजात खूप ठामपणा होता. दिमित्री थोडासा वैतागला.

"कोण बोलतंय?"

"मी कोण आहे हे महत्त्वाचे नाहीये. पण जे मी सांगतोय ते महत्त्वाचे आहे. त्यांच्यातल्या एका माणसाचे मी वर्णन सांगू शकतो. तो पाच फूट सात इंच आहे त्याचे केस काळेकुरळे आहेत, आणि नाक तरतरीत आहे."

"कुणीही श्राउड चोरणार नाहीये."

"तो कायम हिरव्या रंगाचा कोट घालतो आणि प्रदर्शनाच्या ठिकाणी जे पोलीस आहेत त्यांना तो आपण गुप्तहेर असल्याचं सांगतो."

दिमित्रीच्या रागाचा पारा चढला. "तू जर मला तुझे नाव सांगणार नसशील तर माझ्याकडे असल्या फालतू गोष्टी ऐकायला वेळ नाहीये. समजलं?"

"तुम्ही मिस्टर डॅनियल कूपरलादेखील शोधण्यासाठी प्रयत्न करा. त्याची उंचीही साधारण तेवढीच आहे. त्याचे डोळे तपकिरी आहेत आणि लहान चेहरा आहे. कूपर खूप हुशार आणि तितकाच धोकादायक माणूस आहे."

"कोण? कोण आहात तुम्ही?" दिमित्री आता मात्र भयंकर खवळला होता. "हे पहा. मला बाकीसुद्धा बरीच कामे आहेत. आणि या असल्या गोष्टी ऐकण्यात मला रस नाही. त्या प्रदर्शनाच्या ठिकाणी आम्ही जी सुरक्षा व्यवस्था ठेवली आहे ती अतिशय चोख आहे."

"नाही, ती म्हणावी तशी चोख नाहीये. किंवा ती चोख असेलही पण ती अजून कडक करा."

"हे पहा. तुम्ही जे कुणी असाल... तुम्हाला माझा एक सल्ला आहे," दिमित्री म्हणाला, "जो कुणी ते पवित्र वस्त्र चोरण्याचा प्रयत्न करेल त्याला लगेच पकडण्यात येईल. तुम्हाला बहुतेक वेड लागलं असावं, मिस्टर... ?"

"कृपा करून ऐका माझं. मी खरं सांगतो आहे."

दिमित्रीने धाडकन रिसिव्हर आपटला.

"मॅडम प्रीटो?"

"हो?"

मॅग्डॅलेना प्रीटोने इंग्लिशमध्ये उत्तर दिले. बरीच वर्षे संग्रहालयात काम केल्यानंतर आणि इंग्लिश कानावर पडत असल्यामुळे तिचे इंग्लिश खूप छान झाले होते. तिने त्या माणसाच्या आवाजावरूनच आणि उच्चारावरूनच ओळखले की हा अमेरिकन माणसाचा आवाज असावा, आणि स्पॅनिशवरून मोठ्या शिताफीने ती इंग्लिशवर आली.

''कुणीतरी संग्रहालयातील पवित्र वस्त्र चोरण्याची योजना बनवत आहे.''

मॅग्डॅलेना ज्या प्रदर्शनात काम करत होती तिथे तिचे काम खूप होते. शिवाय या क्षेत्रामध्ये स्पेनमध्ये अजूनही पुरुषांची मक्तेदारी होती. आणि जेव्हा एक बाई पुरातत्त्व संग्रहालयात काम करतेय हे लोकांना कळायचे, तेव्हा त्यांच्या भुवया उंचावत असत. हे काम तर इटलीच्या बाहेर होते. त्यामुळे प्रत्येक दिवस तिच्यासाठी एक संघर्ष होता.

''जो माणूस स्वतःला पोलीस म्हणवतो आहे, त्याचाच यामध्ये हात असावा.'' अशी माहिती फोन करणाऱ्या त्या माणसाने तिला दिली. ''तो त्याचे नाव 'लुईस कोलोमर' असे सांगतो आहे. तो तुमच्या स्टाफला माहीत आहे. आणि दुसरा एक माणूस आहे डॅनियल कूपर नावाचा. तोही त्याच्यासोबत काम करतो आहे. कूपर हा पूर्वी विमा कंपनीत नोकरी करायचा. तो विलक्षण हुशार आहे आणि...''

''हे पहा... तुम्हाला खरंच असं वाटत असेल की कुणीतरी इथे चोरी करणार आहे तर माझा तुम्हाला सल्ला आहे की तुम्ही मला सांगण्याऐवजी पोलिसांना कळवा.''

''मी आधीच पोलिसांना कळवलं आहे. पण त्यांनी ते तितकंसं गंभीरपणे घेतलं नाही.''

''अरेरे! असं का केलं त्यांनी कुणास ठाऊक! पण मी तुम्हाला विश्वास देते की इथली सुरक्षा व्यवस्था खूप उत्कृष्ट आहे. तुम्ही काळजीच करू नका.''

''तुमची सुरक्षा उत्कृष्ट आहे यात वादच नाही; पण कूपर हा त्याहीपेक्षा जास्त हुशार आहे. त्यामुळे मी तुम्हाला विनंती करतो की तुमच्या स्टाफला तुम्ही विशेष काळजी घ्यायला सांगा.''

''माझा स्टाफ प्रदर्शनातील प्रत्येक गोष्टीची अतिशय काळजी घेत आहे. असो. पण तुम्हाला चोरी होणार आहे याचा काही ठोस पुरावा मिळाला आहे का?''

पलीकडचा आवाज थोडासा अडखळला. ''नाही अजून तरी तसा ठोस पुरावा नाहीये माझ्याजवळ.''

''मग माझा तुम्हाला सल्ला आहे, की तुमचा आणि माझा दोघांचाही उगाच वेळ वाया घालवू नका.''

एका तासामध्ये दोन वेळा फोनची लाइन कट झाली. जेफने ती लाइन तोडली गेल्याचे ऐकले.

''च्यायला... काय त्रास आहे!''

जेफ आश्चर्यचकित झाला.

प्रोफेसर डोमिन्गो अल्फोन्सो हॉटेलमध्ये आज त्याच्याबरोबर रात्रीचे जेवण घेत

होते.

‘‘हे पहा. पहिली गोष्ट असे मोठे आरोप करण्याआधी तू तुझं नाव त्यांना सांगितलं नाहीस. धाडकन आरोप करून मोकळा झालास. बरं. तुझ्याजवळ त्याचा काही पुरावादेखील नाही. मग असं असताना त्यांनी तुझं म्हणणं गंभीरपणे का घ्यावं?’’

‘‘दिमित्रि हा जरा आगाऊ माणूस आहे.’’ जेफ गुरगुरला. ‘‘छोट्याशा डबक्यातील एक मोठा मासा आहे तो. मला नाही वाटत आयुष्यात त्याने यापूर्वी कधी कोणाचं ऐकलं असेल.’’

‘‘हो, पण त्या संग्रहालयातील ती बाई तर चांगली आहे ना. स्पेनसारख्या ठिकाणी एक मुलगी असून, तिनं स्वतःचं स्थान निर्माण केलं आहे.’’

‘‘हो, पण तिनंही खोलवर विचार नाही केला. आणि मला त्या दुसऱ्या माणसाविषयी नाही माहिती; पण कूपरचं म्हणशील तर तो खूप महाभयंकर माणूस आहे. तुम्ही जोपर्यंत त्याला पाहत नाही, तोवर तुम्हाला त्याच्याविषयी अंदाज येणार नाही.’’

‘‘पण तरीही तू कित्येक वेळा त्याचं माकड बनवलं आहेस. हो ना? तू आणि ट्रेसीनं मिळून. कित्येक वर्षं तुम्ही त्याला गंडवलंत. असं असलं तर तो तुमच्याएवढा तर बनेल नसेल.’’

जेफ आपल्या खुर्चीत बसला. त्याच्या चेहऱ्यावरून समजत होतं की तो कुठल्या तरी विचारात आहे. प्रोफेसर डोमिन्गोंना स्पष्ट जाणवत होते की त्याच्या मनात आत्ता खूप विचार चालू आहेत.

‘‘काय?’’ त्यांनी विचारले. ‘‘कसला विचार करतो आहेस तू जेफ?’’

‘‘जर का पोलीस आणि संग्रहालयातील अधिकारी ते पवित्र वस्त्र चोरण्यापासून नाही थांबवू शकले; जर का त्यांची सुरक्षा कमी पडली तर माझ्याजवळ दुसरी योजना आहे. जसे तुम्ही म्हणालात की मी कूपरला कित्येक वेळा गंडवलं आहे.’’

डोमिन्गोच्या चेहऱ्यावर आठ्या पडल्या. ‘‘म्हणजे? काय म्हणायचंय तुला? तूच तर ते वस्त्र चोरण्याची योजना नाही ना बनवतोयस?’’

जेफने त्यांच्याकडे पाहिले आणि तो हसला.

‘‘मिस प्रीटो. बरं झालं तुम्ही आलात. तुम्हीच पाहा आता हे.’’

मॅग्डॅलेना प्रीटो तिच्या ऑफिसमध्ये नुकतीच पोचली होती. तिचा अर्धवट संपवलेल्या कॉफीचा कप अजूनही तिच्या हातातच होता. वसंत ऋतूतील रिमझिम बरसणाऱ्या पावसाने ओले झालेले तिचे काळेभोर केस अजूनही ओले होते. पाऊस सकाळपासूनच लागला होता.

"काय झाले मिगुल?"

"ते पवित्र वस्त्र... पण आपली सुरक्षा व्यवस्था तर एकदम चोख आहे."

मॅग्डॅलेनाचे हात थरथरू लागले. तिला तत्क्षणी दोन दिवसांपूर्वी आलेल्या त्या निनावी फोनची आठवण झाली.

'कुणी तरी ते वस्त्र चोरण्याची योजना बनवत आहे.'

मी त्या वेळेस ते गंभीरपणे का घेतले नाही?

जर का ते वस्त्र कुणीतरी खरंच चोरले असेल तर तिचे करीअर पूर्णपणे संपल्यात जमा होते. आणि नोकरीबरोबर तिला आपली पतदेखील गमवावी लागणार होती. ती डेप्युटीबरोबर धावतच जिथे ते वस्त्र ठेवले होते त्या खोलीत आली. तो अमेरिकन आवाज अजूनही तिच्या कानात घुमत होता. जणू काही तो आता तिची टिंगल करत होता.

'मला माहितीय तुमची सुरक्षा व्यवस्था खूप चांगली आहे

पण कूपर त्याहीपेक्षा खूप हुशार आहे.'

मॅग्डॅलेनाला गरगरल्यासारखे होत होते. जेव्हा ती खोलीमध्ये आली तेव्हा तिच्या मनावरील दडपण एकाएकी खाली उतरले. 'देवा तुझे खूप उपकार आहेत. ते वस्त्र चोरीला नाही गेले.'

ते वस्त्र एक बुलेटप्रूफ काचेच्या पेटीत ठेवलेले होते. अॅल्युमिनियमच्या स्टँडवर ते पसरून ठेवले होते. जसे तुरीनला ठेवतात तसेच. त्याच्या शेजारी अलार्मची व्यवस्था होती. आणि ती केस उघडण्यासाठी विशिष्ट कोड फिरवावा लागत असे. तो अमूल्य ठेवा जपण्यासाठी त्या काचेच्या आतील तापमानदेखील काळजीपूर्वक नियंत्रित करण्यात आले होत, की जेणेकरून त्या नाजूक आणि मौल्यवान कापडाला काहीही इजा होऊ नये. मॅग्डॅलेनाने सगळे काही तपासून पाहिले. सगळे ठीक होते. अलार्म वाजलेला नव्हता. तापमान आणि आर्द्रता हेही बरोबर होते. ऑक्सिजनचे प्रमाणदेखील व्यवस्थित होते. जर का कुणी ती केस उघडण्याचा प्रयत्न केला असता, तर या सगळ्या गोष्टींवरदेखील परिणाम झाला असता.

मॅग्डॅलेना आपल्या डेप्युटीकडे वळून म्हणाली, "मला कळलं नाही नक्की कोणती अडचण आहे."

त्याने अॅल्युमिनियम स्टँडच्या खालच्या दिशेला बोट दाखवले. तिथे एक पांढऱ्या रंगाचे पाकीट होते. त्यामध्ये एक कार्ड होते. त्यावर लिहिले होते. 'पवित्र वस्त्र'

मॅग्डॅलेना पुटपुटली, "पोलिसांना बोलवा ताबडतोब."

“हा म्हणजे आता कहरच झाला म्हणायचा.”

सेव्हिले शहराचा महापौर फिलीप अगोस्तो अगदी नाटकी सुरात म्हणाला. जर सेव्हिले शहरामधून या पवित्र वस्त्राची चोरी झाली असती तर ती किती लाजिरवाणी गोष्ट ठरली असती आपल्यासाठी! आणि जर का हे वस्त्र नष्ट झाले असते तर आपल्या आख्ख्या सेव्हिले शहराचीच बदनामी झाली असती आणि पर्यायाने संपूर्ण स्पेन शहराची.

“हो, पण त्या श्राउडला काहीही झालेलं नाही. तो पळवला पण गेला नाहीये आणि त्याचे काही नुकसानदेखील झालेले नाहीये.” मॅग्डॅलेना शांतपणे म्हणाली. खरं तर तीही मनातून जाम घाबरली होती. महापौर फिलीप अगोस्तो आणि कमिशनर दिमित्री याच्याबरोबर दिमित्रीच्या ऑफिसमध्ये त्यांची चर्चा चालू होती. संग्रहालयाच्या आणि खास करून त्या पवित्र वस्त्राच्या सुरक्षेबद्दल कोणती उपाययोजना करावी याविषयीची ही चर्चा होती.

“या पत्राच्या माध्यमातून आपल्याला कुणीतरी बजावून सांगितलं आहे. कुणीतरी आपल्याला अगदी आपुलकीने आणि काळजीपोटी सावध केलंय. मी असं म्हणत नाहीये की हे आपण खूप गंभीरपणे घेतलं पाहिजे, पण तरीही...”

“हे काही काळजीपोटी नाहीये, मिस मॅग्डॅलेना. त्या केसमध्ये हे असलं पत्र ठेवणं, ही काही साधी गोष्ट नाहीये. खूप गंभीर प्रकारचा गुन्हा आहे हा. ज्यानं कुणी हा शहाणपणा केला आहे ना, तो सापडलाच पाहिजे. आणि त्याला शिक्षा झालीच पाहिजे.”

स्वतःचे वैफल्य लपवण्यासाठी दिमित्री उद्धटपणे म्हणाला. मॅग्डॅलेनाने दोन दिवसांपूर्वी कुणीतरी फोन करून तिला सावध केल्याचे तिने कबूल केले. पण दिमित्रीने मात्र उद्धटपणे सगळे नाकारले.

“हेसुद्धा जरा जास्त आहे.” मॅग्डॅलेना पुढे म्हणाली. “त्याने मला हेही सांगितले की त्याने पोलिसांना कळवलं पण पोलिसांनी त्याला उडवून लावलं.”

“गुन्हेगार असंच खोटं बोलतात मिस मॅग्डॅलेना”

“मला ती त्या पाकिटामधील लिहिलेली चिट्ठी पुन्हा एकदा दाखवा बरं.” महापौर म्हणाला.

त्या पाकिटामध्ये एक छोटा कागदाचा चिठोरा होता. तो कागद दोन वेळा दुमडून त्याची चिट्ठी केली होती आणि त्यावर लिहिले होते. “जर का मी हे करू शकतो तर डॅनियल कूपरदेखील करू शकतो.”

“तुम्हाला काय वाटते हा डॅनियल कूपर खरंच अस्तित्वात असेल का?”

“कदाचित नसेल.” दिमित्री बेफिकिरीने म्हणाला. “कुणीतरी काल्पनिक माणूस आहे. त्याच्या मागे लागण्यापेक्षा ज्या खऱ्या गोष्टी आहेत त्याचा मी विचार

करतो. या माणसाने कदाचित आपली दिशाभूल केली असेल.''

मॅग्डॅलेना प्रीटो म्हणाली, ''मला संशय येतोय. ज्या माणसाविषयी त्याने आपल्याला सांगितले, जो आपल्या इथे पोलीस म्हणून वावरतो आहे त्याला नक्कीच माझ्या स्टाफनं बघितलं आहे. आपण कमीत कमी या माणसाची तर चौकशी करू शकतो. तुम्ही इंटरपोलच्या कमिशनरला संपर्क केलात का?''

दिमित्रीने मॅग्डॅलेनाकडे तुच्छतेने पाहिले. ही फालतू बाई मला शिकवायला निघालीय. मला हुकूम सोडतीय. माझ्यासारख्या अनुभवी आणि हुशार पोलिसाला ही फडतूस बाई शहाणपणा शिकवतीय. घरी जाऊन पोळ्या लाटत बस. तुझी लायकी स्वयंपाकघरापुरतीच आहे. आली मोठी नोकरी करणारी आणि मला ज्ञान देणारी.

''मला इंटरपोलच्या मदतीची गरज नाहीये, मिस मॅग्डॅलेना. जर का कूपर नावाचा कुणी माणूस अस्तित्वात असेल आणि जर का तो इथेच याच सेव्हिले शहरात असेल, तर मी आणि माझी माणसे त्याला शोधून काढू. तुम्ही तुरीनच्या संबंधित अधिकाऱ्यांना या घटनेविषयी कळवलंत का?''

''नाही.'' मॅग्डॅलेना म्हणाली. ''जसं मी सांगितलं की काहीही चोरीला गेलं नाही आणि कोणत्याही प्रकारचे नुकसान झालेलं नाहीये. त्यामुळे त्यांना कळवायची तशी गरज नाहीये.''

''ठीक आहे. मी तुम्हा दोघांनाही सांगतोय की आपापली कामे चोख करा.'' त्या दोघांनाही महापौराने सुनावले. ''आत्ता जे काही आपण बोललो ते आपल्यातच राहील. पण त्या संग्रहालयाला मला आता पोलिसांकडून दुप्पट सुरक्षा व्यवस्था हवी आहे. आणि तुमच्या संग्रहालयातील लोकांना चोवीस तास ड्यूटी लावा. समजलं?''

''ठीक आहे.'' मिस मॅग्डॅलेना म्हणाली.

''ठीक आहे.'' दिमित्री म्हणाला.

दिवस उलटले. पण विशेष काहीच घडले नाही.

जेफ स्टीवन्सची अस्वस्थता वाढत होती.

कदाचित कूपर आत्ता सेव्हिले शहरामध्ये नसावा. जेफच्या संपर्कातील व्यक्तींकडून त्याला कूपरविषयी कोणतीच माहिती मिळत नव्हती. कदाचित त्या रोमन चेहऱ्याच्या माणसाचा आणि कूपरचा काही संबंध नसावा आणि तो स्वतंत्रपणे काम करत असावा त्या इराणीयन माणसासाठी. कदाचित असेही असेल की जेफने सावध केल्यामुळे सुरक्षा व्यवस्था अजून कडक करण्यात आली होती आणि त्यामुळे कदाचित तो शहर सोडून निघून गेला असेल. जेफला ही आशा होती; पण त्याला अजूनही तशी खात्री मात्र नव्हती.

आणि त्या प्रदर्शनाच्या ठिकाणी पुन्हा जाणे हेदेखील धोकादायक होते. त्या दिवशी जेफने चिठ्ठी ठेवण्याचा उद्योग केला ते एक इलेक्ट्रिशियन बनून. जेफ जर पुन्हा तिथे गेला तर तो पकडला जाण्याची शक्यता होती. त्यामुळे त्याला आता सेव्हिले सोडायला हवे होते. पण जोपर्यंत त्याची खात्री होत नव्हती की ते पवित्र वस्त्र पूर्णपणे सुरक्षित आहे, तोपर्यंत तो ते शहर सोडू शकत नव्हता. त्यामुळे सध्या तरी अल्फोन्सो हॉटेलमधील त्याच्या अलिशान खोलीत राहायचे, फिरायचे, खरेदी करायची, असेच त्याचे चालले होते.

त्याने जे धाडस केले त्याला आता सहा दिवस झाले होते आणि तेव्हा जेफला एक पत्र मिळाले. तो नाश्ता करत असताना त्याला ते एका वेटरने आणून दिले. त्याने ते उघडले आणि कुणीतरी आपला गळा धरलाय असे त्याला वाटले.

"तुम्हाला हे कुठून मिळाले? कुणी दिले हे?"

जेफचा घाबरलेला आवाज ऐकून तो वेटर गोंधळून गेला. एका माणसाने हे रिसेप्शनवर आणून दिले.

"कधी?" जेफने विचारले.

"काही वेळापूर्वी. पण त्याला ते तुमच्यापर्यंत पोचवण्याची घाई आहे असं दिसलं नाही."

जेफ पळतच हॉटेलच्या बाहेर गेला. त्याने रस्त्यावर पाहिले. फारशी गर्दी नव्हती आणि कूपरचा कुठेही मागमूस नव्हता.

पाच मिनिटांनतर तो परत हॉटेलमध्ये आला. आपल्या टेबलपाशी बसला आणि पुन्हा ते पत्र वाचू लागला. त्याचे हृदय धडधडत होते.

प्रिय मिस्टर स्टीवन्स,

तुम्ही मागील आठवड्यात संग्रहालयात पवित्र वस्त्राच्या सुरक्षेसाठी जे काही प्रयत्न केले त्यामुळे मी खूप प्रभावित झालो आहे. मला वाटते की माझ्या काही योजनांविषयी तुम्हाला माहिती आहे. त्यामुळे तुम्हाला काही गोष्टी सांगण्यात आणि तुमची मदत घेण्यात मला आनंदच होईल. या मौल्यवान वस्तूच्या चोरीमध्ये अमाप पैसा आहे. तुमची इच्छा असेल तर मी त्या पैशांमध्ये तुम्हाला वाटेकरी करून घ्यायला तयार आहे. तुम्ही मला या कामात साथ द्याल का?

जेफने विचार केला. याला काय वाटतंय की मी पैशाला हपापलो आहे? आणि पैशासाठी ते मौल्यवान वस्त्र चोरून नेईन? हा माणूस हीन पातळीचा आहे.

पण त्या पत्रामधील शेवटचे वाक्य वाचले आणि जेफला खूप उत्सुकता वाटू लागली.

मी तुम्हाला भेटू इच्छितो. इथे नदीच्या पलीकडे एक छोटे चर्च आहे. मी तुमच्यावर विश्वास टाकतो की तुम्ही यासंबंधी पोलिसांना कळवणार नाही. मला एकांतात येऊन भेटा, मी तुम्हाला काही गोष्टी सांगेन. आणि त्या तुम्ही नाकारणार नाही याची मला खात्री आहे. बुधवारी रात्री बरोबर अकरा वाजता मी तिथे तुमची वाट पाहत आहे. जर का तुम्ही पोलिसांना याची खबर दिलीत आणि तिथे पोलीस आले; तर मग मात्र आपली भेट होणार नाही आणि मग मी तुम्हाला कधीच भेटणार नाही.

आपला

डी. सी.

जेफचे विचार वाऱ्याच्या वेगाने धावू लागले. कूपरला जेफच्या चिठ्ठी ठेवण्यामागचा इरादा काही वेगळाच वाटत होता. म्हणजे यामध्ये त्या इराण्याचा हात नव्हता का? कूपर काही डबल गेम तर खेळत नव्हता? श्राउड चोरून नेण्यामागे त्याचा नक्की काय हेतू असावा हे कळायला काहीच मार्ग नव्हता. पैशासाठी ते पळवले जाणार होते की नष्ट करण्यासाठी?

पोलिसांना सांगण्याचा प्रश्नच उद्‌भवत नव्हता. जेफला खात्री होती की कूपर काहीही करून हे घडवून आणेल. पण त्याला कूपर कसा आहे हे खरेच पूर्णपणे कळले होते का?

जर का मी कूपरला भेटलो तर मी त्याच्याशी बोलू शकतो. किंवा मी त्याच्या पैशात भागीदार होऊ इच्छितो असे खोटे ढोंग केले आणि त्याची योजना धुळीस मिळवली तर?

जावे की न जावे?

जेफला आता निर्णय घ्यायचा होता.

२२

विमानतळावरील कन्व्हेअर बेल्टवर आलेली आपली बॅग घेऊन जीन रिझो कॅबसाठी इकडे तिकडे पाहू लागला.

त्याने खरे तर खूप आनंदी आणि उत्साही असायला हवे होते. सेव्हिले शहरामधील संग्रहालातून मॅग्डॅलेनाचा त्याला फोन आला होता आणि तिने डॅनियल कूपरच्या शोधातील महत्त्वाची बातमी त्याला दिली होती. एलिझाबेथ केनेडीला झालेली अटक म्हणजे त्याचे पहिले यश होते. पण दुर्दैवाने तिने आश्वासने भरपूर दिली; पण माहिती खूप कमी दिली. डॅनियल कूपरबरोबर काम करणाऱ्या बाकीच्या लोकांप्रमाणेच तिलाही डॅनियल कूपरबद्दल खूप कमी माहीत होते. कूपरचे खासगी आयुष्य, त्याचे ध्येय हे सगळे एका बंद पुस्तकाप्रमाणे होते. लोरी हॅन्सेनच्या मृत्यूनंतर सगळेच थंड पडले होते. आता ट्रेसी व्हिटनीदेखील जीन रिझोला काही मदत करू शकत नव्हती.

हे काही महिने म्हणजे जीनसाठी खूपच खडतर काळ होता. त्याची पूर्वीची बायको सिल्व्ही हिच्यावर त्याचे आजही घटस्फोटानंतरदेखील खूप प्रेम होते. पण तिला कुणीतरी दुसरा मित्र भेटला होता. आणि हे गंभीर होते.

"क्लॉडी हा एक खूप भला माणूस आहे."

"हो, मला खात्री आहे तो असलाच पाहिजे."

ख्रिसमस झाल्यानंतर एक आठवडा गेला. एका बागेत ते दोघे हिंडत होते.

जीनला लोरीच्या खुनाचे विलक्षण दुःख होते. इतके की त्याला रडावेसे वाटत होते. आणि त्यात सिल्व्हीचा हा मित्र. तो पार कोलमडून गेला होता. त्याची मुले ल्यूक आणि क्लेमेंस यांनी त्याला माफ केले होते; पण सिल्व्ही त्याला कधीच माफ करू शकत नव्हती. त्यांचे लग्न झाल्यापासूनच जीनने तिला खोटी आश्वासने द्यायची आणि नंतर ती पाळायची नाहीत, यामुळे सिल्व्ही खूप वैतागत असे.

"तो शिक्षक आहे," सिल्व्ही म्हणाली. "तो अतिशय विचारी आणि प्रगल्भ आहे आणि सर्वांत महत्त्वाचं म्हणजे खात्रीचा आणि विश्वासू आहे."

जीनच्या चेहऱ्यावर आठ्या पडल्या. ती शेवटची विशेषणे आपल्याला लागू आहेत का?

"मुलांनादेखील तो खूप आवडतो."

"अरे वा! मस्तच आहे की." जीन हसून म्हणाला. चेहऱ्यावर हास्य असले तरी तिचे प्रत्येक शब्द त्याला काट्यासारखे टोचत होते. "मग? माझी आणि त्याची कधी गाठ घालून देणार?"

"मंगळवारी जमेल तुला? मला वाटतं की आपण सर्वांनी एकत्र जेवण घ्यावं मंगळवारी रात्री. कशी काय कल्पना आहे?"

ते जेवण म्हणजे जीनने कल्पना केली त्यापेक्षा कितीतरी भयानक प्रकार होता. क्लॉडी हा खूपच उमदा आणि समजूतदार माणूस होता. एकदम सुसंस्कृत आणि प्रेमळ वाटला. आणि सिल्व्हीवर त्याचे खूप प्रेम आहे असे दिसत होते.

मीच दरवाजा उघडला. जीन विचार करू लागला. मीच त्याला तिच्या आयुष्यात येऊ दिले. जर का मी तिच्याकडे असे दुर्लक्ष केले नसते आणि मी माझ्या कामामध्ये एवढा गढलो नसतो, तर आम्ही आज एकत्र असतो.

आणि कामामध्ये तरी काय दिवे लावले आहेत मी! एवढे काम काम करत होतो सिल्व्हीसमोर, त्या कामात तरी यशस्वी कुठे झालो? झालो असतो तर आज लोरीला आपला जीव गमवावा लागलाच नसता. आणि लोरीसारख्या कितीतरी मुलींना मी वाचवू शकलो असतो. आणि कूपर... कूपरदेखील राजरोसपणे बाहेर फिरतो आहे. काय केले मी माझ्या कामात? जीनला आयुष्याच्या सर्वच पातळ्यांवर अपयश आले होते. त्याला ना कामात यश मिळाले होते, ना त्याच्या खासगी आयुष्यात. त्याचे लग्न पूर्णपणे मोडले होते.

त्याला त्याचे मन ट्रेसीसमोर मोकळे करायचे होते. ट्रेसी व्हिटनीचे तरी काय आयुष्य आहे! तिनेदेखील आयुष्यामध्ये किती भोगले! किती गोष्टी गमावल्या! तिचे प्रेम गमावले, तिचे कौटुंबिक आयुष्य गमावले. पण जीनसारखी ट्रेसी थांबली नव्हती तर खंबीरपणे आणि धैर्याने पुढे चालतच राहिली. तिने मागे कधी वळून बघितले नाही.

ट्रेसीने जसे न्यू यॉर्क सोडले, तसे त्याचा फोन घेणेदेखील बंद केले. तिचे मूकपण राग किंवा संताप यातून आलेले नव्हते. पण तिने तिच्या मूकपणातून संदेश दिला होता की तुला जी लागेल ती मदत मी केली आहे. मला जे माहीत होते ते तुला सगळे सांगितले. माझा शब्द मी पाळला. आता तू तुझा शब्द पाळ आणि माझ्या आयुष्यातून निघून जा.

जीनला यामुळे वैफल्य आले होते. ट्रेसीने स्वतःची ओळख बदलून स्वतःचे आयुष्य एका नव्या ठिकाणी सुखाने आणि शांतीने सुरू केले होते. याचे जीनला खूप कौतुक वाटत होते. ती आता एक नवीनच व्यक्ती आणि नव्या ओळखी घेऊन जगत होती. ती एक आई होती, समाजसेवा करत होती आणि एक अगदी सामान्य स्त्री म्हणून जगत होती. ती कधीच त्या खेडेवजा शहरात कंटाळत नसेल का? नक्कीच असेल. पण एका शांत आयुष्याच्या बदल्यात थोडासा कंटाळा आलेला सहन करायला काहीच हरकत नसावी.

आपली बॅग खांद्यावर लटकवत जीन विमानतळाच्या बाहेर आला आणि एका कॅबमध्ये बसला.

त्याला त्याच्या हॉटेलमध्ये जाऊन कपडे बदलण्याइतकादेखील वेळ नव्हता. जर का मिस प्रीटोच्या म्हणण्यानुसार कूपर इथे असेल, तरच इथे येण्याचा फायदा होता.

''इन्स्पेक्टर, तुम्हाला कूपर इथे सेव्हिले शहरामध्ये नाही सापडणार.''

दिमित्री संतापला होता. जीनने त्या स्पॅनिश पोलिसाच्या चेहऱ्यावरील भाव पाहिले. संताप, उद्धटपणा याचे मिश्रण त्याच्या चेहऱ्यावर होते. स्थानिक पोलिसांकडून शेवटी इंटरपोल पोलिसांना हे प्रकरण समजले.

''संग्रहालयाच्या कर्मचारी मिस प्रीटो यांनी माहिती दिली आहे की...''

''त्यांचा काहीतरी गैरसमज झाला आहे. तिने थेट तुमच्या एजन्सीला बोलवायला नको होतं. मला वाटतं की तिने तुम्हाला इथे... म्हणजे तुम्हाला इथे काहीही मिळणार नाही.''

जीन रिझो सावकाश चालत खिडकीपाशी गेला. ते सेव्हिले शहरातील पोलीस मुख्यालय होते. तिथून संपूर्ण सेव्हिले शहरचे खूप मनोहारी दृश्य दिसत होते. पण आज सगळे उदास उदास होते. सगळी वाहतूक अशी चक्राकार आणि सावकाश फिरत आहे असे वाटत होते.

''मिस प्रीटोने संग्रहालयात तिला एक पत्र मिळालं असं मला सांगितलं. तुम्हाला माहीत आहे ना ते?''

दिमित्री घाईघाईने म्हणाला, ''हो, माहीत आहे.''

"तिने सांगितलं की तिला दोन दिवसांपूर्वी कुणीतरी फोनदेखील केला होता."

"हो हो. अगदी खरं..." उद्धटपणे त्याचे बोलणे मध्येच तोडत दिमित्री म्हणाला. एखाद्या माशीला झटकावे तसे तो जीनला झटकत होता. "मलादेखील त्याच माणसाकडून फोन आला होता. त्याच्या अमेरिकन इंग्लिशमध्ये तो ते श्राउड चोरण्याविषयी काहीतरी बरळत होता."

"आणि त्याच्या फोनची तुम्ही म्हणावी तशी दखल घेतली नाही. कळवलं नाही तसं."

"कुणाला कळवायचं?" दिमित्री उद्धटपणे आणि अतिशय रागाने बोलला. "मी सेव्हिलेचा मुख्य पोलीस अधिकारी आहे. तो एक फडतूस फोन होता आणि त्याला तितकं महत्त्व द्यावं असं मला नाही वाटलं, कारण मुळात त्या श्राउडची चोरी झालेलीच नाहीये. मला वाटतं की मिस प्रीटो या अगदी टिपिकल बायका असतात तशा आहेत. उगाचच एखाद्या छोट्या गोष्टीचा एवढा गहजब कशाला करायचा? उगाचच नाटक करून तिने पराचा कावळा केला आहे. आणि माझा भाकडकथांवर विश्वास नाही. मी सत्य शोधतो."

"मीसुद्धा." जीन म्हणाला. "कूपरबद्दल आज मी तुम्हाला काही सत्य सांगणार आहे."

असे म्हणून त्याने कूपरचा सगळा इतिहास त्याच्यापुढे उभा केला. त्याची विमा कंपनीतील नोकरी, ट्रेसी व्हिटनी आणि जेफ, त्याने घातलेले कित्येक मोठमोठे दरोडे. आणि सगळ्यात शेवटी त्याने दिमित्रीला बायबल किलरच्या घटना सांगितल्या. डॅनियल कूपर हा आपला सगळ्यात मोठा संशयित आहे. आत्ता या घडीला तरी तो एकमात्र संशयित आहे. मी तुम्हाला नाही सांगू शकत की त्याला पकडणे किती महत्त्वाचे आहे. कूपर विलक्षण हुशार आहे. मानसिक रुग्ण आहे आणि त्यामुळे खूप भयंकर आहे."

दिमित्रीने एक जांभई दिली. "इन्स्पेक्टर असे असेल तर तुम्हाला शुभेच्छा. पण मी अजूनही सांगतो की डॅनियल कूपर हा सेव्हिलेमध्ये नाहीये."

"तुम्ही कसे एवढे ठामपणे सांगू शकता?"

दिमित्री हसला. "कारण तो जर इथे असता तर माझ्या माणसांनी त्याला नक्की पकडलं असतं."

जीनने संग्रहालयाला भेट दिली. ती त्याला फार फायद्याची ठरली. त्याची ओळख मॅग्डॅलेना प्रीटोबरोबर झाली. त्याला ती खूप हुशार, समजूतदार आणि विचारी वाटली. ती त्या गलिच्छ दिमित्रीच्या पूर्णपणे विरुद्ध होती.

"तो नेहमी असाच वागतो का?" मॅग्डॅलेनाच्या ऑफिसमध्ये जीन बसला होता

तेव्हा त्याने दिमित्रीविषयी विचारले.

"हो, तो नेहमीच!" मॅग्डॅलेनाने एक मोठा श्वास घेतला. मी इंटरपोलला फोन केला, त्यामुळे तो माझ्यावर खूप चिडलेला आहे. त्याला वाटतंय की असे करून मी त्याच्या अधिकारांना आव्हान दिलं आहे. त्याला काहीही वाटू देत. मी माझं कर्तव्य केले. माझा संबंध केवळ त्या पवित्र वस्त्राच्या सुरक्षेचा आहे. तुम्ही कल्पना करू शकणार नाही पण मी जेव्हा ते पत्र वाचलं तेव्हा मला किती धक्का बसला होता."

"हो, मला समजू शकतं."

"तो जो कुणी होता, त्याने अगदी सहजपणे त्या वस्त्राची चोरी केली असती किंवा ते फाडू शकला असता. मला तर कल्पनादेखील करवत नाहीये."

"पण तसं झालं नाही." जीन म्हणाला.

"नाही. तसं काही झालं नाही."

"ते चोरण्याचा प्रयत्न केला गेला नाही?"

"बरोब्बर. तो जो कुणी माणूस होता तो आधी फोनवरून आणि नंतर या पत्राच्या माध्यमातून मला सावध करण्याचा प्रयत्न करत होता. मला वाटतं की तो अगदी प्रामाणिक होता. आणि त्याला बरीच माहिती होती. ज्या माणसाचे तो वर्णन करत होता त्या माणसाला पाहिल्याचे माझ्या स्टाफनेदेखील कबूल केले. आणि तो स्वतःला पोलीस म्हणवत होता. तुम्ही ते सीसीटीव्हीचे फुटेज पाहिलंच आहे."

जीनने मान हलवली. "तो हिरवा कोट घातलेला माणूस परिचयातला वाटत नव्हता."

मॅग्डॅलेना पुढे म्हणाली, "केसमध्ये पत्र ठेवणारा तो माणूसदेखील अजब म्हणायला हवा. त्या केसची काच एक तर बुलेट प्रूफ आहे. तिथे अलार्म लावलेला आहे. आणि ती केस उघडायलादेखील कोड वापरावा लागतो. त्या केसमधील वातावरणदेखील विशिष्ट तापमानात नियंत्रित केले होते. हे सगळे आम्ही पाहिलं तेव्हा जसेच्या तसे होते. मग या माणसाने ते पत्र त्या केसमध्ये घातलंच कसं?"

"आणि ते श्राउड जपणं किती महत्त्वाचे आहे, हेही त्यानं लक्षात आणून दिलं."

"हो आणि ते कसं जपायचं, हेदेखील त्यानं दाखवून दिलं. मला वाटतं की तो एक तर पुरातत्त्वशास्त्रज्ञ असावा किंवा याच क्षेत्रातील कुणीतरी तज्ज्ञ असावा."

"एक अमेरिकन तज्ज्ञ ज्याला कोड कसे शोधायचे, अलार्म कसे निरुपयोगी करायचे, हे सगळं माहिती आहे."

मॅग्डॅलेनाने उत्सुकतेने विचारले, "माझं काहीतरी चुकतंय का?"

"ज्या माणसाने ते पत्र लिहिलं त्याचं नाव आहे जेफ स्टीवन्स. नाही तुमचं

काही चुकत नाहीये मिस प्रीटो. चुकतंय ते इन्स्पेक्टर दिमित्रिचं.''

मॅग्डॅलेना पुढे तो काय बोलणार याची वाट पाहू लागली.

''जर का जेफला वाटत असेल की डॅनियल कूपर चोरी करणार आहे तर ते खरंच असणार. तुम्ही मला सीसीटीव्हीचे ते फुटेज मेल करता का?''

''हो नक्की. मी तुम्हाला दुपारी मेल करते. तुम्हाला वाटतंय इन्स्पेक्टर की तो पकडला जाईल? कारण मला तर असं वाटतंय की दिमित्रि त्यासाठी काहीही प्रयत्न करत नाहीये.''

''पण मी शोधून काढेन त्याला.'' जीन रिझो म्हणाला. ''मला शोधलंच पाहिजे. तुमच्या संग्रहालयातील ती मौल्यवान गोष्ट अशी कशी जाऊ देईन मी?''

मारिया लुईझा बागेतून चालत जीन रिझो आपल्या हॉटेलमध्ये आला. पाऊस पडून गेल्यामुळे सगळीकडे हिरवे गार झाले होते. श्रुबेरी झाडावर चमकत होत्या. बाहेरचे सगळे वातावरण आल्हाददायक होते; पण जीनचे मन मात्र विषण्ण आणि उदास होते.

तो जेफ स्टीवन्सबद्दल विचार करू लागला. त्यांनतर टप्प्याटप्प्याने मॅग्डॅलेनाचा आणि तिला मिळालेल्या त्या पत्राचा. ट्रेसी व्हिटनीसारख्या स्त्रीला भुरळ घालणारा माणूस कुणी साधासुधा नक्कीच नसेल. जेफ हा कुणी तरी नक्कीच असामान्य असणार. जीन आणि जेफ यांच्यात एक साम्य होते आणि ते म्हणजे दोघांनी आयुष्यात एका स्त्रीवर मनापासून आणि खूप उत्कट प्रेम केले. आणि दोघे जण आपल्या प्रेमाला हरवून बसले होते. जेफने दुःख विसरण्यासाठी वेश्यांचा आधार घेतला; पण जीनने तसे काही केले नव्हते. त्यालाही आपण असे करायला हवे होते असे वाटले. पण या दोघांनीही आपल्या कामामध्ये स्वतःला झोकून दिले. त्यांची आवड जोपासली आणि त्यांची आवड ते जे काम करत होते त्यामध्ये होती.

जीनचे विचारचक्र चालूच होते. माझ्या बाबतीत एक गोष्ट चांगली आहे ती म्हणजे मला निदान ल्यूक आणि क्लेमेंस हे दोघे तरी आहेत की ज्यांच्याकडे पाहून मी माझे दुःख विसरू शकतो. जेफलादेखील मुलगा आहे, एक गोड मुलगा. पण त्याला बिचाऱ्याला ते माहीतदेखील नाहीये. या विचारांनी तो अतिशय कष्टी झाला.

मॅग्डॅलेनाशी बोलून झाल्यावर जीन ते श्राउड पाहण्यासाठी गेला होता. तिथे कूपरचा माणूस बऱ्याच वेळा येऊन गेला होता. जीननेसुद्धा ती ऑडिओ टूर घेतली होती. खूप छान होते सगळे; पण तरीही थकवा आणणारे होते. येशूचे वस्त्र आहे हे दाखवण्याकरता कुणीतरी कुणालातरी क्रूरपणे छळून मारून टाकले होते. मध्ययुगीन काळातदेखील हे असले क्रूर प्रकार होत असत, केवळ पैशाच्या मोहापायी.

जीनच्या मनात पुन्हा विचार आला. मी खरंच माझा वेळ वाया घालवतो आहे

का? कूपर हा खरोखरच खुनी आहे का? जर असला तर मी त्याला शोधेन आणि शिक्षा करेन. पण त्याने काय फायदा होणार आहे? त्याच्यानंतर अजून दुसरा कुणी तरी खुनी निर्माण होईल. आणि असे होतच राहील. संपूर्ण मनुष्य जातच दुष्ट आहे.

पण नंतर त्यानेच स्वतःच्या प्रश्नाचे उत्तर दिले.

'नाही, जगात चांगुलपणादेखील आहे. कूपरसारखे क्रूर लोक हे तर प्रत्येक काळात जन्माला येतात आणि स्वार्थासाठी खून करतात, बलात्कार करतात, छळ करतात; पण म्हणून त्याचा अर्थ असा नव्हे...

त्याने चालणे थांबवले. त्याच्या डोक्यात एक विचार घोळू लागला.

डॅनियल कूपर.

छळ, खून

बायबल

तुरीनचे श्राउड म्हणजे केवळ एक पुरातन वस्तू नव्हती; तर ते गुन्ह्याचा साक्षीदार होते. रहस्यामध्ये दडलेला मृत्यू.

जीन रिझो हॉटेलमध्ये धावतच गेला. एकेक पायरी गाळत जिना चढून तो वर त्याच्या खोलीत गेला. त्याने आपला लॅपटॉप उघडला. त्याच्या मेलची इनबॉक्स उघडेपर्यंत तो त्यावर बोटे फिरवत होता.

उघड... लवकर उघड... पटकन...

आणि ते उघडले. त्याला आत्ताच आलेला मेल. मॅग्डॅलेनाने त्याला तो लगेच पाठवला होता. जीनने अॅटॅचमेंटवर क्लिक केले. तो फोटो झूम केला आणि त्या माणसाला तो पाहण्याचा प्रयत्न करू लागला. त्याचा चेहरा त्याला दिसला. त्याचे भव्य कपाळ. रोमन धाटणीचे सरळ उंच नाक. काळेभोर कुरळे केस.

त्याने तो फोटो पुन्हा झूम केला.

आणि पुन्हा

पुन्हा तेच निरीक्षण तो अगदी जवळून पाहत होता. आणि त्याला समजले की हा साथीदार नाही.

तो हिरव्या जाकिटातील माणूस त्याच्या हॉटेलमध्ये परत आला. त्या हॉटेलचे नाव होते कासस द ला जुडेरिया. सेव्हिलेच्या ज्यू क्वार्टरच्या शेजारी हे हॉटेल होते. त्याच्या आसपास कॅफे आणि बरीच मध्ययुगीन काळामधील घरे होती. जुन्या स्पेनची प्रतिमा होती ती. त्या हॉटेलमधील आतला भाग एकदम उदास उदास वाटत होता. महोगनीचे किमती फर्निचर होते. शेजारी असलेल्या दारामधून चर्चमधून येणाऱ्या धुराचा एक नेहमीचा वास पसरला होता. तिथे टीव्ही किंवा अजून कोणत्याही प्रकारच्या आधुनिक सुविधा नव्हत्या. हॉटेलच्या प्रवेशद्वारावर सुबक कोरीवकाम

केलेले होते. गावातील रहिवासी वृद्ध माणसे गुडगुडी ओढत अंगणात कॉफीचे घुटके घेत पुस्तके वाचत बसत.

आपल्या खोलीत आल्यावर त्या हिरव्या कोटातील माणसाने पटकन खोलीचे दार लावून घेतले. मग त्याने त्याचा कोट काढला, बूट आणि मोजेही काढले. आणि बिछान्याच्या दुसऱ्या टोकाशी बसला. या खोलीत यापूर्वी राहिलेल्या आणि झोपलेल्या ज्यूंचा विचार करायचा नाही, असे त्याने स्वतःला बजावले. त्या माणसाला ज्यूंचा विलक्षण तिरस्कार होता. ज्यूंनीच आपल्या देवाला क्रुसावर चढवून मारले.

त्याने हे हॉटेल निवडले; कारण हे मध्यवस्तीत होते, थोडेसे शांत आणि अलिप्त होते. आणि किंमतही कमी होती. पण त्या ठिकाणी आधी ज्यू झोपलेले असतील आणि तिथेच आपण झोपायचे, या विचारांनी त्याला अस्वस्थ केले होते. त्याला खूप घाण वाटली. आपण खूप पापी आहोत असे त्याला वाटत होते म्हणून तो अंघोळ करण्यासाठी गेला. त्याने आपले खोटे नाक काढले, त्याचा मेकअप उतरवला. ते करणे खूप वेळखाऊ काम होते. पण तरीही कोणतीही तक्रार न करता त्याचे काम चालू होते.

तो बाथटबमध्ये गेला. गरम पाण्याने त्याला भाजले. तो शांतपणे त्या टबात बसला आणि त्याने आनंदाने मोठा श्वास घेतला.

कूपरने पहिला खून त्याच्या वयाच्या बाराव्या वर्षी केला. आणि त्या वेळेस बळी गेलेली पहिली स्त्री म्हणजे त्याची आई होती.

त्याच्या आईचे- एलेनार कूपरचे त्यांचा शेजारी फ्रेड झिमर याच्याबरोबर प्रेम प्रकरण चालू होते. आणि डॅनियलला हे कळले म्हणून त्याने आपल्या आईचा खून केला. त्या खुनाचा आरोप झिमरवर आला आणि त्याला मारण्यात आले. त्या वेळेस डॅनियलने खूप काही नाटक करून झिमरला खुनामध्ये अडकवले. आईच्या मृत्यूनंतर तो आपल्या काकूजवळ राहू लागला. त्याच्या काकूच्या लक्षात आले, की हा मुलगा बऱ्याच वेळेला झोपेत जोरात किंचाळून उठतो. डॅनियल कूपर आपल्या आईवर अतोनात प्रेम करत होता.

पण त्याची आई चारित्र्यहीन होती.

डॅनियलचा स्वर्ग-नरक या संकल्पनेवर अतिशय विश्वास होता. त्याचा ठाम विश्वास होता, की गुन्ह्यातून आणि पर्यायाने पापामधून सुटका करायची असेल तर त्या मनुष्याचा बळी दिला गेला पाहिजे आणि म्हणूनच त्याने त्याच्या आईचा खून केला. आणि हे बळी घेण्याचे सत्र त्याने मोठेपणीदेखील चालू ठेवले.

आता इथे सेव्हिलेमध्ये त्याने सगळी व्यवस्थित योजना आखली होती. आता ट्रेसी त्याच्याकडे नक्की येईल. कारण त्याने जेफला ओलीस म्हणून पकडले होते.

आता ती त्याच्याजवळ नक्की येणार होती. आता त्याचे आयुष्यातील शेवटचे ध्येय पूर्ण होणार होते. आता शेवटचा बळी द्यायचा म्हणजे त्याच्या आईची पापामधून सुटका होणार होती आणि तो ट्रेसीच्या आत्म्याला वाचवू शकणार होता; तिच्याशी लग्न करून.

डॅनियल कूपरने त्याच्या आईला बाथटबमध्ये मारले होते.

बाथटबमध्ये बसून डॅनियल हस्तमैथुन करू लागला.

आता थोड्या वेळात निघावे लागणार होते.

खूप रात्र झाली होती. चर्च आणि त्याच्या शेजारील गल्ली निर्मनुष्य होती. पण एक अंधूकसा दिवा चमकत होता. जेफ आश्चर्याने सगळीकडे पाहत होता. त्या चर्चमध्ये कित्येक डॉलर किमतीची कला दडलेली होती. त्या चर्चमध्ये सुंदर कोरीव काम केले होते. ती सर्व कलाकुसर संगमरवरी आणि हस्तिदंती होती. ते सगळे इतके उत्कृष्ट होते, की चर्चमध्ये येणारा प्रत्येक जण त्या सौंदर्याने मोहून जात असणार, हे नक्की. हे सुंदर आणि उच्च प्रकारचे नक्षीकाम करण्याचा एकमेव उद्देश होता, प्रार्थनेसाठी येणाऱ्या लोकांचे लक्ष वेधून घेणे आणि परमेश्वराप्रती त्यांना आकृष्ट करणे.

जेफने विचार केला, एवढी सुंदर आणि प्रसन्न जागा आहे ही! एवढी प्रसन्न आहे की इथे बसून राहावे आणि सगळ्या जगाचा त्याग करून परमेश्वराच्या भक्तीचा मध्ये रममाण व्हावे, अशी इच्छा होत आहे. चर्चमधील अगरबत्तीच्या सुगंधाने, मेणबत्तीच्या प्रकाशाने सारे वातावरण पवित्र झाले होते. त्याला लहानपणी तो एका चर्चमध्ये जायचा तेच आठवले. ते वातावरण पाहून त्याच्या लहानपणीच्या देवाशी संबंधित आठवणी जाग्या झाल्या.

"हॅलो?"

त्याचा आवाज त्या रिकाम्या चर्चमध्ये घुमला. वातावरण खूप थंड होते.

"कूपर." त्याने परत हाक मारली. "मी एकटाच आलो आहे."

काही उत्तर आले नाही. जेफने घड्याळात पाहिले. अकरा वाजायला काही मिनिटे बाकी होती. जेफ जितका कूपरला ओळखत होता त्यावरून त्याला त्याची एक गोष्ट माहीत होती की तो वेळेचा पक्का आहे. तो निघाला असेल का नसेल? पण त्याला त्याच्याशी काहीही घेणेदेणे नव्हते; कारण कूपरने त्याला इथे बोलावले होते. त्याला काहीतरी सांगायचे असेल आणि त्याला आपल्यासोबत काहीतरी डील करायचे असेल.

जेफ वर छताकडे पाहत होता. ते छत खरोखरच फार सुंदर होते. तो येताना

थोडासा अस्वस्थ झाला होता. बऱ्याच वर्षांनी जेफ कूपरला भेटणार होता. आत्ता या घडीला तो इथे एकटा होता. आणि त्याला खूप शांत वाटत होते.

तो सेंट पीटरच्या पुतळ्याकडे पाहत होता आणि अचानक एक वावटळ यावी तसे त्याला भासले. एकदम काही तरी घडले. त्याने अपेक्षाच केली नव्हती. त्याला मागून कुणीतरी त्याच्या डोक्यात जोरात मारले. आणि नंतर अंडे फुटल्यावर आवाज येतो तसा आला. त्याला जाणीव झाली की त्याच्या मानेवरून मागच्या बाजूने काहीतरी उष्ण आणि चिकट बाहेर येत आहे.

आणि मग काहीच नाही.

जीन रिझो ट्रेसी व्हिटनीला संपर्क करण्याचा प्रयत्न करत होता. जेव्हा त्याला समजले की संग्रहालयातील तो संशयित पोलीस म्हणजे दुसरा तिसरा कुणी नसून, डॅनियल कूपर आहे, तेव्हापासून त्याला शोधण्याकरता त्याने जंग जंग पछाडले. संपूर्ण सेव्हिले शहरामध्ये कूपरचा मुखवटा असलेला चेहरा तो इमेल आणि फॅक्सने पाठवत होता.

त्या शहरात जवळ जवळ शंभर हॉटेल होती आणि कितीतरी गेस्ट हाउसेस पण होती. एलिझाबेथ केनेडीकडून जीनला समजले होते की कूपर खूपच व्यवहारी, हिशोबी, गलिच्छ आणि हीन वृत्तीचा माणूस आहे. म्हणजे त्याने कुठेतरी संग्रहालयाच्या आसपासच राहणे पसंत केले असणार. कोणत्याही महागड्या हॉटेलमध्ये तो नक्कीच राहत नसणार. गुगल आणि पर्यटन नकाशा पाहून त्याच्या हॉटेलपासून त्याने काही ठिकाणे हेरली.

पहिल्यांदा इथे शोधायला पाहिजे. आणि नंतर बाकी ठिकाणी. रस्ता न् रस्ता... मैल न् मैल पालथे घातले पाहिजेत.

पण त्याला मी शोधेन.

मला शोधलेच पाहिजे.

जीनच्या अपेक्षेपेक्षा जास्त लवकर त्याला सुगावा लागला. तो जेव्हा वेगवेगळ्या ठिकाणी फोनवरून चौकशी करत होता, तेव्हा एका ज्युईश क्वार्टरमध्ये असलेल्या एका छोट्या हॉटेलमध्ये काम करणाऱ्या एका मुलीने त्याला माहिती दिली. ''अरे हो! या माणसाला मी पाहिले आहे. याचे नाव सेनोर हर्नांडिझ. एक महिन्यापासून तो आमच्याच इथे आहे.''

''एक महिना?''

''तो अजूनही हॉटेलमध्ये आहे का?'' जीनने उतावीळपणे विचारले.

''बहुतेक असावा. थांबा मी चेक करून सांगते.''

तेवढे क्षण वाट पाहणेदेखील जीनला आता नको होते. ''हो सर. तो आहे

अजूनही इथेच. तो आत्ता आहे का नाही हे पाहण्यासाठी मी त्याची खोली चेक करू का?''

''नको!'' जीन ओरडला. ''म्हणजे नको. नका करू. त्याची काही गरज नाही. धन्यवाद.''

ते हॉटेल अगदी चालत जाण्यासारखे होते.

''ही थोडीशी नाजूक बाब आहे. मी पुढच्या पाचच मिनिटात तिथे येतो.''

हॉटेलमधील ६६ नंबरच्या खोलीच्या दिशेने जीन जवळजवळ धावतच जात होता. त्याला एक प्रकारची भयाण शांतता जाणवत होती. आता हे तर निश्चित होते की शेवट जवळ आलाय. मग त्यात हार असो नाहीतर जीत असो, जगणे असो किंवा मरणे या मोठ्या प्रकरणाचा आता सरतेशेवटी निकाल लागणार होता.

तेरा स्त्रिया

अकरा शहरे

नऊ वर्षे

आता सगळे संपणार होते.

६६ नंबरच्या खोलीत वेगवेगळ्या नावाने लोकांपुढे येणारा डॅनियल कूपर नामक माणूस आता कुठेही पळून जाऊ शकणार नव्हता. तो एकतर पकडला जाणार होता किंवा मारला जाणार होता. रिझोने दिमित्रिलादेखील हॉटेलमध्ये बोलावले होते. यदाकदाचित या कूपरने जीनला मारले असते आणि पळून जाण्याचा प्रयत्न केला असता, तर दिमित्रि आणि त्याच्या माणसांनी त्याला पकडले असते. खरं तर या बायबल किलरला पकडण्याचे श्रेय या गलिच्छ माणसाला मिळाले असते हे खरे. तो खोलीच्या जवळ येत होता. त्या बोळातून चालत चालत तो एकदम शेवटच्या खोलीपाशी आला.

आपली बंदूक हातात धरून त्याने जोरजोरात दार वाजवले.

''सेनॉर हर्नांडिझ?''

आतून काहीच आवाज आला नाही.

''सेनॉर हर्नांडिझ? तुम्ही आहात का? तुमच्याकरता एक महत्त्वाचा निरोप आहे.''

काहीच आवाज नाही.

त्या रिसेप्शनवरील मुलीने त्याला खोलीची किल्ली दिली होती त्या किल्लीने जीनने दरवाजा उघडण्यास सुरुवात केली. ते दार आपोआप उघडले. जीन बंदूक रोखत एकदम खोलीत घुसला.

''डॅनियल कूपर. यू आर अंडर अॅरेस्ट.''

शी...

बिछाना मोकळा होता. तिथे सुटकेस नव्हती. कुठेही काही खूण दिसत नव्हती. सगळे स्वच्छ होते. बिछान्याच्या एका बाजूला बायबल पडले होते. ते उघडेच होते जॉन प्रकरण १९, पंक्ती १.

त्यावर एक ओळ ठळक केली होती. त्यांनी येशूला मारले. कवटीच्या जागी... आणि नंतर त्यांनी त्याला क्रुसावर चढवले.

जीन रिझोच्या पोटात मोठ्ठा खड्डा पडला. तो बरोबर होता. डॅनियल कूपरच बायबल किलर आहे, यात आता काहीच शंका नव्हती. ६६ नंबरची खोली म्हणजे अजून एक गुन्ह्याची जागा झाली होती. फक्त एकच वेगळी गोष्ट होती आणि ती म्हणजे...

तिथे मेलेले शरीर नव्हते.

जीन रिझोला तिथेच एक पांढऱ्या रंगाचे पाकीट सापडले. संग्रहालयात जसे पांढरे पाकीट सापडले होते तसेच. ते एका उशीच्या खाली होते. आणि स्वच्छ सुवाच्य शब्दांमध्ये लिहिले होते.

प्रति,
ट्रेसी आणि जीन रिझो

रिझोने ते पत्र फोडून वाचायला सुरुवात केली.

२३

जेफ इटॉन स्क्वेअरमधील एका घरात होता. तो बिछान्यावर नग्न अवस्थेत होता. ट्रेसी त्याच्यासमवेत त्याच्या शेजारीच पहुडली होती. तो जेव्हा तिचे चुंबन घेण्यासाठी वळला आणि वाकला तेव्हा त्याला समजले की इथे ट्रेसी नाहीये. कुणी तरी वेगळीच स्त्री आहे.

ट्रेसी दाराशी उभी होती. त्याच्याकडे पाहून ओरडत होती.

तू असे कसे वागू शकतोस?

जेफला एकदम थकल्यासारखे वाटत होते. तो दाराशी धावला तेव्हा ट्रेसी तिथे नव्हतीच. ट्रेसी गेली होती. आता त्याची आई आली, लिंडा. आता ती बोलत होती. जे ट्रेसी बोलली तेच तीही बोलत होती. तू असे कसे वागू शकतोस? पण ती दुसऱ्या घरात होती. आणि ती जेफच्या वडिलांवर ओरडत होती. लिंडाने आपल्या नवऱ्याला दुसऱ्या बाईसमवेत बिछान्यामध्ये एकत्र बघितले होते.

आणि त्या क्षणी जेफला त्याच्या वडिलांचे शब्द ऐकू आले. 'दूर जा माझ्यापासून कैदाशिणी...' जेफच्या वडलांनी त्याच्या आईच्या- लिंडाच्या जोरात थोबाडीत ठेवून दिली.

लिंडा किंचाळली. "डेव्ह... काय करतो आहेस? नको... नको... प्लीज मारू नकोस..."

पण तरीही मारण्याचे आवाज येतच होता. खाड खाड खाड...

खाड खाड खाड...

काहीतरी खूप टणक आणि गार जेफच्या पाठीवर आदळले जात होते.

तो जमिनीवर पडला होता. एखाद्या बटाट्यांनी भरलेल्या पोत्याला लाथा मारून इकडून तिकडे हलवावे तसे कुणीतरी जोरजोरात त्याच्या शरीरावर घाव घालत होते.

मी हलतोय. मी कुठे आहे?

इंजिनाचा जोराने आवाज यावा तसा मोठा आवाज येत होता आणि थरथर होत होती.

काय आहे? विमान? मालवाहतूक करणारे विमान?

नंतर तो धाडदिशी जमिनीवर कोसळला.

तो बिछाना एकदम उबदार आणि मऊ होता. पण त्याला त्यावरून उठणे भाग होते. त्याची सावत्र आई त्याला एकटे सोडणार नव्हती.

'मला घट्ट धर जेफ. तुझे बाबा काही आता लवकर येणार नाहीत.'

तिचे वक्षस्थळ एखाद्या उशीप्रमाणे मऊ होते. आणि तिने त्याला तिथे घट्ट धरल्यामुळे त्याला गुदमरायला होत होते. बाईच्या शरीराचा मऊशार मांसल भाग त्याला एखाद्या कणकेच्या गोळ्यासारखा चिकटला होता. त्याला हालचालदेखील करता येत नव्हती. तो खूप अस्वस्थ होत होता.

जेफ खिडकीकडे पळाला आणि त्याने नग्न अवस्थेतच खिडकीतून बर्फात उडी मारली.

तो कुडकुडायला लागला. खूप थंडी होती. मरणाची थंडी.

कोणती तरी अंत:प्रेरणा त्याला बजावत होती. झोपू नकोस. रात्र वैऱ्याची आहे. तू झोपलास तर कायमचा झोपशील ऊठ जेफ, ऊठ!

ऊठ...

आता येणारा आवाज मात्र खरा होता. खूप थंड आणि रुक्ष होता. जेफ स्तब्ध होता. पालथे पडला होता. त्याच्या अंगाखाली जो दगड होता, तो एखाद्या बर्फाच्या लादीप्रमाणे भासत होता.

"मी सांगितलंय ना... ऊठ!" त्याच्या छातीत जोरात लाथ बसली. एक जोराची कळ येऊन जेफ वेदनेने किंचाळला.

तो आवाज एकदम रानटी आणि क्रूर वाटत होता. जेफच्या डोक्यात अचानक जुन्या स्मृती जाग्या झाल्या.

सेव्हिले

चर्च

डॅनियल कूपरबरोबर भेट.

कूपर बायबलमधील काही ओळी म्हणत होता. त्याचा आवाज! त्याचा आवाज एकदम हिंस्त्र भयानक वाटत होता.

''तुम्ही अजूनही झोपला आहात? देव म्हणाला. ती वेळ आलीये. मानवाचा पुत्र दुष्ट पाप्यांच्या हातून मारला जाणार आहे. उठा. चला.''

जेफ निष्प्राण झाल्याप्रमाणे म्हणाला, ''मी जागा आहे.''

कूपरच्या बुटाच्या जोरदार प्रहाराने त्याच्या छातीत कळा येत होत्या. पण त्याच्या डोक्यामध्ये ज्या भयंकर वेदना होत होत्या त्यापुढे या छातीमधील वेदना काहीच नव्हत्या. इतक्या वेदना येत होत्या, की त्याला असे वाटत होते की त्याच्या मेंदूला भयंकर सूज आलीये आणि ही सूज एवढी वाढतीये की अजून थोड्या वेळाने त्याचा मेंदू कवटीमधून फुटून बाहेर येईल. त्याने जखमांना स्पर्श करण्याकरता हात उचलण्याचा प्रयत्न केला आणि त्याला समजून चुकले की त्याचे हात बांधलेले आहेत.

हात, पाय, सगळेच बांधून ठेवले होते.

त्याच्या अंगावर कपडे होते; पण ते त्याचे नव्हते. तर हॉस्पिटलमध्ये पेशंटला जसा एक गाउन घालायला देतात, तसा गाउन त्याच्या अंगावर होता. त्याच्या डोक्याला काही तरी बांधलेले होते. कदाचित ते बँडेज असावे.

''मला डॉक्टरकडे जायचंय. कुठे आहे मी?''

दुसरी जोरदार लाथ त्याला मारली गेली. या वेळेस मानेच्या हाडावर सणकून लाथ बसली. त्या वेदना मरणप्राय होत्या. हे का होतंय आपल्याला? त्याला काही कळायला मार्ग नव्हता.

''मी प्रश्न विचारणार.'' कूपर एखादे डुक्कर किंचाळते तसा जोरात किंचाळला. ''आता या वेदनांपासून देवच तुझी सुटका करेल. तोच आणि फक्त तोच ही सुटका करू शकतो.''

तेवढ्यात जेफला बायबलमधील एक ओळ आठवली. ती तो त्याच्या विलीकाकांकडून शिकला होता. जे स्वतःला मदत करतात त्यांनाच देव मदत करतो. ती ओळ आठवून जेफची जगण्याची इच्छा प्रबळ झाली.

पहिली गोष्ट त्याला काय करायची होती ती म्हणजे तो कुठे आहे हे समजून घ्यायचे होते. कूपरच्या घुमणाऱ्या आवाजावरून तो अंदाज बांधू शकत होता की तो एका मोठ्या इमारतीमध्ये असावा. खूप उंच छत असलेली इमारत. काय असावे? चर्च? नाही. कारण चर्चमध्ये एक विशिष्ट प्रकारचा गंध येत असतो, तसा इथे येत नव्हता. एखादे गोदाम किंवा साठवणीची खोली? असू शकेल. ज्या वेळेस कूपरची

परमेश्वराबद्दल अव्याहत बडबड चालू होती किंवा त्याला कुत्र्यासारखे तुडवणे चालू होते, तेव्हा तिथे संपूर्ण शांतता होती. कुठेही वाहनांचे किंवा कोणतेही आवाज येत नव्हते. अगदी पक्ष्यांची किलबिलदेखील ऐकू येत नव्हती.

आपण कुठल्यातरी गोदामात वगैरे आहोत.

गार आणि थंड हवेमुळे त्याला समजले की आत्ता रात्र आहे.

तो आठवत होता की आपण किती वेळ बेशुद्ध होतो? काही तास? की काही दिवस?

काहीही असू शकेल.

जेफने पुन्हा अगदी तर्क लावून विचार करण्यास सुरुवात केली. त्याला शेवटची कोणती गोष्ट आठवत आहे? त्याच्या डोक्यात बसलेला घाव आणि काही सेकंदांतच त्याची हरवलेली शुद्ध. त्याला हळूहळू आठवायला लागले. त्याला आता आठवले की आपण सेव्हिलेच्या चर्चमध्ये होतो. तिथे उदबत्तीचा सुगंध येत होता. ते सुंदर, शांत आणि पवित्र चर्च.

मग नंतर?

ट्रेसी, आपली आई!

काय खरे आणि काय काल्पनिक हेच त्याला समजेनासे झाले होते.

जेफच्या आईला जाऊन पंचवीस वर्षे झाली होती. पण तिचा आवाज, किंचाळ्या अजूनही त्याच्या कानामध्ये घुमत. त्याला जोरात रडायला आले.

"तुला कल्पना आहे का स्टीवन्स की तुला इथे का आणलं आहे?" कूपरने विचारले.

"नाही." त्याला बोलताना खूप जड जात होते. प्रत्येक शब्द बोलताना त्याला खूप श्रम घ्यावे लागत होते. "का?"

"कारण तू एक कोकरू आहेस. एक गरीब बिच्चारे कोकरू."

"मस्त! मला सांगितल्याबद्दल धन्यवाद." जेफ क्षीणपणे हसला.

"मी काय गंमत करतोय असं वाटतंय का तुला?" कूपर फुत्कारला. त्याने जेफला परत एक जोरात लाथ मारली. काय हवंय याला?

त्याने कूपरच्या ठिकाणी स्वतः आहे अशी कल्पना करून तो हे का करतोय याचा विचार करण्याचा प्रयत्न सुरू केला.

तो तुझ्याशी बोलतोय. याचा अर्थ मी त्याला त्याच्याशी बोलणे अपेक्षित आहे.

त्याने मनात आणले असते तर तो मला आत्ता अगदी सहज मारू शकला असता. पण तो तसे करत नाहीये.

का करत नाहीये? का मारत नाहीये तो मला?

त्याला काय हवंय?

जेफला काहीच कळायला मार्ग नव्हता. पण त्याला एक समजत होते की त्याला काहीतरी केलंच पाहिजे. काहीतरी बोललेच पाहिजे. त्याला कूपरला बोलते ठेवले पाहिजे आणि गुंतवून ठेवले पाहिजे. तो म्हणाला, ''आत्ता माझ्या डोक्यात काय आहे ते मी तुला सांगतो. मला असं वाटतं की इथे कुठेही देवाचा काही संबंध नाहीये. जो काय संबंध आहे तो ट्रेसीचा आहे.''

कूपर भडकला, ''ए... ट्रेसीचे नाव घ्यायचं नाहीस तू...''

जेफने विचार केला की बरोबर. हेच कारण आहे.

''का बरं? का नाही घ्यायचे तिचे नाव? ती बायको आहे माझी.''

एखादा भयंकर प्राणी मरताना जसा भीषण आवाज करतो, तशा आवाजात कूपर ओरडला.

''नाही नाही नाही... ती तुझी बायको नाहीये!''

''आहे ती माझी बायको. आम्ही कुठे एकमेकांना घटस्फोट दिलाय?''

''त्याने काही फरक पडत नाही. तू तिला फसवलं आहेस. जे माझं होतं ते तू माझ्यापासून हिरावून घेतलं आहेस. ट्रेसी माझी आहे आणि तिला तू माझ्यापासून ओढून घेतलंस आणि तिला घाणेरडं बनवलंस. तुझ्यासारखेच हरामखोरा...''

जेफ जमिनीवर लोळत होता. त्याने घातलेले कपडे मागच्या बाजूने कूपरने फाडले आणि त्याला चाबकाने फोडून काढायला सुरुवात केली. चाबकाचा प्रत्येक फटका जेफला इलेक्ट्रिकचा शॉक दिल्याप्रमाणे बसत होता. खूप धारदार गोष्टीने आपली पाठ सोलून काढली जातीये असे त्याला वाटत होते.

जेफ जोराने किंचाळायला लागला.

''तुला हे भोगावंच लागेल.'' असे म्हणून कूपरने चाबूक त्याच्या पाठीवर पुन्हा मारला.

पुन्हा

पुन्हा

त्यामुळे होणाऱ्या वेदना या कल्पनेपलीकडील होत्या. जेफने यापूर्वी कधीच एवढ्या शारीरिक वेदना अनुभवल्या नव्हत्या.

तो जिवाच्या आकांताने किंचाळत होता. पण तो आवाज कुठून तरी बाहेरून येतो आहे असे त्याला भासत होते. त्याच्या आतमधून मात्र तो थिजून गेला होता. आणि बेशुद्ध होण्याची वाट पाहत होता. त्याला खात्री होती की त्याची शुद्ध थोड्याच वेळात हरपणार आहे.

कूपर जोरजोरात श्वास घेत होता. तेवढाच त्याला शेवट ऐकू आला. हळूहळू चाबकाचे फटके बंद होत गेले. आणि मग सगळीकडे फक्त शांतता. त्या शांततेत जेफची शुद्ध हरपून गेली.

''तू बुद्धिबळ खेळतोस का?''

जेफने आपले डोळे उघडले. त्याला काहीच दिसत नव्हते. सर्वत्र काळोख पसरला होता. काही वेळाने तो अस्वस्थ झाला. या हरामखोराने मला आंधळे केले की काय?

पण नंतर त्याने आपल्या डोक्यावरील कापडाचे बँडेज पाहिले आणि एक निःश्वास टाकला. त्याच्या छातीतून... डोक्यातून कळा येण्याची तो आता वाट पाहू लागला. पण मघाशी ज्या तीव्र वेदना होत होत्या, त्याचा आता कुठे मागमूसही नव्हता.

त्याच्या डोक्यात लगेच विचार आला.

कूपरने बहुधा आपल्याला ड्रग दिलेले दिसतेय.

पण त्याला काळजीचे कारण नव्हते; कारण जेफला खूप उबदार वाटत होते. त्याला असे वाटत होते की त्याच्या आतून खूप काही तरी आनंददायक त्याला जाणवतंय. त्याला कळत नव्हते की किती वेळ आपण बेशुद्ध होतो. काहीही असो. कूपरने त्याला आत्ता काहीतरी खूप छान दिले होते. जे काय दिले होते ते वेदनाशामक औषध तर नक्कीच नसावे. पण आत्ता तरी कोणत्याही प्रकारच्या वेदना त्याला जाणवत नव्हत्या. त्याचे विचार आणि डोके मात्र अजून शाबूत होते. त्याला एवढे कळत होते की अजूनही त्याच्या जिवाला धोका आहे. ट्रेसीचे नाव काढल्यावर कूपर पिसाळला; पण तरीही अजून जेफला हे कळत नव्हते, की त्याला का इथे ठेवलेय आणि कूपरला त्याच्याकडून नक्की काय हवेय?

''बुद्धिबळ?'' कूपर पुन्हा म्हणाला. ''तू खेळतोस? म्हणजे मला माहितीये की बुद्धिबळ तू खूप छान खेळतोस.'' त्याच्या आवाजात मघाचा राग आणि द्वेष नव्हता. आत्ता तो खूपच आनंदी दिसत होता.

''चल खेळू. माझ्या पांढऱ्या सोंगट्या आणि तुझ्या काळ्या. पहिली चाल मी खेळणार.''

बुद्धिबळाचा पट तिथे मांडला गेला आणि त्यावर लाकडी सोंगट्या ठेवल्या गेल्या. जेफला बुद्धिबळ फारसे चांगले खेळता यायचे नाही आणि कधी तरी लहान असताना तो खेळला होता. पण हे आत्ता त्याला सांगण्यात काही अर्थ नव्हता.

''तू काहीतरी विसरत आहेस असं नाही वाटत तुला?'' जेफने विचारले.

''अजिबात नाही.'' कूपर म्हणाला. ''मी कधीच काही विसरत नाही.''

जेफ म्हणाला, ''मी पाहू शकत नाहीये. आणि माझे हातदेखील हलवू शकत नाहीये कूपर. मग मी बुद्धिबळ कसं खेळू शकेन? मला त्यासाठी त्या बुद्धिबळाच्या पटाकडे पाहिले पाहिजे आणि सोंगट्याना हात लावला पाहिजे, बरोबर?''

कूपरला याची मजा वाटली. 'तुझ्या बुद्धीच्या जोरावर तू खेळायचेस. मी तुला माझी चाल सांगेन आणि मग त्यावरून तू तुझी चाल खेळायचीस आणि मग मीच तुझ्या सोंगट्या हलवेन. आठवतंय? तू मेलनीकोव्ह आणि नेगुलेस्कोबरोबर कशी चाल खेळला होतास? तशीच चाल तू आता खेळून दाखव.''

जेफ ते कधीच विसरू शकत नव्हता. त्याने आणि ट्रेसीने मिळून केलेली ती पहिली बनवाबनवी होती. आणि ते सगळे इतके छान जमून आले होते की ते दोघेही जाम खूश होते. पण प्रश्न असा होता की डॅनियल कूपरला याविषयी कसे समजले?

''त्या तुझ्या बनवाबनवी आणि लबाडीमधून तू किती फायदा मिळवला होतास जेफ?''

जेफचा आवाज घोगरा झाला होता. ''मला वाटतं अंदाजे एक लाख डॉलर.''

''दोघांमध्ये मिळून?''

''नाही. प्रत्येकी.''

''आणि कल्पना कोणाची होती? तुझी की ट्रेसीची?

''माझी. पण मी तिच्या मदतीशिवाय ते करू शकलो नसतो. ती अप्रतिम आहे. ट्रेसी कायमच प्रत्येक बाबतीत अप्रतिमच होती.''

कूपर काहीच बोलला नाही. पण जेफला कूपरच्या मनातील प्रचंड असूया आणि मत्सर जाणवत होता. खरे तर जो माणूस पूर्णपणे वेडा झालेला आहे आणि जो आपला जीव घ्यायला निघाला आहे, त्याला अजून चिथावणे योग्य नव्हते, हे जेफला कळत होते. पण त्याचबरोबर हेही तितकेच खरे होते की ट्रेसी म्हणजे कूपरची कमजोरी होती. त्यामुळे ट्रेसीविषयी त्याला सांगून तो त्याच्या आधारे तिथून निसटण्याचा मार्ग शोधणार होता....

''सी ४ वरून सी ५ वर.''

कूपर एकदम पिसाळला. त्याने जोरात त्याची सोंगटी पटावर आदळली आणि ओरडला, ''खेळ. आता तुझी पाळी आहे.''

जेफ थोडासा अडखळला. कसं काय खेळायचं? आडव्या ओळींना नंबर होते आणि उभ्या ओळींना अक्षरे होती? की बरोबर उलटे होते?

''मी काय म्हटले ऐकले नाहीस? आता तुझी चाल आहे.'' कूपर जोरात ओरडला.

''ठीक आहे... ठीक आहे. मला माझा घोडा हलवायचा आहे.''

''ठीक आहे.'' कूपरला काही फारसे वाटले नसावे. ''मला अंदाज होताच.''

''तुला नाराज केल्याबद्दल क्षमा कर.'' जेफ म्हणाला.

''त्याची काही गरज नाहीये. चांगलं खेळ. कदाचित हा तुझा शेवटचा खेळ असेल. त्यामुळे जाताना चांगले खूश आणि आनंदी होऊन जा. बरोबर आहे ना?''

जेफने त्याच्या त्या धमकीकडे सपशेल दुर्लक्ष केले. आता त्याचे लक्ष फक्त त्याला कैद केलेल्या माणसाला असेच गुंतवून ठेवण्याकडे होते.

"तुझे अंदाज खूपच बरोबर असतात. खरं आहे ना डॅनियल?"

"ए... मला माझ्या नावाने हाक मारू नकोस."

"का बरं?"

"कारण मी म्हणतो म्हणून. समजलं?"

"का? तुला तुझं नाव आवडत नाही?"

कूपर कुजबुजला. "तो मला त्या नावाने हाक मारायचा- झिमर."

जेफला त्याच्या आवाजातील तीव्र तिरस्कार जाणवला.

"झिमर?"

"फ्रेड झिमर. नालायक हलकट माणूस होता तो. तुझ्यासारखा. घे तुझा घोडा मेला." जेफ बुद्धिबळाच्या पटावरील सोंगट्यांचा अंदाज घेण्याचा प्रयत्न करत होता. पण ते खूप अवघड होते.

"जी ५ पासून इ ५ पर्यंत."

त्याने परत कूपरला बोलण्यात गुंतवून ठेवण्याचा प्रयत्न केला. "तुला तो कसा माहिती?"

"तो आमचा शेजारी होता." कूपर म्हणाला. "तो आमच्या घरी येत असे आणि माझ्या आईशी चाळे करत असे."

"अच्छा. म्हणजे तुझी आई आणि फ्रेड झिमर एकमेकांवर प्रेम करायचे?"

"हे सगळं अतिशय किळसवाणं होतं. माझ्या आईबरोबर सगळे करायचा आणि नंतर आमच्या हॉलमधून माझ्या समोरून निघून जात असे, निर्लज्ज! जणू काही झालं नाही अशा थाटात."

कूपर पुढे बोलू लागला. "काय डॅनियल, कसा आहेस? तुला खेळायचंय का डॅनियल?' या झिमरनं- हलकटानंच माझ्या आईला वेश्या बनवलं. पण परमेश्वराच्या आज्ञेनरून मी त्याचा बदला घेतला. दोघांचाही बदला घेतला."

"म्हणजे काय केलंस तू?"

"जी परमेश्वराची इच्छा होती तेच केलं मी. मी त्यांना मारून टाकलं. ठार मारलं. ते आयुष्यातील पहिलं परमेश्वरी काम मी केलं. मी कोकराचं रक्त सांडलं."

"तू फ्रेड झिमरला मारलंस? कसं?"

"तू बहिरा आहेस का? मी म्हणालो. कोकरू... कोकरू... झिमर काही कोकरू नव्हता. तो लांडगा होता. खेळ. तुझी चाल खेळ आता."

कूपरचा विचित्र आणि भयंकर तर्क समजून घेण्याचा जेफ प्रयत्न करत होता.

"तुझी आई? मग ती कोकरू होती का?"

"मी तिच्यावर खूप प्रेम करायचो." कूपर जोराने रडायला लागला. "पण अब्राहमलादेखील आपल्या लाडक्या मुलाचा- इसाकचा बळी द्यावा लागला होता. मलासुद्धा देवाची आज्ञा होती की त्या कोकराला बळी देण्याकरता आण."

"देव असं कधीच कुणाचा बळी द्यायला सांगत नसतो." जेफ अगदी शांतपणे म्हणाला. "तू तुझ्या आईचा खून केलास डॅनियल. जरी काहीही असलं तरी खून करणं योग्य नाहीच."

"तुला सांगितलं ना एकदा, की मला डॅनियल म्हणायचं नाही म्हणून?" कूपर ओरडला.

"तुला तिच्या प्रियकराचा हेवा वाटत होता. म्हणून तू तिला मारलंस. आणि मग काय? त्यालासुद्धा मारलं असशील. बरोबर ना?"

कूपर स्फुंदत होता.

"अरे देवा..." जेफने एक सुस्कारा सोडला. त्याला अजूनही समजत नव्हते की कूपरला नक्की काय हवं होतं. डॅनियल कूपर फक्त आत्ताच पिसाट नाहीये तर खूप वर्षांपासून तो वेडा आणि हैवान आहे."

"मी परमेश्वराचे एक साधन आहे. तो मला या कामासाठी वापरतो."

"मूर्ख आहेस तू. तुला कळतंय का की तू मनोरुग्ण आहेस."

कूपर आता जास्तच हिंस्र झाला होता. "नाही, मी देवाचा दूत आहे. जे कुणी पाप करतात त्या पाप्यांचे रक्त सांडायचे, अशी परमेश्वरी आज्ञा आहे मला. आणि मी तेच केलं!"

"तेच म्हणजे काय? स्वतःच्या आईचा खून?"

"तुला कळत नाहीये. माझ्या आईला तिच्या पापाची किंमत मोजावीच लागणार होती. तिला बळी जावंच लागणार होतं. जसं मला ट्रेसीचं प्रेम मिळवण्याकरता त्याग करावा लागला आहे. ट्रेसीनं माझंच व्हायला हवं होतं. आणि ती जर आधीच माझी झाली असती, तर हे सगळं टाळता आलं असतं."

"अच्छा... म्हणजे आता तू ट्रेसीला दोष द्यायला लागलास. हे काही बरोबर नाही, डॅनियल."

बुद्धिबळाचा खेळ शेवटी एकदाचा संपला. पण जेफला आतून प्रकर्षाने जाणवत होते, की तो त्याच्या आयुष्याशी खेळत होता. कूपरला चिथावणी देणे हे आत्ता तरी खूपच धोकादायक होते.

"आत्ताच तू म्हणालास की तुझ्या आईने आणि झिमरने तुला खुनी बनायला भाग पाडले. कसं काय? कुणाला दोष द्यायचा यात?"

"बंद कर तुझी बकवास. माझी आई एकदम परिपूर्ण होती."

"पण मघाशी तरी तू म्हणालास की ती वेश्या होती."

''ट्रेसी वेश्या आहे.'' कूपर त्वेषाने पुटपुटला.

जसे इडन गार्डनमध्ये इव्हने ॲडमला मोहात पाडले तसेच ट्रेसीने मला तिच्या मोहात पाडले. तिच्या पापामुळे कित्येक निष्पाप कोकरांचा जीव गेला. पण आता किंमत मोजायची वेळ आली आहे. जवळजवळ किंमत मोजून होईलच आता. आता हा शेवटचा बळी.

कित्येक कोकरे? म्हणजे कित्येक खून? असे म्हणायचंय का याला? जर कूपरने खरंच त्याच्या आईला मारले असेल तर तर तो काहीही करू शकतो.

त्याने आपली बडबड चालूच ठेवली.

''मी देवाच्या आज्ञेचे पालन करत आहे. पण हे भयंकर आहे. खूप रक्त दिले-अगदी माझ्या आईचेदेखील. तुला कल्पना नाहीये की मी काय काय भोगलंय. पण या बायकाही तितक्याच पापी आहेत.''

''बायका?'' जेफने विचारले.

कूपर त्याचा प्रश्न ऐकण्याच्या मनःस्थितीमध्ये नव्हता.

''खूप खूप पापं झालेली आहेत. खूप काही प्रायश्चित्तं करायची आहेत. मला वाटलं की हे असंच चालू राहील. पण देव खूप दयाळू आहे. त्याच्या वेगळ्याच योजना असतात. त्याने परत ट्रेसीला माझ्याजवळ आणलं.'' तो क्षणभर थांबला. आणि काही वेळाने पुन्हा त्याचा जोश उसळून आला. तो खूप शांतपणे बोलत होता. ''म्हणून तर आपण दोघं इथे आहोत मिस्टर स्टीवन्स, तू आणि मी. आणि आपण आपला खेळ खेळत आहोत. पुन्हा वेळ आलीये देवाला आणखी एक नवा बळी हवा आहे. एक नवीन कोकरू तडफडून तडफडून मेलंच पाहिजे. क्रुसावर चढलंच पाहिजे. तरच इडन गार्डन वाचू शकेल.''

''नवीन कोकरू? नवीन बळी? क्रुसावर चढवणार?'' जेफ शहारला.

''एकदा का या नवीन कोकराचा बळी गेला की मग मी आणि माझी ट्रेसी. आम्ही दोघं लग्न करू. आणि आमच्या पापांचे क्षालन होईल. आम्ही दोघं हातात हात घालून आमची मार्गक्रमणा करू आणि पावन होऊन देवाच्या दरबारी जाऊ.''

''तुला ट्रेसीशी लग्न करायचंय?''

''प्रश्नच नाही. पण शेवटचा बळी घेतल्यावर.''

''बळी?''

''क्रुसावरती चढवून बळी.''

जेफने आपला श्वास रोखून धरला. हळूहळू त्याच्या लक्षात यायला लागले.

''बळी दिल्यानंतर ट्रेसी थडग्याजवळ मेरी मॅग्डॅलेनसारखी येईल.'' कूपरच्या आवाजात कमालीचा आनंद होता. पण मेरीसारखंच तिला ते थडगं रिकामं दिसेल. ती तिच्या चेहऱ्यावर एक नवीन पवित्र वस्त्र धरेल आणि रडेल. नंतर तिचा विश्वास

बसेल. ती आपल्या तारणकर्त्याला समोरासमोर बघेल. आणि नंतर तिला साक्षात्कार होईल.'' जेफला शहारा येत होता. त्याचा घसा भीतीनं कोरडा पडला होता.

''नवीन वस्त्र...''

डॅनियल कूपरची ते तुरीनचे पवित्र वस्त्र चोरण्याची योजना कधीच नव्हती.

तो सेव्हिलेला वेगळ्याच कामासाठी आला होता.

आत्ताच काही क्षणांपूर्वी तो काय म्हणाला?

तुला माहितीये स्टीवन्स, तुला इथे का आणले आहे?

कारण तू कोकरू आहेस.

बाणासारखे ते शब्द जेफच्या काळजाला भिडून गेले. त्याला आता सगळे समजले होते. भीतीमुळे तो अक्षरशः थिजून गेला होता.

''तुझी चाल.''

जेफला श्वास घेणेही जड जात होते.

अरे देवा...

डॅनियल कूपर मला येशू ख्रिस्ताप्रमाणे क्रुसावर चढवणार आहे!

२४

ट्रेसी आपल्या घरीच होती; वाचत बसली होती, तेव्हा फोन वाजला.

"काय सुटलं का कोडं?"

जीन रिझोचा आवाज होता. या आवाजाने गेले कित्येक दिवस तिच्या मनाची शांतीच भंग केली होती. तो आवाज एखाद्या बंदुकीच्या गोळीप्रमाणे तिला घाव देत असे.

"भयंकर. मला कोडी सोडवणं आवडत नाही."

"मग मी तुला त्यात पटाईत बनवू शकतो. तेही आत्ताच."

"तू त्यामध्ये कधीही सफल होणार नाहीस जीन. मी तुला हज्जार वेळा सांगितलंय की मला त्रास द्यायला येऊ नकोस."

ट्रेसीने खाडकन फोन ठेवून दिला.

वीस सेकंदांनी पुन्हा फोन वाजला. ट्रेसी तो घेणारच नव्हती; पण निक किचनमध्ये होता आणि तिने उचलला नसता तर त्याने उचलला असता.

"काय हवंय?" तिने रिसिव्हर हातात घेतला आणि कडाडली.

"मला तुझी मदत हवी आहे."

"नाही. नाही. आता मुळीच मी मदत करणार नाहीये. तू माझी मदत घेतली होतीस आणि त्याचा काहीही फायदा झाला नाही. तेव्हा कृपा कर जीन, मला त्रास देऊ नकोस."

"जेफ स्टीवन्स डॅनियल कूपरच्या तावडीत आहे."

पलीकडे एकदम शांतता होती.

"ट्रेसी, तू आहेस ना फोनवर?"

"तावडीत आहे म्हणजे?"

"जेफला डॅनियल कूपरने पळवून नेलं आहे. आणि त्याचे खूप वाईट हालदेखील तो करत असेल. कूपरने तुझ्या नावाने एक चिठ्ठी लिहिली आहे."

"शक्यच नाही." ट्रेसीने आलेला हुंदका आवरला. "पण का?"

"मला नाही माहीत ट्रेसी; पण मी ती जेव्हा उघडली तेव्हा मला त्यामध्ये एक कोडं दिसलं. मला खात्री आहे की तू ते सोडवशील. आणि तू तसं नाही केलंस तर जेफला आपला प्राण गमवावा लागेल."

पुन्हा एकदा शांतता पसरली.

"मला माफ कर ट्रेसी."

ट्रेसी अजून धक्क्यातून सावरली नव्हती. तसेच थंडपणे ती म्हणाली. "वाचून दाखव ते मला."

जीनने एक मोठा श्वास घेतला. "ठीक आहे. ऐक.

"माझी प्रियतमा ट्रेसी,"

"त्याने माझी प्रियतमा असं लिहिलं आहे?"

"हो."

"ठीक आहे पुढे...?"

"माझी प्रियतमा ट्रेसी, मी मिस्टर स्टीवन्स यांना ओलीस म्हणून ठेवले आहे. मला खात्री आहे की स्टीवन्ससाठी तरी मी तुला जसे सांगतो तसे तू करशील. मी जे काही लिहिले आहे त्याचा अर्थ फक्त तुला आणि तुलाच कळू शकतो. मी जसे सांगितले आहे तसे कर. मी तुला खात्री देतो की जेफला काहीही करणार नाही. आणि हो. मला तू एकटीच यायला हवी आहेस.

तुझा आणि तुझाच

डी. सी."

"ट्रेसी, यापूर्वी कूपरनं तुला अशा प्रकारचे काही संदेश पाठवले आहेत का?" जीनने विचारले.

"नाही रे. कधीच नाही. जर पाठवले असते तर मी तुला सांगितलं नसतं का? काय लिहिलं आहे त्यानं पुढे?"

"काही नाही. एक कोडे आहे. ऐकणार?'

ट्रेसीने आपले डोळे बंद केले. "सांग जीन."

"ठीक आहे. ऐक, हे कवितेसारखे काहीतरी आहे. त्यामध्ये चार कडवी आहेत.

“चार कडवी? अरे देवा... ठीक आहे सांग.”

जीनने घसा खाकरला. आणि कूपरने लिहिलेला शब्द न् शब्द तो मोठ्या आवाजात आणि त्याच्या कॅनेडियन उच्चारामध्ये वाचू लागला.

“तीन वेळा तीन असती वीस ते सरदार
वाट पाही कधी येईल राणी सुंदर नार.
प्रिय पती अन भाग्यही आता असे खरेपणाला
रात्र चांदणी अन ईश्वर तो असे सर्व साक्षीला

हे पहिले कडवे आहे ट्रेसी. तुझ्याशी काही संबंध आहे का याचा?”

ट्रेसीने एक सुस्कारा सोडला. “नाही. सरदार, राणी... कदाचित पत्त्यांशी संबंधित काही असावं का?” तिला काही अंदाज बांधता येत नव्हता. “पुढे वाच. आणि शेवटपर्यंत एकदा वाच पाहू. कदाचित सर्व ऐकल्यावर काहीतरी अर्थ काढता येईल.”

“ठीक आहे.” रिझोने पुढे वाचायला सुरुवात केली.

“तेरा कोकरे किती पामरी बळीसाठी आणली गेली.
चौदावे कोकरू बिचारे, यातनांच्या खाईत असे
होईल मोकळे जेव्हा होईल पापक्षालन त्याचे.
किती काळ गेला तरी ते पवित्र वस्त्र जुने पुराणे
लवकर येईल वस्त्र नवे ते हेच आता एक मागणे.

त्यानंतरचे कडवे ऐक

नाचत नाचत अशी रहा, दिवसा अन काळोखी
जिथे भेटे मालक तुजला वेळ असे ती खरी
सहा टेकड्या त्यात आहे एक हरवलेली.
पापी जनांनी किंमत त्यांच्या पापांची मोजली.

आणि शेवटचे कडवे.

तीन वेळा तीन असती वीस ते सरदार
रंगमंचावरी रंगुनी जाई किती किरदार.
प्रेम माझे येईल धावत समीप माझ्या आता
ईश्वरेच्छा कधीच तुम्हा नाही येई अडवता.

संपलं. हे असं आहे ट्रेसी.''

''संपलं?'' ट्रेसीने विचारले. ''अजून काहीच नाही?''

''काहीच नाही.''

पुन्हा एकदा शांतता पसरली. आणि आता जीनने त्या शांततेचा भंग करत म्हटले.

''कळतोय का अर्थ या सगळ्याचा तुला ट्रेसी?''

''नाही.'' ट्रेसी म्हणाली.

''काहीच कळत नाहीये का तुला यातले? एखादी तरी ओळ...?''

''मला वेळ दे ना थोडा जीन! तू असा कधीही फोन करतोस, कुठली तरी फालतू कविता काय वाचून दाखवतोस आणि तुझी अशी अपेक्षा असते की लगेचच मी तुला त्याचा अर्थ सांगावा. कसं शक्य आहे हे?'' ती त्याच्यावर भडकली होती. ''कूपर हा वेडा माणूस आहे. आणि तो वेडाच्या भरात काहीही विचार करतो, तो मला कसा समजणार?''

''ठीक आहे. चुकलं माझं. पण आपल्याकडे जास्त वेळ नाहीये.''

ट्रेसीला जीनच्या आवाजातील निराशा जाणवत होती. आणि तिला एक झकास कल्पना सुचली होती खरंतर. पण ती अर्धवटच होती आणि अनिश्चितदेखील होती आणि त्यावर काही तोडगा आत्ता तरी तिला सुचत नव्हता. त्यामुळे तिने ती कल्पना जीनला सांगितली नाही.

जीन म्हणाला, ''ट्रेसी, मी तुला ही कविता मेल करतो. मला सकाळी फ्रान्सला जायचं आहे. पण माझ्या संपर्कात कसं राहायचं हे तुला माहीत आहे. तुला जर काही सुचलं किंवा समजलं तर मला लगेच संपर्क करशील. काहीतरी कल्पना, किंवा खूण-मागमूस, काहीही तुला सुचलं तर लगेच सांग.''

''हो, मी नक्कीच सांगेन.''

''ट्रेसी, या कोड्याचे उत्तर तूच सोडवू शकते. हे एक मोठ्या कुलपासारखे आहे आणि त्याची किल्ली तुझ्याजवळच आहे. तुला ती फक्त शोधायची आहे. मला आधी कूपरचा संशय होता; पण आता खात्री झालेली आहे. त्याला तुला काहीतरी सांगायचे आहे. आणि ते खासगी आहे.''

''तुला खात्री आहे की जेफ त्याच्या तावडीत सापडला आहे?'' ट्रेसीने विचारले. ''तो तुला गंडवत तर नसेल ना? आणि जेफचे नाव घेऊन मला पकडू पाहत नसेल कशावरून?''

''मला नाही तसं वाटत.'' जीनच्या बोलण्यात विश्वास होता. ''आणि तुला हे सगळे खोटं आहे असं म्हणायचंय का? जर तू चुकीची असशील तर...''

त्याला त्याचे वाक्य पूर्ण करायची देखील गरज भासली नाही.

''मला माहिती आहे की मी जर चुकीची असेन तर जेफचा जीव जाणार आहे.''

ट्रेसी खुर्चीवर बसली आणि तिने आपले डोळे चोळले. तिच्या तळहातांना घाम आला होता आणि तिचे डोळे कोरडे पडले होते.

ती विचार करू लागली. 'मी घाबरले आहे. हो, मी जेफसाठी घाबरले आहे. मी माझ्यासाठी घाबरले आहे.'

जेफने एकदा ट्रेसीला वाचवले होते. आता ट्रेसीची पाळी होती त्याला वाचवण्याची. तिने जीन रिझोला सांगितल्याप्रमाणे तिला कोडीबिडी प्रकाराचा तिटकारा होता. आणि तिला कोडी सोडवतादेखील येत नसत. आणि हे तर कडवे एका माथेफिरू माणसाने घातलेले होते.

''मला पुढचे चोवीस तास दे जीन,'' ट्रेसी म्हणाली. ''मला जरा विचार करायला हवा.''

''आपल्याकडे चोवीस तास नाहीयेत ट्रेसी.'' जीन तिला सांगत होता; पण तेव्हाच फोन कट झाला.

दुसऱ्या दिवशी ट्रेसीने निकोलसला शाळेत सोडले. आणि घरी जायच्याऐवजी ती रुट ४० या रस्त्याला लागली. आणि ग्रॅनबीच्या छोट्याशा गावाकडे निघाली.

ग्रॅनबीमध्ये बुद्धिबळाचा क्लब होता, तो आठवड्यातून चार वेळा असे. हे सगळे सभासद एका दुकानावर असलेल्या एका छोट्या खोलीमध्ये एकत्र येत असत. त्याचे जवळजवळ सगळे सभासद निवृत्त होते. त्यांतील काही जण स्थानिक होते तर काही जण बाहेरील शहरातून अगदी डेनेव्हरमधूनदेखील येत असत. हा जरी एक छोटासा बुद्धिबळाचा क्लब असला, तरी त्याचे चांगले नाव होते.

''मला बुद्धिबळातील काही चालींविषयी समजून घ्यायचं आहे.''

ट्रेसी तेथील एका टेबलापाशी बसली. तिच्यासमोर बॉब नावाचा एक गृहस्थ बसला होता. तो सत्तरीच्या आसपास असावा. त्याच्या चेहऱ्यावर सुरकुत्या होत्या. तो लहानखुरा होता आणि त्याच्या डोक्यावर टक्कल होते. त्याच्या तपकिरी रंगाच्या डोळ्यांमध्ये बुद्धिमत्तेची विलक्षण चमक होती. तो अगदी काळजीपूर्वक ट्रेसीचे बोलणे ऐकत होता.

''बुद्धिबळ म्हणजे खूप मोठा विषय आहे. त्यामुळे तुम्हाला नक्की काय हवंय हे थोडेसे स्पष्ट कराल का?''

ट्रेसीने कूपरची ती कविता असलेला कागद बॉबला दाखवला.

''हे एक कोडे आहे.'' ट्रेसी म्हणाली. ''आणि याचं उत्तर कोणतं तरी ठिकाण आहे. एक अगदी खास भौगोलिक ठिकाण. यामध्ये कदाचित वेळदेखील दिलेली असावी. पहिल्यांदा मला वाटलं की ज्याने हे लिहिलं आहे तो पत्त्यांच्या खेळाविषयी

काहीतरी सांगत असावा. कारण त्यामध्ये सरदार, राणी असा उल्लेख आहे. पण मी जेव्हा तिसरं कडवं वाचलं आणि त्यातली ती ओळ 'नाचत नाचत अशी राहा, दिवसा अन काळोखी,' तेव्हा मला असं आढळलं की हे पत्ते नसावेत तर बुद्धिबळ असावं.

त्या म्हाताऱ्याने आपले डोके हलवले. ''मला वाटतं की नाच म्हणजे बुद्धिबळाशीच संबंधित असावं. पण इथे कुठे चालीचा संदर्भ नाही.''

''तीन वेळा तीन असती वीस ते सरदार? काय अर्थ असावा याचा?'' ट्रेसीने मोठ्या आशेने विचारले.

बॉब म्हणाला, ''बुद्धिबळात सरदार म्हणजे घोडा. असे पटावर एकंदर चार घोडे असतात. तुम्हाला हे माहितीच असेल. दोन काळे आणि दोन पांढरे. त्यामुळे पाच पटांवर पाच खेळ एकत्र चालले असतील तरच वीस घोड्यांच्या चाली शक्य आहेत.''

ट्रेसीने तिच्याजवळ असलेल्या एका वहीत लिहिले, ''पाच खेळ.''

''आता आपण क्षणभर नंबरचा विचार नको करायला.'' ट्रेसीने बॉबला सांगितले. ''तुम्ही मला अशा चालींबाबत सांगू शकाल का की जिथे खेळाडू प्रतिस्पर्ध्याच्या वजिराला पकडण्यासाठी घोड्याच्या चाली वापरतो?''

त्या माणसाचा चेहरा एकदम खुलला, कारण ट्रेसी आता त्याच्या भाषेत बोलायला लागली होती.

''मी त्यापेक्षा तुला ते दाखवू शकतो.''

दोन तास तिथे घालवल्यानंतर स्टीमबोटला परत येताना ट्रेसी बुद्धिबळातील चालींविषयी बरेच काही शिकली होती. पण तरीही तिला अजून हे कोडे उलगडले नव्हते, की कूपरला तिला नक्की काय सांगायचंय?

ती आता सगळ्याचा क्रमाक्रमाने विचार करू लागली.

बुद्धिबळ.

जेफने आणि मी आम्ही दोघांनी मिळून क्वूई २ या ठिकाणी एक कांड केले होते. तिथे दोन ग्रँडमास्टर होते, पियेत्र नेगुलेस्को आणि बोरिस मेल्निकोव्ह. कूपरला त्याविषयी काही माहिती असावी का? 'जिथे मास्टर्स भेटतात' याचा अर्थ क्यूई२ हे ठिकाण तर नसेल?

कदाचित या दिवस काळोख अर्थात पांढरे-काळे यांच्यातील मी राणी आहे का?

पण मग वीस घोडे कोण जे माझी वाट पाहत आहेत?

पाच पट. वीस घोडे... उत्तरांच्या धूसर सावल्या तिच्याभोवती नाचू लागल्या.

पण त्यातून तिला अद्याप बोध मात्र काहीच होत नव्हता. काहीच नाही.

स्टीमबोटमधील ग्रंथालय रिकामे होते. तिथे मुलांच्या पुस्तकांच्या विभागात काही आया वर्तुळाकार बसल्या होत्या. त्यांच्या मुलांबरोबर त्या गोष्टी ऐकत होत्या. निक छोटा होता तेव्हा ट्रेसीदेखील निकबरोबर इथे येत असे. तिला एकदम ती जुनी आठवण झाली.

''काय म्हणताय मिसेस शिमट... मिसेस शिमटच ना तुम्ही?'' ती ग्रंथपाल तिच्याकडे पाहून छान हसली आणि तिला विचारले, ''बोला काय मदत करू मी तुम्हाला?''

''तुमच्या इथे ऐतिहासिक पुस्तकांचा विभाग आहे का?'' ट्रेसीने विचारले.

''आहे तर. चला मी दाखवते तुम्हाला.''

''धन्यवाद. मला अजून एक गोष्ट सांगा, की इथल्या कॉम्प्युटरवर लॉगइन करायचे झाल्यास मला काही कोड वगैरे लागतो का?''

त्या ग्रंथपाल बाईने मान हलवली. ''मी तुम्हाला एक तात्पुरते लायब्ररी कार्ड देते थांबा. त्याच्या मदतीने तुम्ही लॉगइन करू शकाल.''

त्या रात्री निकोलस झोपला तेव्हा ट्रेसी आतापर्यंत तयार केलेल्या नोट्स वाचत बसली होती. तिचे डोळे आता फिरू लागले होते. एखाद्या कोड्याच्या विखुरलेल्या तुकड्यांप्रमाणे आकडे तिच्याभोवती फेर धरून नाचत होते.

वीस सरदार. पाच बुद्धिबळाचे पट. तेरा कोकरे. सहा टेकड्या- एक हरवलेली.

त्या लायब्ररीमध्ये तिने पुस्तके तसेच नेटवरसुद्धा सहा टेकड्या याविषयी बरेच शोधण्याचा प्रयत्न केला. त्यात काही अशी भौगोलिक ठिकाणे शोधण्याचा प्रयत्न केला, की जिथे सहा टेकड्या आहेत.

पण म्हणावे तसे काही त्यातून निष्पन्न झाले नाही. जॉर्जियामध्ये सहा टेकड्या होत्या. रशियामधील टोम्स्क इथे विद्यापीठे सहा टेकड्यांवर होती. बल्गेरियामध्येदेखील सहा टेकड्या होत्या. रोमनबॅरो यासुद्धा हर्टफोर्डशायर येथे असलेल्या सहा टेकड्यांचा समुदाय होता. जेरुसलेम येथेसुद्धा ज्या सहा टेकड्या आहेत, त्या प्रसिद्ध आहेत. सात होत्या, त्यांतील एक हरवली?

खरोखर मूर्खपणा आहे हा. काही अर्थ नाही याला. याचा अर्थ असा की जेफ जेरुसलेमपासून ते जॉर्जियापर्यंत कुठेही असू शकतो. तिने ठरवले की आत्ता त्याला काय होत असेल याचा विचार नाही करायचा. कूपरसारख्या क्रूरकर्म्याने त्याचा काय, कसा आणि किती छळ आरंभला असेल याचा विचार आत्ता नाही करायचा. पण तरीही जसजसे सेकंद-मिनिटे चालली होती तसतशी तिची अस्वस्थता वाढली होती. जेफला तिची गरज होती. त्याची एकमेव आशा होती ती. जर का कूपर

ट्रेसीशी बुद्धिबळ खेळत असेल तर तो जिंकणार.

तिने पुन्हा एकदा ती कविता वाचली. ज्या ओळीचा ट्रेसीला अजिबात अर्थ लागत नव्हता ती ओळ म्हणजे 'चौदावे कोकरू बिचारे, यातनांच्या खाईत असे'

या चौदा आकड्याचा काय बरे अर्थ असावा? तिला एवढी खात्री होती की याचा बुद्धिबळाशी काहीतरी संबंध आहे. पण ती जेव्हा बॉबला भेटून आली त्यानंतर तिचा गोंधळ अजूनच वाढला होता.

कुणीतरी राणीची वाट पाहत आहे. तीच होती का राणी? चंदेरी रात्री... याचा असा अर्थ आहे का की कूपरला एखाद्या मोकळ्या जागेत भेटायचे आहे. चांदण्यात?

शेवटच्या कडव्यातील ओळ 'रंगमंचावरी रंगुनी जाई किती किरदार.' रंगमंच कदाचित खुल्या जागेतील रंगमंच. आणि कदाचित हा रंगमंच ऐतिहासिक असावा.

विचार करता करता ट्रेसीने आपला कॉम्प्युटर उघडला. तिच्या डोक्यात पहिल्यांदा काय आले असेल तर ते म्हणजे लंडन आणि ग्लोब थिएटर. याच थिएटरमध्ये शेक्सपिअरच्या नाटकांचे प्रयोग होत असत आणि हे खास करून जतन करून ठेवले गेले होते. हे थिएटर असेच उघड्यावर होते. पण मग याचा आणि सहा टेकड्यांचा काय संबंध? किंवा बुद्धिबळाचा तरी काय संबंध?

आणि बाकीच्या खुल्या रंगमंचांचे काय? ग्रीक किंवा रोमन ॲम्फी थिएटसदेखील अशी खुल्या जागेतच होती.

जेफला पुरातत्त्वशास्त्रामध्ये विशेष रुची आहे, हे कूपरला माहीत होते. हाच कदाचित सुराग नसेल? इंग्लंडमधील सहा टेकड्या तर नाहीयेत या? तिथे कुठे जवळपास एखादे ॲम्फी थिएटर असावे का?

ट्रेसीला आपण रहस्याच्या खूप जवळ आलो आहोत असे आता वाटायला लागले होते. रात्रीचे अकरा वाजले, बारा वाजले, मध्यरात्रीचा एक वाजला; पण अजूनही कोडे काही पूर्णपणे उलगडले नव्हते. ती झोपली तेव्हादेखील तिला जेफचा कुणीतरी खूप छळ करतंय, त्याला मारतंय अशी भयंकर स्वप्ने पडत होती. तिला स्वप्नात दिसत होते की कुणीतरी जेफला तिच्या मिठीतून ओढून दूर नेत आहे आणि नंतर काळ्याशार अंधाऱ्या अनंत सागरात तो गडप झालाय.

ट्रेसी उठली तेव्हा पहाटेचे पाच वाजून सहा मिनिटे झाली होती.

बुद्धिबळाचे पाच पट

सहा टेकड्या

उत्तरे नाही. फक्त प्रश्न तेवढे शिल्लक.

मला कूपरला जो प्रश्न विचारायचा आहे तो मला माहीत आहे.

मला माहितीये की जेफला शोधायला मला कुठे जायचंय!

जीन रिझो आपल्या घरी आला. अतिशय निराशा आलेली होती त्याला. त्याने त्याच्या मुलांना आज शाळेतून जेवायला थेट हॉटेलमध्येच नेले होते. ते दोघे आज त्याच्याशी खूप अदबीने बोलत होते. पण त्यामुळे जीनला खूप परक्यासारखे वाटत होते.

सिल्व्ही त्याला म्हणाली, ''सर्व काही सरळ आणि स्वच्छ आहे. तू त्यांच्याकडे जास्त लक्ष दिलं पाहिजेस.''

जीनला खूप अपराध्यासारखे वाटत होते. त्याला माहीत होते की सिल्व्हीचे काहीही चुकलेले नाही. घरी गेल्यावर त्याला जास्तच निराश वाटू लागले. त्याने आपला फोन बघितला. आणि मेलसुद्धा चेक केले; पण ट्रेसीचा अद्याप काहीही निरोप नव्हता. पण त्याच्या दोन बॉसने त्याला उद्या सकाळी मीटिंगसाठी बोलावले होते.

याचा एकच अर्थ आहे आणि तो म्हणजे हेन्री मार्क्यू त्याला आता दुसरी केस घ्यायला सांगणार होता.

पण तो त्याच्या बॉसलासुद्धा दोषी धरू शकत नव्हता; कारण हेन्रीने आधीच त्याला या केससाठी खूप वेळ दिला होता आणि ते केवळ त्यांच्या मैत्रीखातर. पण मित्र असला तरी हेन्री शेवटी त्याचा बॉसदेखील होता, हे त्याला विसरून चालणार नव्हते. या केसचे बजेटदेखील वाढत होते. बायबल किलर केस आता थंड झाली होती. जीनचे शोधकार्य खूप महागात पडले होते आणि पदरी काहीच आले नव्हते.

व्हिस्कीचा एक ग्लास त्याने भरून घेतला आणि ट्रेसीचा नंबर फिरवला.

''काय गं? काही प्रगती?''

''नाही रे.'' ट्रेसीने त्याला बॉबबरोबरच्या तिच्या संवादाबाबत सांगितले. आणि तिने हे कोडे सोडवण्यासाठी काय काय अभ्यास केला आहे, तेही त्याला सगळे सांगितले. तिच्या बोलण्यातून जीनला काही तरी संशय आला. ती त्याला खूप शांत आणि एकंदरीतच आरामात असल्यासारखी वाटत होती. जेफ स्टीवन्स या माणसाशी तिने लग्न केले होते आणि ती आजही त्याच्यावर प्रेम करत होती. त्या माणसाला एका माहितीतल्याच व्यक्तीने कैद करून ठेवले होते आणि तरीही ट्रेसी एकदम आरामात होती. हे त्याला कुठेतरी खटकले.

त्याने तिला स्पष्टपणे विचारले, ''तू माझ्यापासून काहीतरी लपवत आहेस का ट्रेसी?''

''नाही रे. का असा का संशय आला तुला?''

''मी एक गुप्तहेर आहे. आणि तू एक चोर आहेस.''

''होते. आता निवृत्ती घेतलीये चोरीच्या धंद्यातून.''

"पूर्णपणे नाही." जीनने तिला आठवण करून दिली. "तुला माहितीये ना ते दोघे कुठे आहेत?"

"अजिबात नाही."

"तू मला का सांगत नाहीयेस ट्रेसी? तुला तिथे एकटीनं जायचं आहे का? कारण त्यानं तुला एकटीला बोलावलं आहे म्हणून? तुला माहितीये की तू असं नाही करू शकत."

"मला नाही माहिती ते कुठे आहेत? मला खरंच माहीत नाही आणि हेच सत्य आहे."

"पण मग तुला काही संशय आहे का?"

या प्रश्नावर ती थोडी गडबडली आणि ते जीनच्या लगेच लक्षात आले. "कृपा कर ट्रेसी, पण मला सांग सगळं. त्याला शोधायला एकटी जाऊ नकोस. हा शुद्ध वेडेपणा आहे. तुला जर काही कळलं असेल तर तुला मला सांगावंच लागेल. अगं, तो कूपर मारून टाकेल तुला, कळतंय का तुला? त्याने तसेच काहीतरी त्या चिठ्ठीमध्ये लिहिलं आहे. तो कसलाही मागचा पुढचा विचार न करता तुम्हा दोघांनाही मारून टाकेल."

ट्रेसी म्हणाली, "मला नाही वाटत की तो मला मारेल." जीनला पलीकडून निकचा आवाज ऐकू येत होता. "चल मला गेलं पाहिजे."

"अगं पण ट्रेसी..."

"जर का मला काहीही आढळलं तर मी तुला सांगेन. वचन देते मी तुला."

"ट्रेसी, प्लीज ऐक माझं!"

ट्रेसीने फोन कट केला.

"बावळट... मूर्ख बाई." जीन जोरात ओरडला. आयुष्यात इतक्या बायका पहिल्या असतील; पण ट्रेसीसारखी अशक्य बाई जीन पहिल्यांदाच पाहत होता.

जर का तिला काही झाले तर तो स्वतःला कधीच माफ करू शकणार नव्हता.

२५

ब्लेक कार्टर ट्रेसी आणि निकोलसकडे पाहत होता. ते दोघे घोड्यावरून फेरफटका मारून टेकडीवरून त्याच्याच दिशेने येत होते. ट्रेसीचे केस वाढले होते आणि आता ते जवळजवळ तिच्या खांद्यापर्यंत आलेले होते. ते वाऱ्यामुळे उडत होते. तिची घोड्यावर बसलेली सडपातळ काया खूपच मोहक दिसत होती. ट्रेसी ही निसर्गतः सुंदर होती. एखाद्या उगवत्या सूर्याप्रमाणे तिच्या चेहऱ्यावर एक प्रकारचे तेज होते.

ब्लेकच्या मनात विचार येत होते. मी कित्येक वर्षांपासून तिच्यावर प्रेम करतो आहे; पण मला कधीच ती एवढी सुंदर आहे हे जाणवले नाही.

नंतर त्याने विचार केला. तिला आत्ता युरोपला जाऊ देता कामा नये.

ट्रेसीने कालच सांगितले होते की ती एका आठवड्याकरता उद्याच युरोपला चालली आहे. तिला इटलीमध्ये एक कुकिंग कोर्स करायचा आहे. पण ब्लेक कार्टर काही मूर्ख नव्हता. त्याला काहीतरी काळेबेरे असल्याचा संशय आला होता.

निकलादेखील ट्रेसी जाणार हे आवडले नव्हते.

मी जिंकलो. आपल्या छोट्या घोड्याला घेऊन धापा टाकत तो ओक वृक्षाच्या खाली आला. तिथेच कार्टर त्यांची वाट पाहत बसला होता.

''त्यामुळे आता तुला माझं ऐकावं लागेल. आणि ते म्हणजे तू इटलीला जायचं नाहीस.''

''जमणार नाही.'' ट्रेसी जोरात हसली. तीसुद्धा धापा टाकत होती. जून महिना

होता. उन्हाळा कडक होता. उन्हामुळे ते दोघेही जाम थकले होते. "मला जावंच लागेल. आणि मी कुठे खूप दिवस जातीये. फक्त आठवड्याभराचा तर प्रश्न आहे.

ट्रेसीने ब्लेककडे पाहून स्मित केले. पण ब्लेक तिच्याकडे थोडासा नाराजीनेच पाहत होता.

"त्यांचा डेनेव्हरमध्येदेखील कोर्स आहे. इटलीला एवढ्या लांब जाण्यापेक्षा तू इथेच जवळ डेनेव्हरमध्ये का नाही जात?"

"बरोब्बर. माझे पण तेच म्हणणे आहे." ब्लेक म्हणाला.

"गेले असते." ट्रेसी म्हणाली. "पण डेनेव्हरला इटलीसारखी खाद्य संस्कृती नाही. आणि मला इटलीमध्येच जायचंय. तुम्ही दोघे तुमची काळजी नक्की घेऊ शकता, आणि तीदेखील फक्त एक आठवड्यासाठी."

निक पुन्हा खाली शेतामध्ये घोडेस्वारी करण्यासाठी गेला. ट्रेसी आणि ब्लेक दोघे एकटेच राहिले. ब्लेकच्या नजरेत विलक्षण नाराजी होती; त्यामुळे ट्रेसी त्याच्या नजरेला नजर द्यायचे टाळत होती. पण तो तिच्याकडे टक लावून पाहत होता. शेवटी न राहवून ती त्याला म्हणाली.

"काय असं काय पाहताय माझ्याकडे?"

"कारण मी मूर्ख नाहीये ट्रेसी. मला माहीत नाही की तू तिथे नक्की कशाला चालली आहेस. पण काहीही असलं तरी या ट्रिपमध्ये धोका आहे, असं मला वाटतंय."

ट्रेसी काही बोलायला तोंड उघडणार, एवढ्यात तिला बोलू न देता थोड्याशा चढ्या आवाजात ब्लेक म्हणाला. "ते फडतूस कुकिंगच्या कोर्सचे कारण सांगूच नकोस तू आता मला. समजलं?"

त्याच्या या अवताराकडे ट्रेसी आ वासून पाहत राहिली. ब्लेक तिच्याशी अशा चढ्या आवाजात बोलू शकेल, अशी तिने अपेक्षाच केली नव्हती. तिच्या डोळ्यांतून पाणी येऊ लागले.

"तू बऱ्याच दिवसांपासून माझ्याशी खोटं बोलत आहेस." ब्लेक म्हणाला, "का असं करत्येस ट्रेसी?" हे बघ, तुझा काय भूतकाळ आहे, तू कोण होतीस, काय करत होतीस याच्याशी मला काहीही घेणेदेणे नाही. तू आत्ता जी आहेस त्या ट्रेसीवर मी प्रेम करतो. निकोलसवर मी प्रेम करतो. आणि त्यामुळे तू जावंस, अशी माझी अजिबात इच्छा नाही."

ट्रेसीने ब्लेकच्या खांद्यावर हात ठेवला. त्याचे खांदे एखाद्या झाडाच्या खोडाप्रमाणे बलदंड होते, अगदी ब्लेक कार्टरसारखे. ट्रेसी मनातच म्हणाली. मी माझे सगळे आयुष्य झुकण्यात, लोकांपुढे नमून राहण्यात आणि आयुष्यभर त्याग आणि तडजोड करण्यातच घालवले आहे. ब्लेकला आयुष्य सरळ वाटते. एक तर चांगले

नाही तर वाईट, योग्य किंवा अयोग्य. गोष्टी इतक्या साध्या सोप्या नसतात ना!

"मला गेलं पाहिजे." ट्रेसी शांतपणे म्हणाली. "कुणीतरी माझं आयुष्य मागे एकदा वाचवलं होतं. ज्याच्यावर मी अतोनात प्रेम केलं, आता त्याचं आयुष्य पणाला लागलं आहे. त्याला वाचवणं हे माझं कर्तव्य आहे. मला शक्य असतं तर मी तुम्हाला सगळं सांगितलं असतं. पण मी आत्ता काही सांगू शकत नाहीये."

"तो जीन रिझो या सगळ्या प्रकारात गुंतलेला आहे. हो ना?" जीनचे नाव घेताना ब्लेकच्या आवाजात विलक्षण राग आणि द्वेष होता.

"नाही. जीनला यातलं काहीच माहिती नाहीये." ट्रेसी म्हणाली.

"आणि जर तिथे काही झालं तर?" ब्लेकला आता अश्रू आवरणे कठीण झाले होते. "तू ज्या माणसासाठी एवढ्या लांब चालली आहेस, तो माणूस तुला निकोलसपेक्षा जास्त महत्त्वाचा आहे का?"

"अजिबात नाही. मला निकपेक्षा दुसरं कुणीही महत्त्वाचं नाहीये."

"मग नको जाऊस. कारण तिथे तुझं जर काही बरेवाईट झाले तरी ट्रेसी तुझ्या बाळाला कुणीही नाहीये."

"मुर्खासारखे काय बोलत आहात? तुम्ही आहात की त्याला." ट्रेसी म्हणाली. "आणि मी काही मरणार वगैरे नाहीये. मी एका आठवड्यातच परत येईन. आणि आले की तुम्हाला नवीनच शिकलेला एका मस्त केक करून खायला घालेन." ट्रेसीने तणाव दूर करण्याचा प्रयत्न केला. ट्रेसी आपल्या घोड्यावर बसून शेताच्या दिशेने निघून गेली आणि कार्टर तिच्या पाठमोऱ्या आकृतीकडे दिसेनाशी होईपर्यंत पाहत राहिला.

डॅनियल कूपरने आपले हात आपल्या कपाळावर ठेवले.

त्याचे डोके प्रचंड दुखत होते.

जेफ स्टीवन्सच्या किंकाळ्यांनी त्याचे डोके उठले होते.

सत्य आणि पावित्र्याकडे नेणारा रस्ता हा नेहमीच काट्याकुट्यांचा असतो. त्याने स्वतःला बजावले. त्याने इलेक्ट्रिक शॉक देण्याचे मशिन चालू केले. आणि तो स्टीवन्सच्या मनगटाला आणि पायाच्या घोट्याला इलेक्ट्रिकचे शॉक्स देऊ लागला.

ट्रेसी आत्तापर्यंत यायला हवी होती.

कुठे आहे ती? तिला माझा निरोप मिळाला नाही का?

विश्वास ठेवणे खूप कठीण होते; पण तरीही कूपरने देवावरील आपला विश्वास कायम ठेवला.

ब्लेक कार्टरने निकला झोपवले आणि तो रात्रीचे जेवण बनवत होता, तेवढ्यात फोन वाजला. ट्रेसी त्याच दिवशी सकाळी युरोपला गेली होती आणि ब्लेक एकटाच घरात होता.

''हॅलो. कोण?''

''ब्लेक, कसे आहात तुम्ही?'' पलीकडून जीन रिझोचा आवाज आला. ''जीन रिझो. ट्रेसीचा मित्र.''

''मला माहितीये तुम्ही कोण आहात.''

''तुम्हाला मी उशिरा फोन केला त्याबद्दल माफ करा. पण मला ट्रेसीशी बोलायचं आहे. खूप महत्त्वाचं आहे.''

''हो, पण तुम्ही तिच्याशी नाही बोलू शकणार.''

''म्हणजे?''

कार्टरने आपला राग महत्प्रयासाने आवरला. ''तुम्ही कुणीही असा मिस्टर; पण तुम्ही का सारखासारखा तिला फोन करत आहात? तिला एकटं सोडा ना.''

''मिस्टर कार्टर तुम्हाला समजत नाहीये...''

''नाही मिस्टर रिझो. समजत तुम्हाला नाहीये. ती इथे नाहीये आत्ता. ती आज सकाळीच युरोपला गेली आहे. आता तुम्ही मला सांगा की तिचं युरोपला असं काय महत्त्वाचं काम निघालं की ती एवढी तातडीनं युरोपला गेली? तिचं आयुष्य आणि तिचा मुलगा यांना इथे ठेवून? आणि हे सगळे तुमच्यामुळे झालं आहे, मिस्टर रिझो. जर का तिच्या जिवाचं काही बरंवाईट झालंच ना, मिस्टर रिझो, तर देवाशपथ...''

रिझोने त्याला मध्येच अडवले आणि विचारले, ''युरोपमध्ये ती नक्की कुठे गेली आहे ब्लेक?''

कार्टरने काही उत्तर दिले नाही.

जीनने आपला राग आवरला. ''मिस्टर ब्लेक, जे काही तुम्हाला माहितीये ते कृपा करून मला सांगा. खूप महत्त्वाचं आहे हे.''

ब्लेकला रिझोच्या बोलण्यातला तणाव आणि भीती जाणवली. त्याची काळजी त्याच्या आवाजातून स्पष्टपणे कळत होती. 'म्हणजे माझं बरोबर आहे. ट्रेसीला काहीतरी धोका आहे. जर तिने या वेळेस रिझोलादेखील विश्वासात घेतलं नसेल, तर मग मात्र काहीतरी गंभीर आहे.'

''इटली. असे निदान ती तरी म्हणत होती. इटलीमध्ये रोमला. पण तिने खरं सांगितलंय का हे मात्र मी नाही सांगू शकत. आज सकाळी तिनं डेनेव्हर विमानतळावर जाण्यासाठी कॅब घेतली होती.''

''ती अजून काही बोलली का? काही सांगितलं?''

''ती म्हणाली की ती तिच्या कोणत्या तरी मित्राला मदत करण्यास चालली

आहे. त्यानं तिचं आयुष्य वाचवलं होतं. ती म्हणाली की ती आठवड्याभरात परत येईल, एवढंच. आता तुम्ही मला सांगाल का की नक्की काय चाललंय?''

''मी नाही आत्ता काहीच सांगू शकत.'' असे म्हणून जीनने फोन कट केला.

जीन तसाच रिसिव्हर हातात घेऊन थिजल्याप्रमाणे काही क्षण बसून राहिला. ब्लेकचे शब्द कानांमध्ये उकळलेले तेल सोडल्याप्रमाणे वेदना देत होते. त्याला शेवटी जी भीती होती तेच ट्रेसीने केले होते. जेफचे आयुष्य वाचवण्यासाठी कूपरकडे एकटीने जाणे हे खूपच धोकादायक होते आणि तिने हा धोका पत्करला होता. कदाचित आपल्या मुलाचा तरी तिला अगदी शेवटच्या क्षणी विचार येऊन तिने कूपरकडे जाणे टाळले तर...

पण तसे काही होणे शक्य नव्हते; कारण ट्रेसी निर्णयाची खूप पक्की होती. एक वेळ सूर्य पश्चिमेला उगवेल पण ट्रेसीने ठरवलेल्या गोष्टीत बदल होणे शक्य नव्हते.

ती कूपरकडे जाण्याच्या आतच जीनला तिला शोधणे गरजेचे होते.

जर का ट्रेसीला काही झाले तर ब्लेक कार्टरने त्याला काही करण्याच्या आधीच तो मेला असता. त्याच्या अपराधीपणाच्या भावनेनेच त्याचा जीव घेतला असता.

तो त्याच्या बहिणीला, बायकोला आणि मुलांना आणि त्या सर्व बळी गेलेल्या मुलींना गमावून बसला होता. आणि आता जर ट्रेसीलाही गमावले तर...

जीन विचार कर. कुठे आहे ती?

त्याने फोन उचलला आणि डायल करू लागला.

जेफ अर्धवट शुद्धीत होता.

त्याचे शरीर जवळजवळ संपल्यात जमा होते. तो वाट पाहत होता की त्याच्या या वेदना कधी संपतील.

त्या संपायलाच हव्यात. पण त्यासाठी जो उपाय होता तो मात्र विचारांच्या पलीकडचा होता.

त्याच्या ओठांना काही तरी मऊ मऊ स्पर्श झाला. स्पंजसारखे काहीतरी त्याच्या ओठांमध्ये ठेवले गेले.

त्याने ते चोखले. त्याला पाणी हवे होते. पण ते द्रव पाणी नव्हते. कडू कडू लागत होते. पण तरीही त्याने ते प्यायले. त्याच्या मनावर ते भयंकर शब्द अजूनही कोरले गेले होते

कोकरू

क्रुसावर मृत्यू.

आता वेदना थांबल्या होत्या. जेफला वाटत होते की कुणीतरी आपल्या

सुटकेसाठी यावे. कुणीतरी त्याचा शोध घेत होते का? पोलीस किंवा इंटरपोल? कूपर तर ट्रेसीसाठी वेडापिसा झालेला होता. पण ट्रेसी अजून तरी आली नव्हती. ती कशी येऊ शकेल? ट्रेसीला तर याविषयी काहीच माहीत नाही.

आणि ट्रेसी तर आता त्याच्यावर प्रेमदेखील करत नव्हती.

त्या कडू द्रवाने आपला परिणाम दाखवायला सुरुवात केली.

जेफ निद्रेच्या अधीन झाला.

जीन रिझोला इतके वैफल्य आले होते की आता तो रडायलादेखील लागला असता.

''तिथे असायलाच हवं. तुम्ही प्रवाशांची यादी तपासून पाहिलीत का?''

त्याच्या साथीदाराने एक मोठा सुस्कारा सोडला. ''हो आम्ही सर्व यादी तपासली. ट्रेसी श्मिट नावाची कुणीही प्रवासी नाहीये त्याच्यात.''

''आणि डोमेस्टिक फ्लाइट? त्या तपासून पाहिल्यात का? कदाचित ती दुसऱ्या एखाद्या शहरात असेल!''

''असेलही. आणि तुम्हाला माहितीये की ती शेवटी व्यवसायाने एक बदमाश आहे. ती दुसऱ्या ओळखीवरदेखील गेली असेल.''

''संपले सगळे.'' जीन हताश झाला.

''तिच्याकडे भरपूर सारे पासपोर्ट असतील. तुम्ही तिचा फोटो दाखवलात का?'' जीनने तिचा फोटो अमेरिकेमधील सर्व गुप्तचर यंत्रणांना पाठवला होता. अमेरिकेबरोबरच महत्त्वाच्या युरोपियन शहरांमध्येदेखील तिचे फोटो गेले होते. पण हे सगळे फोटो दुर्दैवाने पंधरा वर्षांपूर्वीचे होते. जे इंटरपोलच्या रेकॉर्डला होते तेच हे फोटो होते. जीनला स्वतःचाच राग आला. किती मूर्ख आहोत आपण! इतके वेळा तिला भेटलो पण तिचा साधा एक फोटो नाही घेऊ शकलो? तो ब्लेकलासुद्धा सांगू शकला असता तिचा एखादा अलीकडचा फोटो द्यायला. पण त्याला हे सांगितले तर तो म्हातारा अजून घाबरून जाईल.

'मला काही समजले तर लगेच कळवा'

अशा सूचना देऊन तो फोनची रिंग वाजण्याची वाट पाहत होता. अर्थात ते निरर्थक होते. जीनचे लक्ष पुन्हा कूपरने घातलेल्या त्या कोड्याकडे वेधले गेले. त्याचा संशय एव्हाना बळावला होता की जेफ एव्हाना मेलाही असेल. आणि ट्रेसी कूपरच्या जाळ्यात आपणहून चालली आहे. ती नक्कीच कूपरने दिलेल्या मागावरून त्याच्याकडे जात असणार. आणि जर ट्रेसी त्याचे कोडे सोडवू शकत असेल तर तो का नाही? आणि जर का जेफ जिवंत असेल तर ते कोडे त्याला जेफपर्यंतदेखील पोचवेल.

जीन आपला मित्र थॉमस बॅरो याच्या घरी गेला. बॅरो हादेखील जीनप्रमाणेच परदेशी होता. तो मूळचा लंडनमधील होता. तो विद्यापीठामध्ये आंतरराष्ट्रीय संबंध हा विषय शिकवत होता. त्याची आणि रिझोची एक वर्षापूर्वी ओळख झाली आणि त्या ओळखीचे मैत्रीत रूपांतर झाले. त्या वेळेस त्या दोघांनी मिळून इंटरपोलमध्ये काम केले होते. तेव्हापासून त्यांच्यातील संबंध आणखीनच घनिष्ठ झाले.

''मला कळत नाहीये की यात मी तुला कशी मदत करू शकतो.'' थॉमस जीनच्या कपात चहा ओतत म्हणाला. जीनने थॉमसला कूपर आणि बायबल किलिंग याविषयी थोडक्यात स्पष्ट केले. त्याने हेही सांगितले की या कूपरने एका माणसाला ओलीस ठेवले आहे. आणि त्याचे आयुष्य या कोड्याच्या सुटण्यावर अवलंबून आहे.

''हे वाच. थॉमस लक्षपूर्वक पाहा. आणि मला सांग की तुला यातून काही समजतंय का. मला फक्त यात दिलेली वेळ आणि ठिकाण हवं आहे.''

जीनने दिलेले कोडे थॉमस लक्षपूर्वक पाहत होता. थोडा वेळ त्याने शांतपणे ते वाचले आणि नंतर एकदम आनंदाने म्हणाला. ''मला समजलंय थोडं फार.''

''मस्त.''

''पण ही फक्त एक कल्पना आहे. मला माहिती नाही की तुझा हा खुनी अशाच पद्धतीने विचार करतो की नाही.''

''मान्य; पण सांग ना.''

''ठीक आहे. पहिल्यापासून त्याकडे नीट पाहशील तर हे एक कोडे वाटते. पण तसे नाहीये. वीस सरदार म्हणजे वीस रात्री असा अर्थ होऊ शकतो. या लेखकाने यामध्ये अशा प्रकारचे द्व्यर्थी शब्द बरेच वापरले आहेत. तीन वेळा तीन म्हणजे नऊ. त्यामुळे तुझा हा माणूस त्याच्या राणीची वाट पाहत आहे. वीस रात्रींपासून रात्री नऊ वाजता.

जीनचे डोळे विस्मयाने आणि आनंदाने लकाकले.

जीनने आठवून पाहिले की हे पत्र कधी लिहिले गेले. आणि मग एकदम त्याच्या डोक्यात प्रकाश पडला की वीस रात्रींमधील बारा गेल्या होत्या; फक्त आठ दिवस उरले होते. जर का तो जिवंत असेल, तर त्याला फक्त पुढच्या आठ दिवसांमध्ये वाचवता येईल.

''जर आपण प्रत्येक ओळी नीट वाचल्या तर...'' थॉमस एकेक स्पष्टीकरण देत होता. ''चांदण्या रात्री म्हणजे त्याला असे म्हणायचे असेल की कुठल्याही घरात किंवा बंदिस्त जागी नाही तर खुल्या जागी. म्हणजे भेटण्याची जागा कुठे तरी बाहेर आहे. अल्तार म्हणजे चर्चमधील एक जागा आहे. त्यामुळे हे ठिकाण कुठल्या तरी धार्मिक स्थळाच्या ठिकाणी असेल. छतावर चांदण्यांचे पेंटिंग असलेले एखादे

चर्चदेखील असू शकेल. खूप शक्यता आहेत.''

जीन एकेक लिहून घेत होता.

''तेरा मेंढ्या कापल्या म्हणजे तेरा खून केले आहेत. आणि चौदावा म्हणजे त्याचा आत्ता ओलीस ठेवलेला माणूस असावा.''

''ते तर गृहीतच होतं.''

''चौदावे कोकरू बिचारे, यातनांच्या खाईत असे

होईल मोकळे, जेव्हा होई पापक्षालन त्याचे.

म्हणजे तो ओलीस रोज यातना भोगतो आहे, की ज्याचा लवकरच शेवट आहे. छळ, यातना आणि नंतर खून अशी ही योजना आहे. आणि पवित्र वस्त्र याचा संबंध खास करून कफनाशी असणार. प्रेतावर पांघरतात ते कापड.''

जीन शहारला.

''पुढच्या ओळीदेखील खूप महत्त्वाच्या आहेत.

नाचत नाचत अशी राहा. दिवसा अन् काळोखी

दिवस आणि काळोख हे प्रामुख्याने इथे पांढरा आणि काळा रंग दर्शवतात. बुद्धिबळाचा पट आणि त्यावरील सोंगट्या.''

''अच्छा.''

जिथे भेटे मालक तुजला वेळ असे ती खरी

इथे मालक म्हणजे बुद्धिबळाच्या पटावर जो मालकी प्रस्थापित करतो तो माणूस. म्हणजे बुद्धिबळपटू जिथे भेटतात तिथे बाहेरील बाजूला. मला वाटते की अशा प्रकारे बुद्धिबळ रशियामध्ये बाहेर बागेत खेळले जाते.

मला वाटते रंगमंचाचा उल्लेख आहे, हीदेखील एखादी विशिष्ट जागा असावी. तुझी सगळी भौगोलिक माहिती या कडव्यात आहे. तुला आता ती फक्त ओळखून काढायची आहे.''

''ठीक आहे. एवढेच?''

''हो. एवढेच.''

जीनने आपले लिहिणे संपवले आणि उठला. ''धन्यवाद मित्रा.''

जीन आपल्या ऑफिसमध्ये परत आला. त्याने मशिनमधून कॉफी घेतली आणि आपल्या डेस्कवर पुढचे काम करण्यासाठी येऊन बसला. तो थॉमसच्या कल्पनांवर आता अधिक खोलवर विचार करत होता, तेवढ्यात त्याचा एक सहकारी धावत आत आला.

''एक आनंदाची बातमी. ट्रेसीचा पत्ता लागला आहे. तिने २ वाजून १५ मिनिटांचे डेनेव्हरहून लंडन हिथ्रोला जाणारे विमान घेतले. फास्ट फूड रेस्टॉरंटमधील

एकाने तिच्या फोटोवरून तिला ओळखले.''

अँटॉयनी क्लेरी नावाचा एक तरुण उत्साही मुलगा म्हणाला. तो खूप महत्त्वाकांक्षी होता. त्याचा हा उत्साह जीनला फार आवडला.

''तिने लंडनच्या बाहेर जाणारं एखादं विमान घेतलंय का?''

''नाही. त्या दिवशी तरी नाही.''

''विमान कोणत्या नावाने घेतलं?''

अँटॉयनी क्लेरीने आपल्या हातातील कागदांकडे पाहिले. ''सारा ग्रेंगर. तिने आपला ब्रिटिश पासपोर्ट वापरला आहे.''

''भयंकर मुलगी आहे ही.'' जीन म्हणाला. ''ठीक आहे. ब्रिटिश पोलिसांना अतिदक्षतेचा इशारा दे.''

''मी अगोदरच लंडनच्या ऑफिसमध्ये कळवलं आहे.''

''फक्त लंडन नाही. मला तिचा फोटो प्रत्येक विमानतळावर हवा आहे. फक्त विमानतळ नाही तर बाकीच्यासुद्धा महत्त्वाच्या ठिकाणी हवा आहे. मला नाही वाटत की कूपर लंडनमध्ये असेल. अशीही शक्यता आहे की तिने लंडन सोडले असावे. आणि मला आता माहिती हवी आहे की ती यापुढे कुठे कुठे जाणार आहे.''

''यस सर.''

अँटॉयनी क्लेरी केबिनमधून बाहेर गेला. जीन रिझोला एकदम उत्साह वाटू लागला. गेले काही दिवस जी मरगळ मनावर साचली होती, ती अचानक नाहीशी झाली. कित्येक दिवसांनी त्याला काहीतरी सकारात्मक बातमी मिळाली होती.

मी तुला काहीही करून शोधून काढेन ट्रेसी.

मी तुला काहीही करून शोधून काढेन. तुला, जेफला आणि कूपरला
आणि मग मी ही सगळी केसच संपवणार.

तीन दिवस असेच गेले.

काहीच विशेष घडले नाही.

तीन दिवसांपूर्वी असलेला उत्साह पुन्हा एकदा मावळला आणि त्याची जागा पुन्हा एकदा निराशेने घेतली. ट्रेसी लंडनमध्ये आली हे तर कळले; पण पुन्हा ती लंडनमधून कुठे नाहीशी झाली, त्याचा ठावठिकाणा लागत नव्हता. ती आता सारा ग्रेंगर नावानेच वावरते आहे की अजून कुठल्या नव्या रूपात, हे कळायला काहीच मार्ग नव्हता.

इंटरपोलच्या लंडन ऑफिसमधील लोकांनी हात झटकले.

''तुम्हाला कल्पना आहे का? हिथ्रोवरून दररोज किती प्रवासी प्रवास करतात? जवळ जवळ वीस लाख. आणि त्यामध्ये तुम्ही काय अपेक्षा करता की आम्ही

कोणत्या तरी एका बाईचा चेहरा लक्षात ठेवावा. आणि ती बाई कितीतरी वेगवेगळ्या नावांनी फिरत असेल. जवळजवळ ब्याऐंशी विमान कंपन्या हिथ्रो विमानतळ वापरतात. आणि त्यांची विमाने एकशे ऐंशी वेगवेगळ्या ठिकाणी उडत असतात. हे म्हणजे एखाद्या गवताच्या गंजीमध्ये सुई शोधण्यासारखं आहे.''

ट्रेसीचा ठावठिकाणा काढण्याचा त्याने प्रयत्न चालूच ठेवला होता. तो काहीतरी, कुठून तरी सुराग मिळेल या आशेवर होता. आणि त्याबरोबर तो कूपरचे कोडे सोडवण्याचादेखील कसून प्रयत्न करत होता. ट्रेसीने कोडे सोडवले होते. आणि ट्रेसीला अजून काही माहीत असेल, जे जीनला माहीत नव्हते. कदाचित असे काही रहस्य, जे फक्त तिला, जेफला आणि कूपरलाच माहीत असावे. आणि त्या आधारावर तिने त्याचे कोडे सोडवले असावे.

बुद्धिबळ काही त्याला पुढे नेत नव्हते. तो बुद्धिबळपटूंना भेटला, बुद्धिबळ क्लबमध्ये गेला. बुद्धिबळासाठी असलेल्या खास मासिकाच्या संपादकालादेखील भेटला.

''बुद्धिबळ खुल्या जागेत बऱ्याच ठिकाणी खेळली जातात. चांदण्या रात्री खेळतात. समुद्रावर वाळूत बसून खेळतात.'' त्या संपादकाने त्याला सांगितले. ''तुम्हाला लागतो तो फक्त बुद्धिबळाचा पट. आणि व्यावसायिक स्पर्धा या इनडोअर असतात. त्यामध्ये वर्ल्ड चेस चम्पियनशिप म्हणजे एकदम मानाची स्पर्धा आहे. पण बाकी काही तसा अर्थ लागत नाहीये.''

जीन आता सहा टेकड्या या सुरागाचा विचार करू लागला. त्याने इंग्लंडमधील हर्टफोर्डशायरच्या स्थानिक पोलिसांना संपर्क केला. त्यांना कूपर आणि ट्रेसी दोघांचे फोटो दाखवले. पण त्यांनी कुणालाच पाहिले नव्हते. किंवा कुणालाही कसलाच संशय आलेला नव्हता किंवा अशा कोणत्याच बुद्धिबळाच्या महत्त्वाच्या स्पर्धा गेल्या दहा वर्षांत तिथे घेतल्या गेल्या नव्हत्या.

जॉर्जियामधील पोलिसांना तर हा विनोदच वाटत होता. कोडे? म्हणजे काही तरी पोरखेळच वाटत होता त्यांना. ''आम्हाला कोणत्याही हरवल्याच्या केसेस माहीत नाहीत. काही माहिती मिळाली तर आम्ही तुम्हाला कळवू.''

आता मात्र जीन जाम वैतागला होता. त्याला खात्री होती की कूपर युरोपमध्येच आहे. जरी तो अमेरिकेत जाण्याची शक्यता असली तरी ओलीस ठेवलेल्या आपल्या माणसाला घेऊन तो युरोप सोडायची अजिबात शक्यता नव्हती. कारण एवढा धोका तो कशाला पत्करेल?

त्याला सिल्व्हीचा फोन आला. ''उद्या क्लेमेंसचा वाढदिवस आहे. ती सात वर्षांची होईल.''

जीनला लाजल्यासारखे झाले. ''माफ कर पण मी खरंच विसरलो होतो.''

"मला माहितीये. म्हणूनच तुला फोन केला. मी तुझ्यातर्फे एक गिफ्ट आणून छान गुंडाळून ठेवले आहे. कॅमेरा घेतलाय तिच्यासाठी."

"धन्यवाद. आणि खरंच सॉरी."

"तू तिला आणि ल्यूकला घेऊन उद्या दुपारी सिनेमाला जाणार आहेस."

जीनला ते करणे शक्यच नव्हते. कारण कूपरची धमकी खरी व्हायला फक्त चार दिवस उरले होते आणि शोध जवळ जवळ थंडावला होता. "सिल्व्ही मला नाही जमणार उद्या. खूप महत्त्वाचं काम आहे."

"मी आधीच तिकिटे काढली आहेत. तिचा उद्या वाढदिवस आहे. तिला तू हवा आहेस. उद्या ये."

क्लेमेंस आणि ल्यूक दोघेही खूप खुशीत होते.

"आइसक्रीम घ्यायचे का? पॉपकोर्न घ्यायचे का?"

"आपण थ्री डी सिनेमा पाहायचा का?"

नुसता चिवचिवाट चालला होता त्यांचा.

जीनच्या मनामध्ये आनंद आणि अपराधीपणा अशा संमिश्र भावना होत्या. त्या त्याला नेहमीच त्याच्या मुलांबरोबर असताना होत असत. आपण मुलांना पाहिजे तसा वेळ देऊ शकत नाही याचे त्याला खूप वैषम्य वाटे.

तो त्यांच्याबरोबर सिनेमा हॉलमध्ये होता. त्या दोघांच्या मध्ये बसला होता. त्यामध्ये काही विशेष नव्हते. तोच तोचपणा होता. त्यातली हिरोईनदेखील यथातथाच होती.

ट्रेसी एक हिरोईन म्हणून शोभली असती. त्याच्या मनात विचार आला. हुशार, करारी, सुंदर.

त्याचे मन पुन्हा केसचा विचार करू लागले. तो सकाळी लंडन वाहतूक पोलिसांनी दिलेले सीसीटीव्हीचे फुटेज बघत होता. चार दिवसांपूर्वी ट्रेसी हिथ्रोच्या विमानतळावर आपले सामान आणि कस्टम या सगळ्या शिष्टाचारातून जात होती. तिने डोक्यावर स्कार्फ आणि डोळ्यांना गॉगल लावून आपला चेहरा झाकून घेण्याचा प्रयत्न केला होता. तिच्या हालचाली अगदी सहज होत्या. ती काही घाईत वगैरे अजिबात वाटत नव्हती. उलट सावकाश होती.

जीन ती क्लीप पुन्हा पुन्हा पाहत होता. तास न् तास पाहत होता.

कूपर लंडनमध्ये तर नसावा?

पण त्याच्या आतला आवाज त्याला सांगत होता की नाही. पण त्याला वाटले की कदाचित आपले हे वाटणे चुकीचे असू शकेल. तो जेव्हा मुलांना आणायला गेला, तेव्हा त्याला कळले की तिथल्या संग्रहालयात 'सिक्स हिल्स' नावाचे एक

पेंटिंग आहे. त्याने इंटरपोलला पटकन एक मेल पाठवला आणि त्या संग्रहालयाच्या अधिकाऱ्यांना संपर्क करायला सांगितले.

त्याने आपला फोन खिशातून बाहेर काढला आणि तो स्विच ऑन केला. बाकीचे सगळे लोक त्याच्याकडे नाराजीने पाहत होते. त्याने फोनला व्हायब्रेट मोडवर ठेवले. आणि लगेचच तो व्हायब्रेट होऊ लागला. नऊ मिस कॉल्स!

नऊ? नक्कीच काही तरी महत्त्वाचे असले पाहिजे.

त्याने त्याचे मेसेजेस उघडले आणि वाचायला सुरुवात केली.

सिल्व्ही रिझो आपल्या कोचवर बसली होती. मस्तपैकी एक कादंबरी वाचत होती. तिचा मस्त मूड लागला असतानाच अचानक पुढचे दार उघडले आणि तिची मुले रडत रडत आतमध्ये आली. आणि त्यांच्या मागे त्यांचा बाबा. खूप तणावाखाली दिसत होता तो.

"मला माफ करा." जीन म्हणाला. "पण मला आत्ता लगेच गेलं पाहिजे. मला आत्ताचेच विमान घेतलं पाहिजे."

"अरे पण... आत्ता?"

"तो सिनेमा अर्धापण पाहू दिला नाही आम्हाला." क्लेमेंस मुसमुसली.

"आणि माझे आइसक्रीमदेखील पूर्ण खाऊन झाले नाही. ल्यूकदेखील रडायला लागला.

"तू त्याला आइसक्रीम दिलंस?" सिल्व्ही ओरडली. "तुला सांगितलं होतं ना की त्यामुळे ल्यूक आजारी पडतो!"

"मला गेलं पाहिजे."

"जीन प्लीज..." सिल्व्ही खूप हताश झाली. "तुला सांगितलं होतं ना की ल्यूक त्यामुळे आजारी पडतो."

"मला गेलं पाहिजे."

"जीन. हे असंच चालू राहिले तर मला खरंच कोर्टात जावं लागेल. तू त्यांच्याशी असं नाही वागू शकत. आज क्लेमेंसचा वाढदिवस आहे."

त्याच वेळी ल्यूकला उलट्या व्हायला लागल्या.

जीन त्याच्या कारकडे धावत गेला आणि त्याने मागे वळूनदेखील पाहिले नाही.

"ट्रेसी हिथ्रोला सापडली आहे. फुटेज दोन दिवसांपूर्वीचे आहे. पण हे खरे की ती गडद तपकिरी रंगाचा विग लावून ब्रिटानिका विमानाने बल्गेरियाला गेली आहे."

"या वर्षीची वर्ल्ड चेस चँपियनशिप बल्गेरियाला होणार होती."

जीन आणि अँटॉनियो क्लेरीने तारीख आणि ठिकाण पाहिले होते.

ती स्पर्धा कालच सुरू झाली. प्लोव्दिव या बल्गेरियामधील एका शहरामध्ये ती

स्पर्धा होती.

घरातून बाहेर पडल्यावर त्याने प्लोद्दिव हे शहर गुगलवर शोधायला सुरुवात केली. या शहरामध्ये सात टेकड्या होत्या.

जीनने आपला पाय अक्सिलरेटरवर दाबला.

२६

या वर्षीची वर्ल्ड चेस चँपियनशिप ज्या शहरात भरली होती, ते शहर अर्थात प्लोव्हिव हे बल्गेरियामधील दुसऱ्या क्रमांकाचे मोठे शहर होते. मारीत्सा नदीच्या काठावर वसलेले हे शहर. सोफिया या बल्गेरियाच्या राजधानीच्या आग्नेय दिशेला सोफिया शहरापासून शंभर मैलांवर वसलेले होते. हे शहर म्हणजे पुरातत्त्वशास्त्रासाठी एक खजिना होते. तिथे खूप ऐतिहासिक स्थळे होती. त्यामध्ये लक्षात ठेवण्यासारखे म्हणजे दोन पुरातन ॲम्फी थियेटर्स, की जी स्थापत्यशास्त्राचा उत्कृष्ट नमुना होती.

ट्रेसीने जुन्या क्वार्टरमध्ये आपले हॉटेल बुक केले होते. तिथे छोटेसे रस्ते आणि जुनी चर्चेसदेखील होती. त्याचप्रमाणे पुरातन काळातील काही घरेसुद्धा होती. ब्रिटानिका हॉटेल म्हणजे एका गेस्ट रूमपेक्षा बरेच काही होते. खोल्याही थोड्याच होत्या. रिसेप्शन आणि एक छोटेसे दुकान. तिथे फळे, ब्रेड आणि कॉफी एवढेच काय ते मिळे. ट्रेसीसाठी हे हॉटेल अगदी व्यवस्थित होते. हॉटेलच्या खोलीच्या खिडकीतून निसर्गरम्य दृश्य दिसत होते. प्लोव्हिव शहर इसवीसनपूर्व हजारो वर्षांपूर्वी एका पठारावर वसलेले शहर होते. हजारो वर्षांचा इतिहास होता या शहराला.

ट्रेसी जवळजवळ बारा वर्षांनतर युरोपमध्ये येत होती. आत्ता जर परिस्थिती वेगळी असती तर कदाचित तिने त्या शहराचे सौंदर्य आणि त्याची पुरातन समृद्ध संस्कृती डोळ्यात साठवून घेतली असती. कारण पुरातत्त्व ठिकाणांनी समृद्ध असलेले हे शहर पाहणे म्हणजे तिच्यासाठी वाळवंटातून परत येऊन पाणी

पाहण्यासारखे होते.

पण ट्रेसी इथे फिरण्यासाठी किंवा इथल्या स्थळांना भेटी देण्यासाठी आलेलीच नव्हती. कूपरचे कोडे सोडवण्यासाठी तिला खूप वेळ लागला होता. ती ब्रिटानिका हॉटेलमध्ये आली तेव्हा खूप दमली होती. उन्हामुळे थकली होती आणि तिला अतितणावामुळे मळमळ होत होती... जर हा सगळा एक निव्वळ विनोद असेल तर? जेफ जर इथे नसेलच आणि तो मेलेला असेल तर? तिला इथे बोलावून मारून टाकण्याची तर योजना नसेल कूपरची. जर ब्लेक कार्टरचे म्हणणे बरोबर असेल आणि ती खूप भयंकर, जिवावर बेतेल अशी चूक करत असेल तर? तिच्या वीस रात्री आता जवळजवळ संपत आल्या होत्या.

तिला आज रात्रीच कूपरला भेटायचे होते. ट्रेसीला कूपरचा स्वभाव माहीत होता की त्याला उशीर झालेला अजिबात आवडत नाही, किंवा त्याने दिलेली वेळ पाळली नाही तर तो कधीच सहन करू शकत नसे. तिला अजूनही समजत नव्हते की तो नक्की कोणत्या थिएटरविषयी बोलत आहे. अँटीचेन नावाचे एक थिएटर सम्राट ट्राजानने दुसऱ्या शतकात बांधले होते आणि तेच सगळ्यात प्रसिद्ध होते. ते प्लोद्विवच्या सहा टेकड्यांपैकी दोन टेकड्यांवर बांधले होते. त्यानंतर शंभर वर्षांनी सम्राट हद्रीयेन याने जुने स्टेडिअम बांधले होते. ते पुरातन असल्याचा दावा केला जात होता. तिथे कायमच लोकांचा वावर चालू असे.

ट्रेसीने आपला तर्क लावला की कूपर गर्दीच्या ठिकाणी तर आपल्याला नक्कीच बोलावणार नाही. तो त्यांच्या भेटीसाठी नक्कीच कोणती तरी गुप्त आणि एकांतातील जागा शोधेल. त्याला मला एकटीला भेटायचंय. तिने आपली सुटकेस बेडवर मोकळी केली. नंतर अंघोळ केली. कपडे बदलले आणि बाहेर पडली. ती रस्त्यावर भटकत असताना एका हॉटेलमध्ये शिरली. बल्गेरियाचा पारंपरिक पदार्थ म्हणजे बल्गेरिअयन फेटा चीज आणि अंडे घालून केलेला पदार्थ तिने मागवला. खाऊन घेतल्यावर एक कप कॉफी घेतली. पोटात अन्न गेल्याने तिला खूप हुशारी आली. तिने मनगटावरील घड्याळ पाहिले. संध्याकाळचे सहा वाजले होते. कूपरच्या कोड्याप्रमाणे जर तीन वेळा तीन याचा अर्थ नऊ असेल तर अजून तीन तास बाकी होते. तिने हॉटेलच्या स्वागत कक्षावरून पर्यटक नकाशा घेतला होता. ट्रेसीला माहीत होते की ते स्टेडियम शहराच्या उत्तरेकडे आहे. म्हणजे कॅबने गेले तर साधारण वीस मिनिटांचा रस्ता. तिथे थोडेसे लवकरच जायचे तिने ठरवले. जेव्हा युद्धावर जायचे असेल आणि खास करून युद्ध आधीच गनिमांनी काबीज केलेले असेल तर आधीच युद्धाचे मैदान पाहून घेणे श्रेयस्कर असते. आणि कूपरनेदेखील ती जागा फारच काळजीपूर्वक निवडली होती.

मला सगळे पाहून घेतले पाहिजे.

पर्समधून वॉलेट बाहेर काढताना तिच्या हाताला पर्समधील तिचा सेल फोन आणि त्याबरोबर एक पिस्तूलदेखील लागले. ते छोटेसे पिस्तूल दुमडून ठेवता येत असे. आणि ते इतकी बेमालूमपणे दुमडले जाई, की पाहणाऱ्याला ते लिपस्टिकसारखे दिसायचे. त्यामुळे विमानतळावर चेक इनच्या वेळेस ते व्यवस्थितपणे सामानाबरोबर जात असे. जेफ त्या पिस्तुलाला हसायचा आणि म्हणायचा हे पिस्तूल म्हणजे बायकी पिस्तूल आहे.

ट्रेसी आपल्या उभ्या आयुष्यामध्ये दरोडे घालायला जातानासुद्धा कधीही कोणतेही शस्त्र घेऊन गेली नव्हती. तिला पहिल्यांदा जेव्हा तुरुंगात टाकले, त्या रात्रीसुद्धा तिच्याजवळ कोणतेही शस्त्र नव्हते. कारण लोकांना घाबरवणे, त्यांना त्रास देणे तिला कधीच आवडले नाही. त्यामुळे तिला पिस्तूल आणि गन कधीच आवडायच्या नाहीत. पण आत्ता परिस्थिती वेगळी होती.

डॅनियल कूपर खुनी आणि मनोरुग्ण होता.

आणि जेफ त्याच्या तावडीत होता.

ट्रेसीने आपले बिल भरले आणि ती हॉटेलमधून बाहेर पडून रस्त्यावर आली आणि चालायला लागली.

सोफियामधील मुख्य बस स्थानक हे रेल्वे स्थानकाच्या पुढे लगेचच होते. जीन रिझो जेव्हा तिथे पोचला तोपर्यंत प्लोव्हिवकडे जाणारी बस निघून गेली होती आणि दुसरी बस अर्ध्या तासांनी होती.

"काय त्रास आहे च्यायला." जीन वैतागला.

आधीच पाच वाजले होते. तिथल्या बऱ्याच लोकांनी त्याला माहिती दिली होती की प्लोव्हिवला जाण्यासाठी सगळ्यात वेगवान आणि विश्वासार्ह साधन म्हणजे बस. टॅक्सी ड्रायव्हर्स खूप जास्त भाडे घेतात आणि रेल्वे बऱ्याच वेळा रद्द होतात. कार भाड्याने घेणे हेसुद्धा तितकेसे सोपे नाही. दुसरी कोणती वेळ असती तर जीनने स्थानिक पोलिसांना तिथे सोडायला सांगितले असते. पण त्यांना हे सगळे प्रकरण सांगेस्तोवर वेळ गेला असता आणि एकेक क्षण आत्ता महत्त्वाचा होता.

शेवटी एकदाची बस आली आणि जीन बसमध्ये चढला. त्याने तिकीट काढले. बसमध्ये गर्दी होती आणि त्यामध्ये वातावरणदेखील गरम आणि दमट होते. जीनला अद्याप समजले नव्हते की ट्रेसी कुठे उतरली होती. तसेच कूपर आणि जेफ यांच्याविषयीदेखील त्याला काहीही समजले नव्हते. तिथल्या स्थानिक पोलिसांना अगोदरच बुद्धिबळ स्पर्धेच्या ठिकाणी जाण्यास सांगितले होते. त्याचप्रमाणे जिथे खुल्या जागेमध्ये खेळ खेळले जातात, तिथेसुद्धा त्यांना कडक पहारा ठेवायला सांगितला होता. आज रशियाचा प्रसिद्ध चेस मास्टर अलेक्झांडर माकारो आणि

उक्रेनचा मास्टर लिओनिड साव्हचूक यांच्यामध्ये होणाऱ्या सामन्याकडे सगळ्यांचे लक्ष लागले होते. त्यामुळे अशी एक शक्यता होती, की कूपर तिथेच कुठेतरी ट्रेसीला भेटेल.

जीनला एव्हाना खात्री झाली होती की जेफ हा अगोदरच मेला असणार. कारण ओलीस ठेवलेल्या माणसाला फार दिवस जिवंत ठेवणे म्हणजे अडचणीला निमंत्रण दिल्यासारखे असते या गुन्हेगारांसाठी. आणि त्याला एका ठिकाणाहून दुसऱ्या ठिकाणी हलवणे हेदेखील शक्य नाही; त्यामुळे त्याला एव्हाना मारून टाकला असणार. तेरा मुलींचे खून केलेल्या या बायबल किलरला जगासमोर आणण्यास समर्थ अशी एक आणि एकाच व्यक्ती होती आणि ती म्हणजे ट्रेसी व्हिटनी.

डॅनियल कूपरविषयी जेफ स्टीवन्सने बांधलेला अंदाज खरा होता. कूपर ट्रेसीच्या प्रेमात वेडा झालेला होता. अगदी वेडापिसा झाला होता. आणि तेही खूप आधीपासून.

बस खडखड करत धावत होती.

जेफ स्टीवन्स आपल्या आईला आर्तपणे हाका मारत होता.

पण डॅनियल कूपरला त्याची सवय होती. याआधी मारण्यापूर्वी त्याने कित्येकांना आपल्या आईला आर्तपणे हाक मारताना ऐकले होते. त्यामुळे त्याला काही विशेष असे वाटत नव्हते. जगात कोणत्याही संस्कृती मध्ये जा, आई आणि मुलामधील नात्याची घट्ट वीण कधीही तुटत नाही. आईच्या उदरात असल्यापासून हे प्रेम असेच असते आणि ते शेवटपर्यंत असते.

मी पण माझ्या आईवर असेच खूप प्रेम करायचो.

रक्त... हेच डॅनियल कूपरला आपल्या आईच्या मृत्युपासून आठवत होते. तिच्या मनगटातून मानेतून रक्त वाहत होते. त्यामुळे सगळा बाथटब रक्ताने भरून गेला. आणि नंतर रक्ताचे ओघळ जमिनीवरदेखील सांडायला लागले. ते लाल भडक रक्त...

जेफच्यादेखील शरीरातून भरपूर रक्त वाहत होते. कारण डॅनियल कूपरने त्याचे हात लाकडावर ठेवून त्यावर खिळे ठोकले होते.

त्याचे हात खिळ्याने ठोकल्यावर रक्ताच्या चिळकांड्या उडाल्या आणि त्या कूपरच्या पांढऱ्या स्वच्छ कपड्यावर उडाल्या. ट्रेसी त्याला भेटणार होती तेव्हा त्याला एकदम छान स्वच्छ कपड्यात तिच्यापुढे जायचे होते. ही रात्र म्हणजे शेवटची रात्र होती. त्याला तिची चाहूल आत्तापासूनच जाणवत होती. तिची जवळीक, तिचा मोहरून टाकणारा स्पर्श या कल्पनेनेच तो वेडा झाला होता.

जीन रिझो बसमधून खाली एका इंटरकाँटिनेंटल हॉटेलपाशी उतरला.

त्याने घड्याळात बघितले. तेव्हा सात वाजून पाच मिनिटे झाली होती.

म्हणजे अजून दोन तास होते. अर्थात जर का ट्रेसी इथे असली तर. माझ्याकडे तिला शोधायला फक्त दोन तास आहेत अजून.

तो तिथेच उभा राहून नक्की कुठे जावे किंवा आता नक्की काय करावे याचा विचार करू लागला. तेवढ्यात त्याचा फोन वाजला.

"कुठे आहेस तू?"

मिल्टन बकचा उर्मट, उद्धट आणि हुकमी आवाज. एफबीआयशी जीनचा जवळजवळ तीन महिन्यांपासून काहीही संपर्क नव्हता.

"हे पहा. माझ्याकडे आत्ता अजिबात वेळ नाहीये." जीन म्हणाला.

"मला माहितीये की तुम्ही बल्गेरियामध्ये आहात. तुम्ही प्लोद्विवला पोचलात का?"

जीन थोडा वेळ थांबला. याला कसे माहिती की मी इथे आहे?

"मला माहीत आहे तुम्ही तिकडे आहात."

"कूपरला माझ्याशिवाय काहीही करू नका. समजलं तुम्हाला मिस्टर जीन? मी आणि माझी माणसे मध्यरात्रीपर्यंत तिथे पोचतो आहोत."

"मध्यरात्र? माझ्याकडे एवढे थांबायला वेळ नाहीये. खूप उशीर होईल तोपर्यंत." जीन ठामपणे म्हणाला.

"आता तुम्ही माझे ऐका रिझो." मिल्टन बकच्या आवाजात धमकी होती. "आपण कूपरला गेले कित्येक महिने शोधण्याचा प्रयत्न करत आहोत. न्यू यॉर्क किंवा शिकागोच्या घटनांमध्ये त्याचा हात असल्याचा कोणताही सबळ पुरावा आपल्याजवळ नाहीये. तुम्ही तुमच्या अस्तित्वाविषयी त्याला सावध करू नका. किंवा त्याला घाबरवूदेखील नका. समजलं?"

'तुझ्या नानाची टांग बक.' अशी मनातच मस्त शिवी हासडून त्याने फोन बंद केला.

नंतर त्याने आपल्या माणसांना फोन करून विचारले, "काही खबर?"

"नाही. अजून तरी काही नाही."

जीन विचार करू लागला. आता मलाच काहीतरी करावे लागणार आहे. दोन तासांपेक्षादेखील कमी वेळ उरला आहे. जीन, विचार कर काही तरी.

ट्रेसी जेव्हा त्या स्टेडिअममध्ये पोहोचली, तेव्हा चांगलाच अंधार पडला होता. हवा अजूनही उबदार होती, गरम आणि दमट वारा वाहत होता. ट्रेसी घामाने निथळत होती. घामाच्या धारा तिच्या शर्टाच्या आतून वाहत होत्या. तिने जीन्स आणि साधा

पांढऱ्या रंगाचा टी शर्ट घातला होता आणि त्यावर एक जाकीट घातले होते. जाकीट अशाकरता की त्यामध्ये तिला आपली छोटीशी बंदूक लपवून ठेवता येणार होती. पण ते जाकीट घातल्यामुळे तिला कमालीचे गरम होत होते आणि त्यामुळे ती अस्वस्थ झाली होती. कदाचित नऊ वाजता तापमान खाली येऊन थंड वाटेल.

स्टेडियमच्या सभोवताली तसे सगळे निर्मनुष्य होते. नाही म्हणायला, मधूनच एखाददुसरा माणूस तिथून जात होता. पण कुणाचेही ट्रेसीकडे लक्षदेखील नव्हते. तिथे थांबून अगदी कुणी फोटो घेत नव्हते; कारण तो एखाददुसरा माणूस पर्यटक वगैरे तर नक्कीच नव्हता. ट्रेसीच त्या जागेत अनोळखी होती.

'बंद' अशा पाट्या तिथे सगळ्या जुन्या वास्तूंवर लावल्या होत्या. ती जरा इकडे तिकडे फिरायला लागली. हे ठिकाण अमेरिकेपेक्षा किती वेगळे आहे! ट्रेसी फिरताफिरता कुठे सीसीटीव्ही कॅमेरे वगैरे आहेत का, ते पाहायला लागली. पण तिथे आसपास एकही कॅमेरा नव्हता. आता ट्रेसीला विश्वास वाटू लागला की डॅनियल कूपरने सांगितलेली हीच जागा आहे. इथेच तो येणार आहे.

विश्वास? खरंच हा बरोबर शब्द होता का?

खरं तर तिला आता थोडीशी भीती वाटायला लागली होती. अशा प्रकारची भीती तिला या काही वर्षांमध्ये कधीही वाटली नव्हती. कुठली तरी अनामिक भीती मनामध्ये साठत होती.

कदाचित जेफचे आयुष्य हे आजच्या रात्रीवर आणि खास करून ती कूपरशी कसे वागते यावर अवलंबून होते. तिला कळत नव्हते, की नक्की काय होऊ शकेल. जीन रिझोने दिलेल्या माहितीनुसार डॅनियल कूपर हा विक्षिप्त मनोरुग्ण आहे. डॅनियल कूपर जेव्हा तिला भेटायला तुरुंगात आला होता, तो दिवस ती कधीच विसरू शकत नव्हती. त्याचा चेहरा, त्याचे डोळे आणि त्याचे लहानखुरे हात. ते हात एवढ्या मुलींना मारू शकतील? आणि जेफचा छळ करू शकतील?

तिला कळून चुकले होते की कूपरने या दोन्ही गोष्टी केलेल्या आहेत आणि त्यामुळे तिची भीती वाढत होती.

तुरुंगात त्या दिवशी ट्रेसीला तो एकदम फालतू आणि किरकोळ माणूस वाटला. तेव्हा तिला त्याच्या सामर्थ्याची कल्पना आली नाही. तेव्हा तिने विचारही केला नाही की हा माणूस आपल्या आयुष्याशी आणि भविष्याशी एवढा भीषण आणि गलिच्छ खेळ खेळेल. पण त्याला कमी लेखण्याचा मूर्खपणा ती आजच्या रात्री करणार नव्हती.

रात्रीचे साडे आठ वाजले होते. सर्वत्र सन्नाटा पसरला होता. रस्त्यावरील दिवेसुद्धा मिणमिणते होते. अंधारात हळूहळू चालत ट्रेसी स्टेडिअमच्या मुख्य दरवाजाजवळ आली.

आता खूप प्रसन्न वाटत होते. त्या प्रवेशद्वाराजवळील दोन खांब संगमरवरी दगडात कोरलेले होते. ते कोरीव काम इतके सुबक आणि सुंदर होते आणि जणू काही कुणीतरी कालपरवा कोरल्यासारखे होते. तिला हेच आश्चर्य वाटत होते की इतक्या वर्षांनंतरदेखील हे एवढे सुंदर कसे राहू शकले. त्याला जपण्यासाठी फारसे प्रयत्नदेखील झालेले नव्हते. ट्रेसी तिथून आतमध्ये आली तेव्हा आतील सर्व रचना अतिशय भव्य विशाल अशी होती. तिथे बसण्याकरता असलेली बाके संगमरवरी होती. त्यातील काहींवर सिंहाच्या पंजांप्रमाणे नक्षीकाम केले होते. ती बाके चौदा ओळींमध्ये लावलेली होती. त्या रिकाम्या पांढऱ्या शुभ्र बाकांमधून फिरताना ट्रेसीच्या मनावर भीतीची शिरशिरी आली. भुतांचा वावर असल्याप्रमाणे भीतिदायक वाटत होते. स्टेडिअमचा तो आतला भाग बाहेरच्या जगाशी संपर्क तुटल्यासारखाच होता. तिला वाटत होते की आपण कुठे तरी वेगळ्याच जगात आलो आहोत आणि जणू काही काळ अचानक थांबला आहे.

त्या जागेच्या मध्यभागी ती उभी होती. आणि आत्ता ती जिथे उभी होती ते प्लोद्विवचे एक मोठ्ठे ॲम्फी थिएटर होते. जेफ आत्ता इथे असेलही, आणि तो तिची वाट पाहत असेल. तिचे मन अशा अपेक्षांनी भरून गेले होते. ती मनातल्या मनात जेफच्या सुटकेसाठी प्रार्थना करत होती.

एकदा तिच्या मनात विचार आला, की या अंधारात हाक मारून विचारावे की कूपर आहे का? पण नंतर तिने तो विचार मनातून काढून टाकला. डॅनियल कूपरला मला भेटायचे आहे. त्याने मला यायला सांगितले आहे. त्यामुळे तो जर इथे आला असेल तर तोच मला शोधून काढेल.

तेवढ्यात तिच्यासमोर तिला अचानक एक रस्ता दिसला. तो कदाचित सावल्यांमुळे झाकला गेला असावा, त्यामुळे तिला तो दिसला नसावा. पण एकदम तो तिच्यापुढे एखाद्या कुरूप आणि अक्राळविक्राळ राक्षसासारखा आ वासून उभा होता. बोगद्यासारखे किंवा एखाद्या गुहेसारखे काहीतरी दिसत होते.

तिच्या तळहातांना दरदरून घाम फुटला होता आणि तिचे तोंड भीतीने कोरडे पडले होते. तिचा हात जाकिटात तिचे पिस्तूल काढण्यासाठी गेला. ती हळूहळू त्या बोगद्यासारख्या दिसणाऱ्या जागेतून आत जाऊ लागली.

आतली वाट खूप अरुंद होती. इतकी की ट्रेसीने आपले दोन्ही हात लांब केले तर तिच्या हातांना दोन्ही बाजूंच्या भिंती अगदी सहजपणे स्पर्शून जातील. आंधळ्या माणसाप्रमाणे ती अंधारात त्या अरुंद जागेतून चाचपडत पुढे चालली होती. जाताना पायाखाली एखादा खड्डा किंवा मोठा दगड तर येत नाहीये ना, याचा अंदाज घेत ती पुढे चालली होती.

अरे बाप रे! इथे तर बऱ्याच वाटा फुटलेल्या दिसत आहेत. कुठल्या दिशेला

जावे बरे?

आपण कुठे तरी या गुहेत आपला रस्ताच हरवून बसलो तर? या विचाराने तिच्या मनामध्ये खूप भीती दाटून आली. आणि नंतर तिला एकदम आठवले. आपण खरंच मूर्ख आहोत. आपला फोन आपल्याकडे आहे ना? ती थोडीशी थांबली, तिचा फोन बाहेर काढला आणि तो चालू केला आणि तिच्या फोनचा प्रकाश सगळीकडे पसरला. तेव्हा तिला समजले की तो बोगदा खूपच लहान आहे. आणि अजून थोडी पावले चालली की तो संपणार आहे. त्यानंतर तिथे डाव्या आणि उजव्या बाजूला पसरलेले एक कॉरिडॉर होते. तिथे ती पोचली आणि तिने उजव्या बाजूला पाहिले. तिथे काही मशिन्स ठेवलेली होती. त्यामध्ये सिमेंट एकत्र करण्यासाठीचे मशिन होते. ड्रिलिंग मशिन पण होते. हे बहुधा त्यांनी जतन करून ठेवले असावे असे तिला वाटले. पण मग ही सर्व मशिन्स इथे अशी उघड्यावर का ठेवली आहेत? त्यांना कुणी चोरूनदेखील घेऊन जाऊ शकेल.

तिने डावीकडे पाहिले.

''काय म्हणतेस माझी राणी...''

तिच्यासमोर डॅनियल कूपर उभा होता. त्याचा निस्तेज वाटणारा चेहरा उजळला होता. चेहऱ्यावर एक प्रकारचे विजयी हास्य तरळत होते. तो तिच्यापासून थोडासाच दूर उभा होता. ट्रेसी किंचाळण्यासाठी आपले तोंड उघडणार, इतक्यात कूपर पटकन झेपावला आणि तिचे तोंड घट्ट दाबून घेतले. तो तिला एका भिंतीपाशी फरपटत नेऊ लागला. ट्रेसीने आपले पिस्तूल हातात घेतले; पण कूपरने एका धक्क्यानेच ते आपल्या हातात घेतले आणि तिच्या कपाळावर रोखले.

''उगाच धडपड करू नकोस राणी.'' कूपरचा श्वास तिच्या मानेला आणि कानाला जाणवत होता. तिला भिंतीकडे ढकलून त्याने आपला हात तिच्या एका स्तनावर ठेवला आणि ते जोराने दाबले. तिच्या टी शर्टमध्ये असलेले तिचे स्तनाग्र तो आपल्या हाताने दाबत होता. ''मी या सगळ्याची जितकी वाट पाहत होतो ना तितकीच तूही पाहत होतीस, हो ना?''

ट्रेसीचा सेलफोन घरंगळत खाली पडला.

जीन रिझो एका गेस्ट हाउसमध्ये उतरला. ते गेस्ट हाउस गावाच्या मध्यावर होते. तो त्याच्या फोनची रिंग वाजला, तसा त्याच्यावर झेपावला.

''ट्रेसीची काही खबर?''

''नाही सर, अजून तरी नाही. नाही म्हणायला गावाबाहेर काहीतरी घडलं होतं पण त्याला त्यांनी तितकंसं महत्त्व दिलं नव्हतं.''

''काय? काय घडलंय गावाबाहेर?''

''किंचाळ्या ऐकू आल्या. त्यांनी दोघांना तिथे पाठवलं आहे.''

''मग?''

''पण त्यांना काही सापडलं नाही. कदाचित एखादं हिंस्त्र श्वापद मेलं असावं.''

असेलही कदाचित. पण जीनला स्वतः जाऊन खात्री करून घ्यावीशी वाटली. निदान आपण काहीतरी करत आहोत असे तरी होईल. जर का ट्रेसी कूपरला भेटली असेल आणि त्या किंचाळ्या तिच्या असतील तर...

''ठीक आहे. जर काही समजलं तर मला लगेच कळवा.''

त्याने फोन ठेवला. पण लगेच दुसऱ्या मिनिटाला पुन्हा फोन वाजला. अँटॉनियो क्लेरीचा आवाज धापा टाकल्यासारखा येत होता.

''सर बहुतेक सापडलीय ती.''

''इथेच प्लोद्विवमध्ये?''

''हो सर. ती हॉटेल ब्रिटानिकामध्ये उतरली आहे, दोन दिवसांपूर्वीच.'' क्लेरीने लगेच हॉटेलचा पत्ता सांगितला.

''मी निघालोच.''

असे म्हणून जीन पळतपळत बाहेर आला.

ट्रेसीने त्याला जोरात पायाने लाथ मारली. ती त्याच्या तावडीतून सुटका करून घेण्यासाठी धडपडत होती. छोट्याशा दिसणाऱ्या कूपरमध्ये ताकद मात्र कमालीची होती. त्याने एका सेकंदात तिला जमिनीवर पाडले. तिला तिचे हातपाय हलवणेदेखील अशक्य होऊन बसले. ती त्याच्यापुढे असहाय झाली होती. फुलपाखराचे पंख बांधून ठेवल्यावर त्याची जशी अवस्था होईल तशी तिची अवस्था झाली होती. पुढे भयाण काळोख होता. साक्षात मृत्यू समोर उभा आहे असे तिला वाटत होते. तिला जाणवत होते. कूपरने तिच्या जीन्सची बटने काढली, तिची चेन उघडली आणि जीन्सला खाली ओढले. काही सेकंदातच त्याचा हात तिच्या अंडरवेअरमध्ये गेला आणि फिरू लागला.

''माझी बायको... माझी परी.'' त्याचा श्वास जोरजोरात व्हायला लागला.

ट्रेसीला उलटी आल्यासारखे झाले. त्याच्या तोंडाला येणाऱ्या घाण दर्पामुळे तिला उलटी होतीये असे वाटू लागले. तो जे काही करत होता त्यामध्ये त्याला विलक्षण आनंद मिळत होता. तो खूपच चेतवला होता.

नाही. हे असे घडता कामा नये.

ट्रेसीला त्या वेळीदेखील मागचे आठवले.

ती न्यू ओर्लान्डो इथे ज्यो रोमानोच्या घरी होती. त्या वेळेस ती बावीस वर्षांची होती. तिच्या पोटात चार्ल्स स्टॅनहोपचे बाळ वाढत होते. ती तिच्या आईच्या मृत्यूचा

बदला घेण्यासाठी आली होती. तिला रोमानोकडून सत्य वदवून घ्यायचे होते आणि ते म्हणजे त्याने आणि त्याच्या साथीदारांनी तिच्या आईचा डोरीस व्हिटनीचा खून केला होता. त्या वेळेस ज्योने कबूल तर केलेच नाही, पण अशाच प्रकारे तिचा विनयभंग केला होता, जसा आत्ता कूपर करत होता.

''थांबलीस का. कर धडपड. मार मला. मला अशा धडपड करणाऱ्या मुली आवडतात. आणि तुला पैजेवर सांगतो की आज एक खराखुरा मर्द तुझे शरीर भोगतो आहे.''

त्या वेळेस ट्रेसीने रोमानोला पिस्तूल घेऊन मारले होते. पण आत्ता तिचे पिस्तूल कुठेतरी पडले होते, त्यामुळे ती अगदी शक्तिहीन झाली होती. कूपर तिच्या अंगावर होता. डुकराप्रमाणे ओरडत होता. ट्रेसीने त्याला त्याचे कपडे काढताना पाहिले. भीतीने ती पुरती भेदरून गेली होती. मी नाही काही करू शकत. मी त्याला प्रतिकार नाही करू शकत.

ती आता दुसऱ्या गोष्टीचा विचार करू लागली. काहीतरी असेल की ज्यायोगे याला थांबवता येईल.

तिला काय माहिती होते त्याच्याविषयी?

त्याच्यातील उणीव काय होती?

त्याला कशाची तरी भीती असेलच ना?

हा बायबल किलर आहे. हा वेश्यांचा तिरस्कार करतो

तो जोरजोरात श्वास घेत होता.

त्याला अनैतिकपणे वागणाऱ्या बायकांचा तिरस्कार आहे. त्याची अशी समजूत आहे की जगातील पापांचा न्यायनिवाडा तोच करतो.

कूपरने तिचा टी शर्ट फाडला. आता त्याचे ओठ ट्रेसीच्या स्तनाग्रांवर होते. उपाशी बाळाने आईचे दूध प्यावे तसे तो तिची स्तनाग्रे चोखू लागला. ट्रेसी हतबल झाली होती. ती काहीच प्रतिकार करू शकत नव्हती आणि तिला माहिती होते की आपण प्रतिकार केला तर त्याला अजूनच मजा येईल आणि तो चेतवला जाईल. ती मुकाट्याने तो जे काही करत होता ते सहन करत होती. विचार धावत होते.

ट्रेसी... काही तरी कर. याला थांबव.

आणि एकदम तिला आठवले.

''आपल्याला थांबले पाहिजे डॅनियल.'' ती खूप अवसान आणून, एखाद्या लहान मुलाला त्याच्या शिक्षिकेने सांगावे तसे ती खंबीरपणे म्हणाली. ''डॅनियल, हे थांबव.''

तिच्या अशा आवाजाने तो क्षणभर थांबला.

''हे बघ, आपले अजून लग्न झालेले नाहीये.''

तिच्या अंगावर बसलेला कूपर एकदम एखाद्या पुतळ्याप्रमाणे निश्चल झाला.

"आपले लग्न झालेले नाही. आणि लग्न न करताच असे करणे म्हणजे देवाची आज्ञा मोडल्यासारखे आहे. आणि तुला माहितीये की मी अजूनही जेफची बायको आहे आणि त्यामुळे आपण लग्न करू नाही शकत, जोपर्यंत जेफ जिवंत आहे तोपर्यंत."

कूपर तिच्या अंगावरून अनिच्छेनेच बाजूला झाला. तिचे पिस्तूल त्याने तिच्या डोक्यावर ठेवले.

"तू कशावरून म्हणतेस की जेफ जिवंत आहे?" कूपर ओरडला.

"म्हणजे तो जिवंत नाहीये का?" ट्रेसी आपली भीती शक्य तेवढी दडवण्याचा प्रयत्न करत म्हणाली. तिने आपला आवाज अतिशय शांत ठेवला; पण तिचे हात-पाय भीतीने लटपटत होते.

"प्लीज सोड त्याला. त्याचा यात काय दोष आहे?"

"मला नाही माहीत."

हे उत्तर तिला अपेक्षित नव्हते. तिला जेफ कुठे आहे हे जाणून घ्यायचे होते.

"तुला माहितीये तो कुठे आहे डॅनियल?"

"हो. माहितीये ना मला." असे म्हणून कूपर खूप विकट आणि भयंकर हसला.

"ते बिचारे कोकरू गोल्गोथाला आहे. आपल्या शेवटच्या घटका मोजत असेल. तू नको काळजी करूस."

गोल्गोथा? ट्रेसीचे मन वाऱ्यासारखे धावू लागले. म्हणजे टेकडीच्या टोकावर. किंवा कूपर काहीतरी प्रतीकात्मकदेखील बोलत असावा.

"मी सांगितले देवाला की तू येईस्तोवर त्याला जिवंत ठेव म्हणून. तुला त्याला शेवटचे दाखवायचे होते गं मला ट्रेसी. पण तू उशीर केलास. तो एव्हाना मेलादेखील असेल."

"मग मला पहिले त्याच्याकडे घेऊन चल."

"नाही,"

"तुला न्यावं लागेल." ती जोरात म्हणाली. "खूप उशीर होण्याआधी मला त्याला पाहू देत. तुला हे हवं होतं का? तुझ्या देवाला हे हवं होतं?"

"नाही नाही."

"डॅनियल, तो माझा नवरा आहे. आणि बायबल सांगतं की आपण असे नाही..."

"मी सांगितलं ना नाही?" डॅनियल ओरडला.

त्याने जोरात तिच्या गालावर पिस्तूल मारले. तो आघात इतका अचानक होता, की तिला वेदना होण्यापेक्षा जास्त धक्काच बसला.

"मी तुझा नवरा आहे. आणि मीच देव आहे. तुला वाचवणारदेखील मीच आहे. स्टीवन्सबद्दल असलेल्या कामभावनेने इतकी वर्षे तुला आंधळं केलं आहे आणि मला तुझ्यापासून दूर ठेवलं."

त्याचे हात तिला विलक्षण वेदना देत होते. ते हात त्या वेळेस त्याचे नव्हते तर तिच्यासाठी हकनाक बळी गेलेल्या कित्येक दुर्दैवी स्त्रियांचे होते. ती आक्रोश करत होती आणि त्या सगळ्या मिळून जाऊन तिला आणि तिच्या शरीराला वेदना देत होत्या.

एक आवाज आता तिच्या कानात घुमू लागला.

तिचे बाळ गेले.

ते चार्ल्सचे बाळ होते. ट्रेसी त्या दिवसापासून पूर्णपणे बदलली होती. जर उद्या मला संधी मिळाली तर मी बदला घेणार.

त्यांनतर तिचे गेलेले दुसरे बाळ म्हणजे जेफचे बाळ. ती त्यालाही गमावून बसली होती. आणि नंतर निकोलसचा जन्म झाला. माझा निकोलस, माझे बाळ. माझे जीवन आहे तो. निकोलसने जणू तिला पुन्हा नवे आयुष्य दिले होते. बाकीची दोन बाळे गेली म्हणून कदाचित ती त्याच्यावर जास्तच प्रेम करत होती.

आणि अचानक कसली तरी वीज तिच्या अंगात सळसळली. मघाशी असलेली सर्व भीती क्षणात दूर पाळली आणि तिच्या अंगात अचानक काहीतरी संचारले. तिचा संताप उफाळून आला. डॅनियल कूपर मला असे लुटू शकत नाही. मी निकोलसची आहे. माझ्या बाळाची आहे आणि त्याच्यासाठी तरी मला स्वतःला वाचवावे लागेल. आणि स्वतःच्या विकृत सडलेल्या कल्पनांनी तो जेफचा बळी घेऊ पाहत होता. हेदेखील मी होऊ देणार नाही. कारण जेफ म्हणजे तिचे प्रेम होते. त्यामुळे ती हे भयंकर काही घडू देणार नव्हती. शेवटच्या श्वासापर्यंत स्वतःच्या संरक्षणासाठी तिला लढायचेच होते.

जोराची किंचाळी मारून ट्रेसीने आपले दोन्ही हात डोक्याच्या मागे नेले. कूपर तिचे शरीराचे लचके तोडायचा प्रयत्न करत होता. तिच्या हाताला मातीतला एक दगड लागला. तो दगड फारसा मोठा नव्हता; पण त्याने काम नक्कीच होणार होते. तिने तो दगड घेतला आणि संपूर्ण ताकदीनिशी जोरात कूपरच्या डोक्याच्या मागच्या बाजूस मारला.

विलक्षण वेदनेने कूपर विव्हळू लागला. पण अजूनही तो पूर्णपणे बेशुद्ध झाला नव्हता.

"हलकट,..." तो वेदनेने फुत्कारला. त्याने त्याही परिस्थितीत एका हाताने जोरात तिची मान पकडली आणि ती घट्ट आवळू लागला. तिने त्याला जोरात लाथ मारली. तिला श्वास घ्यायला त्रास होत होता. त्याच्या हातातील बंदूक एव्हाना खाली

पडली होती, पण तरीही त्याचा एक हात तिच्या मानेभोवती घट्ट आवळला होता. तिने पुन्हा पूर्ण शक्तीनिशी त्याला जोरात लाथ मारली तेव्हा त्याची तिच्या मानेभोवतीची पकड सैल झाली.

तो खाली पडला तसे त्याच्या अंगावर बसून तिने त्याचे डोके जोरजोरात जमिनीवर आपटायला सुरुवात केली. आणि नंतर अंधारात एकच जोरात किंकाळी ऐकू आली आणि कूपर गतप्राण झाला.

ब्रिटानिका हॉटेलची स्वागतिका अगदीच लुकडीसुकडी आणि निस्तेज होती. तिच्या हातावर टॅटू काढलेला होता. तिने केसांना काळा रंग लावला होता. जीन रिझो तिच्यापाशी गेला.

"तुम्ही इंग्रजी बोलू शकता का?"

तिने होकार दिला. "हो. थोडे थोडे."

"मी या बाईला शोधतो आहे. हिचे नाव आहे ट्रेसी श्मिट." त्याने ट्रेसीचा फोटो दाखवला आणि स्वतःचे इंटरपोलचे ओळखपत्रदेखील दाखवले, तसे त्या मुलीने आपले डोळे बारीक केले.

"ही कोणत्या रूममध्ये उतरली आहे, सांगू शकाल का?"

"मी पाहते. थांबा जरा."

असे म्हणून ती मुलगी जी मागच्या बाजूला पसार झाली ती परत आलीच नाही. तिच्याऐवजी एक जाडजूड माणूस जीनला भेटायला आला.

"बोला साहेब. मी इथला मॅनेजर आहे. बोला काही अडचण आलीये का?"

"नाही, अडचण नाही; पण मला तुमच्याकडे उतरलेल्या एका बाईला शोधायचं आहे. आणि खूप घाई आहे."

"मिसेस श्मिट ना? रीटाने सांगितले मला."

"मला तिची रूम कुठे आहे सांगा आणि तिच्या रूमची किल्ली द्या."

"नक्कीच." तो मॅनेजर थोडासा घाबरला होता; पण त्याने आपल्या चेहऱ्यावर स्मित ठेवले. तो काहीतरी लपवतोय, असे जीनला वाटले. पण काय?

"पण मिसेस श्मिट या आत्ता त्यांच्या खोलीत नाहीयेत. त्या साधारणपणे संध्याकाळी पाच वाजायच्या सुमारास बाहेर पडल्या आणि अजूनही आलेल्या नाहीत."

जीनला हृदयात एकदम कळ येतीये असे वाटले. 'मला उशीर झाला.'

"त्यांनी काही सांगितलंय का त्या कुठे गेल्या आहेत?"

"नाही. तसं काही बोलल्या नाहीत. पण त्या म्हणाल्या की त्यांना बुद्धिबळ स्पर्धेमध्ये खूपच रुची आहे आणि त्यासाठीच त्या या शहरामध्ये आल्या आहेत. त्या

काल एका स्पर्धेला गेल्या होत्या आणि आज रात्री शेवटची स्पर्धा आहे, असे म्हणत होत्या. व्हिक्टर ग्रीन्स्की खेळणार आहे आज. त्या बहुतेक तिथेच, ती स्पर्धा पाहायला गेल्या असणार, असं मला वाटतंय.''

तीन वेळा तीन. म्हणजे नऊ वाजता. जीनने आपल्या घड्याळात पाहिले. दहा वाजून नऊ मिनिटे झाली होती. म्हणजे ट्रेसीने जर का डॅनियलला शोधून काढला असेल तर ती आत्ता त्याच्याचबरोबर असणार. किंवा अशीही शक्यता आहे की ती अजूनही ते कोडे सोडवत कुठेतरी अंधारात चाचपडत असावी.

जीनने पटकन टेबलावरील एक कागद घेतला आणि त्यावर फोन नंबर लिहिला. ''हे पहा, मीदेखील आत्ता बुद्धिबळाच्या स्पर्धा पाहायला चाललो आहे. जर का त्या इथे आल्या तर लगेच मला फोन करा. आणि मी येईपर्यंत त्यांना कोणत्याही परिस्थितीमध्ये जाऊ देऊ नका. कळलं?''

''त्यांना सांगू का की पोलीस ... ?''

''नाही.'' जीन जोरात ओरडला. ''त्यांना असलं काहीही सांगू नका. फक्त त्यांना इथून बाहेर जाऊ देऊ नका.''

ट्रेसीने कूपरचे शरीर त्या बोगद्यातून ओढत ओढत आणले आणि ॲम्फी थिएटरच्या मागे ठेवले. बाहेरचे जग थोडेसेच दूर होते. पण ते खूप दूर असल्याचे भासत होते. कूपरचे वजन कित्येक किलो असावे. जरी छोटा दिसत असला तरी तो पोलादासारखा जड होता. त्याला बाहेर आणता आणता तिला घाम फुटला होता.

त्याचा श्वास होत होता; पण अतिशय धीम्या गतीने. त्याचे डोके रक्ताने लाल लाल झाले होते. त्याच्या डोक्याच्या कवटीचा एक भाग लहान मुलाचा बॉल जसा एकाच बाजूने पिचला जातो तसा पिचला गेला होता.

''सांग. जेफ कुठे आहे?''

कूपर अस्फुट आवाजात विव्हळत होता. त्याच्या घशातून घरघर झाल्याप्रमाणे आवाज येत होता.

''सांग मला, कुठे ठेवलं आहेस तू जेफला?'' ट्रेसी ओरडली. तिचा स्वतःवरील ताबा सुटला होता. ''सांग, काय केलंस तू जेफला?''

कूपर मध्येच बेशुद्ध होत होता; मध्येच शुद्धीवर येत होता. पण एवढे नक्की होते, की तो आता काही फार काळ टिकणार नव्हता.

ट्रेसीने आता नवीन खेळी खेळली.

''तुला माहितीये डॅनियल, की आता तू मरणार आहेस. त्यामुळे तुला कबूल करून माफी मागावी लागेल. त्यामुळे देवापुढे शेवटचे कबूल कर. तुला परमेश्वराची दया हवी आहे ना डॅनियल?''

कूपर कण्हत होता. त्याचे ओठ हलत होते; पण त्यातून आवाज येत नव्हता.

''जेफ स्टीवन्स...'' ट्रेसी त्याला बोलायला मदत करत होती. खाली वाकून तिने त्याच्या तोंडापाशी आपला कान धरला.

''गोल्गोथा...'' कूपर कुजबुजत होता. ''इतरांप्रमाणे मी त्यालाही तिथे ठेवलाय. बळी देण्यासाठी.''

''इतर म्हणजे कोण? त्या बायका ज्यांना तू मारलेस? त्या वेश्या?''

''त्याही अवस्थेत त्याच्या चेहऱ्यावर हसू होते. मी त्यांना सगळ्यांना तुझ्यासाठी मारलं...'' त्याच्या घशाची घरघर वाढली. ''तू माझं अंतिम ध्येय होतीस. माझे बक्षीस होतीस.''

हे सगळे ट्रेसीसाठी खूप भयंकर होते. त्या सर्व स्त्रियांना कूपरने मारले होते. पण जेफ तरी निदान जिवंत असेल अशी तिला अशा वाटत होती. तिला त्याला वाचवायला हवे होते. निदान पूर्ण प्रयत्न तरी करायला हवे होते.

''हे गोल्गोथा कुठे आहे डॅनियल? कुठे आहे जेफ?''

''कवट्या ठेवतात ती जागा. क्रुसावर मृत्यू.''

''इथेच प्लोव्दिवमध्ये आहे का?''

''प्लोव्दिव... टेकडीवर.''

तो काहीतरी निरर्थक बोलतो आहे असे वाटत होते. त्याचा आवाजही आता क्षीण झाला. तो आपल्या आईला हाका मारू लागला. तो काहीतरी रक्ताविषयी बोलत होता.

ती बोगद्यातून परत पलीकडे गेली. जिथे कूपरने तिच्यावर प्रथम हल्ला केला तिथे जमिनीवर तिचा सेलफोन पडला होता. त्याची स्क्रीन तुटली होती पण सुदैवाने फोन चालू होता. तिने तो चालू केला आणि नंबर फिरवला.

जीनला क्षणभर काहीच सुचले नाही. ''ट्रेसी? ट्रेसी? तू बोलते आहेस का? तू ठीक आहेस ना?''

''मी ठीक आहे. मला माफ कर, मी अचानक नाहीशी झाले. मी आत्ता बल्गेरियामध्ये आहे.''

''मला माहितीये. प्लोव्दिवमध्ये.''

ट्रेसीला धक्काच बसला.

''आणि मीसुद्धा इथेच आहे प्लोव्दिवमध्ये.''

''तू इथे आहेस? बरं झालं. तुला जेफचा काही पत्ता लागला का?'' तिचा आवाज कापत होता.

''नाही अजून नाही. पण तू कुठे आहेस ट्रेसी?''

''ॲम्फी थिएटरमध्ये.''

"एकटीच आहेस का?"

"हो आता एकटीच आहे."

"आणि डॅनियल कूपर? तो तिथेच आहे का?"

"हो... तो इथेच होता. त्याने मला..." असे म्हणून ट्रेसी हमसून रडू लागली. "मी स्वतःला वाचवलं जीन, पण मला वाटतं की तो मेला असावा."

"अरे देवा! ठीक आहे ट्रेसी. तू तिथेच थांब. मी येईपर्यंत तिथून हलू नकोस."

"नाही." तिचा आवाज एकदम चढला. "मला काही झालेलं नाहीये. आपल्याला जेफला शोधलं पाहिजे. आणि आपल्याकडे जास्त वेळ नाहीये."

"ठीक आहे, ठीक आहे. तू शांत हो."

"नाही जीन. तुला कळत नाहीये. कूपरने त्याच्या बाबतीत काहीतरी भयंकर केलं आहे. मी त्याला खूप विचारण्याचा प्रयत्न केला, की जेफ कुठे आहे. तो कुठे तरी मरणाच्या दारात आहे. आपल्याला त्याला शोधावंच लागेल."

जीन रिझोने एक मोठा उसासा टाकला. "कूपर नक्की काय म्हणाला?"

"काही नाही, म्हणजे तो काहीतरी पुटपुटत होता. तो अर्धवट शुद्धीत होता..."

"पण काय म्हणाला तो?"

"गोल्गोथा... असं काही तरी म्हणाला. कवट्यांची जागा..." ट्रेसीने आपले डोळे बंद केले आणि आठवण्याचा प्रयत्न करू लागली. काहीतरी क्रुसावर चढवले असे काहीतरी बोलत होता. तो म्हणाला की बाकीच्या बायकांप्रमाणे जेफलाही त्याने बळी दिले आहे. तो म्हणाला की त्याने त्या सगळ्यांना केवळ माझ्यासाठी मारले. आणि हा माझा अपराध आहे."

"नाही ट्रेसी, तुझी यात काहीच चूक नाहीये."

"क्रुसावर मृत्यू. टेकडीवर मृत्यू... आणि कोकरू... असे काहीतरी तो बोलत होता."

"थांब. एक मिनिट." जीनने तिला मध्येच थांबवले. "मला काही तरी आठवतंय. आज इथे एक घटना झाली- ती पण टेकडीवर, शहराच्या बाहेर. काही लोकांनी किंचाळ्या ऐकल्याचं सांगितलं. स्थानिक पोलिसांनी जेव्हा शोध घेतला तेव्हा त्यांना काहीच मिळालं नाही."

ट्रेसीचे विचारचक्र सुरू झाले.

कोकरू

टेकडी

"त्या टेकडीचे नाव काय जीन?"

"मला नक्की आठवत नाहीये. पण ओरेशाक का असेच काहीतरी. मी शोधतो.

तू फक्त तिथेच थांब. ठीक आहे? मी तुला आणायला कोणाला तरी पाठवतो.''

''अरे तुझं डोकं फिरलं आहे का? मी इथे नाही थांबणार. आणि मला कोणाची गरज नाहीये. जीन, ती जागा किती लांब आहे? जीन?...''

पण तोपर्यंत जीनने फोन ठेवला होता.

२७

जेफ स्टीवन्सने आपल्या आजूबाजूला पाहिले. ते छोटेसे चर्च खूपच सुंदर होते. भिंतीवर सुंदर पेंटिंग्ज केलेली होती. खिडक्यांच्या स्टेनग्लास केलेल्या काचांमधून सूर्याचे किरण आतमध्ये आले होते. त्यामुळे चर्चमध्ये जणू इंद्रधनुष्य अवतरले आहे असे भासत होते.

जेफ विचार करू लागला. माझ्या लग्नाच्या दिवशीदेखील चर्च असेच सुंदर आणि रंगीबेरंगी दिसत होते.

मग ट्रेसी हळूहळू चालत आली. तिच्यामागे आणि भोवती सूर्याची आभा पसरली होती. तिने पियरपॉन्टचे मस्तपैकी माकड बनवले होते आणि ती माझी बायको होणार होती. जेव्हा ती चर्चच्या आयसलवर लग्नासाठी उभी राहिला, तेव्हा तिचे ते बदामी रंगाचे केस तिच्या खांद्यावर रुळत होते आणि हिरवे डोळे आनंदाने चमकत होते. जेफला अजूनही ट्रेसीच्या चेहऱ्यावरील तो आनंद आठवत होता.

मी खरंच खूप प्रेम करतो तुझ्यावर ट्रेसी. अजूनही खूप प्रेम करतो.

व्हीडिओ चालू होता. तिची डॉ. ॲलन मॅकब्राईडबरोबरची मीटिंग संपली आणि ती हॉटेल सोडायच्या तयारीत होती. सोनेरी केसांचे डॉ. ॲलन मॅकब्राईड हे कायम हसमुख असायचे. आणि ते ट्रेसीला पण हसमुख ठेवायचे.

पण जेफला तो माणूस अजिबात आवडत नसे.

आणि त्यांच्याविषयीचा हा तिरस्कार त्याच्या हृदयात कळ आणायचा. ती कळ, वेदना इतकी तीव्र होती की काही वेळेला सहनशक्तीच्या पलीकडे असायची. त्या तिरस्काराने कधीकधी जेफला वाटे की या माणसाचे दोन तुकडे करून याला फेकून द्यावे.

जेफ किंचाळला.

त्याला आता एका बाईच्या हसण्याचा आवाज ऐकू आला. ती होती एक तर एलिझाबेथ केनेडी किंवा कदाचित त्याची पहिली बायको, ल्युसी. सगळेच गोंधळात टाकणारे होते. पण त्याला काळजीचे कारण नव्हते; कारण त्याच्या सगळ्या वेदना आता लवकरच संपणार होत्या. कारण तो लवकरच मृत्युलोकातून कायमचा निघून जाणार होता.

त्याची आई मेलेली होती

त्याचे बाळ मेलेले होते.

त्याला आता त्याची आई आणि त्याचे बाळ दोघे मिळून बुद्धिबळ खेळत आहेत, असे दिसले.

'आता तुझी खेळण्याची पाळी.' जेफची आई त्याच्या बाळाकडे पाहून हसली आणि म्हणाली.

त्याचे बाळ म्हणजे एक छोटीशी मुलगी होती. ती बुद्धिबळ खेळायला खूपच छोटी होती. जेफ तिला उचलून घेण्यासाठी म्हणून खाली वाकला आणि ती त्याच्या बोटातून एखाद्या भूत किंवा आत्म्याप्रमाणे विरून गेली. तिने बुद्धिबळातील एक घोडा उचलला आणि तो पटावर आपटला. पुन्हा पुन्हा पुन्हा. जेफच्या डोक्यामध्ये एक जोराची कळ आली

"तू का मेलीस?" जेफच्या आवाजात प्रचंड वेदना होती. "ट्रेसीला तू हवी होतीस. आम्हाला दोघांनाही तू हवी होतीस. तू का जगली नाहीस?"

त्या मुलीने त्याच्याकडे दुर्लक्ष केले. आणि बुद्धिबळाच्या पटावर ती तशीच मारत बसली. ठक ठक ठक...

जेफची आई आता रडू लागली.

ठक ठक ठक...

जेफसुद्धा खूप रडत होता. तो आवाज खूप भयानक होता.

थांबा! कृपा करून थांबा!

"थांब!"

ट्रेसी त्या धान्याचे कोठार असलेल्या इमारतीत शिरत असताना जीन रिझोने

ट्रेसीचे दोन्ही खांदे पकडले आणि तिला ओढले. कार थांबल्यावर ट्रेसीने मागच्या सीटवरून अक्षरशः बाहेर उडी घेतली आणि रात्रीच्या चंद्रप्रकाशात धावू लागली. ती अडखळत होती; पण तरीही तिचे मन इतके कणखर झाले होते, की ती त्या अवस्थेतदेखील पुढे धावण्यासाठी धडपड करत होती.

"तू इथे यायला नको होतंस ट्रेसी. तुला पहिलं डॉक्टरकडे गेलं पाहिजे."

"मला सोड. जाऊ देत मला!" असे म्हणून ट्रेसीने जोरात त्याच्या पायाला लाथ मारली.

जीन थोडासा लडखडला, पण त्याने तिला धरून ठेवले. "ऐक माझे ट्रेसी. तू तिथे नाही जायचंस."

थाड थाड थाड. जीनच्या मागे कुणीतरी हातोड्याने जोरजोरात ठोकाठोकी करताना ट्रेसीला ऐकू येत होते. जीनचे लोक जणूकाही एखादी भिंतच तोडत होते.

"तो यामध्ये आहे का? तुम्हाला जेफ मिळाला का?"

"नाही माहीत. तो इथे होता, याच्या काही खुणा तर दिसत आहेत. पण..."

जीन म्हणाला, "कूपरने कदाचित चुकीची भिंत बांधली असावी इथे. कदाचित मेलेले शरीर लपवून ठेवण्यासाठी."

ट्रेसीचा बांध फुटला आणि ती हमसून हमसून रडू लागली आणि जीनच्या मिठीत शिरली.

"काय झालं?" ज्या पोलिसाने ट्रेसीला कारमधून आणले त्याच्यावर जीन खेकसला. "मी तुम्हाला सांगितलं होतं ना की थेट दवाखान्यात न्या."

त्यातल्या एका पोलिसाने खांदे उडवले. "ती यायला तयार नव्हती. अँब्युलन्सने त्या जखमी संशयिताला नेलं; पण या बाईने येण्यास साफ नकार दिला."

"संशयित? म्हणजे कूपर अजून जिवंत आहे?"

"त्या वेळेस होता. मला माहीत नाही. कदाचित आता मेला असावा. कारण त्याची अवस्था फारच वाईट दिसत होती."

जर का कूपर जिवंत असता तर ती जीनसाठी फारच चांगली बातमी होती. कदाचित अजून त्याचा कबुलीजबाब राहिला असावा. मिल्टन बकला त्याच्या जवळील बरेच किमती दागिने आणि काही मौल्यवान वस्तू मिळाल्या असतील.

"इन्स्पेक्टर रिझो!" आतून एक आवाज आला. एव्हाना भिंत तोडण्याचा तो आवाज थांबला होता. "तुम्ही आत येऊ शकता."

ट्रेसीला अगदी नाइलाजाने आपल्यापासून दूर करत जीन आतल्या दिशेने गेला. ट्रेसीदेखील धावत त्याच्यामागे गेली.

ते धान्याचे कोठार एका दगडी इमारतीत होते. ती इमारत गुरेढोरे बांधण्याची असावी. आतमध्ये सर्वत्र अंधार होता. जीनच्या लोकांना तिथे बॅटरीवर चालणारे

काही दिवे सापडले. ट्रेसीचे लक्ष तिथेच समोर असलेल्या एका भिंतीकडे गेले. ती भिंत रक्ताने माखलेली होती. त्या भिंतीवरच काही अजस्त्र साखळ्या खिळ्यांनी ठोकलेल्या होत्या. इलेक्ट्रिकच्या वायर्स, चाबूक असे सामान एका खुर्चीवर व्यवस्थित रचून ठेवले होते. साधारणपणे ही सर्व माणसाचा छळ करण्यासाठी वापरली जाणारी साधने होती. ट्रेसीने आपले हात तोंडावर ठेवले. तिला एकदम मळमळून आले आणि उलटी होतीये असे वाटले.

"सर!"

सिमेंट, दगड, माती यांचा तिथे एक मोठा ढिगारा होता, त्यावर उभे राहून त्यातल्याच एका पोलिसाने हाक मारली. तिथेच एक दगडी भिंत उभारलेली होती. ती भिंत तिथे उगीचच बांधल्यासारखी दिसत होती. जीनच्या माणसांनी त्या भिंतीला ठोकून एक चार फुटांचे मोठे भगदाड पाडले. त्यातून माणूस सहज जाऊ शकत होता.

त्यातल्या एका ऑफिसरने जीनला बरोबर आणलेल्या विजेरीतून प्रकाशझोत दाखवला.

जीन ट्रेसीशी बोलण्यासाठी मागे वळला; पण तोपर्यंत उशीर झाला होता. ती अगोदरच त्या भगदाडातून पलीकडे गेली होती.

समोर असलेला तो क्रूस खूप मोठा होता. जवळ जवळ दहा फूट तरी असावा. पहिली गोष्ट ट्रेसीने पाहिली आणि ती म्हणजे जेफच्या दोन्ही पायांना ठोकलेला एक भला मोठा खिळा.

"अरे देवा..." ट्रेसीचा बांध फुटला. "जेफ... जेफ... मी आलीये. मी ट्रेसी... तू ऐकतो आहेस ना?"

"अरे बाप रे! परमेश्वरा... हा जिवंत आहे." जीन रिझोने आपल्या माणसांकडे वळून पाहिले. "अरे असे पाहत काय बसला आहात? त्याला खाली काढा आणि ताबडतोब अॅम्ब्युलन्स बोलवा."

जेफला क्रुसावरून काढून स्ट्रेचरवर ठेवेपर्यंत वीस-पंचवीस मिनिटे लागली. त्याची मज्जासंस्था पूर्णपणे बंद पडली होती. त्याच्या हाता-पायाला ठोकलेले खिळे काढत असताना कोणतीही संवेदना शिल्लक राहिलेली नव्हती. त्याच्या बरगड्या मोडल्या होत्या आणि त्याचे शरीर मानेपासून कमरेपर्यंत जळलेले होते. पण तरीही वेदनेच्या कोणत्याही खुणा दिसत नव्हत्या.

ट्रेसी सतत त्याच्याबरोबर बोलत होती. त्याला धीर देत होती. "ठीक आहे जेफ. तू एकदम ठीक आहेस. मी आहे. इथेच आहे. तुझ्याजवळ. आपण दवाखान्यात चाललो आहोत. आणि तू लवकरच बरा होणार आहेस."

त्याने आपले डोळे उघडले आणि क्षीण आवाजात तिला हाक मारली.

"ट्रेसी?"

"हो माझ्या राजा!" ट्रेसी खाली झुकली आणि तिने त्याचे चुंबन घेतले. "मीच ट्रेसी! जेफ मी खूप प्रेम करते तुझ्यावर. खूप प्रेम करते. प्लीज धीर धर. तू बरा होणार आहेस."

जेफ हसला आणि त्याने त्याचे डोळे बंद केले. त्याच्या चेहऱ्यावर कमालीची शांतता होती.

ट्रेसी त्याच्याबरोबर अँब्युलन्समध्ये बसली. त्याच्या सगळ्या शरीरावर सुया टोचलेल्या होत्या. सर्व प्रकारची मशिन्स त्याच्या अंगावर होती. ट्रेसीला खूप प्रश्न होते; पण तिला काहीही विचारण्याची भीती वाटत होती. तिने डॉक्टरांच्या चेहऱ्याकडे पाहिले. तिला त्यांच्या चेहऱ्यावरून काहीच समजत नव्हते. तो जिवंत राहण्याची काही आशा आहे की नाही, काहीच कळत नव्हते. 'शांत राहा', अशी स्वतःची समजूत घालून ती देवाची प्रार्थना करू लागली.

देवा, याचा जीव वाचव. त्याला जगण्याची एक संधी दे. मला त्याला हे सांगायची संधी दे की आजही मी त्याच्यावर प्रेम करते.

तिला एक 'बीप' असा आवाज ऐकू आला आणि तिने भेदरून जेफकडे पाहिले.

"जेफ, काय झालं?"

बलदंड हातांनी तिला मागे ढकलले. तिला आता जेफ दिसत नव्हता. त्याच्या आजूबाजूला वर असलेल्या हिरव्या कपड्यांच्या नर्सेसने त्याला झाकून घेतले गेले. ट्रेसी सगळे विस्फारून पाहत होती. जेफला कृत्रिम श्वास दिला जात होता. पुन्हा एक 'बीप' असा आवाज.

कुणीतरी जेफच्या डोळ्यांवर प्रकाशाचा झोत मारला. तसे जेफने आपले डोके हलवले.

डोके हलवू नकोस. हरू नकोस. कम ऑन

एकाने त्याच्या घड्याळात पाहिले.

ट्रेसी हे सगळे पाहत होती. ती काहीच करू शकत नव्हती जेफसाठी. त्याला कल्पना नाहीये मी किती प्रेम करते त्याच्यावर. ट्रेसीचीदेखील हळूहळू शुद्ध हरपू लागली.

"मृत्यूची वेळ..."

नाही! नाही!

एक बळकट हात तिच्या मानेखाली आले. तिला जेफच्या हातावर डोके ठेवायचे होते; पण आत्ताचे हात जेफचे नव्हते. खूप भयंकर दुःस्वप्न होते ते.

तिच्या डोक्यातला आवाज होता, एक शांत पण तितकाच आश्वासक असा. ब्लेक कार्टरसारखा आवाज वाटत होता तो. ब्लेक... तो इथेच आहे का? परत परत तो हेच म्हणत होता.

'ट्रेसी शांत हो; सगळे व्यवस्थित होईल.'

ट्रेसीचा ब्लेकवर विश्वास होता. त्याने जसे सांगितले तसे तिने केले.

तिने तिचे डोळे शांतपणे मिटून घेतले. आणि धुक्यात हरवून गेल्याप्रमाणे तिला भासले.

२८

कोलोरेडो
तीन महिन्यांनतर

ट्रेसी आपल्या स्वयंपाकघरातील खिडकीजवळ उभी होती. सूप करण्यासाठी गाजरे कापत होती. बाहेरचे वातावरण कधी नव्हे इतके सुंदर आणि आल्हाददायक वाटत होते. शिशिर ऋतूच्या सोनेरी किरणांमध्ये कोलोरेडो शहर न्हाऊन निघाले होते. झाडावरची सोनेरी आणि तपकिरी रंगाची पाने इतरही सुंदर छटा ल्यालेली होती. आणि त्याच्या पार्श्वभूमीवर सर्वत्र हिरवेगार कुरण पसरलेले होते. त्या हिरव्या हिरव्या कुरणाभोवती ब्लेकने लाकडी कुंपण केले होते.

बल्गेरियावरून परत आल्यापासून ट्रेसी शारीरिक आणि मानसिकरीत्यादेखील विलक्षण थकली होती. तिची तब्येतही खराब झाल्याचे तिच्या लक्षात आले होते. तिचे वजन जवळजवळ पंधरा पौंड तरी कमी झाले असावे. कूपरशी दोन हात करताना ती खूप जखमी झाली होती. ब्लेक कार्टरने तिची खूप काळजी घेतली होती. ट्रेसी झोपलेली असायची तेव्हा तोच निकोलसला शाळेत पोचवायचा, जेवण बनवायचा आणि ट्रेसीला खाऊ घालायचा. कपडेदेखील तोच धुवायचा आणि वेळोवेळी डॉक्टरबरोबर अपॉइंटमेंटदेखील तोच घेत असे. त्याने ट्रेसीच्या आजारात सर्व काही करून ट्रेसीचे आणि निकोलसचे आयुष्य व्यवस्थितपणे जपले. जेव्हा ट्रेसी रडायची, तेव्हा तिला तोच आधार देत असे. ट्रेसीच्या दुःखाने तो व्याकूळ होत असे. ट्रेसीच्या मनाला जबरदस्त आघात झाला होता. त्यातून बाहेर पडण्याची तिची ही अवस्था खूपच बिकट होती. जसं एक सैनिक युद्धभूमीवर युद्ध करून पुन्हा घरी

आल्यावर मनावरचे खूप आघात घेऊन येतो, तसेच ट्रेसीचे झाले होते. कूपरशी तिने युद्धच केले होते. पण तिच्यावरही अनेक आघात झाले होते आणि ते आघात घेऊनच ती घरी परतली होती. पण ब्लेक त्या वेळेस खंबीरपणे तिच्या पाठीशी उभा राहिला आणि तिला त्यातून बाहेर काढण्याकरता तो जिवाचे रान करत होता. सगळ्यात महत्त्वाचे म्हणजे ब्लेकने ती परत आल्यापासून तिला एका शब्दाने कधीही विचारले नव्हते, की तिथे युरोपमध्ये नक्की काय झाले. त्याने गृहीत धरले होते की तिला जेव्हा वाटेल तेव्हा ती आपल्याला सांगेल; कदाचित कधी सांगणार पण नाही. ब्लेकने सगळ्या शक्यतांची तयारी ठेवली होती. ती घरी होती आणि एक सुरक्षित जीवन जगत होती, एवढेच त्याच्यासाठी पुरेसे होते.

''तू परत कुठेही कधीही एकटी जाणार नाहीस आई. कळलं का?'' निकोलस ती आली त्या रात्री तिला म्हणाला.

त्याचा आवाज मृदू होता पण त्यामधील घोर चिंता ट्रेसीला जाणवत होती. तिला झालेल्या जखमांविषयी त्याने विचारले तेव्हा तिने सांगितले की साधा कार अपघात होता. पण तिचा त्या वेळचा एकंदर अवतार पाहून तो चांगलाच भेदरून गेला होता.

''नाही रे माझ्या सोन्या. मी आता परत कधी तुला सोडून कुठेही जाणार नाही.''

''मग ठीक आहे. तू खूप बारीक झाली आहेस. युरोपमध्ये तुला नीट खायला मिळालं नाही का?''

ट्रेसी मंद हसली. ''हो रे, तिथे जेवण इथल्यासारखं चांगलं नव्हतं.''

''आपण उद्या मॅकडोनाल्डमध्ये जाऊ या का?''

''हो जाऊ.''

तीन महिने उलटले होते त्या घटनेला. आज ट्रेसी एकदम वेगळीच होती. म्हणजे पूर्वीसारखी नाही तरी आज तिला खूप समाधान वाटत होते, शांत वाटत होते. जणू काही आपला पुनर्जन्म झाला आहे असे तिला वाटत होते. ब्लेकचे प्रेम तर होतेच, शिवाय निकोलसने तिला या आघातातून बाहेर आणले होते. बाहेर निकोलस ब्लेकबरोबर घोडेस्वारी करत होता. ते दोघे यायलाच निघाले होते; कारण ट्रेसीने दुपारचे जेवण बनवले होते. ते दोघे पूर्वीपेक्षा एकमेकांच्या खूपच जवळ आले होते. निकोलस ब्लेकच्या खूपच जवळ आला होता. या विचारानेदेखील ट्रेसीला खूप समाधान वाटले.

''काही तरी मस्त वास येतो आहे.''

एका पुरुषी हाताने ट्रेसीच्या कमरेभोवती विळखा घातला. ती मागे वळली आणि तिचा चेहरा उजळला.

जेफ तिच्याकडे पाहून छान हसत होता. ''जेवण कधी मिळेल? खूप भूक लागलीय मला.''

२१

“क्रुसावर अशा पद्धतीने चढलेला माणूस पूर्णपणे बरा होणे हे अशक्य आहे. हा चमत्कारच म्हणावा लागेल.”

जेफची सर्जन डॉक्टर एलिना ड्रॅगोव्हा आपल्या रुग्णाला पाहून म्हणाली. साधारण ४५ ते ५०च्या घरातली एलिना खूपच आकर्षक होती. क्रुसावर माणसाला चढवले ही बातमी बल्गेरियामध्ये वाऱ्यासारखी पसरली होती. सगळ्या वृत्तपत्रांची आणि वृत्तवाहिन्यांची ती ब्रेकिंग न्यूज झाली होती. जेफ यातून पूर्ण बरा होऊन बाहेर आला, हे वैद्यकीय जगतामधील एक आश्चर्यच होते. डॉक्टर एलिना सगळ्या बल्गेरियामध्ये एकदम प्रसिद्ध झाली. ती आणि ‘उंबल’ हॉस्पिटलमधील तिच्या सगळ्या स्टाफने जेफ वाचावा आणि पूर्णपणे बरा व्हावा यासाठी अथक परिश्रम घेतले होते. उंबल स्वेटी जॉर्जी हे प्लोद्विवमधील सगळ्यात मोठे आणि नामवंत हॉस्पिटल होते.

“म्हणजे मला असं वाटतं की दोन हजार वर्षांनी कधीतरी कुणीतरी असा क्रुसावर चढवला जातो. बरोबर? मग आता जर मी माझा एक नवीन धर्म स्थापन केला तर तुम्ही त्याचे अनुयायी व्हाल ना?”

“माझा देवावर विश्वास नाही.”

“माझादेखील नाही. मी फक्त सुंदर मुलींवर विश्वास ठेवतो.”

त्याच्या या बोलण्यावार डॉक्टर एलिना जोराने हसली.

तिला कळत नव्हते की या माणसाचे काय करावे. जेफला एका विलक्षण सुंदर बाईने दवाखान्यात आणल, तेव्हा त्याची अवस्था खूपच भयंकर होती. त्याची जगण्याची आशा खूपच धूसर होती. पण या बाईने आत्मविश्वासाने सांगितले की अँब्युलन्समधून आणत असताना त्याची जगण्याची प्रबळ इच्छा त्याही अवस्थेत दिसून येत होती, त्यामुळे तो वाचेल. जेफ स्टीवन्सच्या हृदयाचे ठोके काही क्षणांसाठी बंद पडले होते; पण ते पुन्हा चालू झाले होते. त्या वेळेस त्याच्यावर सर्जरी करणे अत्यंत गरजेचे होते. खूपच गुंतागुंतीची अशी ही शस्त्रक्रिया जवळजवळ आठ तास चालू होती. त्याची परिस्थिती खूपच नाजूक होती. त्यानंतर तीन रात्री ती स्त्री त्याच्या बिछान्यापाशी बसून होती. तीदेखील काही खात नव्हती की पीत नव्हती. तिचे सगळे लक्ष त्याच्या श्वासांकडे होते. त्याला सोडून जायला ती तयारच नव्हती. तिचे स्वतःचे कपडे खराब झाले होते. ती स्वतःसुद्धा गंभीरपणे जखमी होती; पण तरीही तिच्यावर उपचार करून घ्यायलादेखील ती तयार नव्हती, स्वतःचे कपडे बदलण्यासाठीदेखील ती उठत नव्हती. तिने आपले नाव ट्रेसी आहे असे सांगितले होते, पण त्यापुढे ती काहीदेखील बोलली नाही.

पोलीस आले आणि गेले. जेफ स्टीवन्सबरोबरच डॅनियल कूपर नावाच्या एका मनोरुग्णालादेखील हॉस्पिटलमध्ये दाखल करण्यात आले होते. त्यानेच जेफची ही अवस्था केली होती. जेव्हा स्टीव्हन्सची सुटका झाली त्याच वेळेस कूपरदेखील ॲम्फी थिएटरमध्ये गंभीर जखमी अवस्थेत सापडला. त्याच्या डोक्याच्या कवटीचा मागचा भाग जोरदार प्रहार केल्याने दाबला गेला होता. संपूर्ण शहरात बातमी पसरली होती की हा तोच सिरीयल किलर आहे आणि त्याने कित्येक स्त्रियांवर पाशवी बलात्कार करून त्यांचे निर्घृणपणे खून केले आहेत. जेफच्या बरोबर असलेली ती बाई बलात्कार होता होता वाचली. पण कुणालाच पूर्ण सत्य माहीत नव्हते आणि ट्रेसी काहीच बोलायला तयार नव्हती.

नंतर एक दिवस कुणालाही न कळवता ट्रेसी अचानक त्या दवाखान्यातून नाहीशी झाली. तो दिवस डॉक्टर एलिना कधीच विसरू शकणार नव्हती; त्यालाही बरीच कारणे होती.

सकाळी सातच्या सुमारास अमेरिकनांचा एक ग्रुप आला. हे सगळे एफबीआयचे होते. आणि हॉस्पिटलमधील स्वागतकक्षात निराळेच दृश्य पाहायला मिळाले.

एक माजखोर आणि उद्धट पोलीस हॉस्पिटलमध्ये अशा प्रकारे घुसला की जणू काही हॉस्पिटल त्याच्या मालकीचेच आहे. त्याचे नाव मिल्टन बक असे होते. त्याला कूपरचा जबाब घ्यायचा होता.

"आमच्याकडे अॅरेस्ट वॉरंट आहे." बक खेकसला. "हा माणूस चोरी आणि दरोड्यांच्या गुन्ह्यांसाठी आम्हाला हवा आहे. त्याने करोडोंच्या चोऱ्या आणि दरोडे

घातले आहेत. मला त्याच्याशी बोलायचं आहे.''

पण कूपरच्या प्रकृतीकडे पाहता, डॉक्टरांनी त्याला कूपरला भेटण्याची परवानगी नाकारली तेव्हा तो जीन रिझ्झोवर भडकला.

तेव्हा जीन रिझ्झो आपल्या हॉटेलमध्ये फ्रेश होण्यासाठी गेला होता. तो जेफला हॉस्पिटलमध्ये आणल्यापासून रात्रभर तिथेच होता. त्याने जेफ आणि कूपरवर लक्ष ठेवायला सांगितले होते आणि खास करून ट्रेसीवर.

''कूपरशी बोललात तुम्ही?'' बकने रिझ्झोला विचारले.

''हो. काल सकाळी. तो त्या वेळेस अर्धवट शुद्धीत होता.''

''मी त्याच्या अटकेविषयी बल्गेरियन रेडिओवर ऐकलं. ही माझी केस होती...''

''ते महत्त्वाचं नाहीये.'' रिझ्झो म्हणाला. ''आणि इथे जे काही घडलं त्यानंतर तर हे अजिबात महत्त्वाचं नाही की केस कुणाची आहे. त्या तेरा मुलींचे बळी गेले, त्यामुळे केस कुणाची आहे हे महत्त्वाचं नाही. त्याला पकडणं महत्त्वाचं होतं. आणि तसेही तुम्हाला एलिझाबेथ केनेडी तर मिळाली आहे ना?''

''हो. पण एलिझाबेथकडे फक्त अर्धी संपत्ती आहे. उरलेली अर्धी कूपरकडे आहे. आणि जर ती संपत्ती आपण शोधू नाही शकलो...''

''तर काय? तर तुम्हाला बढती मिळणार नाही. हो ना?'' बकच्या पाठीवर थाप मारत रिझ्झो म्हणाला. ''हे बरं नाही मिस्टर बक.''

''ही केस अजून क्लोज झालेली नाहीये.'' मिल्टन बक रागाने म्हणाला. ''जर का मला कूपरकडून याविषयीची माहिती कळली नाही, तर तुझी ती प्रेयसी ट्रेसी आहे ना, तिला मी आत घेईन. समजलास?''

जीनदेखील आता चिडला. ''ट्रेसीला यामध्ये आता घ्यायचं नाही. तिला त्यातलं काहीही माहीत नाही.''

''तिला सगळे माहितीये.''

''तुम्ही एक डील केलं होतं, मिस्टर बक की ज्या वेळेस एलिझाबेथ केनेडी ताब्यात गेईल, त्या वेळेस तुम्ही ट्रेसीला सोडून देणार आहात.''

''त्या वेळेस केलं असेन पण तुम्हीदेखील एक गोष्ट विसरू नका की फेडरल सरकार कित्येक करोडो डॉलर किमतीच्या मालावर असं सहज पाणी सोडणार नाही. आणि तेदेखील एका फालतू बदमाश मुलीसाठी.''

जीन रिझ्झो रागाने बककडे पाहत होता.

''ट्रेसीचा विषयच निघाला आहे तर विचारतो, की ती आहे तरी कुठे आत्ता?'' बकने छद्मीपणे हसत विचारले. ''जा जाऊन तुझ्या त्या सुंदर मैत्रिणीला सांग की बकला तिच्याशी बोलायचे आहे. कुठे आहे तरी कुठे ती?''

''ती गेली.''

हे ऐकताच त्याच्या चेहऱ्यावरील हसू एकदम नाहीसे झाले.

"म्हणजे? तुला काय म्हणायचं?"

"म्हणजे ती हे हॉस्पिटल सोडून गेली, कालच रात्री. आणि तिने तिचा फोन बंद करून ठेवला आहे. आज सकाळपासून ती मला भेटलेलीदेखील नाहीये. मी ती उतरली होती त्या हॉटेलमध्ये आज सकाळी गेलो तेव्हा तिथे मला समजलं की ती निघून गेली आहे."

"माझा विश्वासच बसत नाहीये. तुझ्याकडून ही अपेक्षा नव्हती माझी. सगळ्याची किल्ली होती ट्रेसी व्हिटनी. आणि तिलाच तू जाऊ दिलंस?"

"तुम्ही काय विचार करताय याच्याशी मला काही घेणंदेणं नाहीये." आपले खांदे उडवत जीन म्हणाला. "पण रेकॉर्डप्रमाणे ट्रेसीचा या प्रकाराशी काहीही संबंध नाही. ती माझी एक चांगली मैत्रीण आहे. आणि ती नसती तर आज जेफचे प्राण गेले असते. कूपर पुन्हा मोकाट सुटला असता आणि अजून बायकांना मारायला मोकळा झाला असता. तुमचा माझ्यावर विश्वास नसेल तर तिचे हॉटेल तुम्ही तपासू शकता. ब्रिटानिका..."

"मला माहितीये ती कुठे उतरली होती. मी तिच्यावर गेले कित्येक महिने पहारा ठेवून होतो."

"आणि तरीही तुम्ही तिला मदत नाही करू शकलात, जेव्हा तिला गरज होती."

असे बोलून जीन रिझो तिथून निघून गेला. मिल्टन बक मात्र बराच वेळ बडबड करत होता.

काही वेळाने जीनने जेफ स्टीवन्सच्या खोलीचे दार वाजवले. आतून काहीच उत्तर आले नाही म्हणून तो आत गेला. तेव्हा जेफ शांतपणे झोपला होता. तो आता हळूहळू बरा होत होता. पण त्याला इथे आणल्यापासून तो काही सेकंद शुद्धीवर येऊन परत बेशुद्ध होत होता.

ट्रेसी त्याच्याच बिछान्याच्या बाजूला असलेल्या खुर्चीवर गाढ झोपली होती. तीसुद्धा खूप शांत दिसत होती. तिला उठवणे जीनच्या जिवावर आले होते; पण तिला उठवणे भाग होते. तिच्या खांद्याला हळूच हलवून त्याने तिला उठवले आणि एजंट बककडे आता ही केस असल्याचे सांगितले.

"तुला लवकरात लवकर बल्गेरिया सोडले पाहिजे. बल्गेरियाहून आजचेच विमान घे."

ट्रेसी खूप थकलेली वाटत होती. "आणि जेफचे काय? तो अजूनही शुद्धीवर आलेला नाही. त्याला हेही माहीत नाही की मी इथे आहे."

''मी त्याला सांगेन सगळे.'' जीन हळुवारपणे तिला म्हणाला. ''तो शुद्धीवर आला आणि त्याने मला विचारलं की मी त्याला सगळे सांगेन.''

ट्रेसी थोडीशी अडखळली. तिला जेफला खूप गोष्टी सांगायच्या होत्या. खूप खूप बोलायचे होते तिला जेफशी. तिला माहीत नव्हते की ती कुठून सुरुवात करणार होती.

''मी जर एक चिठ्ठी लिहिली तर ती तू त्याला देशील?'' ट्रेसीने विचारले.

''नक्कीच. पण जे काही करायचं आहे ते लवकर कर. तुझ्याकडे वेळ नाहीये ट्रेसी. जर बकने तुला पाहिलं तर तो तुला अटक करेल.''

ट्रेसीने मान हलवली. तिने अगोदरच लिहायला सुरुवात केली होती.

''तू कुठे जाणार आहेस?'' जीनने विचारले.

ट्रेसीने त्याच्याकडे अचंब्याने पाहिले. ''कुठे म्हणजे? घरी. निकोलस वाट पाहत असेल.''

''तू तिथे राहू शकणार नाहीस.'' जीन म्हणाला. ''बक तुला शोधून काढेल. आणि तुला त्याच्याकरता काम करण्यास भाग पाडेल. तू तुझ्या मुलाला उचल आणि ती जागा सोड. आणि दुसरीकडे कुठेतरी निघून जा.''

ट्रेसीने मान हलवली. ''मी असं काहीही करणार नाहीये जीन. कोलोरेडो हे निकचे घर आहे. मी माझ्या मुलाची आयुष्यभर अशी फरफट नाही करणार.''

''पण ट्रेसी...''

ती हसली. तिने रिझोच्या गालाचे हळुवार चुंबन घेतले. ''मी माझी काळजी घेईन जीन. तू नको काळजी करूस एवढी. खूप काळजी करतोस तू.''

बरोबर तीन तासांनी ट्रेसी कोलोरेडोकडे जाणाऱ्या विमानामध्ये होती.

त्यानंतर तीन दिवसांनी जेफ शुद्धीवर आला तेव्हा ट्रेसीने दिलेली ती चिठ्ठी त्याने वाचली.

त्यानंतर तीन महिन्यांनी पूर्णपणे बऱ्या झालेल्या जेफला डॉक्टर एलिनाने डिस्चार्ज दिला.

''आम्हाला सगळ्यांनाच तुझी खूप आठवण येईल.''

''मलासुद्धा.'' जेफ म्हणाला. ''आणि खास करून सिस्टर कॅटियाची. माझा निरोप द्या तिला.''

ती सर्जन जोरात हसली. ''तू खरंच अशक्य प्रकरण आहेस जेफ. कुठे जाणार आहेस तू? तुझी काळजी घेणारं कुणीतरी असेल अशी मी अपेक्षा करते.''

''मी माझ्या एका मित्राकडे राहायला जाणार आहे.'' जेफ म्हणाला. ''त्याच्याबरोबर माझे एक काम अर्धवट राहिले आहे, तेही पूर्ण करेन.''

३०

"ट्रेसी, आपण एकदा बोललं पाहिजे."

जेफने ट्रेसीच्या हातातील चॉपिंग बोर्ड बाजूला ठेवला.

ट्रेसीने एक मोठा सुस्कारा टाकला. "आता काही बोलण्यासारखं उरलेलं नाहीये, जेफ."

"बोलण्यासारखं आहे; खूप उरलं आहे ट्रेसी. आपण दोघंही बोलायला घाबरतो आहोत."

त्याचे बरोबर होते. जेफ गेल्या पाच दिवसांपासून इथे राहत होता. हे पाच दिवस म्हणजे खूप मौल्यवान, सुंदर आणि जादुई होते. ट्रेसीने निकोलसला जेफची ओळख करून देताना कॉलेजमधील एक मित्र अशी करून दिली होती. आणि ब्लेकला तिने मी नंतर सगळे सांगते असे वचन दिले होते. जेफचे इथे असणे ट्रेसीला खूप सुखावह होते आणि त्यात तिला अजून सुखावह हे होते की जेफ आणि निक या दोघांचे खूप छान जमले होते. निकचे ब्लेक कार्टरवर खूप प्रेम होते. पण जेफबरोबर तो मजामस्ती आणि विनोद करण्यात खूप रमला होता. ते दोघेही एकमेकांच्या खूप जवळ आले होते.

पण प्रश्न असा होता की जेफ काहीही झाले तरी घरातील पाहुणा होता. तो निकसाठी काका होता. ट्रेसी आणि जेफ दोघांपैकी कुणीच आपल्या भूतकाळाविषयी, किंवा त्यांच्या भविष्याविषयी बोलायला धजत नव्हते. याउलट दोघेही वर्तमानात

जगत होते. आताचे क्षण ते आनंदाने घालवत होते. आणि दोघांनाही भूत आणि भविष्याविषयी बोलून या आनंदावर विरजण घालायचे नव्हते.

ट्रेसी खिडकीजवळ उभी होती, हे जेफने पाहिले. निकोलसची ब्लेकशी बाहेर भरपूर मस्ती चालू होती. त्याचे सोनेरी केस वाऱ्यावर उडत होते. डोळ्यात हसू होते. खूप आनंदात होता निकोलस.

जेफने ट्रेसीला हळूच विचारले, "ट्रेसी, निकोलस माझा मुलगा आहे. हो ना?"

ट्रेसीने डोके हलवले. "प्रश्नच नाही. हे काय विचारणं झालं जेफ? तुझ्याशिवाय कोण होतं दुसरं मला?"

"आणि ब्लेक? त्याचं काय?"

ट्रेसीने आपली मान हलवली.

"ब्लेक तुझ्यावर प्रेम करतो ट्रेसी."

"मी पण करते त्याच्यावर प्रेम."

जेफने तिचा चेहरा आपल्या हातात पकडला आणि तिला आपल्याकडे पाहण्यास भाग पाडले. "ट्रेसी, मी प्रेम करतो गं तुझ्यावर. खूप प्रेम करतो. मी तेव्हाही तुझाच होतो, आजही तुझा आहे आणि यापुढेही तुझाच राहीन. आपण पुन्हा एका नव्या आयुष्याला सुरुवात करू. पुन्हा एकदा एकच संधी आपल्या आयुष्याला देऊ या."

"प्लीज जेफ. नको." ट्रेसी रडू लागली.

"का? का नाही? मला माहितीये, की तू अजूनही माझ्यावर प्रेम करतेस."

"हो जेफ. मी अजूनही तुझ्यावर प्रेम करते."

"मग का?..."

"तुला माहितीये जेफ का ते." ट्रेसीने मध्येच त्याचे बोलणे तोडले. "कारण फक्त प्रेम पुरेसे नसते. त्याच्याकडे बघ." तिने बाहेर खेळत असलेल्या निकोलसकडे बोट दाखवले. "पाहा तो किती आनंदी आहे. तो आत्ता कित्ती छान, सुखी आणि समाधानी आयुष्य जगतो आहे. मी हे केलंय जेफ. त्याच्या आणि माझ्या समाधानी आयुष्यासाठी जगातील सर्व गोंधळ, पळापळ, धावपळ, अस्थिरता यापासून मी त्याला दूर ठेवून एक चांगलं आयुष्य दिलं आहे."

"मला माहीत आहे तू हे केलंस आणि तुझं खरंच कौतुक वाटतं मला ट्रेसी. खूप धीराची आहेस तू. पण तुला त्याची केवढी मोठी किंमत मोजावी लागली आहे ट्रेसी!" तिच्याजवळ जात जेफने तिच्या गालावर आपले ओठ ठेवले. "तुझं काय ट्रेसी? तू कोण आहेस? तुला काय हवंय? तू अशी फक्त एक गृहिणी कधीच नव्हतीस. तू माझ्याबरोबर होतीस तेव्हादेखील हे असलं आयुष्य तुला कधीच नको होतं. मला एक सांग, मनातून तू कुठंतरी दुःखी आहेस ना? हे असलं आयुष्य तुला कधी कंटाळवाणं नाही होत?"

“होतं ना! कधी कधी होतं ना.” ट्रेसीला आपण हे कबूल करत आहोत याचे खूप आश्चर्य वाटत होते. “मी माझ्या भूतकाळातील आयुष्यात खूप चित्तथरारक गोष्टी अनुभवल्या आहेत. माझं आयुष्य इतकं साधंसरळ कधीच नव्हतं. आणि मला त्या आयुष्याची नक्कीच आठवण येते. पण आत्ता माझ्यासाठी निकोलस सगळ्यात महत्त्वाचा आहे. तो माझ्या आयुष्यात सगळ्यात मौल्यवान आहे. निकोलसच्या बाबतीत मी कधीच असफल झाले नाही आणि यापुढेदेखील कधीच होणार नाही. माझ्या आईने माझ्यासाठी खूप त्याग केला. तिच्या त्यागाला तोड नाही.”

“खरं आहे!” जेफ म्हणाला. “म्हणून तर तिला तुझ्यासारखी एक गुणवान आणि परिपूर्ण मुलगी झाली.”

ट्रेसी हसली. “छे रे! मी कुठली परिपूर्ण बाबा. खूप दूर आहे मी परिपूर्णतेपासून.”

“नाही! आहेच तू परिपूर्ण.” असे म्हणून जेफने तिला जवळ ओढले आणि तिचे चुंबन घेतले. त्या ओठांच्या स्पर्शात उत्कट प्रेम आणि हळुवारपणा होता. हे चुंबन त्या दोघांच्याही आयुष्यभर लक्षात राहील असे होते. दोघांपैकी कुणालाच हे संपावे असे वाटत नव्हते.

“मी तुला जर असं वचन दिले की मी तुला खूप सुखात ठेवेन. मी सगळे काळे धंदे सोडून देईन आणि ते मी एकदा केलंही होते. मी पुन्हा तसे करू शकतो ट्रेसी. तुझ्यासाठी, आपल्या निकोलससाठी.” जेफने तिला समजावण्याचा प्रयत्न केला.

ट्रेसीने दुःखाने आपली मान हलवली. “तू करूही शकशील जेफ; पण मग तुझ्यातला एक हिस्सा कायमचा संपून जाईल. आणि त्याला मी जबाबदार असेन. आणि मला तुझ्या कोणत्याही प्रकारच्या दुःखाचं कारण बनायचं नाहीये.”

“पण ट्रेसी. ऐक ना माझे राणी, तू माझ्या आयुष्याचे कारण आहेस. आणि मी...”

ट्रेसीने आपले बोट त्याच्या ओठावर ठेवले. “मी खूप प्रेम करते तुझ्यावर जेफ. आणि पुढेही करत राहीन. पण आपण दोघे एकत्र राहून आनंद शोधण्याचा प्रयत्न केला होता, खूप वर्षांपूर्वी. आता आपल्या निकोलसला ती संधी द्यायला हवी. त्याला आपल्याला एक सामान्य आणि आनंदी आयुष्य द्यायचे आहे. आणि म्हणून नको हे काही पुन्हा.”

जेफ शांत होता. ‘तिचे म्हणणे खरंच बरोबर आहे का? त्यांचा काळ आता संपला आहे का?’

त्याला माहीत नव्हते. पण त्याला एवढे मात्र माहीत होते की तो खूप दुःखी आहे. शेवटी त्याने ट्रेसीला विचारले. “तू निकोलसला माझ्याविषयी खरे सांगणार आहेस?”

ट्रेसीने एक जोरात श्वास घेतला. “नाही. पण तुला त्याला सांगायचं असेल तर

मी तुला अडवणार नाही. पण तो जन्मल्यापासून ब्लेकला स्वतःच्या वडिलांच्या जागी पाहतो.''

''हो, माझ्या लक्षात आलंय ते.'' जेफ म्हणाला.

''आणि मला त्याचे हे नाते त्याच्यापासून हिरावून नाही घ्यायचं.''

''नाही!'' जेफने एक आवंढा गिळला. ''मलादेखील नाही.''

त्याच वेळी निकोलस आतमध्ये आला.

''आई, भूक लागलीये. जेवण झालं का? अरे जेफकाका तुम्ही? तुम्हाला सुपर स्मॅश खेळ खेळायचा आहे का? आपण जेवण झाल्यावर खेळू या का? ब्लेकला नाही आवडत तो.''

''हो. नक्कीच खेळू.''

''हो, मला नाहीच आवडत.'' आपली हॅट हलवत ब्लेक म्हणाला. ''मेंदूचा भुगा होतो असले खेळ खेळून.''

''आणि आईमध्ये तर काही अर्थ नाही.''

''हो का?'' ट्रेसी त्याच्याकडे पाहून कौतुकाने हसत होती.

''ठीक आहे. जेवण करू यात आणि मग तुला मी हरवतो थांब. मग तू रडायला लागशील.'' जेफ म्हणाला.

''हा!'' निकोलसने नाक उडवले. ''मी नाही, तुम्ही रडाल काका! कारण मी तुम्हाला हरवणार किनई बघा.''

''पण ही आपली शेवटची मॅच असेल कारण मी उद्या सकाळी निघणार आहे.'' जेफ म्हणाला.

ट्रेसी, ब्लेक आणि निकोलस तिघेही एकदम स्तब्ध झाले. निकोलस थोडासा रडवेला झाला.

''तुम्ही जाणार? का? मला वाटलं की तुम्ही अजून थोडे दिवस राहणार आहात.''

''हो, पण अचानक एक काम आलं ना बाळा.'' जेफ अगदी सहजपणे म्हणाला. ''काहीच करता नाही येत त्यामुळे गेलंच पाहिजे.''

''असं काय काम आहे तुम्हाला?''

''खूप मोठी सुट्टी घेतली ना मी. आता मला कामावर गेलं पाहिजे.''

''ठीक आहे.'' निकोलसला त्याचे बोलणे फारसे पटले नाही. ''पण काका, तुम्ही नक्की कोणते काम करता? तुम्ही काय करता?''

''अं... म्हणजे'' जेफला काय बोलावे कळेना, तो ट्रेसीकडे पाहू लागला.

''काका पुरातत्त्वखात्यामध्ये काम करतात बाळा.'' ट्रेसी म्हणाली. ''चला पळा. जा हात धुऊन या तोवर मी जेवण वाढते.''

दुसऱ्या दिवशी ट्रेसी सकाळी लवकर उठली. पहाट होण्याच्या अगोदरच. तिला खूप भयंकर स्वप्ने पडत होती.

तिला वाटत होते की आपण बुडतो आहोत, गुदमरतो आहोत. आपला श्वास कोंडला जातोय. आपण पाण्यात आहोत आणि खूप मोठ्या लाटा येऊन आपण खोल खोल गर्तेमध्ये बुडत आहोत. तिला जेफ ओरडत असताना ऐकू येतंय. 'मी इथे आहे ट्रेसी, मी इथे आहे. माझा हात पकड.' ती त्याच्यापर्यंत पोचली तेव्हा तो गेलेला होता.

तिने उठून स्वतःसाठी कॉफी बनवली. आणि सकाळ होण्याची वाट पाहत एकटीच खाली बसली. तिला इथे खूप शांत वाटे. सगळ्याच घरात तिला खूप शांती मिळे. या गावातच तिला खूप शांत आणि स्थिर वाटत असे.

मी किती मूर्ख आहे! ट्रेसीला माहीत होते की भूतकाळ हा कधीच पुसला जात नाही. त्याला कधीच दफन करता येत नाही. तो तिच्या आयुष्याचा भाग होता. जसे तिचे डोळे, हृदय आणि सगळे अवयव हे तिच्या शरीराचा भाग होते तसेच भूतकाळ हा तिच्या आयुष्याचाच एक भाग होता. आणि त्या भूतकाळाचा जेफ हा एक महत्त्वाचा हिस्सा होता.

तिला वाटले की यापुढे आपण असे समाधानी आणि आनंदी राहू शकू का कोणास ठाऊक! कदाचित असे अर्धे जीवन जगणे हे तिचे प्राक्तन होते. एक गोष्ट टिकवण्यासाठी तिला दुसऱ्या गोष्टीचा त्याग करावा लागणार होता, कायमचा!

जेफने नाश्ता केला आणि तो निघाला. तो त्याचे सामान घेऊन खाली आला. त्याच्या चेहऱ्यावर हास्य होते. निकोलससाठी तो निघाला होता. ट्रेसी आणि त्याने एकमेकांना आलिंगन दिले आणि गालावर चुंबन दिले. जसे जुने मित्र एकमेकांना निरोप देतील तसा निरोप त्यांनी एकमेकांना दिला.

"निकोलसची काळजी घे." तो म्हणाला. "आणि तुझीसुद्धा काळजी घे."

असे म्हणून तो कारमध्ये बसला. आणि निघून गेला.

निकोलस तिथेच व्हरांड्यात उभा होता, त्याच्या आईच्या हातात हात घालून. जेफची गाडी दिसेनाशी होईपर्यंत ते दोघे त्या दिशेने पाहत होते.

"मला जेफकाका खूप आवडले, आई." एक सुस्कारा टाकत तो म्हणाला. "खूप छान आहेत ते. आपण त्यांना पुन्हा भेटू यात का आई?"

ट्रेसीने आपल्या मुलाचा हात घट्ट धरला.

"मीसुद्धा त्याची वाट पाहत राहीन बाळा. कुणाला माहितीय की भविष्यकाळात काय वाढून ठेवलेलं असेल."

◆